D1770809

இரண்டாம் உலகப் போர்

ஆசிரியரின் பிற நூல்கள்

உலகை மாற்றிய புரட்சியாளர்கள்
குஜராத் இந்துத்துவம் மோடி
சே குவேரா புரட்சியாளர் ஆனது எப்படி?
இந்தியப் பிரிவினை: உதிரத்தால் ஒரு கோடு
முதல் உலகப் போர்
இரண்டாம் உலகப் போர்
நெல்சன் மண்டேலா
மால்கம் எக்ஸ்
விடுதலைப் புலிகள்
போபால்: அழிவின் அரசியல்
ஹ்யூ ஜிண்டாவ்
மாவோ: என் பின்னால் வா!
முதல் காம்ரேட் (லெனின் வாழ்க்கை)
சர்வம் ஸ்டாலின் மயம்
ஃபிடல் காஸ்ட்ரோ: சிம்ம சொப்பனம்
சே குவேரா: வேண்டும் விடுதலை!
ஹியூகோ சாவேஸ்: மோதிப் பார்!
சுபாஷ்: மர்மங்களின் பரமபிதா
திப்பு சுல்தான்: முதல் ‘விடுதலை’ப் புலி
முகமது யூனுஸ்
திபெத்: அசுரப் பிடியில் அழகுக் கொடி

இரண்டாம் உலகப் போர்

மருதன்

கிழக்கு

இரண்டாம் உலகப் போர்
Irandam Ulaga Por
by Marudhan
Indira ©

First Edition: May 2009
328 Pages
Printed in India.

ISBN 978-81-8493-141-9
Title No: Kizhakku 387

Kizhakku Pathippagam
177/103, First Floor,
Ambal's Building, Lloyds Road
Royapettah, Chennai 600 014.
Ph: +91-44-4200-9603

Email : support@nhm.in
Website : www.nhm.in

Author's Email : marudhan@gmail.com
Cover & Inside Images : Wikimedia
PRODN/21/12-11

Printed in India by Repro India Ltd., Navi Mumbai

Kizhakku Pathippagam is an imprint of New Horizon Media Private Limited

This book is sold subject to the condition that it shall not, by way of trade or otherwise, be lent, resold, hired out, or otherwise circulated without the publisher's prior written consent in any form of binding or cover other than that in which it is published and without a similar condition including this the rights under copyright reserved above, no part of this publication may be reproduced, stored in or introduced into a retrieval system, or transmitted in any form or by any means (electronic, mechanical, photocopying, recording or otherwise), without the prior written permission of both the copyright owner and the above-mentioned publisher of this book.

EXTRA THE STARS AND STRIPES EXTRA

HITLER DEAD

Fuehrer Fell at CP, German Radio Says; Doenitz at Helm, Vows War Will Continue

Churchill Hints Peace Is at Hand

'நாங்கள் சரணடைய மாட்டோம். எக்காலத்திலும் அது நடக்காது. ஒருவேளை அழிந்து போகக்கூடும். ஆனால், அப்படி ஒரு சந்தர்ப்பம் அமைந்தால் இந்த உலகத்தோடு சேர்ந்தேதான் அழிந்துபோவோம்.'

- ஹிட்லர்

களம்

1. ஒரு சிப்பாயின் கனவு / 09
2. புதிய சோவியத் / 24
3. ஹிட்லர் என்றால் ஜெர்மனி / 33
4. புயலில் ஐரோப்பா / 51
5. போலந்து தாக்குதல் / 77
6. அடுத்த கட்டம் / 97
7. சரியும் பிரான்ஸ் / 113
8. பிரிட்டனின் போர் / 133
9. ஹிட்லர், ஸ்டாலின் / 146
10. பரவும் போர் / 175
11. கரி, சாம்பல் / 191
12. கொலை முகாம் / 215
13. போரும் ராணுவமும் / 239
14. போரும் மக்களும் / 283
15. மாறும் வரைபடம் / 297
    பின்னிணைப்புகள் / 310

ஐரோப்பா வரைபடம்

ஐஸ்லாந்து
நார்வே
ஸ்வீடன்
ஃபின்லாந்து
சோவியத்
யூனியன்
பிரிட்டன்
டென்மார்க்
ஜெர்மனி
ஸ்லோவாக்கியா
ஹங்கேரி
பிரான்ஸ்
ஸ்விட்சர்லாந்து
ருமேனியா
இத்தாலி
பல்கேரியா
ஸ்பெயின்
கிரேக்கம்
சிஸிலி
மொராக்கோ
அல்ஜீரியா
துனீஷியா

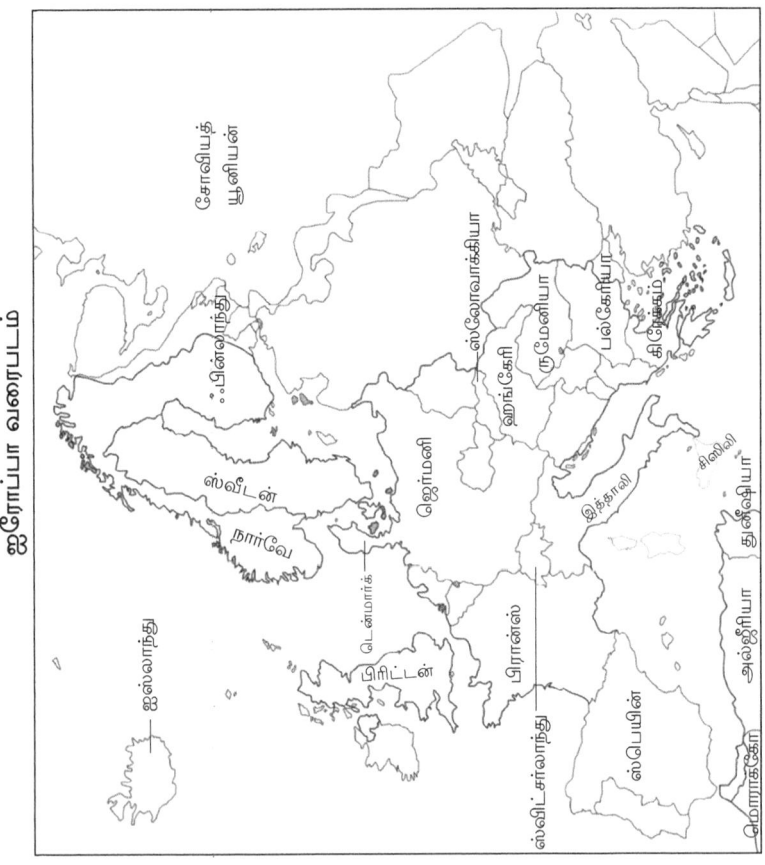

1. ஒரு சிப்பாயின் கனவு

ஹிட்லரின் தந்தை அநேகமாக ஒரு யூதராக இருந்திருக்கலாம். இது ஒரு யூகம் மட்டுமே. சாட்சியம் இல்லை. அந்த வகையில், ஹிட்லர் முதலில் வெறுத்த யூதர் அவர் தந்தை, அலாய்ஸ் ஹிட்லர். அலாய்ஸ் ஹிட்லருக்குத் தன் தந்தை யார் என்று தெரியாது. கர்ப்பம் தரித்தபோது அவர் தாயார் ஒரு யூதரின் குடும்பத்தில் வீட்டு வேலை செய்துகொண்டிருந்தார். அவ்வளவுதான் தெரியும் அலாய்ஸுக்கு. அவ்வளவுதான் தெரியும் ஹிட்லருக்கு.

தன்னைப் போலவே தன் மகனும் ஒரு சுங்க அதிகாரியாக வேண்டும் என்று அலாய்ஸ் விரும்பினார். தன் தந்தையை வெறுத்த காரணத்தால் அவர் கனவையும் வெறுத்தார் ஹிட்லர். தொட்டதற்கெல்லாம் பேயாக கை நீட்டுகிறாய். அடித்து உதைக்கிறாய். சீறுகிறாய். ஒரு முறையாவது என்னை அருகில் வைத்து ஒரே ஒரு நிமிடம் ஆசையோடு பேசியிருப்பாயா? அன்பே உருவான அம்மா க்ளாரா உன்னை எப்படி திருமணம் செய்து கொண்டார்? வேண்டாம். என்னிடம் நெருங்காதே. எனக்காகக் கனவு காணாதே. என் வாழ்க்கையில் குறுக்கிடாதே. போய்விடு.

கேட்கப்போகிறாயா மாட்டாயா என்று தடியை எடுத்துக்
கொண்டு அலாய்ஸ் பாய்ந்துவந்தபோதும் திடமாக மறுத்தார்
ஹிட்லர். முடியாது. என்னால் சங்க அதிகாரியாக மாற முடியாது.
நான் ஓவியனாகப் போகிறேன். ஏமாற்றமும் கோபமும்
வெறுப்பும் பொங்க, அடித்துக்கொண்டே இருந்தார் அலாய்ஸ்.
மூன்று ஆண்டுகள். 1903ல் இறந்துபோனார்.

அப்போது ஹிட்லருக்குப் பதிமூன்று வயது. படிப்பாவது,
பள்ளியாவது, அதிகாரியாவது? கலங்காதே அம்மா நான்
உன்னை காப்பாற்றுகிறேன். அவர் கன்னத்தில் முத்தம் ஒன்றை
பதித்துவிட்டு 1907ல் ஆஸ்திரியாவில்* இருந்து வியன்னா
கிளம்பினார் ஹிட்லர். புகழ்பெற்ற ஓவியராக வளர்ந்து
கைநிறையப் பணம் சம்பாதித்து, வீட்டு வறுமையை போக்கி,
அம்மா, உன்னை செழிப்புடன் வைத்துக்கொள்வேன். ஆனால்,
வியன்னாவில் உள்ள கலைக் கல்லூரி ஹிட்லரை நிராகரித்தது.
திறமை போதவில்லை. உனக்கு ஓவியம் சரிப்பட்டு வராது.
வேறு ஏதாவது ஒத்துவருமா என்று பார். முகத்தைத் தொங்கப்
போட்டுக்கொண்டு திரும்பியபோது, தாய் இறந்திருந்தார்.
மார்பகப் புற்றுநோய்.

துன்புறுத்தும் அப்பாவுக்கு நேர்ந்த அதே மரணமா அன்பு
அம்மாவுக்கும் நிகழவேண்டும்? என்ன வாழ்க்கை இது?
இரக்கமற்ற வாழ்க்கை எனக்கு இன்னும் என்ன வைத்திருக்
கிறது? எங்கே போவது? எப்படிப் பிழைப்பது? அல்லது,
பிழைத்திருக்கத்தான் வேண்டுமா? பிரஷ்ஷையும் வர்ணங்களை
யும் வெள்ளைக் காகிதங்களையும் வீசியெறிந்தார். மீண்டும்
ஆஸ்திரியாவுக்கு வந்து சேர்ந்தார்.

திட்டம் என்று எதுவும் இல்லை. சும்மா சுற்றியலைந்து
கொண்டிருந்தார். ஒரு சந்தர்ப்பத்தில், மக்கள் தங்களுக்குள்
பேசிக்கொண்டிருந்தபோது தற்செயலாகக் காதுகொடுத்துக்
கேட்டார். இது நிச்சயம் நமக்குப் போதாத காலம்தான். அகதிகள்
போல் அல்லவா நாம் இங்கே வாழ்ந்துகொண்டிருக்கிறோம்?
சொல்லிக்கொள்ளும்படியாகவா இருக்கிறது நம் வாழ்க்கைத்
தரம்? எப்போது ஜெர்மனி நம்மை அரவணைத்துக் கொள்ளப்
போகிறது? எப்போது நம்மை ரட்சிக்கப்போகிறது?

★ முதல் உலகப் போர் முடிவுக்கு வரும்வரை ஆஸ்திரியா-ஹங்கேரி
ஒன்றிணைந்தே இருந்தது.

துயரங்களுடன் பிறந்தோம். துயரங்களுடனேயே நம் வாழ்க்கை முடிந்துவிடப்போகிறதா?

ஹிட்லருக்கு இது விசித்திரமாக இருந்தது. வாழ்க்கை என்னை மட்டும் அலைக்கழிக்கவில்லை. ஆஸ்திரியா முழுவதுமே இதுதான் நிலைமை. நான் வாழ்ந்த சிறு நகரமான பிரானோ (Braunau) முதல் பெரு நகரங்கள் வரை இதுதான் நிலைமை. ஆனால், அவரால் நம்பமுடியவில்லை. ஜெர்மனிக்கு என்ன ஆனது? என் ஜெர்மனிக்கு? என் ஓவியக் கனவைப் போலவே பிஸ்மார்க்கின் அகண்ட ஜெர்மானியக் கனவும் கலைந்து விட்டதா? உலகின் சிறந்த மொழி ஜெர்மன். சிறந்த மக்கள் ஜெர்மானியர்கள். சிறந்த நாடு ஜெர்மனி. இப்படித்தானே சொல்லிக் கொடுத்திருந்தார்கள்? இதைத்தானே நான் இத்தனைக் காலமும் நம்பிக்கொண்டிருந்தேன்? என்ன ஆனது திடீரென்று? ஆஸ்திரியாவில் உள்ளவர்களும் ஜெர்மானியர்கள்தானே?

கிடைக்கும் வேலையை எடுத்துக்கொண்டார் ஹிட்லர். எதையும் மறுக்கவில்லை. இத்தனைக் குறைவான கூலியா என்று முகம் சுளித்துக்கொள்ளவில்லை. 'வருகிறாயா பையா' என்று எவர் அழைத்தாலும் சென்றார். சொன்னதை அமைதியாகச் செய்தார். சாயப்பட்டறையில் இரவெல்லாம் கண் விழித்து சாயம் பூசினார். இந்தாப்பா இதைக் கொண்டு போய் அங்கே கொடுத்து விட்டு வா. ஓடினார் ஹிட்லர். வீட்டு வேலை செய்கிறாயா? இதோ. படம் வரைவதையும் நிறுத்திக்கொள்ளவில்லை. நேரம் கிடைக்கும்போதெல்லாம் சிறிதும் பெரிதுமாக வரைந்து தள்ளினார். சுற்றுலாப் பயணிகளிடம் சிலவற்றை விற்று காசு சேர்த்தார். பொந்தாக இருந்தாலும் வாடகை கொடுத்து கட்டுப் படியாகாது என்பதால் பெரும்பாலும் அகதிகள் முகாமில் ஒண்டிக்கொண்டார்.

அந்த ஐந்து ஆண்டுகளில் ஹிட்லர் தெரிந்துகொண்டது ஒரே ஒரு விஷயத்தைதான். யூதர்கள் எதிர்க்கப்படவேண்டியவர்கள். முடிந்தால், அழிக்கப்படவேண்டியவர்கள்.

ஏன் என்று யாராவது கேட்டால் ஹிட்லர் உட்கார வைத்துப் பேசுவார். ஒரே ஒரு நாள், கண்களையும் காதுகளையும் திறந்து வைத்துக் கொண்டு ஆஸ்திரியாவைச் சுற்றிப்பார். உன்னைச் சுற்றி நடப்பதை பார். நீ பேசாதே. அவர்கள் பேசுவதைக் கவனி. அவர்கள் முகத்தை உன்னிப்பாகப் பார். அவர்கள் வீட்டைப் பார்.

குழந்தைகளைப் பார். பெண்களைப் பார். ஆயிரம் காரணங்கள் கிடைக்கும்.

இங்கே அதிகம் படித்தவர்கள் யார் தெரியுமா? அரசாங்க அலுவலகங்களில் உயர் பதவிகளில் யார் நிறைந்திருக்கிறார்கள் தெரியுமா? மருத்துவர்களாக இருப்பவர்கள் யார்? செல்வந்தர்கள் யார் யார்? இந்த நகரம் மட்டுமல்ல. எந்தவொரு நகரத்தையும் நீ சுற்றிவரலாம். ஜெர்மானியர்கள் யாராவது ஏதாவது சிறுதொழில் தொடங்க வேண்டுமானால் கடனுக்கு யாரிடம் கை நீட்டுகிறார்கள்? ஆஸ்திரிய மக்களின் அவல நிலை யாரால் ஏற்பட்டது? ஜெர்மானியர்களின் குழந்தைகள் உணவின்றி தவித்துக்கொண்டிருக்கும்போது யாருடைய குழந்தைகள் போஷாக்காக வளர்ந்துகொண்டிருக்கின்றன?

யூதர்கள்.

நான் சொல்வது உங்களுக்கு அதிர்ச்சியளிக்கக்கூடும் நண்பரே. ஆனால் உண்மை. நான் பேசிய ஒவ்வொரு வார்த்தையும் உண்மை. எல்லாவற்றையும் என் கண்களால் அசலாகப் பார்த்தபிறகே நான் இந்த முடிவுக்கு வந்திருக்கிறேன். ஒரே வழிதான். ஆஸ்திரியாவும் ஜெர்மனியும் இணைக்கப்பட வேண்டும். அகண்ட ஜெர்மனி உருவாகவேண்டும். ஜெர்மானிய மக்கள் நலமுடன் வளமுடன் வாழவேண்டும். யூதர்களை அழித்தொழிக்காமல் இதை அடையமுடியாது.

அதற்கு முன்னால் இன்னொரு காரியம். இந்த முதுகெலும்பற்ற அதிகார வர்க்கத்தை உடைக்கவேண்டும். யூதர்களைத் தலையில் வைத்து ஆனந்த தாண்டவமாடிக் கொண்டிருக்கிறது இந்த அரசாங்கம். ஒரு ஜெர்மானியரும் யூதனும் ஓர் உதவி வேண்டி சென்றால், ஜெர்மானியன் உதாசீனப்படுத்தப்படுகிறான். ஏமாற்றப்படுகிறான். மார்பின் மீது எட்டி உதைக்கப்படுகிறான். ஏன்? யூதனைப் போல் இந்தா என்று கைநிறைய பணத்தை அள்ளி அதிகாரிகளுக்குக் கொடுக்க ஒரு ஜெர்மானியனால் முடியவில்லை. ஒரு யூதனைப் பார்த்த மாத்திரத்தில் அதிகாரிகளின் உதடு விரிகிறது. விஷயம் புரிகிறது அல்லவா? வித்தியாசம் தெரிகிறது அல்லவா?

புரிந்தது. ஆனால் பயமாக இருந்தது. கண்களில் பொறி பறக்க துடிதுடிப்புடன் பேசிக்கொண்டிருக்கும் ஹிட்லரை கண்டு அவர்கள் மிரண்டு போனார்கள். ஹிட்லரை நாடிச் செல்ல ஒரு

கூட்டமும், கவனமாகத் தவிர்க்க ஒரு கூட்டமும் உருவாக ஆரம்பித்தது.

பாடப்புத்தகங்களை மட்டுமல்ல, பொதுவாகப் புத்தகங்கள் வாசிப்பதில் ஹிட்லருக்கு அதிக ஆர்வம் இருந்ததில்லை. ஆனால், வரலாறு மீது, குறிப்பாக ஜெர்மானிய வரலாறு மீது ஆர்வம் இருந்தது. யூதர்கள்தான் பிரச்னையின் மையப்புள்ளி என்று அவர் அனுமானித்துக்கொண்டபிறகு, சில புத்தகங் களைத் தேட ஆரம்பித்தார். நம்மைப் போலவே வேறு யாராவது இதை அணுகியிருக்கிறார்களா என்பதைச் சரிபார்க்க.

அணுகியிருந்தார்கள். அடால்ஃப் ஜோசப் லான்ஸ் (Adolf Josef Lanz). கார்ல் லூஜர் (Karl Lueger). ஜார்ஜ் ரிட்டர் வான் ஷானரர் (Georg Ritter von Schonerer). இன உணர்வை வெளிப்படுத்தும் இவர்கள் பேச்சுகளையும் எழுத்துகளையும் ஹிட்லர் உள்வாங்கிக்கொண்டார். *ஜெர்மன் என் தேசம் என்று சொல்லிக் கொள்வதில் நான் பெருமைப்படுகிறேன். என் உடலில் பாய்வது உயர்குடி ரத்தம். நான் எல்லோரையும்விட உயர்ந்தவன். ஜெர்மானியன். எந்நிலையிலும் நான் தாழ்ந்துவிடக்கூடாது. என் இனம் தாழக்கூடாது. எனக்குள்ள இனஉணர்வை நான் என் மக்களுக்கு ஊட்டியாகவேண்டும். ஜெர்மனி, என் தந்தையர் தேசமே, நீ நீடுழி வாழ்க!*

யூதர்களை வெறுக்காமல் ஜெர்மனை நேசிக்க முடியாது என்று ஹிட்லர் திடமாக நம்பியது இந்தக் காலகட்டத்தில்தான். அவரது வாசிப்புகள் இந்த முடிவுக்கே அவரை இட்டுச்சென்றது. *தன் பலம் தெரியாமல் சுருண்டுகிடக்கும் ஜெர்மன் தேசத்தை முதுகில் நாலு தட்டு தட்டி எழுப்பவேண்டும். நியாயப்படி பார்த்தால் அரசியல் தலைவர்கள் செய்திருக்கவேண்டும். ஆனால் அவர்களும்கூட உறக்கத்தில்தான் இருக்கிறார்கள். தவிரவும், இங்கே நடந்துகொண்டிருப்பதன் பெயர் அரசியலா? மன்னர்கள், அமைச்சர்கள், பிரதம மந்திரி, பாராளுமன்றம், புடலங்காய். ஜெர்மனி என்ன பாட்டன், பூட்டன் சொத்தா? எனக்குப் பின்னால் நீ, உனக்குப் பின்னால் உன் மகன் என்று கிரீடத்தைக் கழற்றிக் கழற்றி மாற்ற யார் அதிகாரம் கொடுத்தது இவர்களுக்கு?*

ஆஸ்திரியாவை முதலில் பழுதுபார்க்கவேண்டும் என்று நினைத்துக்கொண்டார் ஹிட்லர். *என் கையில் அதிகாரம்*

இருந்தால் ஒட்டுமொத்த அரசியல், சமூக தளத்தை இடித்து மண்ணோடு மண்ணாக்கிவிட்டு புதிய கோட்டையை எழுப்பு வேன். யூதர்களும் செக் இனத்தவரும் ஸ்லோவாக்கிய குடிமக்க ளும் க்ரோட் இன மக்களும் ஆளாளுக்கு ஆஸ்திரியாவைத் துண்டாடிக்கொண்டிருப்பதை என்னால் பொறுத்துக்கொள்ள முடியாது. இதென்ன தேசமா அல்லது பரதேச சத்திரமா? ஓர் ஒழுங்கு வேண்டாம்? இதெயெல்லாம்கூடவா சொல்லித் தருவார்கள்?

இது ஜெர்மன் தேசம். ஜெர்மானியர்களின் பூர்விக பூமி. புனித பூமி.

காலம் காலமாக ஆஸ்திரியாவிலேயே பிறந்து வளர்ந்து வம்சத்தை விருத்தி செய்துகொண்டிருந்த ஜெர்மானியர்கள் தாங்கள் தேரையாகத் தேய்ந்து கிடப்பதை அறிந்திருந்தார்கள். நினைத்து நினைத்துக் குமுறிக்கொண்டுதான் இருந்தார்கள். ஆனால் ஹிட்லர் முன்வைத்த தீர்வை அவர்களால் ஏற்க முடியவில்லை.

எதற்கு யூதர்களை எதிர்க்கவேண்டும்? நமக்குத் தேவை நம் வாழ்க்கை தரம் உயர்வது. சம்பளம் அதிகம் கேட்கலாம். வேலை வாய்ப்புகளை அதிகரிக்கச் சொல்லலாம். தொழில் தொடங்க ஊக்கமும் உதவியும் கேட்கலாம். யூதர்களுக்குச் சமமாக எங்களையும் நடத்து என்று முழங்கலாம். தேவைப்பட்டால் போராட்டம், பேரணி, கோஷம், கையெழுத்து வேட்டை. அரசாங்கத்தை எதிர்க்கத் தயார். அதிருப்தியைத் தெரியப்படுத்து வோம். எதற்கு அழிக்கும் வேலை? ஹிட்லருக்குச் சலிப்பாக இருந்தது. அப்பாவிகள். ஜனநாயகத்தை இன்னமும்கூட நம்பிக்கொண்டிருக்கிறார்கள். எத்தனைப் பெரிய கிருமி அது என்பதை அவர்கள் இன்னும் உணரவில்லை. மனு சமர்ப்பித்து தீரும் பிரச்னையா இது?

1913ல் ஹிட்லருக்கு ஒரு சிறிய பொற்கிழி வந்து சேர்ந்தது. அப்பாவின் பண்ணையை விற்றதில் கிடைத்த பங்கு. அப்பாவைத்தான் பிடிக்காது. அப்பாவின் பணம் என்ன பாவம் செய்தது? வாங்கி பாக்கெட்டில் போட்டுக்கொண்டார். மூட்டை முடிச்சு கட்டிக்கொண்டு ஆஸ்திரியாவில் இருந்து கிளம்பினார். நண்பர்களே, கூடிய விரைவில் நீங்கள் திருந்துவீர்கள் என்று நம்புகிறேன். உங்களுக்காக இல்லாவிட்டாலும் நம் தேசத்தின்

நலனுக்காகவாவது நீங்கள் திருந்தித்தான் ஆகவேண்டும். போய் வருகிறேன்.

ம்யூனிக்கில் (Munich) சிறிது காலம் தங்கியிருந்தார் ஹிட்லர். சில புத்தகங்கள் அவரை நாடி வந்தன. சிலவற்றை அவர் தேடிச் சென்று அடைந்தார். ஜெர்மன் வரலாறு. ராணுவ வரலாறு. ராணுவப் போர்முறைகள். தேவையானதை மட்டும் படித்துக் கொண்டார். ஜெர்மனி அப்போது ஒரு ஃபெடரல் முடியரசு தேசமாக இருந்தது. பல பிராந்தியங்களுக்குக் குறுநில மன்னர்கள் இருந்தார்கள். அத்தனை பேரும் பேரரசர் கெய்சர் வில்லியம்ஸுக்குக் கட்டுப்பட்டவர்களாக இருந்தார்கள்.

●

ஆஸ்திரிய-ஹங்கேரிய பட்டத்து இளவரசர் ஆர்ச்டியூக் ஃப்ரன்ஸ் ஃபெர்டிணெண்டும் (Archduke Franz Ferdinand) அவர் மனைவியும் தங்கள் பேரரசின் (அப்போதைய) ஒரு பகுதியாக இருந்த செர்பியாவின் (தற்போதைய) தலைநகரமான சரஜீவோவுக்கு (Sarajevo) ஜூன் 28, 1914 அன்று வந்திருந்தனர். காரில் சென்றுகொண்டிருந்தபோது, ஒரு போஸ்னிய செர்பிய குடிமகன் இருவரையும் சுட்டுக்கொன்றான். செர்பியாவின் சுதந்தரத்துக்காக.

ரஷ்யாவின் எல்லையில் இருந்தது ஆஸ்திரிய-ஹங்கேரி. போஸ்னியா, ஆஸ்திரியாவின் ஓர் அங்கமாக இருந்தது. ஸ்லாவ் (Slav) இன மக்கள் அங்கே வசித்து வந்தனர். போஸ்னியாவுக்குப் பக்கத்து தேசமான செர்பியாவிலும் ஸ்லாவ் மக்களே இருந்தனர். செர்பியாவின் அப்போதைய கனவு போஸ்னியாவை தன்னுடன் இணைத்துக்கொள்ளவேண்டும் என்பதுதான். அங்கேயும் ஸ்லாவ். இங்கேயும் ஸ்லாவ். ஒரே இனத்தை சேர்ந்த மக்கள் எதற்காக துண்டாடப்பட்டு இரு வேறு தேசங்களில் வசிக்க வேண்டும்? சம்பந்தமே இல்லாமல் ஆஸ்திரியா எதற்காக போஸ்னியாவைப் பிடித்து வைத்திருக்கவேண்டும்? ஆஸ்திரியா வின் பிடியில் இருந்து போஸ்னியாவை விடுவிப்பதுதானே நியாயம்? எனவே, உலகம் தழுவிய அளவில் கவனத்தை ஈர்க்கும் விதமாக இந்த ராஜ கொலை அரங்கேற்றப்பட்டது.

கொதித்து எழுந்த ஆஸ்திரியா, செர்பியா மீது போர் தொடுத்தது. ஆஸ்திரியாவுக்கு ஆதரவு தர ஜெர்மனி முன்வந்தது. முன்வரும்

என்று ஆஸ்திரியாவுக்குத் தெரியும். வால் பிடித்தபடி ஹங்கேரி, துருக்கிய ஒட்டமான் பேரரசு, பல்கேரியா ஆகிய நாடுகள் ஜெர்மனியுடன் சேர்ந்துகொண்டன. மைய நாடுகள் என்று இந்த அணி அழைக்கப்பட்டது. இவர்களுக்கு எதிராக நேச நாடுகள் கைகோர்த்துக் கொண்டன. பிரான்ஸ், ரஷ்யா, பிரிட்டன், இத்தாலி மற்றும் அமெரிக்கா. ஜப்பான் பின்னால் சேர்ந்து கொண்டது.

ஐரோப்பிய தேசங்கள் ஒன்றன் பின் ஒன்றாகப் போரில் குதிக்க ஒரே ஒரு சம்பவமா காரணமாக இருக்கமுடியும்? பட்டத்து மன்னரை இழந்ததால் ஆஸ்திரியா ஹங்கேரி மீது சினம் கொண்டது. போகட்டும். நான் இருக்கிறேன் நண்பா என்று ஜெர்மனி ஏன் ஓடோடி வந்து ஆஸ்திரியாவுடன் கைகுலுக்கிக் கொண்டது? ஜெர்மனி என்றதும் பிரிட்டன் துப்பாக்கியைத் தூக்கிக்கொண்டது ஏன்? ரஷ்யாவுக்கும் பிரான்ஸுக்கும் இத்தாலிக்கும் இன்னபிற குட்டி ஐரோப்பிய நாடுகளுக்கும் இந்தப் போருக்கும் என்ன தொடர்பு?

முதல் உலகப் போரின் தொடக்கப்புள்ளி இளவரசரின் மரணம் கிடையாது.

●

இருபதாம் நூற்றாண்டை போராட்டங்களின் தொகுப்பாக பார்க்க முடியும்.

1900ல் உலக மக்கள் தொகை 1600 மில்லியன். இதில், 400 மில்லியன் பேர் ஐரோப்பாவில் குவிந்திருந்தனர். நான்கு பேரில் ஒருவர் ஐரோப்பியர். அன்றைய உலகை ஆண்டு கொண்டிருந்தவர்களும் ஐரோப்பியர்களே. ஆப்பிரிக்கா, ஆசியா, ஆஸ்திரேலியா, அமெரிக்கா என்று ஐரோப்பியர்கள் அதிகாரம் செலுத்தாத பகுதியே இல்லை. முதல் உலகப் போருக்கு முன்னால், உலகில் மூவரில் இருவரை ஐரோப்பியர் ஆண்டு வந்தனர். இந்த அதிகார பலம் ஐரோப்பியர்களை பெருமிதம் கொள்ளச் செய்தது. உலகை ஆளும் சக்தி, தங்களிடம் மட்டுமே இருப்பதாக அவர்கள் நம்பினார்கள். உலகம் எங்களுக்காகப் படைக்கப்பட்டிருக்கிறது. கடவுள் எங்களுக்கு அதிகாரத்தையும் துணிச்சலையும் பலத்தையும் புத்திசாலித்தனத்தையும் அளித்திருக்கிறார். மற்றவர்கள் எங்கள் கட்டுப்பாட்டின் கீழ் வந்து

சேரவேண்டும். அதைத் தவிர வேறு வழி இல்லை அவர்களுக்கு. அவர்களை அடக்கியாள்வதைத் தவிர வேறு மார்க்கம் இல்லை எங்களுக்கு.

படைகளைத் திரட்டிக்கொண்டு ஆசியாவையும் ஆப்பிரிக்காவை யும் ஐரோப்பியர்கள் கைப்பற்றினார்கள். ஐரோப்பியர்களிடம் இருந்த பணபலமும் படைபலமும் மற்றவர்களிடம் இல்லை. ஆகவே, எதிர்ப்புகள் அதிகம் இன்றி கண்டங்களும் தேசங்களும் கைகட்டிச் சரணடைந்தன. மறுத்த பிரதேசங்கள் பலவந்தமாக ஆக்கிரமிக்கப்பட்டன. ஐரோப்பாவின் வளர்ச்சி இந்த பலவந்த இணைப்புகளால் மட்டுமே சாத்தியமானது.

மற்றொரு புத்திசாலித்தனமான காரியத்தையும் ஐரோப்பா செய்தது. நாம் இனி நமக்குள் சண்டையிட்டுக் கொள்ள வேண்டாம். போர் புரிய அதிகம் செலவாகிறது. குறிப்பாக நமக்குள் போர் புரிய. காரணம், நாம் அனைவரும் கிட்டத்தட்ட ஒரே தளத்தில் நின்றுகொண்டிருக்கிறோம். சமபலம். சம அந்தஸ்து. எனக்கும் இழப்பு. உனக்கும் இழப்பு. மாறாக, நம் படைகளைக் கொண்டு எளிய தேசங்களை வசப்படுத்தலாம். நீ உன் வழியில் போ. நான் குறுக்கிடமாட்டேன். என்னை என் வழியில் போகவிடு. குறுக்கிடாதே. சேதம் தவிர்ப்போம். லாபம் பார்ப்போம். முடிந்தால் நமக்குள் உதவி புரிந்துகொள்வோம். நான் விழுந்தால் நீ தூக்கிவிடு. நீ விழுந்தால் நான் வருவேன். நம் பலம் குறையாத வரைதான் நம்மால் எஜமானர்களாக இருக்கமுடியும். தேய்ந்தால் அடிமைகள் நம்மை அடித்து வீழ்த்திவிடுவார்கள்.

பத்தொன்பதாம் நூற்றாண்டின் மத்தியில் எடுக்கப்பட்ட இந்த முடிவு ஐரோப்பவை மேலும் வளப்படுத்தியது. தங்களுக்குள் அடிதடி இருக்காது என்பதை உறுதிபடுத்திக்கொண்டபிறகு, பன்மடங்கு வேகத்துடன் அவர்கள் உலகத்தின் பிற பகுதிகள் மீது பாய்ந்தார்கள். சீனாவில் இருந்தும் இந்தியாவில் இருந்தும் எகிப்தில் இருந்தும் ஆப்பிரிக்காவில் இருந்தும் செல்வங்கள் கொள்ளையடிக்கப்பட்டன. இன்றுவரை அவை ஐரோப்பிய தேசங்களின் அருங்காட்சியகங்களில் மின்னிக்கொண்டிருக் கின்றன. கலைப்பொருள்களாக.

கலாசார ரீதியிலான ஆக்கிரமிப்புகளும் நடக்க ஆரம்பித்தன. உலகில் உயர்வான கலாசாரம் ஐரோப்பிய கலாசாரம். சிறந்த

மொழி ஐரோப்பிய மொழி. மேன்மக்கள் ஐரோப்பியர்கள். இளையோர் வலியோருக்குப் பணிந்துபோவதுதான் புத்திசாலித் தனமானது. தவிரவும், அது அவர்களை வளப்படுத்தும். பிரிட்டன் அருள்பாலித்ததால்தானே இந்தியாவுக்கு ஆங்கிலமும் ரயில் பாதைகளும் கல்வி நிலையங்களும் கிடைத்தன? இருண்ட தேசமாகக் கிடந்த ஆப்பிரிக்காவை தட்டி கொட்டி சரி செய்தது யார்? ஆகவே, உலகத்தோரே எங்களை பயத்துடன் பார்க்காதீர் கள். எதிர்க்காதீர்கள். நாங்கள் வரவேண்டும், காத்தருள வேண்டும் என்று கடவுளைப் பிரார்த்தனை செய்யுங்கள்.

உலகம் முழுவதிலும் இருந்து அபகரித்த வளத்தைக் கொண்டு ஐரோப்பா பிரமாண்டமான தொழிற்சாலைகளை நிர்மாணித்தது. சந்தையைப் பெருக்கியது. அப்போது, ஐரோப்பாவோடு போட்டிபோட்ட ஒரே நாடு அமெரிக்கா. 1900 முதல் 1913 வரை, ஐரோப்பாவும் அமெரிக்காவும் அடைந்த வளர்ச்சி பிரமாண்ட மானது. உலகின் மொத்த உற்பத்தியில் பெரும்பகுதி அவர் களுடையதுதான். தங்களுக்குத் தேவைப்படும் மூலப்பொருள் களை பல்வேறு பகுதிகளில் காலனி தேசங்களில் இருந்து அவர்கள் தருவித்துக்கொண்டார்கள். இங்கேதான் பிரச்னை ஆரம்பமானது. நாம் அனைவரும் சேர்ந்து பிறரை உறிஞ் கொள்வோம் என்பதுதான் எழுதப்படாத விதி. ஆனால், யார் எவ்வளவு உறிஞ்சிகொள்வது என்பதை எப்படி நிர்மாணிப்பது? சிலருக்கு மட்டும் அதிக லாபமும் மற்றவர்களுக்குக் குறைவான லாபமும் கிடைப்பது எப்படி?

குறிப்பாக, ஜெர்மனியைக் கண்டு பிரிட்டன் சற்று அதிர்ந்து பின்வாங்கியது உண்மை. சிதறிக் கிடந்த பிரதேசங்கள் 1871ல் ஒன்றிணைத்து ஜெர்மானிய சாம்ராஜ்ஜியமாக உருமாறியதில் இருந்து ஜெர்மனியின் வளர்ச்சி தொடங்குகிறது. பத்தொன்ப தாம் நூற்றாண்டின் மத்திய காலம் வரை ஜெர்மனி சிறு சிறு சிதறல்களாகப் பிரிந்திருந்தது. ஜெர்மன் கூட்டமைப்பு (German Confederation) என்று ஒரு பெயர் வைத்திருந்தார்கள். இருப்பதிலேயே அதிக பலம் பொருந்திய ஆஸ்திரியா, ஜெர்மன் கூட்டமைப்பை தலைமையேற்று ஆதிக்கம் செலுத்தி வந்தது. 1860களில் ஆஸ்திரியாவின் பலம் குறைய, ப்ரஷ்யா அதனி டத்தைப் பிடித்துக்கொண்டது.

ப்ரஷ்யாவின் பிரதம மந்திரியாக இருந்தவர் பிஸ்மார்க் (Otto von Bismarck). 1862 முதல் 1890 வரை பதவியில் இருந்த பிஸ்மார்குக்கு

அகண்ட ஜெர்மனி கனவு இருந்தது. ஜெர்மானிய மொழி பேசும் மத்திய ஐரோப்பிய நாடுகளை ஒன்றிணைத்து 1871ல் புதிய ஜெர்மனியை அவர் உருவாக்கினார். ப்ரஷ்யாவின் மன்னரான முதலாம் வில்லியம் (King Wilhelm I) ஜெர்மனியின் மன்னரானார். ஜெர்மனியின் முதல் சான்சிலராக பிஸ்மார்க் பதவியேற்றார்.

ஜெர்மனியின் வளர்ச்சி ஒரு கட்டத்தில் பிரிட்டனுக்கே சவால் விடும் அளவுக்கு உச்சத்தைத் தொட்டது. என்னை மிஞ்ச ஆளில்லை என்று காலரைத் தூக்கிவிட்டுக்கொண்டிருந்த பிரிட்டன் ஜெர்மனியைக் கண்டு எரிச்சலடைந்தது. எனக்குப் போட்டியாக இன்னொரு தாதாவா?

HMS Dreadnought. ஜெர்மனிக்கும் பிரிட்டனுக்கும் இடையிலான விரோதம் அதிகரித்ததற்குக் காரணம் இந்த ஜெர்மானியக் கப்பல்தான். கப்பல்களின் ராணி என்று தன்னை அழைத்துக் கொள்வதில் பிரிட்டன் பெருமைப்பட்டுக் கொண்டிருந்த காலகட்டம் அது. வர்த்தகக் கப்பல்கள் மட்டுமல்ல, ராணுவத் தேவைக்கான போர்க்கப்பல்களும் பிரிட்டன் வசம் இருந்தன. பிரிட்டனிடம் மட்டும். 1906ல் முளைத்தது இந்த HMS Dreadnought. உருவாக்கியது ஜெர்மனி என்றதும் பிரிட்டன் சிடுசிடுத்தது. நேற்று முளைத்த காளான், கப்பல் கட்டி ஆள்வதா? ஆண்டாண்டு காலமாகப் பழம் தின்று கொட்டை போட்டுவரும் எனக்குச் சமமாக இன்னொருவனா? பிரிட்டனும் இதுபோன்ற Dreadnought வகையறா கப்பலை உருவாக்கி யிருக்கிறது. ஆனால் ஜெர்மானியத் தயாரிப்பு உயர் ஜாதி. நவீனத்துவம் கொண்டது.

ஜெர்மனி, பிரிட்டனோடு கப்பல் கட்டுமானத்தில் மட்டும் போட்டி போடவில்லை. பிரிட்டன், பிரான்ஸ் ஆகிய நாடுகளின் காலனிகளைக் கைப்பற்றிக் கொள்ளவேண்டும் என்னும் கனவையும் வளர்த்திருந்தது. பிரான்ஸுக்கும் ஒரு கனவு இருந்தது. ஜெர்மனியிடமிருந்து சில பிரதேசங்களை அபகரிக்க வேண்டும். இப்படி ஒவ்வொரு தேசத்துக்கும் ஒவ்வொரு கனவு. பிரிட்டன் போரில் குதித்தற்குக் காரணம் ஜெர்மனி. இந்தப் போரை சாக்காகக் கொண்டு ஜெர்மனியின் பலத்தைக் குலைக்க முயன்றால் தேவலை. குறைந்தது, மட்டுப்படுத்தவாவது செய்யலாம். வல்லரசாக ஒன்றோ அல்லது இரண்டு நாடுகளோ

இருந்தால்தான் மரியாதை. எல்லோரும் வல்லரசாகிவிட்டால் என்னத்துக்கு ஆகும்?

ஆளாளுக்கு தொழிற்சாலைகளைக் கட்டிக்கொண்டால் போதுமா? உற்பத்தியாகும் பொருள்களை எங்கே கொண்டு போய் குவிப்பது? எனவே, புதிய சந்தைகள் வேண்டும். காலனி நாடுகள் என்று வெளியில் எதுவும் இல்லை. அனைத்தையும் வளர்ந்த பெரிய நாடுகள் அபகரித்துக்கொண்டுவிட்டன. இனி வெளியில் தேடமுடியாது. உள்ளுக்குள் அடித்துக்கொண்டு, உள்ளுக்குள்ளே அபகரித்துக்கொண்டால்தான் உண்டு. போரே, வா, வா!

•

இதற்காகத்தான் காத்துக்கொண்டிருந்தார் ஹிட்லர். ஆகஸ்ட் 1914ல் ஜெர்மனி யுத்தத்தில் கலந்துகொண்டது. இது எனக்கான ஒரு வாய்ப்பு. இதை நான் பயன்படுத்திக்கொள்ளவேண்டும். ஆஸ்திரியா இப்படி ஆகிவிட்டதே, ஜெர்மனி இப்படி பலவீன மாகப் போய்விட்டதே என்று மூக்கால் அழுதுகொண்டிருந்தால் ஒன்றும் நடக்காது. இறங்கி ஆடவேண்டும். முடிந்ததை செய்து பார்க்கவேண்டும். பவேரியா மாகாணத்தின் (ஜெர்மனியின் தென்கிழக்கே அமைந்திருந்த பெரிய ஃபெடரல் மாகாணம் பவேரியா) மன்னர் மூன்றாம் லுட்விக்குக்கு ஒரு விண்ணப்பம் தயார் செய்து அனுப்பினார் ஹிட்லர். நடைபெறவிருக்கும் யுத்தத்தில் ஜெர்மன் சார்பாக நானும் பங்குபெற விரும்புகிறேன். என்னையும் இணைத்துக்கொள்ளுங்கள்.

சரி வா என்று பதில் வந்தது. இதோ உனக்கான படைகள், உனக்கான அதிகாரம், என்ன வேண்டுமானாலும் செய்துகொள் என்று மன்னர் தன் கிரீடத்தைக் கழற்றி தன் தலையில் வைத்தது போல் இருந்தது ஹிட்லருக்கு.

எதையும் எங்கிருந்தாவது தொடங்கிதானே ஆகவேண்டும். ஹிட்லர் ஒரு சிப்பாயாகத் தன் ராணுவ வாழ்க்கையைத் தொடங் கினார். உடலோடு ஒட்டியிருந்த மொடமொடப்பான புதிய சீருடையை வாஞ்சையுடன் வருடிக்கொடுத்தார். வாழ்நாள் முழுவதும் தொடர்ந்த நேசிப்பு அது. ஜெர்மனி மோதப்போவது எந்தெந்த தேசங்களுடன் என்பதை ஹிட்லர் தெளிவாகப் புரிந்து வைத்திருந்தார். ஐரோப்பாவின் சக்திகள். வல்லரசுகள். உலகைக் கட்டியாளும் பெரும் பணக்காரர்கள். சர்வ வல்லமை

பொருந்தியவர்கள். அதனாலென்ன? எனக்கு என் தேசம் பெரிது. என் ஜெர்மனி பெரிது. எதிர்ப்பவர்கள் யாராயிருந்தாலும் அவர்கள் தோற்றுப்போவது உறுதி.

மன்னர் கெய்சர் வில்லியம் மீது அவருக்கு நம்பிக்கை இருந்தது. ஜெர்மானியத் தளபதிகள் மீது அளப்பரிய மரியாதை இருந்தது. இவர்கள் ஜெயிக்கப் பிறந்தவர்கள். இந்தப் போரில் ஜெர்மனி ஜெயித்துவிட்டால், வல்லரசுகள் இருக்காது. ஒரே வல்லரசு. என் தேசம் மட்டுமே. பிரிட்டனும் பிரான்ஸும் கைகட்டி, வாய் பொத்தி என் தேசத்தின் முன் நடுநடுங்கி நிற்கும். ஜெர்மன் மக்கள் தலைநிமிர்ந்து நடப்பார்கள். ஹிட்லர் உற்சாகத்துடன் போர்முனையில் ஓடியாடி பணியாற்றிக் கொண்டிருந்தார். அவருக்கு அளிக்கப்பட்டிருந்தது சிறிய வேலைதான். செய்திகள் கொண்டு போய் சேர்க்கவேண்டும். போர்க்களத்துக்கும் படைப் பிரிவின் தலைமை அலுவலகத்துக்கும். இங்கிருந்து அங்கு, அங்கிருந்து இங்கு. ஓடு ஓடு என்று ஓடினார்.

ஒன்றிரண்டு மெடல்கள் கிடைத்தன. வாங்கிக்கொண்டார். கவனிக்கவும், அவர் அப்போது ஒரு ஆஸ்திரியப் பிரஜை. ஜெர்மன் குடிமகன் என்னும் அந்தஸ்து வந்து சேரவில்லை. 1916 அக்டோபரில் ஹிட்லருக்கு காலில் குண்டுக்காயம் பட்டது. மருத்துவமனைக்குக் கொண்டு சென்றார்கள். ஐந்து மாத ஓய்வு. அக்டோபர் 15, 1918 அன்று அவர் எதிர்பாராத மிகப்பெரிய தாக்குதல் ஒன்றில் அகப்பட்டுக்கொண்டார். பிரிட்டன் படைகளின் விஷ வாயுத் தாக்குதல். தன் இரு கண்களையும் பொத்திக்கொண்டு அலறினார் ஹிட்லர். கவலைப்படாதே என்று மருத்துவர்களும் நண்பர்களும் சொல்லிக்கொண்டிருக்கும் போதே அறைக்குள் அங்கும் இங்கும் ஓடினார். கண் பார்வை போய்விட்டது என்று நம்பினார். பயந்து நடுங்கினார். பிதற்றினார். அப்படி எதுவும் ஆகவில்லை. தாற்காலிகமாகப் பார்வையை பறிக்கக்கூடிய விஷ வாயு அது.

போர் நிலவரத்தை அனுதினமும் கேட்டறிந்துகொண்டார். ஜெர்மனி முன்னேறிக்கொண்டிருக்கிறதுதானே? ஜெர்மானிய வீரர்கள் எப்படியெல்லாம் வீர தீரத்துடன் போரிட்டார்கள் என்பதை தயவுசெய்து விவரித்துக் கூறுவீர்களா? கேட்டுக் கேட்டு பூரித்துப்போனார். உறக்கம், உணவு, இருப்பிடம் எது பற்றியும் சிந்திக்கவில்லை அவர்.

கனவு காண்கையில் இடைவெளி கிடைத்தால், கார்ட்டூன் வரைந்தார். மற்றபடி, வீரர்கள் அனைவரும் அவரவர் வீடு களுக்குக் கடிதம் எழுதிக்கொண்டிருக்கும்போது, ஹிட்லர் மல்லாக்கப் படுத்து நட்சந்திரங்களை ரசித்தவாறு யோசித்துக் கொண்டிருந்தார். சக வீரர்கள் அவரை நெருங்கி கேட்டார்கள். உனக்கு வீடு, மனைவி, குடும்பம் எதுவும் இல்லையா? உனக்கு யாரிடமிருந்தும் கடிதம் வந்ததாகத் தெரியவில்லையே. ஓ உண்டே என்பார் ஹிட்லர். ஜெர்மனிதான் என் வீடு. என் வீட்டைப் பற்றிதான் நான் சிந்தித்துக் கொண்டிருக்கிறேன். நல்ல தேசியவாதி என்று நண்பர்கள் சொல்லிக்கொண்டார்கள்.

வெற்றியும் தோல்வியும் மாறி மாறி வந்தன. ஹிட்லர் தோல்வி களில் ஆர்வம் செலுத்தவில்லை. ஐயோ என்று இடிந்து உட்கார்ந்தவர்களிடம் சீறினார். ஏன் இத்தனை அவநம்பிக்கை உனக்கு? இது ஒரு தோல்வியா? இந்தச் சின்ன பின்னடைவுக்குப் போய் இத்தனை வருந்தலாமா? தோற்கும் தேசத்திலா நாம் பிறந்திருக்கிறோம்?

ஜெர்மானியர்கள் தீரத்துடன்தான் போரிட்டனர். பிரிட்டனை பல சமயம் பதட்டப்பட வைத்தனர். ஆனால், எதிரிகளின் பலம் பெருகிக்கொண்டே போனதுபோல் ஜெர்மனியின் பலம் பெருக வில்லை. செர்பியாவுக்கு ஆதரவாக ரஷ்யா பிரிட்டன் அணியில் இணைந்தது. ஜெர்மனியின் பலம் குறைந்துகொண்டு போனது. பொருளாதாரம் தேய்ந்து சுருங்க ஆரம்பித்தது. போர், போர் மட்டுமே முக்கியம் என்பதால் போர் செலவுகளுக்கு மாத்திரமே முன்னுரிமை வழங்கப்பட்டது. உணவுப் பஞ்சம் வெடித்த போது, கஜானாவில் போதிய காசில்லை.

மற்றொரு பக்கம் உள்நாட்டுக் கலகங்கள். ஜெர்மனியின் கம்யூனிஸ்ட் கட்சி, மன்னருக்கு எதிரான போராட்டங்களை தினசரி நடத்த ஆரம்பித்திருந்தது. தொழிற்சங்கங்கள் இந்தப் போராட்டத்தில் பங்கெடுக்க அழைக்கப்பட்டன. தொழிலாளர் களே, நடந்து கொண்டிருக்கும் யுத்தத்தில் நாம் எதற்காகப் பங்கேற்கவேண்டும்? பஞ்சத்தைத் தீர்க்காமல் போர்முனையில் பணத்தைக் கொண்டுபோய் கொட்டிப் பாழாக்கும் அரசாங்கத் துக்கு நாம் ஏன் ஆதரவு தெரிவிக்கவேண்டும்? எதற்கு ஆயுதம் உற்பத்தி செய்யவேண்டும்? எல்லாவற்றையும் நிறுத்துங்கள். அரசாங்கத்துக்கு எதிராகப் போராடுவோம் வாருங்கள்.

வெறுப்பு உமிழ்ந்தார் ஹிட்லர். எத்தனை மோசமானவர்களாக இருக்கிறார்கள் இந்த கம்யூனிஸ்ட்டுகள். ஒரு தேசம் தள்ளாடிக் கொண்டிருக்கும்போது எப்படி இவர்களால் தொழிலாளர்களுக் காகக் கவலைப்பட்டுக் கொண்டிருக்க முடிகிறது? ஜெர்மன் எக்கேடு கெட்டாலும் பரவாயில்லை, தொழிலாளர்கள் மட்டும் சுபிட்சமாக வாழவேண்டும் என்று ஒரு தேசியவாதி நினைப் பானா? துரோகிகள். இவர்களை அருகில் வைத்துக்கொண்டு உருப்படியாக எதையும் செய்யமுடியாது போலிருக்கிறதே. எப்படி இவர்களை விட்டு வைத்திருக்கிறார் மன்னர்? முளை விடும்போதே களையெனப் பிடுங்கி எறிந்திருக்க வேண்டாமா?

யூதர்களுக்கும் இந்த யுத்தத்தில் இஷ்டமில்லை என்பதை ஹிட்லர் இங்கே நினைவுபடுத்திப்பார்க்க மறக்கவில்லை. சுயநலப் பிசாசுகள். யூதர்கள், கம்யூனிஸ்ட்டுகள். இருவருமே ஒழிக்கப்படவேண்டியவர்கள். ஐயோ, இது போன்ற தொந்தரவு களால் என் தேசம் பலமிழந்துவிடக்கூடாதே. ஏற்கெனவே நொண்டிக்கொண்டிருக்கும் குதிரை மீது இந்தப் பாவிகள் சுமைகளைத் திணிக்கிறார்களே.

ஹிட்லர் பயந்ததைப் போலவே ஜெர்மனி தோற்றுப்போனது. மாமன்னர் கெய்சர் வில்லியம்ஸ் மூட்டை, முடிச்சு கட்டிக் கொண்டு ஹாலந்துக்குத் தப்பிச்சென்றார். துடிதுடித்துப் போனார் ஹிட்லர். அவரால் நம்ப முடியவில்லை. எதிரிகளின் மீதுகூட கோபம் பொங்கவில்லை. யூதர்களையும் கம்யூனிஸ்ட்டு களையும்தான் திட்டித் தீர்த்தார். சபித்தார். ரஷ்யாவில் கம்யூனிஸ்ட்டுகள் நிகழ்த்திக்காட்டிய மாற்றங்கள் அவர் கோபத்தை பன்மடங்கு ஊதிப் பெருக்கியது.

2. புதிய சோவியத்

ரஷ்யாவின் சரித்திரம் மாற ஆரம்பித்தது முதல் உலகப் போர் சமயத்தில்தான். 1914க்கு முந்தைய ரஷ்யாவை ஆண்டு கொண்டிருந்தவர் ஜார் மன்னர் இரண்டாம் நிகோலஸ். அடக்குமுறையின் உச்சம் அவர். மனு கொடுக்க வந்தால் துப்பாக்கிச்சூடு. நிராயுத பாணிகள் மீது கொலைவெறி தாக்குதல். புரட்சி, போராட்டம் என்று மனத்துக்குள் உச்சரித்தாலும் குண்டர்கள் வந்து தூக்கிப் போட்டு எலும்புகளை உடைப்பார்கள். எங்களை வாழவிடுங்கள் மன்னா என்று அமைதியாக ஊர்வலம் சென்றால் குருவி சுடுவதுபோல் சுட்டுத்தள்ளுவார்கள்.

ஜார் அரசாங்கத்துக்கு எதிராக தீவிரமான பிரசாரப் போர் தொடங்கியிருந்தது. லெனின் தலைமையில் போல்ஷ்விக் கட்சியினர் மக்களைத் திரட்டும் பணியில் ஈடுபட்டுக் கொண்டிருந்த காலகட்டம் அது. ஒரு மாற்றத்தை நோக்கி ரஷ்யர்கள் முன்னேறிக் கொண்டிருந்த சமயத்தில், முதல் உலகப் போர் மூண்டிருந்தது.

பிரிட்டன், பிரான்ஸ் இரண்டு நாடுகளுடன் ரஷ்யா ஒட்டிக் கொண்டதற்குப் பல

காரணங்கள். பிரான்ஸ் பசையுள்ள நாடு. ரஷ்யாவில் உள்ள தொழிற்சாலைகளில் (குறிப்பாக, உலோகம் தொடர்பான ஆலைகள்) பெரும் பகுதி பிரெஞ்சு முதலாளிகளுக்குச் சொந்தமானவை. அதேபோல்தான் எண்ணெய் கிணறுகளும். பிரான்ஸூம் பிரிட்டனும் அந்தக் கிணறுகளை மடக்கி வைத்திருந்தன. அந்த வகையில், பிரான்ஸ், பிரிட்டன் இரண்டு நாடுகளுக்கும் ரஷ்யா ஒரு பொன் முட்டையிடும் வாத்து.

ஜாருக்கு அரசாங்கமோ மக்களோ தேசமோ முக்கியமல்ல. ரஷ்யாவின் வளங்களை பிரிட்டனும் பிரான்ஸூம் உறிஞ்சுக் கொள்வதை அவர் உணரவில்லை. அல்லது, உணர மறுத்தார். மாறாக, அவர்கள் உறவை நேசித்தார். நட்பு தேசங்கள். நல்லவர்கள். உலகின் பெரும் சக்திகள். அவர்களுடன் ஒட்டிக் கொண்டால் என்ன தப்பு? பூவோடு சேர்ந்து ஜாரும் மணக்கலாமே!

சோம்பேறித்தனம். வேறொன்றுமில்லை. பிரான்ஸ், பிரிட்டன் இரு நாடுகளிடமிருந்தும் கோடிக்கணக்கான பணத்தை கடனாக வாங்கியிருந்தார் ஜார். அடடா, கேட்கும்போதெல்லாம் கொடுக்கிறார்களே என்று அகமகிழ்ந்துகொண்டார். உண்மையில், பிரான்ஸூம் பிரிட்டனும் சேர்ந்து ஜாரின் தலையில் நன்றாக மிளகாயல்ல, சட்னியே அரைத்துக் கொண்டிருந்தன. ரஷ்யாவை அரை அடிமை நாடாக மாற்றி அமைத்திருந்தன. அதனால்தான், போர் என்றதும், நாய்க்குட்டிபோல் தனது முதலாளிகளின் பின்னால் ஒளிந்துகொண்டார் ஜார்.

நேச நாடுகளுடன் போரிட்டு வெற்றி பெற்றால் தனக்கும் சில பிராந்தியங்கள் கிடைக்கக்கூடும் என்று நம்பினார் அவர். துருக்கி, கான்ஸ்டாண்டிநோபிள் (தற்போது இஸ்தான்புல்), கருங்கடலையும் மத்தியத் தரைக்கடலையும் இணைக்கும் டார்டெலென்ஸ் நீரிணைப்புப் பகுதி, ஆஸ்திரிய-ஹங்கேரியின் பிடியில் இருக்கும் கலிஸியா. இவற்றில் எது கிடைத்தாலும் திருப்தி என்று நினைத்துக்கொண்டார். 1914, ஆகஸ்ட் முதல் தேதி ரஷ்யா, ஜெர்மனி மீது போர் தொடுத்தது.

முதல் உலகப் போரை வெளிப்படையாகக் கண்டித்த ஒரே கட்சி போல்ஷ்விக் கட்சி. ரஷ்யா போரில் குதித்ததை கடுமையாக எதிர்த்த லெனின், மக்களிடம் தீவிரமாகப் பிரசாரம் செய்தார். போர் சூழலை விரிவாகவும் விரைவாகவும் ஆராய்ந்த லெனின்

ஒரு திட்டத்தை முன்வைத்தார். ரஷ்ய மக்களே, இது முழுக்க முழுக்க ஏகாதிபத்தியவாதிகளால் நடத்தப்படும் போர். மக்களாகிய நமக்கும் இதற்கும் ஒரு தொடர்பும் இல்லை. என்றாலும், பாதிப்பு என்னவோ நமக்குத்தான். ஒரு போரை நடத்துவது என்றால் சும்மாவா? அதுவும் இன்றைய சூழலில் அதி நவீன ஆயுதங்கள் இருந்தால் மட்டுமே போரிட முடியும்.

எனில், ஆயுதங்கள் வாங்க ஜாருக்கு ஏது இவ்வளவுப் பணம்? தனது கோட் பாக்கெட்டிலிருந்தா அவர் எடுத்துத் தருகிறார்? கிடையாது. மக்களிடமிருந்து வலுக்கட்டாயமாகப் பிடுங்கப் படும் வரிப் பணத்திலிருந்து இந்தப் போரைத் தொடுக்கிறார். யுத்தத்துக்காக கடன் மேல் கடன் வாங்குகிறார். இந்தப் போரை நம்மால் நிறுத்த முடியாது. அதற்கான அதிகாரம் நம்மிடம் இல்லை. ஆனால், இந்தப் போரை நம்மால் நமக்குச் சாதகமாக திருப்பிக் கொள்ள முடியும். எந்தப் போரைக் கொண்டு ஜார் ரஷ்யாவை கடனாளியாக்குகிறாரோ, அதே போரைக் கொண்டு அவரை நாம் அகற்ற வேண்டும்.

நாம் செயல்பட வேண்டிய தருணம் இது. ஏகாதிபத்திய அரசுக்கு எதிராக அணி திரள்வோம். தொழிலாளர்கள், விவசாயிகள், இளைஞர்கள், முதியோர், ஆண்கள், பெண்கள் அத்தனைப் பேரும் இந்தப் போராட்டத்தில் கலந்து கொள்ள வேண்டும். ஜார் பிற நாடுகளுடன் போரில் ஈடுபட்டிருக்கும் அதே சமயம் நாம் உள்நாட்டில் போர் தொடுக்க வேண்டும். ஜார் தொடுக்கும் போர் நியாயமற்றது. நாடு பிடிக்கும் ஆசையில் தொடுக்கப்பட்ட போர். நாம் தொடுக்கும் போர் சமூக நீதியைக் காக்கும் போர். இது நமக்கான போர்.

முதல் உலகப் போர் உக்கிரமாக நடந்து கொண்டிருந்த போதெல்லாம் லெனின் நகரம் விட்டு நகரம், நாடு விட்டு நாடு பறந்து கொண்டே இருந்தார். எப்போது எங்கே இருக்கிறார் என்னும் தகவல் ஸ்டாலின் போன்ற சில முக்கிய போல்ஷ்விக் தலைவர்களுக்கு மட்டுமே தெரியும்.

போல்ஷ்விக் கட்சி அலுவலகங்கள் சோதனையிடப்பட்டன. புரட்சிகர பத்திரிகைகளுக்குத் தடை. கட்சி ஆதரவாளர்களை, தொண்டர்களை அடித்து உதைத்து உள்ளே தள்ளினார்கள். போர் பற்றியோ, ஜார் பற்றியோ திறந்தவெளியில் பேசுபவர்கள், விவாதிப்பவர்கள் சிறையில் அடைக்கப்பட்டனர். அதே சமயம்,

போர் முனையில் ரஷ்யா கடும் தோல்வியைச் சந்தித்தது. ரஷ்ய துருப்புகளுக்குப் பலத்த சேதம். காரணம், போர் வீரர்களுக்கு தேவையான வசதிகள் எதையுமே ஜார் அளிக்கவில்லை. உணவு இல்லை. மருந்து, மாத்திரைகள் இல்லை. கடும் குளிரைத் தாங்கக்கூடிய கம்பளி ஆடைகள் இல்லை.

இந்தத் தருணத்தை மிகச் சரியாக பயன்படுத்திக் கொண்ட போல்ஷ்விக் கட்சி, தனது பிரசாரத்தை அடுத்தக் கட்டத்துக்குக் கொண்டு சென்றது. புரட்சிகர குழுவில் இணைந்துகொள்ள கப்பல் படையினரையும் ராணுவத்தினரையும் அவர்கள் வரவேற்றனர். வீரர்கள் சோர்ந்து துவண்டு போயிருப்பார்கள் என்று லெனினுக்குத் தெரியும். அதனால்தான் தைரியமாக அவர்களை அணுகினார். யாருக்காக போரிடுகிறீர்கள்? இதனால் உங்களுக்கு உபயோகம் இருக்கிறதா? தேவையற்ற இந்தப் போருக்காக இத்தனை பேர் அநியாயமாக உயிர் இழக்க வேண்டுமா? யோசித்துப் பாருங்கள். அவர்களுக்குப் புரிந்தது. துப்பாக்கியைத் தரையில் சாய்த்து வைத்துவிட்டு வெளியேறினார்கள்.

ரஷ்யா சரிந்து கொண்டிருந்தது. தொழிற்சாலைகள் காற்று வாங்கிக் கொண்டிருந்தன. உற்பத்தி இல்லை. விளைச்சல் இல்லை. உணவுப் பொருள்கள் இல்லை. வறுமையில் வாடிக் கொண்டிருந்த பல லட்சக்கணக்கான இளைஞர்கள் கட்டாய ராணுவப் பணிக்காக போர் முனைக்கு அழைத்துச் செல்லப்பட்டனர்.

முதலாளித்துவம் ஏகாதிபத்தியமாக மாறுவது எப்படி என்பதை லெனின் மிகத் தெளிவாகச் சுட்டிக் காட்டினார். ஏகாதிபத்தியம் என்னும் சொல் பிரபலமடைந்தது அப்போதுதான். லாபம், லாபம், லாபம். அதைத் தவிர முதலாளிகளுக்கு வேறெந்த நோக்கமும் இருக்காது. நாடு பிடிக்கும் ஆசைதான் ஏகாதிபத்தியம். மனித உடம்பின் ரத்தத்தை உறிஞ்சும் அட்டையைப் போன்றது இது. முதலாளிகள் தங்களுக்குள் அடித்துக் கொள்வதன் காரணம், முதலாளித்துவ வளர்ச்சி ஓரிடத்துக்கு ஓரிடம் மாறுபடுவதுதான்.

இதற்கிடையே, ஜெர்மனி போலந்தையும், பால்டிக் பிரதேசத்தில்* சில இடங்களையும் கைப்பற்றியது. பிரிட்டன் மற்றும் பிரெஞ்சு அரசாங்கங்கள் ஜார் மன்னனைக் குறித்து ஐயம்

★ பால்டிக் கடற்பகுதியை ஒட்டியுள்ள எஸ்டோனியா, லாட்வியா, லித்துவேனியா மூன்றும் பால்டிக் நாடுகள் என்று அழைக்கப்பட்டன.

கொண்டன. ரஷ்யா எப்போது வேண்டுமானாலும் ஜெர்மனி யுடன் உடன்படிக்கை செய்துகொள்ளலாம் என்று சந்தேகித்தன.

போர்முனையில் தொடர் தோல்விகள். உள்நாட்டில் பொருளாதாரச் சரிவு. கிளர்ச்சிக்காரர்களின் எண்ணிக்கை நாளுக்கு நாள் அதிகரித்துக் கொண்டே போனது. ஜார் ஆட்சி தனது இறுதி கட்டத்தை நோக்கி வேகமாக முன்னேறிக் கொண்டிருந்தது.

ஜனவரி 1917. பெட்ரோகிராட், மாஸ்கோ, பாகு உள்ளிட்ட முக்கிய நகரங்களில் மாபெரும் வேலைநிறுத்தப் போராட்டங் கள் தொடங்கப்பட்டன. பெட்ரோகிராடில் தொழிலாளர் களுடன் கைகோர்த்து ராணுவத்தினரும் அணி திரண்டனர். எல்லா போராட்டங்களையும் ஒன்றிணைத்து தலைமை தாங்கி நடத்தியது போல்ஷ்விக் கட்சி. போராடும் தொழிலாளர்களுக்கு ஆதரவாக பெண்கள் கும்பல் கும்பலாக தெருவில் இறங்கி கோஷங்கள் எழுப்ப ஆரம்பித்தனர். ஒட்டுமொத்த உழைக்கும் மக்களும் போராட்டத்தில் குதித்தனர். மன்னரது குளிர்கால அரண்மனை வெடித்துச் சிதறும் அளவுக்கு கோஷங்கள் எழுந்தன. ஜார் ஒழிக!

மார்ச் 11-ம் தேதி, ஆயுத எழுச்சி வெடித்தது. எதிரி தேசங்களுடன் எப்படிப் போரிட்டார்களோ அதைவிட தீவிரமாக, அதைவிட உக்கிரமாக ரஷ்யர்களுடன் போரிட ஆரம்பித்தது ராணுவம். மிரட்டினார்கள். தாக்கினார்கள். துப்பாக்கிச் சூடு நடத்தினார் கள். ஆனால் கூட்டம் கலையவேயில்லை. கூடுதலாக, ஜாருக்கு விசுவாசமாக இருந்த சிறிய ராணுவப் படையினர், சீருடையை யும் தொப்பியையும் பளபளக்கும் நட்சத்திரங்களையும் கழட்டி எறிந்து விட்டு மக்களுடன் ஒன்று சேர்ந்தனர். ஒட்டுமொத்த ரஷ்யாவும் தெருவில் இறங்கிப் போராடியது.

போல்ஷ்விக்குகள் ஆட்சியைக் கைப்பற்றுவதற்கு முன்னால் நாம் பிடித்துவிடுவோம் என்று எதிரணியில் இருந்த மென்ஷ்விக்குகள் (போல்ஷ்விக் கட்சியிடம் இருந்து பிரிந்து சென்ற ஒரு குழு) முடிவு செய்து இந்த வாய்ப்பை தங்களுக்குச் சாதகமாகப் பயன்படுத்திக் கொண்டனர். பிற புரட்சிகர இயக்கங்களுடன் இணைந்து சோவியத்தை கைப்பற்றினர். கையோடு, அதிகாரத்தை ஜார் சுட்டிக் காட்டிய இளவரசரிடம்

(லிவோவ்) ஒப்படைத்தனர். பின்னணியில், ரகசிய ஒப்பந்தம். மொத்தத்தில், ஜார் ஆட்சி கவிழ்ந்துவிட்டது. ஆனால் பெயரளவில்.

போராட்டம் மீண்டும் பெட்ரோகிராடில் ஆரம்பமானது. நகரின் முக்கியச் சாலைகளில் தடை அரண்கள் ஏற்படுத்தப்பட்டன. அரசாங்க அலுவலகங்கள் கைப்பற்றப்பட்டன. மத்திய தொலைபேசி நிலையம், பெட்ரோகிராட் தந்தி நிறுவனம், வயர்லெஸ் நிலையம், ரயில்வே நிலையம், மின் நிலையங்கள், அரசாங்க வங்கி, அத்தனையும் கைப்பற்றப்பட்டன.

கைப்பற்றப்பட்ட இடங்களை செம்படை (Red Army) காவல் காத்தது. தாற்காலிக அரசு குளிர்கால அரண்மனையில் தஞ்சம் அடைந்தது. மக்களைப் பரிதவிக்க வைத்துவிட்டு முந்தைய ஜார்கள் குளிர்காய்ந்த அதே அரண்மனை. புரட்சிப் படை முன்னேறியது. இனி, அரண்மனை மட்டும்தான் பாக்கி. உற்சாகத்துடன் அரண்மனையைச் சுற்றி வளைத்தனர். படையின் ஒரு பிரிவு அரண்மனைக்குள் புயலாகப் புகுந்தது. தாற்காலிக அரசைச் சார்ந்த அத்தனைப் பேரும் அதே இடத்தில் வைத்து கைது செய்யப்பட்டனர்.

தலைமறைவாக இருந்த லெனின், ஸ்மோல்னி மாளிகையை நோக்கி முன்னேறினார், புரட்சியை வழிநடத்த (அக்டோபர் 24, 1917). போல்ஷ்விக் கட்சியின் மத்திய கமிட்டி அங்கிருந்துதான் இயங்கிக் கொண்டிருந்தது. நள்ளிரவு 11 மணிக்கு மாளிகைக்குள் நுழைந்தார் லெனின். எங்கு பார்த்தாலும் புரட்சிப் படை வீரர்கள். ஆரவார கோஷங்கள். நூற்றாண்டுகால சர்வாதிகார சரித்திரம் வீழ்த்தப்பட்டது.

புதிய சோவியத் தேசம் மலர்ந்த முதல் நாளே அரசாணை தயாரானது. தற்போது நடைபெற்றுக் கொண்டிருக்கும் போரில் நாம் கலந்து கொள்ள வேண்டிய அவசியமில்லை. நமக்குத் தேவை போர் அல்ல. சமாதானம். பொருட்சேதத்தையும் உயிர் சேதத்தையும் உடனே தடுத்து நிறுத்த வேண்டும். போதும். இனி ரஷ்யாவில் ஒருவரும் ஒரு துளி ரத்தம் கூட சிந்தக்கூடாது. சிந்த வேண்டியது வியர்வையை மட்டும்தான். புதிய அரசை கட்டுமானம் செய்ய வேண்டும். வேலைகளைத் தொடங்க வேண்டும். அரசாங்கம் என்றால் என்ன என்று மக்களுக்கு உணர்த்த வேண்டும்.

அதே சமயம், ஜெர்மனி சிறிது சிறிதாக ரஷ்யாவை நோக்கி நகர்ந்து கொண்டிருந்தது. நார்வா (Narva), பிஸ்கோ (Pisko) இரு பகுதிகளையும் சுற்றி வளைத்திருந்தது. அடுத்து பெட்ரோ கிராட்தான். போரில் விருப்பமில்லாவிட்டாலும் வாசல்வரை வந்துவிட்ட எதிரிகளை அடித்துத் துரத்த வேண்டாமா?

ஸ்டாலின் தலைமையில், ஜெர்மானியப் படை விரட்டியடிக்கப் பட்டது. ஆனால், லாட்வியா, எஸ்தோனியா, போலந்து போன்றவை ஜெர்மனியால் அபகரிக்கப்பட்டன. சோவியத் துக்கு மேலும் நெருக்கடியை ஏற்படுத்தும் வகையில், 'என்னைத் தனியாக விட்டு விடுங்கள். நான் கழன்று கொள்கிறேன்' என்று உக்ரைன் கொடி பிடித்து போராட ஆரம்பித்தது.

ஜெர்மனி மீண்டும் தாக்கலாம் என்னும் அபாயம் இருந்ததால் சோவியத்தின் தலைநகரத்தை பெட்ரோகிராடிலிருந்து மாஸ்கோ வுக்கு மாற்றியமைத்தது அரசு. சோவியத்தை ஓரளவுக்கு பலப்படுத்தியாகிவிட்டது. ஆனால், அடுத்தடுத்து வேலைகள் நடக்க வேண்டுமென்றால் அமைதி தேவை. வாசற்படியில் ஜெர்மனி துப்பாக்கியோடு அலைந்து கொண்டிருக்கும்போது எப்படிக் கோப்புகளைப் பார்ப்பது?

யுத்தத்தில் ஈடுபட்டுள்ள அனைத்து நாடுகளும் உடனடியாக யுத்தத்தை கைவிட வேண்டும் என்று அழைப்பு விடுத்தார் லெனின். மனிதாபிமான அடிப்படையிலாவது போரை நிறுத்துங்களேன் என்று மன்றாடிப் பார்த்தார். எந்த குதிரை ஜெயிக்கும்? யாருக்கு எவ்வளவு கிடைக்கும் என்று கணக்குப் போட்டுக் கொண்டிருந்த நாடுகள் லெனினின் வார்த்தைகளைப் புறக்கணித்தன.

ஒரு முடிவுக்கு வந்தார் லெனின். சரி, நீங்கள் என்னவாவது செய்து கொண்டு போங்கள், எங்களை விட்டுவிடுங்கள். போரிட எங்களுக்கு விருப்பமில்லை. மார்ச் *3, 1918* அன்று, போரிடும் நாடுகளுடன் ஓர் உடன்படிக்கை (Treaty of Brest-Litovsk) செய்து கொண்டது ரஷ்யா. இந்த உடன்படிக்கையின் மூலம் ரஷ்யா தெரிவித்த செய்தி இதுதான். எங்களை விட்டு விடுங்கள். உங்களுடன் மல்லுக்கட்டிப் போராடும் அளவுக்கு எங்களுக்கு தற்போது தெம்பு இல்லை. உருப்படியாகச் செய்வதற்கு எங்களுக்கு வேறு வேலைகள் இருக்கின்றன.

மொத்தம் பதினைந்து கோடி ஹெக்டேர் நிலம் பறிமுதல் செய்யப்பட்டு குடியானவர்களுக்குப் பிரித்து கொடுக்கப் பட்டது. பொருளாதாரம். உற்பத்தி, விநியோகம் இரண்டும் தொழிலாளர்களின் மேற்பார்வையின் கீழ் வந்து சேர்ந்தன. தொழிலாளர்களால் தேர்ந்தெடுக்கப்படும் பிரதிநிதிகள் தொழில் நிலையங்களில் புகுந்து ஆராயலாம். ஏதேனும் முறைகேடுகள் இருந்தால் அரசாங்கத்தில் புகார் கொடுக்கலாம். அனுமதிக்கப் பட்ட நேரத்துக்கு அதிகமாக வேலை செய்யச் சொல்லி எவரையும் வற்புறத்த முடியாது. அதேபோல், இந்த மாதம் லாபமே கிடைக்கவில்லை, சம்பளம் கிடையாது என்று அழிச் சாட்டியம் செய்ய முடியாது. கணக்குப் புத்தகங்களை பிரித்து வைத்துக் கொண்டு ஆராயும் உரிமை தொழிலாளர் பிரதிநிதி களுக்கு உண்டு.

ரஷ்யாவில் உள்ள அனைத்து நாட்டு மக்களுக்கும் சம உரிமை அளிக்கப்பட்டது. அதேபோல், சுய நிர்ணய உரிமையும் எல்லா நாடுகளுக்கும் வழங்கப்பட்டன. இதனால், தேசிய இனப் பிரச்னைகள் தடுக்கப்பட்டன. ரயில்வே, சுரங்கம் மற்றும் கனரக தொழிற்சாலைகளை அரசு தன் நேரடிக் கட்டுப்பாட்டின் கீழ் கொண்டு வந்தது. சிறு மற்றும் பெரு உற்பத்திகள் அரசாங்கத் தால் ஊக்குவிக்கப்பட்டன. வங்கிகள் நாட்டுமையாக்கப் பட்டன. நிர்வாக கமிட்டி கிரெம்ளினில் உருவானது.

ரஷ்யாவாக இருந்தவரை கண்டுகொள்ளாமல் இருந்த மேற்குலகம் சோவியத் யூனியனாக வளர்ச்சி பெற்றதும் கொந்தளிக்க ஆரம்பித்தது. அதெப்படி ஐரோப்பாவில் ஒரு அடாவடி கம்யூனிஸ்ட் அரசு அமையலாம்? இது மிகப்பெரிய ஆபத்து அல்லவா? அச்சுறுத்தல் அல்லவா? வளர விடலாமா இந்தப் புதிய அரசை? ஆரம்பத்திலேயே நசுக்கிவிடவேண் டாமா? ரஷ்யாவை ஆக்கிரமிக்கும் பணிகளில் ஜெர்மனியும் பிரிட்டனும் பிரான்ஸும் மும்மரமாக ஈடுபட்டுக் கொண்டிருந் தன. பெட்ரோகிராட், மாஸ்கோ என்று அவர்கள் முன்னேறி விடக்கூடிய அபாயம் எழுந்தது.

ஜார் ஆட்சிக்கு எதிராகத் தொடர்ச்சியாகப் போராட வேண்டி வந்தது. அது ஆனபிறகு, மென்ஷ்விக்குகளின் தாற்காலிக அரசுக்கு எதிரான போராட்டம். போர் வேண்டாம் என்றாலும் கேட்காமல் தாக்க வரும் ஜெர்மனிக்கு எதிராக ஒரு போராட்டம்.

இப்போது, மீண்டும் போர்க்களம் அழைக்கிறது. இது இறுதி யுத்தமாக இருக்குமா?

அந்த நிமிடம் தொடங்கி, தேசத்திலுள்ள அத்தனைத் தொழிற் சாலைகளும் ஆயுதங்கள் தயாரிக்க ஆரம்பித்தன. பகல். மதியம். இரவு. மூன்று வேளைகளும் இயந்திரங்கள் ஓயாமல் இயங்க ஆரம்பித்தன. ஒருவர் மாற்றி ஒருவர் என்று அனைவரும் வேலை செய்துகொண்டே இருந்தனர். பெரும் முதலாளிகளிடமிருந்த உடைமைகள் பறிமுதல் செய்யப்பட்டு செலவழிக்கப்பட்டன. அவர்களது சொத்துக்கள் முடக்கப்பட்டன. தயாரிக்கப்பட்ட ஆயுதங்கள், சீருடைகள், காலணிகள், உணவு பொருள்கள் போர்முனைக்கு அனுப்பி வைக்கப்பட்டன. தேசத்திலிருந்து பொங்கி வரும் ஆதரவைக் கண்டு நெகிழ்ந்து போன வீரர்கள் துடிப்புடன் போரைத் தொடர்ந்தனர். ரஷ்யா வெற்றியை நோக்கி முன்னேறிக் கொண்டிருந்தது.

ரஷ்யாவின் திடீர் வேகத்தைக் கண்டு அசந்து போனது ஜெர்மனி. பயந்தும் விட்டது. உனக்கும் வேண்டாம், எனக்கும் வேண்டாம். பழைய ஒப்பந்தத்துக்குப் பதிலாக புதிதாக வேறொரு ஒப்பந்தத்தை உருவாக்கிக் கொள்ளலாம் என்றது ஜெர்மனி. தான் கைப்பற்றியிருந்த பகுதிகளைத் திரும்ப அளிக்கவும் ஒப்புக் கொண்டது. இந்த வெற்றி சோவியத்தை பெருமை கொள்ளச் செய்தது.

புதிய சோவியத் அரசாங்கம் பூரிப்புடன் செழித்துக் கொண்டிருப் பதை பிரிட்டனால் ஏற்றுக் கொள்ள முடியவில்லை. 'போல்ஷ்விக் குழந்தையின் கழுத்தை நெறித்துக் கொல்ல வேண்டும்!' என்று பகிரங்கரமாக அறிவித்தார் வின்ஸ்டன் சர்ச்சில். பிரிட்டனின் பிரதமராகப் பின்னாளில் அமரப் போகும் சர்ச்சில்.

3. ஹிட்லர் என்றால் ஜெர்மனி

உலகம் அதுவரை இப்படி ஒரு போரை அறிந்திருக்கவில்லை. இத்தனை நாடுகள் ஒரு யுத்தத்தில் கலந்துகொண்டதும் இதுவே முதல் முறை. சர்வநாச ஆயுதங்கள் இந்த அளவுக்கு இதற்கு முன்னால் பயன்படுத்தப் பட்டதில்லை. கிட்டத்தட்ட 60 மில்லியன் வீரர்கள் முதல் உலகப் போரில் பங்கேற்றனர். 40 மில்லியன் பேர் இறந்துபோனார்கள். இத்தனை மனிதர்கள் இதுவரை யுத்தத்தில் இறந்ததில்லை. போர் விமானங்களும் போர்க்கப்பல்களும் நீர்மூழ்கிக்கப்பல்களும் முதன் முறையாகப் பயன்படுத்தப்பட்டன.

உலக வரைபடம் மாற்றியமைக்கப்பட்டது. 1867 தொடங்கி ஒரே தேசமாக இருந்த ஆஸ்திரியா-ஹங்கேரி சிதறியது. புதிய தேசங்கள் உருவாயின - ஆஸ்திரியா, ஹங்கேரி, செக்கோஸ்லாவாக்கியா, யூகோஸ்லாவியா, ஸ்லோவென்ஸ், க்ரோட்ஸ், செர்பியா, போலந்து. ரஷ்யா, சோவியத் யூனியனாக மாறியது. ஒட்டமான் பேரரசு அழிவுப் பாதையை நோக்கி வேகவேகமாக முன்னேறிக் கொண்டிருந்தது. கிட்டத்தட்ட ஒரு நூற்றாண்டுக்குப் பிறகு போலந்து மீண்டும் தனி தேசமானது.

ஜூன் 28, 1919 அன்று வெர்ஸைல்ஸ் ஒப்பந்தம் (Treaty of Versailles) கையெழுத்திடப்பட்டது. போரில் தோற்றுப்போன ஜெர்மனியும் வெற்றி பெற்ற நேச நாடுகளும் செய்துகொண்ட ஒப்பந்தம் இது. இருபத்தியாறு தேசங்களைச் சேர்ந்த எழுபது தலைவர்கள் பங்குபெற்றார்கள். தங்களுக்கு வேண்டியதைப் பெற்றுக்கொள்வதற்கு இந்த ஒப்பந்ததை பிரிட்டனும் பிரான்ஸும் பயன்படுத்திக்கொண்டன.

ஜெர்மனியைத் தரையோடு தரையாக வைத்து அழுத்தி தேய்த்தார்கள். ஜெர்மனி தன் நிலப்பரப்பில் பெரும்பகுதியை இழந்தது. வெற்றி பெற்ற நாடுகள் ஜெர்மனியின் எல்லைப் பிரதேசங்களைத் தங்களுக்குள் பங்கிட்டுக் கொண்டன. ஆப்பிரிக்காவில் இருந்த ஜெர்மானியக் காலனிகளை ஜெர்மனி விட்டுக்கொடுத்தது. ஜெர்மன் ராணுவத்தின் பலம் கட்டுப் படுத்தப்பட்டது. அக்கம், பக்கம் திரும்பக்கூடாது. எந்த தேசத்தின்மீதும் போர் தொடுக்கக்கூடாது. ஆக்கிரமிக்கக்கூடாது. ஜெர்மனியின் ரயில் பாதைகளில் மூன்றில் ஒரு பங்கை ஜெர்மனி துறக்கவேண்டும். இரும்பு உற்பத்தியில் குறிப்பிடத்தகுந்த இழப்பு. நிலக்கரி உற்பத்தியில் இழப்பு. ஆயிரக்கணக்கான தொழிற்சாலைகளை ஜெர்மனி இழக்கவேண்டிவந்தது.

முதல் உலகப் போர் முற்றுபெற்ற 1918ம் ஆண்டு தொடங்கி 1921 வரையிலான காலகட்டத்தை உடன்படிக்கை காலகட்டம் என்று அழைக்கமுடியும். ஜெர்மனி மட்டுமல்ல தோற்றுப்போன அத்தனை தேசங்களுடனும் தனித்தனியே ஒப்பந்தங்கள் போட்டுக்கொள்ளப்பட்டன.

செப்டெம்பர் 10, 1919-ல் Treaty of Saint-Germain. ஆஸ்திரியாவுடன்.

ஜூன் 4, 1920ல் Treaty of Trianon. ஹங்கேரியுடன்.

நவம்பர் 27, 1919ல் Treaty of Neuilly. பல்கேரியாவுடன்.

ஆகஸ்ட் 10, 1920ல் Treaty of Sèvres. துருக்கியுடன்.

கெய்சர் வில்லியம்ஸ் கிளம்பி போய்விட்டதால், ஜெர்மனியில் மன்னராட்சி முடிவுக்கு வந்து ஜனநாயகம் வந்து சேர்ந்தது. ஹிட்லர் விரக்தியின் உச்சத்தில் இருந்தார். ஜெர்மனியில் மட்டும் மொத்தம் இருபது லட்சம் பேர் இந்தப் போரில் உயிரிழந் திருந்தனர். இருபது லட்சம்! கிடைத்தது என்ன? தோல்வி.

அவமானம். நெஞ்சைப் பிளக்கும் வேதனை. பிஸ்மார்க்கின் கனவு இதோ சிதைந்து கிடக்கிறது. சிங்கம் போல் கர்ஜிக்காமல், பின்னிரண்டு கால்களுக்கு இடையில் வாலை செருகிக்கொண்டு பயந்து, பணிந்து ஒரு மூலையில் நாய் போல் சாதுவாகச் சுருண்டு கிடக்கிறது ஜெர்மனி.

ஹிட்லர் தன் வாழ்நாளில் வேறு எதற்கும் இத்தனை கலங்கி நின்றதில்லை. இனி ஜெர்மனி எழுந்திருக்க வாய்ப்பேயில்லை என்று தெருமுனையில் மக்கள் பேசிக்கொண்டபோது, அவமானத்தால் குறுகிப்போனார். ஜெர்மனியின் தோல்வியாக அல்ல, தன் தோல்வியாகவே அவர் அதைக் கண்டார். எனக்கு, உனக்கு என்று வென்ற நாடுகள் ஜெர்மனியைத் துண்டாடிய போது சிவந்த கண்களுடனும் மார்பு முழுவதும் வன்மத்துடனும் சுற்றி வந்தார் ஹிட்லர். இவர்களைப் பழிவாங்கவேண்டும். ஒருவர் பாக்கியில்லாமல் அனைவரையும்.

ஹிட்லரின் ரத்தத்தை இரும்புக் குழம்பாக மாற்றியது ஜெர்மனி மீது வீசப்பட்ட குற்றச்சாட்டு. எல்லாவற்றுக்கும் காரணம் ஜெர்மனிதான். இந்தப் போர் மூண்டதற்குக் காரணம் ஜெர்மனி யின் பேராசை. காலனிகளைத் தட்டிப்பறிக்கும் தீய எண்ணம். இப்படியே விட்டால் ஜெர்மனியிடம் ஐரோப்பா சிக்கிக் கொண்டுவிடும் என்பதால்தான் நாங்கள் திரண்டு வந்து இந்தப் போரில் கலந்துகெண்டோம். ஐரோப்பாவின் எதிர்காலத்துக்காக நாங்கள் செய்திருக்கும் தியாகம் இது. எங்களில் பல லட்சக்கணக் கானவர்கள் உயிரிழந்திருக்கிறார்கள். பற்பல லட்சம் செலவாகி விட்டது. எங்கள் தேசத்தின் பொருளாதாரம் சரிய ஆரம்பித்து விட்டது. காரணம், ஜெர்மனி. ஆகவே, ஜெர்மனி எங்களுக்கு நஷ்ட ஈடு (Reparations) தரவேண்டும்.

அடச்சீ! கொதித்துக் கத்தினார் ஹிட்லர். நீங்கள் மட்டும் உத்தமர்களா? ஜெர்மனி நடத்தியது காலனியாதிக்கப் போர் என்றால் நீங்கள் நடத்தியது என்ன? தேசபக்திப் போரா? தோற்றுவிட்டது என்ற ஒரே காரணத்துக்காக, இப்படியா அடாவடி செய்வது? நீங்கள் கேட்கும் பெரும்பணத்துக்கு ஜெர்மனி என்ன செய்யும்? உங்களுக்கு ஈவிரக்கமே கிடையாதா? நீங்களும் மனிதர்களா?

கம்யூனிஸ்டுகளையும் யூதர்களையும் ஹிட்லரால் மறக்க முடியவில்லை. மன்னிக்கவும். ஹிட்லரால் தெளிவான ஒரு

முடிவுக்கு வர முடிந்தது. மன்னர் கம்யூனிஸ்டுகளிடம் பரிவாக இருந்தது தவறு. கம்யூனிச சிந்தாந்தத்தைத் தேசம் முழுவதும் பரவ விட்டது தவறு. யூதர்கள் பிசாசுகள் என்பதைப் புரிந்து கொள்ளாமல் விட்டது மாபெரும் தவறு.

ராணுவத்தில் தொடர்ந்து சில காலம் பணியாற்றினார் ஹிட்லர். இது நிரந்தரமல்ல என்று உள்மனம் சொன்னது. கனவு ஒன்று உருவாக ஆரம்பித்தது. அதிகாரம் மட்டும் கையில் இருந்தால் தவறுகள் அனைத்தையும் சரி செய்துவிடமுடியும் அல்லவா? அதிகாரம் இருந்தால் ஜெர்மனியை மீட்டெடுக்க முடியுமல்லவா? அதிகாரம் இருந்தால் பிஸ்மார்க்கின் கனவை மெய்ப்பிக்க முடியும் அல்லவா?

கனவுதான். இருக்கட்டுமே. தோல்வி, தோல்வி என்று இடிந்து கிடப்பதைவிட இது எவ்வளவோ மேல். தன் கனவை வெளியில் சொல்ல பயந்தார் ஹிட்லர். இப்போதைக்கு இது என்னிடம் மட்டும் இருக்கட்டும். சமயம் வாய்க்கட்டும். தொடங்கலாம். ஒரு ஆட்டம் ஆடிப் பார்த்துவிடலாம். இது தகுந்த நேரம் அல்ல. பொறு மனமே, பொறு.

ஐரோப்பா கலைந்துகிடந்தது. இத்தாலியில் பெனிட்டோ முசோலினி 1922ல் ஆட்சியைக் கைப்பற்றினார். புதிய ரோமானிய சாம்ராஜ்ஜியத்தை இங்கே உருவாக்கப்போகிறேன். இத்தாலியர்களே என் பின்னால் அணிதிரண்டு வாருங்கள் என்று அறைகூவல் விடுத்திருந்தார்.

●

ராணுவத்தைவிட்டு கழண்டுகொண்டுவிடலாம் என்று ஹிட்லர் நினைத்துக் கொண்டிருந்தபோது அவர் வேலையை மாற்றினார்கள். ராணுவ வீரர்களுக்கு அரசியல் கற்றுக்கொடுக்கும் பணி. அதுவரை வீரர்கள் அரசியல் அறிந்திருக்கவில்லை. மன்னர். அவர்தான் பரம்பொருள். அவர் மூலமாக வந்துசேரும் உத்தரவுகளை பிசகில்லாமல் செய்துமுடிக்கவேண்டியது மட்டுமே அவர்களுக்கு இடப்பட்டிருந்த பணி. அதை மட்டும் சீராகச் செய்துமுடித்தால் போதுமானது.

இனி மன்னர் இல்லை. நிலவரம் மாறிக்கொண்டிருக்கிறது. ஜெர்மனி, பழைய புஷ்டியான தேசமாக இல்லை. இருக்கும் கொஞ்ச நஞ்ச ராணுவமும் ஒழுங்காக இருக்கவேண்டும்.

அரசியல் கற்கவேண்டியது அவசியம். துப்பாக்கிப் பயிற்சி போல் இதுவும் ஒரு பயிற்சி. ஹிட்லரை அந்தப் பணிக்கு அவர்கள் எப்படித் தேர்ந்தெடுத்தார்கள் என்று தெரியவில்லை. விஷய ஞானம் கொண்டவர், புத்தகங்கள் படிப்பவர், உலக விஷயங்கள் பலவற்றைப் பற்றி அவர் வீரதீரமாக உரையாற்றி யதை நண்பர்கள் பார்த்திருக்கிறார்கள். எல்லாம் சேர்ந்து அவருக்கு ஒரு அறிவுஜீவி அடையாளம் பெற்றுத் தந்திருக்க வேண்டும்.

ஹிட்லர் பணியை ஏற்றுக்கொண்டார். அரசியல்தானே? நானும் அதற்காகத்தான் காத்துக்கொண்டிருந்தேன். ஹிட்லர் பேச ஆரம்பித்தார். சொல்லிக்கொடுக்க ஆரம்பித்தார். தனக்குத் தெரிந்த அரசியலை. தனக்குத் தெரிந்த இனவெறுப்பை. தனக்குத் தெரிந்த லட்சியத்தை. பிஸ்மார்க்கின் கனவை ஆர்வம் பொங்க விவரித்தார். ஜெர்மனி எப்படிப்பட்ட தேசம் தெரியுமா என்று ஆரம்பித்து தேசத்தின் அருமை பெருமைகளை அடுக்கினார். தேச பக்தி என்றால் என்ன தெரியுமா நண்பர்களே என்று கதைப் பிரசங்கம் செய்தார். கம்யூனிஸ்ட்டுகளையும் யூதர்களையும் நான் ஏன் வெறுக்கிறேன் தெரியுமா? புள்ளிவிவரங்களோடு விவரித்தார்.

பேசும்போதே சீறினார். பாய்ந்தார். குதித்தார். எம்பினார். முகத்தை கோணலாக்கி பேயாகக் கத்தினார். சட்டென்று பணிந்து புன்னகை செய்தார். சிலருக்கு சிரிப்பு வந்தாலும், பெரும்பாலானோரை ஹிட்லர் வசியப்படுத்தியது நிஜம். அவரை ரசிப்பதற்காகவே வர ஆரம்பித்தார்கள். அவர் பேசுவதையும் ரசிக்க ஆரம்பித்தார்கள். பேச்சின் சாரத்தையும் சிறிது உள் வாங்கிக்கொண்டார்கள்.

ஹிட்லருக்கு ஏக்கமாக இருந்தது. எப்படியாவது பவேரிய மாகாண அரசாங்கத்தை வீழ்த்த முடிந்தால் நன்றாக இருக்கும். இந்த அரசாங்கத்துக்கு விசாலமாகக் கனவு காணும் ஆற்றல் இல்லை. நிர்வாகத் திறன் இல்லை. உபயோகப்படாத அரசாங் கத்தை வைத்துக்கொண்டிருப்பது ஆபத்தானது. அவமானகர மானது. தன்னைப் போலவே சிந்திக்கும் வேறு சில புரட்சி யாளர்களும் (ஆம், தன்னை அப்படித்தான் நினைத்துக் கொண்டார் ஹிட்லர்) பவேரிய மாகாணத்தில் இயங்கிக் கொண்டிருப்பதை ஹிட்லர் அறிந்துகொண்டார். அவர்களுக்கும் ஹிட்லரைத் தெரிந்திருந்தது.

ஹிட்லருடன் பேசி ஒரு முடிவுக்கு வந்தார்கள். புரட்சி செய்யலாம். புதிய அரசாங்கத்தை நிர்மாணிக்கலாம். அதற்கு முன்னால் கட்சி ஒன்றைத் தொடங்கிவிடுவோம். கட்சி இல்லாமல் அரசியல் நடத்தமுடியாது. புரட்சி நடத்தமுடியாது. தவிரவும், ராணுவத்தின் உதவி இல்லாமல் அரசாங்கத்தை கவிழ்க்கமுடியாது. நம்மிடையே வலுவான அரசியல் சித்தாந்தம் இருந்தாலும், ஆட்சிக் கவிழ்ப்புக்கு ஆயுதங்கள் தேவை. எனவே, ராணுவம் தேவை.

யோசித்தபோது, புது கட்சி தேவையில்லை என்று தோன்றியது. இருக்கும் ஆயிரத்தெட்டு சுண்டைக்காய் கட்சிகளுள் ஒன்றை நம் வசமாக்கிக்கொள்வாம். ஆராய்ந்து பார்த்து அவர்கள் தேர்ந் தெடுத்தது ஜெர்மன் தொழிலாளர் கட்சியை (German Worker's Party). அதன் ஐம்பத்து ஐந்தாவது உறுப்பினராக ஹிட்லர் தன் பெயரைப் பதிவு செய்துகொண்டார். படிப்படியாகக் கட்சியின் தலைமையைக் கைப்பற்றிவிடவேண்டும். பிறகு, ராணுவத்தினரு டன் தொடர்பு கொள்ளவேண்டும். நம் சித்தாந்தத்துக்குள் அவர்களை இழுக்கவேண்டும். நம் வசப்படுத்தவேண்டும்.

கட்சியின் நிறுவனர் ஆண்டன் டிரெக்ஸ்லரின் (Anton Drexler) சித்தாந்தத்தைக் கேள்விப்பட்ட ஹிட்லர் ஆச்சரியடைந்தார். யூதர்களை அழிக்கவேண்டும். பரந்து விரிந்த ஜெர்மானியப் பேரரசை நிர்மாணிக்கவேண்டும். உலகின் தலைசிறந்த குடி மகன்களாக ஜெர்மானியர்கள் இருக்கவேண்டும். ஜெர்மானியர் கள் மட்டும். உபரியாக, டைட்ரிச் எக்கார்ட் (Dietrich Eckart) என்னும் உறுப்பினரின் சிநேகமும் கிடைத்தது. விஷய ஞானம் கொண்டவர். சிந்தனாவாதி என்று அறியப்பட்டவர். ஹிட்லர் அவரிடம் இருந்து கற்க ஆரம்பித்தார். தான் சிந்திக்கும் முறை சரிதானா என்பதை அவ்வப்போது உரையாடி சரிபார்த்துக் கொண்டார்.

ஹிட்லர், நீ உரைகள் பல நிகழ்த்தியிருக்கிறாயாமே, நம் கட்சியின் சார்பாகவும் பேசு. பொதுமக்களை கட்சிக்குள் ஈர்க்க உன் உதவித் தேவை. தலையைத் தாழ்த்தி ஏற்றுக்கொண்டார். அவர்கள் யூகித்தது சரியாகவே இருந்தது. ஒரு பகுதியின ரிடையே ஹிட்லர் அறியப்பட்டிருந்ததால், கூட்டம் வந்தது. ஹிட்லருக்காகத் திரண்ட கூட்டம் அது. அது ஹிட்லருக்கும் தெரியும். உயிரைக் கொடுத்து பேசினார். உணர்ச்சிக் கடலில் தத்தளித்தார். இமைக்கவும் மறந்து கேட்டுக்கொண்டு

நின்றார்கள் மக்கள். பிற்காலத்தில், ஆயிரக்கணக்கில், லட்சக் கணக்கில், கோடிகணக்கில் மக்களை ஈர்க்க தன் வாழ்நாள் முழுவதும் ஹிட்லர் திரும்பத் திரும்ப பயன்படுத்திய உத்தி அது. பேச்சு. வெறும் பேச்சு. தொடர்ந்து இரண்டு, மூன்று மணி நேரங்கள் ஒரு வாய் தண்ணீர்கூட பருகாமல் உரையாட முடிந்தது அவரால்.

ஹிட்லர் தனக்கான இடத்தை கட்சிக்குள் அழுத்தமாக அமைத்துக் கொண்டார். யாராலும் அசைக்கமுடியாத ஓர் அடித்தளத்தையும் சத்தம் போடாமல் உருவாக்கிக்கொண்டார். ஹிட்லரைப் போன்ற இன்னொரு துடிப்பான ஆளுமை கட்சிக்குள் இல்லாதது அவருக்கு வசதியாகிப்போனது. ராணுவத்தில் இருந்து முறைப் படி விலகிக்கொண்டார். இனி எதற்கு அங்கே வகுப்புகள் எடுத்து நேரத்தை விரயமாக்கவேண்டும்?

ஹிட்லரின் வளர்ச்சி கட்சி வட்டத்துக்குள் புகைச்சலைக் கிளப்பியது. அவரால்தான் கட்சி வளர்ந்திருந்தது, செல்வாக்கு உருவாகியிருந்தது, நிதி சேர்ந்தது. ஆனாலும் கட்சியின் மூத்த உறுப்பினர்களால் அதைப் பொறுத்துக்கொள்ள முடியவில்லை. மூத்தவர்கள் நாங்கள், எத்தனை ஆண்டுகளாகக் கொடிபிடித்துப் போராடியிருப்போம். தலைமைக்குக் கட்டுப்பட்டு எத்தனை சிரமங்களை அனுபவித்திருப்போம். நேற்றுவந்த ஹிட்லரைத் தூக்கிவைத்து கொண்டாடுகிறார்களே.

ஒரு காரியம் செய்தார்கள். ஹிட்லரை மட்டுப்படுத்த வேண்டுமானால் மேலும் பல புதிய தலைவர்களை உள்ளுக்குள் கொண்டுவரவேண்டும். ஹிட்லருக்குப் போட்டி உருவாக்க வேண்டும். நம்மால் அதை செய்யமுடியாது. ஆகவே, தேவை கட்சி இணைப்பு. ஆகஸ்பர்க் பகுதியில் இயங்கிக்கொண்டிருந்த ஒரு சோஷலிசக் கட்சியுடன் பேசினார்கள். தொழிலாளர் கட்சியுடன் இணைய அவர்கள் ஒப்புக்கொண்டனர். அடுத்து ஆண்டன் டிரெக்ஸ்லரிடம் பேசினார்கள். அவருக்கும் இதில் தடையேதும் இருக்கவில்லை.

ஹிட்லருக்குத் தெரியவந்தபோது அவர் அமைதியாக இருந்தார். இணைப்பு எங்கே எப்போது அறிவிக்கப்படபோகிறது என்பதை மாத்திரம் கேட்டுக்கொண்டார். ம்யூனிக் தலைமையகத்தில் நடப்பதாக இருந்தது. சென்றார். மிஸ்டர் டிரெக்ஸ்லர் நான் கேள்விப்பட்டது நிஜமா? இன்னொரு பொடி கட்சியோடு

நியூரம்பெர்கில் ஹிட்லர், 1935

இணையப்போகிறோமா? ஆம் என்றார் டிரெக்ஸ்லர். நல்லது, உங்கள் கட்சி நீடூழி வாழட்டும். என்னது உங்கள் கட்சியா, ஹிட்லர் என்னப்பா சொல்கிறாய்? ஹிட்லர் தெளிவாக அறிவித்தார். இனி எனக்கு இங்கே இடமில்லை டிரெக்ஸ்லர். புதிய கட்சியுடன் சேர்த்து சில புதிய தலைவர்களும் கிடைப்பார்கள். அவர்களை வைத்து கட்சியை முன்னுக்குக் கொண்டு வாருங்கள்.

டிரெக்ஸ்லர் கலங்கிவிட்டார். நீ இல்லாத கட்சியா? வேண்டவே வேண்டாம். வா, நீ எது கேட்டாலும் தருகிறேன். ஹிட்லர் திரும்பினார். நின்று நிதானமாகக் கேட்டார். கட்சியின் சேர்மனாக என்னை நியமனம் செய்தால் மட்டுமே நான் கட்சியில் நீடிப்பேன். இதோ, இந்த இடத்தில் அதிகாரபூர்வமாக அறிவிக்கவேண்டும். சொல்லிவிட்டு நின்றார். டிரெக்ஸ்லர் யோசிக்கவேயில்லை. சரி. நீயே ஏற்று நடத்து ஹிட்லர். உன் அளவுக்குத் தெம்பும் திறனும் எனக்கில்லை. எங்களில் யாருக்கும் இல்லை. நான் இப்போதே விலகிக்கொள்கிறேன்.

ஹிட்லர் தன் மீசையைத் தடவிக்கொண்டார். முதல் காரியமாக, கட்சியின் பெயரை மாற்றினார். ஜெர்மன் தொழிலாளர் கட்சி அல்ல. தேசிய சோஷலிச ஜெர்மன் தொழிலாளர் கட்சி (National Socialist German Workers Party). அதாவது, நாஜி.

என் கட்சி. நான் சூட்டிய புதுப் பெயர். எனக்குக் கட்டுப்பட்டு தலையாட்டும் ஒரு கூட்டம். ஹிட்லர் வாழ்க என்று சொல்லச் சொன்னால் அப்படியே திரும்பத் திரும்ப சொல்லிக் கொண்டிருக்க ஒரு திருத்தொண்டர் குழு. சர்வாதிகாரம். அடுத்த பாய்ச்சல் எதை நோக்கியது என்பதை ஹிட்லர் மனத்தளவில் முடிவு செய்திருந்தார். பவேரிய மாகாணத்தைக் கைப்பற்ற வேண்டும். அது ஆனபின், ஜெர்மனி. போதும். அது போதும். நான் நினைக்கும் வேகத்தில் காரியங்கள் நடந்து முடிந்து விட்டால், என் தேசம்தான் உலகம் முழுவதற்குமான ஆசான். நான், உலகத் தலைவன்.

சிறிது காலம்தான் என்றாலும் பவேரிய ரெஜிமெண்டில் பணிபுரிந்த காலத்தில் அங்கே பல நண்பர்களை ஹிட்லர் பெற்றிருந்தார். நண்பர்கள் என்பதைவிட ரசிகர்கள் என்று சொல்வது பொருத்தமாக இருக்கும். ஹிட்லர் என்ன பேசப் போகிறார் என்று வாய்திறந்து வேடிக்கை பார்க்கும் கூட்டம்

அது. அதேபோல், காவல்துறையிலும் நீதித் துறையிலும்கூட சிலரை ஹிட்லர் தெரிந்துவைத்திருந்தார். ஆனால், எல்லோரையும்விட ஹிட்லர் அதிகம் நம்பியது தன்னை மட்டுமே.

இதுதான் சரியான தருணம். பவேரியா முழுவதும் பல்வேறு குழுக்கள் புரட்சி பற்றி விவாதித்துக்கொண்டிருந்தன. அரசாங்கத்தைத் தூக்கியடித்து புதிய ஆட்சியை நிர்மாணிப்போம் என்று மைக் பிடித்து பீர் ஹால்களில் (அங்கே பொதுக்கூட்டங்கள் பொதுவாக பீர் ஹால்களில்தான் நடக்கும். மக்கள் அங்கே அதிகம் கூடுவார்கள் என்பதால் இந்த ஏற்பாடு) பேசிக்கொண்டு இருந்தார்கள். பவேரியாவின் பிரதமராக இருந்த எகன் ரிட்டர் வான் நில்லிங் (Eugur Ritter Von Knilling) என்பவர் மீது அத்தனை பேருக்கும் அவ்வளவு நம்பிக்கை. சாதுவான நபர். தொட்டால் சாய்ந்துவிடுவார். யார் முந்துகிறார்களோ அவர்களுக்கே அரசாங்கம்.

ஒரு கட்டத்தில், போராட்டம் வன்முறை வடிவம் எடுத்தது. கடைகள் சூறையாடப்பட்டன. கொலைகளும் விழுந்தன. அவசர நிலைப் பிரகடனம் செய்யப்பட்டது. மூவர் கொண்ட ஆட்சிக்குழு உருவாக்கப்பட்டது. தலைமைப் பொறுப்பு குஸ்தாவ் ரிட்டர் வான் கர் (Gustav Ritter von Kahr) என்கிற மாநில நிர்வாக கமிஷனரிடம் அளிக்கப்பட்டது.

என்ன செய்யலாம் லுடண்டார்ஃப் என்றார் ஹிட்லர். எரிக் லுடண்டார்ஃப் (Erich Ludendorff) கட்சியில் ஹிட்லருக்கு அடுத்தவர். முன்னாள் ராணுவ அதிகாரி. ஆலோசகர். கர்ரிடம் பேசிப்பார்க்கலாம் என்று முடிவு செய்தார்கள். தொடர்பு ஏற்பட லுடண்டார்ஃப் உதவினார். இருவரும் பேசினார்கள். ஹிட்லரின் கோரிக்கை தெளிவாக இருந்தது. கர், எனக்கு உதவி செய்யுங்கள். நான் ஜெர்மன் ஆட்சிப்பீடத்தை விரைவில் கைப்பற்றப் போகிறேன். புரட்சி ஒன்றை நடத்தப்போகிறேன். என்னைப் பற்றி நீங்கள் கேள்விப்பட்டிருப்பீர்கள். நான் சொல்வதைச் செய்து முடிக்க பல லட்சக்கணக்கான தொண்டர்கள் இருக்கிறார்கள். நீங்களும் என்னுடன் இணைந்தால் உபயோகமாக இருக்கும்.

கர் உடன்பட்டார். ஹிட்லர் ஜெர்மனியை ஆளட்டும். எனக்குப் பவேரியா போதும்.

சொல்லிவிட்டாரே தவிர மேற்கொண்டு எந்தவித ஒத்துழைப்பும் அவரிடம் இருந்து வெளிவரவில்லை. நவம்பர் 8, 1923 அன்று கர்

மூனிச்சில் இருந்த ஒரு பீர் ஹாலில் உரையாடிக்கொண்டு இருந்தபோது, ஹிட்லர் கதவை உதைத்துத் திறந்து உள்ளே நுழைந்தார். இடைஞ்சலுக்கு மன்னிக்கவும். லுடண்டார்ஃபுடன் இணைந்து ஒரு புதிய பவேரிய அரசாங்கத்தை ஏற்படுத்தியாகி விட்டது. அடுத்து பெர்லின். நீங்களும் உங்கள் வசம் இருக்கும் ராணுவமும் என்னுடன் ஒத்துழைக்கவேண்டும். இதை சொல்லும்போது ஹிட்லரின் கையில் துப்பாக்கி இருந்தது.

நகரம் முழுவதையும் வசப்படுத்தும் பணியை ஹிட்லரின் படை மேற்கொண்டிருந்தது. முக்கிய அரசாங்க அலுவலகங்கள் கைப்பற்றப்பட்டன. சில கைதுகள். எதிர்பாராவிதமாக ஒரு கொலை. தொடர்ந்து முன்னேறி ராணுவ அமைச்சகத்தைக் கைப்பற்றவேண்டும் என்று திட்டம். ஆனால், அதற்குள் பவேரிய ராணுவத்தினர் குவிந்துவிட்டனர். நாஜிகளை நோக்கி துப்பாக்கிச்சூடும் ஆரம்பித்துவிட்டது. ஹிட்லர் கைது செய்யப் பட்டார். ஐந்து ஆண்டு சிறைக்காவல். சறுக்கல்தான். ஆனால், அது பற்றி கவலைப்பட்டுக் கொண்டிராமல் சிறையில் இருந்த படியே மெயின் காம்ஃப் எழுத ஆரம்பித்தார் ஹிட்லர்.

சிறையில் இருந்து வெளிவந்ததும், அதுவரை உறக்கத்தில் இருந்த நாஜி கட்சியைத் தட்டி எழுப்பினார். ஜெர்மனியின் அவல நிலை குறித்து பிரசாரம் செய்தார். வெர்ஸைல்ஸ் ஒப்பந்தத்தால் ஜெர்மனி அனுபவித்துக்கொண்டிருக்கும் இன்னல்களை பட்டியலிட்டார். ஆயிரக்கணக்கில் மக்கள் அவரை நாடி வந்தனர். இவர் சொல்வதில் ஏதோ விஷயம் இருக்கிறது என்று ஆர்வம் காட்ட ஆரம்பித்தனர். 1928 மே 20ம் தேதி நடைபெற்ற தேர்தலில், நாஜி கட்சிக்கு எட்டு லட்சம் சொச்சம் வாக்குகள் கிடைத்தன. பெரிதாக மகிழ்ச்சியடைய ஒன்றுமில்லை என்று நினைத்துக்கொண்டார் ஹிட்லர்.

1929ல் ஐரோப்பா முழுவதையும் அச்சுறுத்திய பொருளாதாரச் சரிவு ஜெர்மனியை விட்டுவைக்கவில்லை. அதிபர் ஹிண்டன் பர்குக்கு எதிரான அலை வீச ஆரம்பித்தது. ஒரு பக்கம் கம்யூனிஸ்ட்டுகளின் போராட்டம். மற்றொரு பக்கம், விலை வாசி பாதிப்பால் வீதிக்கு வந்த மக்களின் எழுச்சி. விளைவு, பாராளுமன்றம் கலைக்கப்பட்டது. ஏப்ரல் 1932ல் நடைபெற்ற அதிபர் தேர்தலில் ஹிண்டன்பர்குக்கு எதிராக தேர்தலில் நின்றார் ஹிட்லர்.

மிகக் கடுமையான பிரசாரத்தை மேற்கொண்டார் ஹிட்லர். ஜெர்மனியை தன்னைத் தவிர வேறு எவராலும் மீட்டெடுக்க முடியாது என்பதை அழுத்தமாகப் பதிய வைத்தார். ஹிட்லர், ஜெர்மனி. ஜெர்மனி, ஹிட்லர். திரும்பத் திரும்ப நாஜி கட்சி மேற்கொண்ட பிரசாரம், ஹிட்லர்தான் ஜெர்மனி என்ற தோற்றத்தை மக்களிடைய எழுப்ப முயன்றது. நம் பொருளாதாரம் ஏன் இந்த அளவுக்கு வலுவிழந்து கிடக்கிறது? அமெரிக்காவும் பிரிட்டனும் பாதிக்கப்பட்டால் நாமும் ஏன் பாதிக்கப்பட வேண்டும்? நாம் அவர்களை அண்டி வாழ்கிறோம் என்பதுதானே இதன் பொருள்? எதற்காக கைநீட்டி நாம் கடன் வாங்க வேண்டும்? 1924 தொடங்கி ஆறு ஆண்டுகளுக்கு அமெரிக்காவிடம் இருந்து (அதன் முதலாளிகளிடம் இருந்தும்) ஏழு பில்லியன் டாலர் கடன் பெற்றிருக்கிறது ஜெர்மனி. என்ன அவசியம்? நம்மிடம் இல்லாத வளங்களா? நம்மிடையே இல்லாத நிர்வாகத் திறமையா?

ஹிட்லர் அடிக்கடி சோஷலிஸம் என்னும் பதத்தைப் பயன்படுத்தினார். பொருளாதாரம் குறித்தும், ஜெர்மனியின் எதிர்காலம் குறித்தும், ஐரோப்பிய வல்லரசுகளைச் சாராமல் இருப்பது குறித்தும் திரும்பத் திரும்பப் பேசினார். முதல் முறையாக விமானத்தை பிரசாரத்துக்காகப் பயன்படுத்தினார். ஒரே நாளில் இரு நகரங்களில் அவரால் உரையாட முடிந்ததை அதிசயமாகப் பேசிக்கொண்டார்கள் மக்கள். மதியம்வரை எங்களிடையே இருந்தாரே! அங்கேயும் வந்தாரா ஹிட்லர்? மிகக் கடுமையான பிரசாரத்தின் பயனான அந்த தேர்தலில் ஹிட்லருக்கு முப்பத்தைந்து சதவீத வாக்குகள் கிடைத்தன. தோல்விதான் என்றாலும் ஹிட்லர் யார் என்பதை அடையாளம் காட்டிய தேர்தல் அது.

தேர்தல் முடிந்து கண் மூடி கண் திறப்பதற்குள் மீண்டும் பிரச்னை. மீண்டும் சலசலப்புகள், விவாதங்கள், அதிருப்தி அலை. நடந்துகொண்டிருந்தது கூட்டணி அரசாக இருந்ததால், அனைத்து கட்சியினரையும் திருப்திபடுத்தவேண்டிய நிலை. Franz von Papen என்பவரை சான்சிலராகக் கொண்டு வந்தார் ஹிண்டன்பர்க். அவருக்கும் பெரிய ஆதரவு வட்டம் இல்லை. மீண்டும் குழப்பம். என்ன செய்யலாம்? மீண்டும் தேர்தல்.

அதே 1932 ஆனால் ஜூன் மாதம். இந்த முறை நாஜிகள் 2330 இடங்களைக் கைப்பற்றியிருந்தனர். நாடாளுமன்றத்தில் பெரிய

கட்சி என்னும் அங்கீகாரம். துணை சான்சிலர் பதவி அளிக்கிறோம் ஹிட்லர் என்றார் புதிய சான்சிலர் பாபென். ஹிட்லர் ஒரு புன்னகையுடன் மறுத்தார். வேண்டாம், எனக்கு சான்சிலர் பதவி போதும். என்னது சான்சிலர் பதவியா என்று அதிர்ந்து பின்வாங்கினார் பாபென். அடுத்ததாக ஹிட்லர் செய்தது, பாபெனுக்கு எதிராக நம்பிக்கையில்லா தீர்மானத்தைக் கொண்டு வந்ததுதான். மிகப் பெரிய கட்சியாக நாஜி இருந்ததாலும், மிகப் பிரபலமான தலைவராக ஹிட்லர் இருந்ததாலும் அவருக்குப் பின்னால் அமைச்சர்கள் அணி வகுக்க ஆரம்பித்திருந்தனர்.

பாபென் தோற்றார். மீண்டும் தேர்தல். மீண்டும் ஹிட்லர். முன்பைக்காட்டிலும் கூடுதல் பலத்துடன்.

ஹிண்டன்பர்குக்கு அப்போதும் ஹிட்லரை சான்சிலராக்குவதற்கு மனமில்லை. பாபெனை நீக்கவேண்டியிருந்தது. நீக்கிவிட்டார். மாற்று ஏற்பாடாக, ராணுவத் தளபதி கர்ட் வான் ஷ்லேஸர் (Kurt von Schleicher) என்பவரை அமர்த்தினார். ஷ்லேஸர் ராணுவத் தளபதி. அவரால் நாட்டை சமாளிக்க முடியும். ஹிட்லரையும். மாதா மாதம் தேர்தல் நடத்திக் கொண்டிருந்தால் ஜெர்மனி விளங்காது.

புதிய சான்சிலர் நியமனம் ஹிட்லருக்கு மட்டுமல்ல பாபெனுக்கும் உறுத்தலாக இருந்தது. பதவியைக் கைப்பற்ற இருவருமே முயன்றுகொண்டிருந்தனர். இருவரும் கூடிப் பேசவும் ஆரம்பித்தனர். பாபென் விட்டுக்கொடுக்க முயன்றார். ஹிட்லரை தன் கைக்குள் போட்டுக்கொண்டு துணை சான்சிலராக வந்துவிடலாம், திரை மறைவில் ஆட்சியை நடத்தலாம் என்று கனவு கண்டார். ஹிண்டன்பர்குடன் இதுபற்றி விவாதித்து, தன் முடிவை அவர் மீது திணிக்கவும் செய்தார். ஜனவரி 30, 1933 அன்று ஹிட்லர் சான்சிலர் பதவியை ஏற்றுக்கொண்டார்.

பதவி கிடைத்துவிட்டாலும் ஹிட்லர் ஆபத்துகளை உணர்ந்திருந்தார். சான்சிலர்தான் என்றாலும் இப்போது நின்றுகொண்டிருப்பது மிகவும் பலவீனமான ஒரு பலகையின் மீது. எப்போதும் நொறுங்கி விழலாம். இன்னொரு தேர்தல், மற்றொரு தேர்தல், அதற்கு பிறகு இன்னொன்று என்று காலத்தைக் கழிக்கமுடியாது. திரைக்கு முன்னால், திரைக்குப் பின்னால் சூழ்ச்சிக்காரர்கள் ஓயாமல் பணியாற்றிக் கொண்டிருக்கிறார்கள். இவர்களை கவனிப்பதையே முழுநேரப் பணியாகக்

கொள்ளமுடியாது. ஓர் அரசியல்வாதியாக மாறுவது அல்ல ஹிட்லரின் கனவு. அவருக்குத் தேவை அதிகாரம். சர்வாதிகாரம். அதற்கு முன்னால், ஜனநாயகம் என்று சொல்லிக் கொண்டு நாடாளுமன்றத்தை நிரப்பிக்கொண்டிருக்கும் உதிரி கட்சிகளைத் தவிடுபொடியாக்கவேண்டும். குறிப்பாக, கம்யூனிஸ்டுகளை. தேவை ஒரே ஒரு தேர்தல்.

ஹிட்லர் குறிவைத்திருந்தது போருக்குப் பிறகு உருவாக்கப்பட்ட அரசியலமைப்புச் சட்டத்தில் இருந்த ஒரு அற்புதமான சட்டம், Enabling Act. சான்சிலரின் அதிகாரத்தை வரையறுக்கும், நிறுவும் சட்டம். அவர் விரும்பியதைப் போலவே சர்வாதிகாரத்தை கொண்டுவருவதற்கான சட்டம். ஒட்டுமொத்த அதிகாரத்தையும் தன்னிடம் குவித்துக்கொள்வதற்கான ஒரு வழி. புதிய சட்டங்கள் இயற்றவும் தேவைப்பட்டால் தற்போதைய சட்டங்களை நீக்கவும் சான்சிலருக்கு அதிகாரம் வழங்கும் சட்டம் இது.

மார்ச் 5, 1933 என்று தேர்தலுக்கான நாள் குறிக்கப்பட்டது. மீண்டும் ஒரு சூறாவளி பிரசாரத்தைத் தொடங்கி வைத்தார் ஹிட்லர். திரும்பும் திசையெங்கும் நாஜிக் கட்சியின் ஸ்வஸ்திக் சின்னம். ஹிட்லர் அழைக்கிறார். திரண்டு வா ஜெர்மனி. இந்த முறை, பிரசாரத்தோடுகூட வேறு ஒரு ஏற்பாட்டையும் செய்திருந்தார் ஹிட்லர். Reachstag பாராளுமன்றத்தைக் கொளுத்துவது. பழியைத் தூக்கி கம்யூனிஸ்ட்டுகள் மீது போடுவது.

பிப்ரவரி 27, 1933 அன்று கொளுத்தினார்கள். Marinus van der Lubbe என்னும் பெயரில் ஒருவர் கட்டடத்துக்குள் சிக்கினார். கைது செய்து விசாரித்தபோது அவர் ஒரு கம்யூனிஸ்ட் என்று தெரியவந்தது. ஹிட்லரின் ஏற்பாடு. உடனே ஆரம்பித்துவிட்டது நாஜி கட்சி. கம்யூனிஸ்ட் கட்சிக்கு எதிரான விஷப் பிரசாரம் அலையாகக் கிளம்பியது. தேர்தலில் இந்த அலை, பெரும் மாற்றத்தைக் கொண்டு வந்தது. இந்த முறை ஹிட்லருக்கு 43.9 சதவீதம் கிடைத்திருந்தது. தேவை 51. கலங்கவில்லை ஹிட்லர். சான்சிலர் பொறுப்பை ஏற்றுக்கொண்டார். கூடவே, பலத்த சச்சரவுகளுக்கு இடையே, ஆங்காங்கே கிளம்பிய சிறு சிறு எதிர்ப்புகளுக்கு இடைய Enabling Actஐ கொண்டுவந்தார்.

ஜெர்மனியை நிர்வாகம் செய்ய தான் மட்டும் போதும் என்னும் தீர்மானமான முடிவுக்கு ஹிட்லர் வந்து சேர்ந்திருந்தார்.

முழுமுற்றான அதிகாரத்தை தன் காலடியில் குவித்துக்கொள்ள ஹிட்லர் கையாண்ட முறைக்கு Gleichschaltung என்று பெயர். இதன் பொருள், இணங்கச்செய்வது. கொடி பிடித்துப் போராடும் எந்தவொரு அமைப்பும் ஜெர்மனிக்குத் தேவையில்லை. அரசாங்கத்தைக் கைப்பற்றுவதற்காக நம் சான்ஸிலர் ஹிட்லர் நடத்திய போராட்டமே இறுதிப் போராட்டம். அவர் நிகழ்த்தியதுதான் இறுதிப் புரட்சி. அரசாங்கத்துக்கு எதிராக ஒலித்த இறுதி குரல் அவருடையதுதான். இனி, சான்ஸிலருக்குக் கட்டுப்பட்டு நடந்தால் போதுமானது. இதை மட்டும்தான் நாங்கள் உங்களிடம் இருந்து எதிர்பார்க்கிறோம். மற்றதை, ஹிட்லர் பார்த்துக்கொள்வார்.

ஜெர்மன் கம்யூனிசக் கட்சிக்குத் தடை விதிக்கப்பட்டது. ஹிட்லரை ஆதரிக்காத சோஷியல் டெமாக்ரடிக் கட்சிக்குத் தடை. எதிரிகள் என்று அடையாளம் காணப்பட்டவர்கள் சிறையில் தள்ளப்பட்டனர். தேசத்தின் நலனுக்காகத்தான் மக்களே என்று ஒவ்வொரு முறையும் சொல்லிக்கொண்டார் ஹிட்லர். நாஜிக் கட்சி ஒன்று போதும் என்றார். தொழிற் சங்கங்கள் கலைக்கப்பட்டன. அடுத்து, தேவாலயங்கள். Ministry of Ecclesiastical Affairs என்னும் அமைப்பை ஆரம்பித்து வைத்தார் ஹிட்லர். தேவாலயங்கள் மக்கள் மீது செலுத்திக் கொண்டிருக்கும் அதிகாரத்தை தகர்ப்பதுதான் இந்த அமைப்பின் பணி. இதுபோல் மேலும் பல அமைப்புகள்.

மாணவர்களுக்குக் கட்டாய ராணுவப் பயிற்சி அளிக்கும் ஓர் அமைப்பு ஆரம்பிக்கப்பட்டது. ஆறு வயது முதலே பயிற்சிகள் ஆரம்பமாகிவிடும். பெண் மாணவர்களுக்குத் தனிப்பிரிவு. Kraft durch Freude என்னும் பொழுதுபோக்கு அமைப்பில் இருபத்தைந்து மில்லியன் ஜெர்மானியர்கள் இணைந்து கொண்டனர். நாஜிகளின் கட்டுப்பாட்டின் கீழ் இந்த அமைப்புச் செயல்பட்டது. ஒரு ஜெர்மானியன் என்ன விளையாட வேண்டும், எப்படி விளையாடவேண்டும் என்பதைகூட அரசாங்கம்தான் தீர்மானிக்கும்.

பெண்களுக்கு நாஜிக் கட்சி வழங்கிய அறிவுரை மிகவும் எளிமையானது. நீங்கள் செய்வதற்கு எதுவும் இல்லை. அரசாங்கத்துக்கு உபயோகமான காரியங்களை ஆற்றுவதற்கு லாயக்கானவர்கள் ஆண்கள் மாத்திரமே. நீங்கள் வீட்டில் கிடந்தால் போதும். ஆண்களுக்கு ஒத்தாசை செய்யுங்கள்.

குழந்தை பெற்றுக்கொடுங்கள். செப்டெம்பர் 1934ல் ஒரு பொதுக் கூட்டத்தில் பேசும்போது ஹிட்லர் இப்படிக் குறிப்பிட்டார். பெண்களே, உங்கள் உலகம் எது தெரியுமா? உங்கள் கணவன், உங்கள் குழந்தைகள் மற்றும் உங்கள் வீடு.

கட்டுமானமும் ஆரம்பமானது. சாலைகள் அமைக்கும் பணி தொடங்கியது. பாலங்கள் கட்டப்பட்டன. முக்கிய அணைகள் உருவாக்கப்பட்டன. ரயில்வே பாதைகள் புதிதாக கட்டமைக்கப் பட்டன. ஆட்டோமொபைல் தொழில்நுட்பம் ஊக்குவிக்கப் பட்டது. ஒரு காருக்கான வரைபடத்தை உருவாக்குவதில் ஹிட்லர் பிரத்தியேகமாகப் பங்கேற்றார். பின்னர், இதை டாக்டர் ஃபெர்டினாண்ட் ஃபோர்ஷே (Dr. Ferdinand Porsche) நடை முறையில் உயிர்ப்பித்துக்கொண்டுவந்தார். ஹிட்லரின் தொழில் நுட்ப திறனுக்கு இது ஒரு சான்று. வோல்க்ஸ்வேகன் பீட்டில் என்று அந்தக் கார் அழைக்கப்பட்டது. நம்பமுடியாத விலை ஒன்றையும் அதற்கு அவர் நிர்மாணித்தார். தொள்ளாயிரத்தித் தொண்ணூற்றொன்பது மார்க்குகள். இவ்வளவு குறைந்த விலையில், தனியார் நிறுவனங்களால் காரை உருவாக்கமுடியாத பட்சத்தில், அரசாங்கமே தயாரிப்பை ஏற்றுக்கொள்ளும் என்று அறிவித்தார் ஹிட்லர்.

கட்டடக்கலைஞர்கள் வரவேற்கப்பட்டனர். ஆல்பர்ட் ஸ்பீர் நாஜி அரசாங்கத்தின் முதல் கலைஞராக அங்கீகரிக்கப்பட்டார். எதுபோன்ற கட்டடங்கள் அமைக்கப்படவேண்டும் என்பதை ஹிட்லர் முடிவுசெய்தார். ஜெர்மன் கலாசாரத்தை உயர்த்திப் பிடிக்கும் வகையில் கலை வேலைப்பாடுகள் செய்யப்பட்டன. 1936ம் ஆண்டு ஒலிம்பிக்ஸ் விளையாட்டு பெர்லினில் தொடங்கியது. ஹிட்லர் தொடங்கிவைத்தார்.

வேலையில்லாதவர்கள் என்று ஜெர்மனியில் கிட்டத்தட்ட ஒருவரும் இல்லை என்றது ஓர் அரசாங்கப் பிரசாரம். நிஜமாகவே பிரமித்துதான் போனார்கள் மக்கள். ஆயிரம் குறை சொன்னாலும் இந்த சாதனையை ஒப்புக்கொள்ளத்தானே வேண்டும்? உண்மை தானே? நமக்குத் தெரிந்து வேலையில்லாதவர்கள் யாராவது இங்கே இருக்கிறார்களா என்ன? இந்த மகத்தான சாதனைக்குப் பின்னால் இருந்த உண்மை பின்னரே தெரியவந்தது. அதாவது, ஏற்கெனவே பணியில் இருந்த அத்தனை பெண்களும் வீட்டுக்கு அனுப்பிவைக்கப்பட்டனர். அவர்கள் வேலையைப் பறிமுதல் செய்து, ஆண்களிடம் ஒப்படைத்தார் ஹிட்லர். பெண்கள் வீட்டு

வேலை செய்தால் போதுமானது என்று ஏற்கெனவே சொல்லி விட்டார் அல்லவா?

தொழில்நுட்ப ரீதியில் ஜெர்மனி பலம் பொருந்திய ஒரு நாடாக வளரவேண்டும் என்னும் கனவு ஹிட்லரிடம் இருந்தது. ஆனால் அதற்கான நீண்டகாலத் திட்டம் எதுவும் அவரிடம் இல்லை. தொழிற்சாலை இல்லையா? எத்தனை செலவாகும்? சரி, மூலைக்கு ஒன்று கட்டு. இப்படிப்பட்ட குறுகிய கால திட்டங்களே அவரிடம் இருந்தன. தேவைப்படும் பணத்தை உருவாக்கித் தாருங்கள் என்று கட்டளையிட்டிருந்தார் ஹிட்லர். நிதி நிர்வாகம் ஹிட்லரின் நிர்வாகமாகவே இருந்தது. கேட்கும் பணம் அச்சடிக்கப்பட்டது. விநியோகப்படுத்தப்பட்டது.

ஹிட்லர் குறிப்பாகக் கவனம் செலுத்தியது ராணுவத்தின் மீதுதான். பலம். செய்ததை சாதித்து முடிக்கவேண்டுமானால், நம் ராணுவம் உலகத்துக்கு சவால்விடும்படி வளரவேண்டும். அதிநவீன ஆயுதங்கள் என்று அறியப்படும் அனைத்தையும் நாம் தருவித்துக்கொள்ளவேண்டும். அல்லது, நாமாகவே உருவாக்கிக்கொள்ளவேண்டும். நினைவிருக்கட்டும். முதல் உலகப் போரின் முடிவில் நோஞ்சான் தேசமாக ஜெர்மனி சுருங்கிப்போனதற்குக் காரணமே, ராணுவ பலமின்மைதான்.

ஆயுதத்தயாரிப்புகள் ஒரு பக்கம் மும்முரமாக நடைபெற்று வந்தது. ஆனால், வெளிப்புறத்துக்கு ஹிட்லர் தன் சாந்தமான முகத்தையே காட்டினார். வெர்ஸைல்ஸ் ஒப்பந்தத்தை கனவிலும் மீறமாட்டேன் என்று உருகினார். மே 17, 1933ல், மே 21, 1935ல், மார்ச் 7, 1936ல் நடைபெற்ற கூட்டங்களில், ஹிட்லர் அமைதியையும் சமாதானத்தையும் வலியுறுத்திப் பேசினார். ஒப்பந்தங்களை ஜெர்மனி எத்தனை அக்கறையுடன் பேணிப் பராமரிக்கிறது என்பதை விவரித்தார்.

1933ல் காபினட் முதல் முறையாகக் கூட்டப்பட்டபோதே ஹிட்லர் தெளிவாக அறிவித்துவிட்டார். செய்யவேண்டிய பணிகள் என்று எடுத்துகொண்டால் ஏராளம் உள்ளன. அவற்றுள் முதன்மையானது ராணுவ வளர்ச்சி. அதிகபட்ச அக்கறையும் கவனிப்பும் ராணுவத்துறை மீது இருந்தாகவேண்டியது அவசியம். இந்தத் தேவை பூர்த்தியானால்தான் பிறவற்றை நாம் எடுத்துக்கொள்ளவேண்டும். நிதி அமைச்சகத்தைக் கவனித்துக் கொண்டிருந்த டாக்டர் ஹான்ஸ் லூதர் என்பவரிடம் ஹிட்லர்

பேசினார். ராணுவத்துக்கான உங்கள் பட்ஜெட் என்ன? கூட்டிக்கழித்துப்பார்த்துவிட்டு அவர் சொன்னது, 100 மில்லியன் மார்க்குகள். ஹிட்லர் தன் அதிருப்தியைத் தெரிவித்தபோது, இதற்கு மேல் முடியாது என்று திட்டவட்டமாக மறுத்துவிட்டார் அந்த அமைச்சர். உடனே, அவர் மாற்றப்பட்டார். புதிதாக இணைந்த Hjalmar Schacht அடுத்த ஐந்து ஆண்டுகளில் 12 பில்லியன் மார்க்குகளை ராணுவத்துக்காக ஒதுக்கினார்.

நாஜிக் கட்சியின் அயல்துறை தலைமை அதிகாரி ஆல்ஃபிரட் ரோஸன்பெர்க் மே 1933ல் லண்டன் பறந்துசென்றார். அக்டோபர் மாதம் 1933ம் ஆண்டு, ஹிட்லருக்கு முதல் வெற்றி கிடைத்தது. லீக் ஆஃப் நேஷன்ஸ், உலக ஆயுத ஒழிப்பு மாநாடு (Disarmament talks) போன்றவற்றிலிருந்து ஜெர்மனி தன்னை துண்டித்துக் கொண்டது. ஜெர்மனியின் முன்னேற்றத்துக்கு இவை தடையாக இருக்கின்றன என்று ஹிட்லர் குற்றம் சாட்டினார்.

1934 ஆகஸ்ட் 2ம் தேதி ஹிண்டன்பர்க் இறந்துபோனபோது ஹிட்லர் கொண்டாடியிருக்கவேண்டும். ஹிட்லர் அறிவித்தார். நம் அதிபர் இறந்துவிட்டார். இனி நானே அதிபர். சான்சிலராகவும் நீடிப்பேன். ராணுவத் தளபதி பொறுப்பையும் அத்தோடுகூட ஏற்கிறேன்.

ஹிட்லர் தயாராகிக்கொண்டிருப்பது அவரைத் தவிர வேறு யாருக்கும் தெரியவில்லை என்பதுதான் ஆச்சரியம்.

4. புயலில் ஐரோப்பா

முதல் உலகப் போர் நடைபெற்ற வருடங்கள் என்றால் 1914 முதல் 1918 வரை என்று அறுதியிட்டுச் சொல்லிவிடமுடியும். ஆனால் இரண்டாம் உலகப் போரை இப்படி கறாராக ஒரு காலகட்டத்துக்குள் அடக்கிவிட முடியாது. வரலாற்று ஆசிரியர்களும் ஆய்வாளர்களும் போரின் காலகட்டம் குறித்து மாறுபடுகிறார்கள். பொதுவாக ஏற்றுக்கொள்ளப்பட்ட கணக்கு, 1939 முதல் 1945 வரை. என்றாலும், சிலருடைய கூற்றுப் படி, இரண்டாம் உலகப் போரின் தொடக்கம் 1939 அல்ல 1931. சீனா மீது ஜப்பான் தாக்குதல் தொடுத்த ஆண்டு அது.

1931 தொடங்கி 1939 வரை ஐரோப்பாவில் நடைபெற்ற உள்நாட்டுப் போர்கள், கலகங்கள், யுத்தங்கள், ஆக்கிரமிப்புகள், அத்துமீறல்கள் அனைத்தும் இரண்டாம் உலகப் போருடன் நேரடியாக தொடர்பு கொண்டிருக்கின்றன. ஆகவே, இந்தக் கொந்தளிப்பான காலகட்டம் சரித்திரத்தில் அதிக முக்கியத்துவம் பெறுகிறது. ஹிட்லர் ஜெர்மனியின் பலத்தைப் பெருக்கிக் கொண்டது இந்தக் காலகட்டத்தில்தான். ஒரு

ஆட்டம் ஆடிப் பார்த்துவிடலாம் என்னும் நம்பிக்கையை அவர் தனக்குள் ஏற்படுத்திக்கொண்டதும் அப்போதுதான். 1931 தொடங்கி ஜெர்மனி, பிரிட்டன், பிரான்ஸ், இத்தாலி, சீனா, ஜப்பான் உள்ளிட்ட நாடுகள் தங்களுக்குள் வெவ்வெறு ஒப்பந்தங் களை தனியாகவும் கூட்டாகவும் செய்துகொண்டன.

ஹிட்லரின் திட்டம் தெளிவானது. அகண்ட ஜெர்மனியை உருவாக்கவேண்டுமானால் ஐரோப்பாவுடன் போரிட்டு வெல்ல வேண்டும். ஐரோப்பாவின் பலம்பொருந்திய சக்திகளான பிரிட்டன், பிரான்ஸ், சோவியத் யூனியன், அமெரிக்கா உள்ளிட்ட நாடுகளுடன் நேருக்கு நேர் நின்று மோதி வீழ்த்தவேண்டும். எப்போது வேண்டுமானாலும் தொடங்கிவிடலாம். அதற்கு முன்பாக, செய்யவேண்டியது ஜெர்மனியின் ராணுவ பலத்தைப் பெருக்குவது. இன்னொரு தோல்வியை ஜெர்மனி சந்திக்கக் கூடாது. இனி எப்போதும்.

முதல் கட்டமாக, ஆஸ்திரியா, போலந்து, செக்கோஸ்லா வாக்கியா போன்ற அக்கம் பக்க நாடுகளை முதலில் தாக்கி கையகப்படுத்தவேண்டும். தெளிவாகத் திட்டமிட்டு வீழ்த்தவேண்டும். இப்போதைக்குப் பெரிய சக்திகளைப் பகைத்துக்கொள்ளக்கூடாது. பலம் கூடியதும் அவர்களைத் தாக்கலாம். ராணுவத்தை மட்டுமல்ல ராஜதந்திரத்தையும் பயன்படுத்தினால்தான் இது சாத்தியமாகும்.

•

சீனாவில், ஸன் யாட் ஸென் மறைவுக்குப் பிறகு, சியாங் கை ஷேக் கோமிண்டாங் கட்சியின் (மன்னராட்சியை ஒழிப்பதை குறிக்கோளாகக் கொண்டு தொடங்கப்பட்ட புரட்சிகர கட்சி) தலைமைப் பீடத்தைக் கைப்பற்றியிருந்தான். ஒட்டுமொத்த சீனாவையும் சுவீகரித்துக்கொள்ளும் கனவு அவனிடம் இருந்தது. மன்னர்களாலும் பின்னர் பல்வேறு அந்நிய தேசங்களின் மேலாதிக்கத்தாலும் தொடர்ந்து சின்னாப்பின்னாமாகிக் கொண்டிருந்த சீனா, அரசியல் ரீதியிலும் ராணுவ ரீதியிலும் மிகவும் பின்தங்கியிருந்தது. இந்த நிலைமையை தனக்குச் சாதகமாகப் பயன்படுத்திக்கொண்டான் சியாங். இந்தக் கனவுக்கு அச்சுறுத்தலாக சீனக் கம்யூனிஸ்ட் கட்சியினர் போராடிக் கொண்டிருந்தனர். எனவே, சீனா முழுவதிலும் இருந்து கம்யூனிஸ்ட்டுகள் விரட்டியடிக்கப்பட்டுக்கொண்டிருந்தார்கள்.

கடைசி கம்யூனிஸ்ட் எஞ்சியிருக்கும்வரை இந்தப் போர் தொடரும் என்று சியாங் கறுவியிருந்தான். ஹிட்லருக்கு ஏற்பட்ட அதே வெறுப்பு.

நான்கிங் உள்ளிட்ட பல்வேறு முக்கியப் பிரதேசங்களை கோமிண்டாங் கைப்பற்றியிருந்தது. மாவோ தலைமையில் செம்படை* தனது நெடும்பயணத்தை அக்டோபர் 1935ல் நிறைவு செய்திருந்தது. கிட்டத்தட்ட ஆறாயிரம் மைல்களைக் கடந்து முன்னேறிய செம்படை, வழி நெடுகிலும் உள்ள நகரங்களையும் கிராமங்களையும் சியாங்கின் பிடியில் இருந்து விடுவித்துக் கொண்டே சென்றது.

சியாங் ஒரு பக்கம். மற்றொரு பக்கம் ஜப்பான். ஜப்பானின் முக்கிய அரசாங்கக் கடமைகளில் ஒன்று சீனாவைக் கண்காணிப்பது. எந்த பிரதேசத்தை யார் ஆள்கிறார்கள்? ராணுவம் என்ன செய்கிறது? அரசாங்கம் என்ன செய்கிறது? யார் தும்முகிறார்கள்? யார் சிரிக்கிறார்கள்? யார் புரட்சி செய்கிறார்கள்? சீனாவில் அரிசி கிலோ எவ்வளவு? மக்காச்சோள மகசூல் இந்த மாதம் எவ்வளவு?

ஒவ்வொன்றும் தெரிந்தாகவேண்டும். ஏன்? ஜப்பானைப் பொறுத்தவரை சீனா என்பது தனிப்பெரும் தேசம் அல்ல. ஜப்பானின் மற்றொரு மாநிலம். சீனாவின் மூலை முடுக்குகளில் எல்லாம் ஜப்பானிய அதிகாரிகள் நின்றுகொண்டிருப்பார்கள். கடை போட்டு உட்கார்ந்திருப்பார்கள். டாங்கிகளின் மீதேறி உட்கார்ந்து வேடிக்கை பார்ப்பார்கள். சீனாவில் உள்ள ஆனால் ஜப்பானுக்கு உட்பட்ட பிரதேசம் என்று ஒரு பட்டியல் எடுத்தால் தலைசுற்றும்.

ஜப்பான் இயற்கை வளங்கள் அற்ற நாடு என்பதால் அது பெரும்பாலும் ஏற்றுமதியை நம்பியிருந்தது. குறிப்பாக அமெரிக்காவிடம் இருந்து. சர்வ வளங்களும் பொருந்திய ஒரு காலனி இருந்தால் மட்டுமே பொருளாதார நெருக்கடியில் இருந்து தப்ப முடியும் என்னும் நிலையில் சீனாவை உறிஞ்சிக்கொள்ள முடிவு செய்தது ஜப்பான். ஜப்பானின் அந்நிய முதலீடுகளில் ஐந்தில் நான்கு பங்கு சீனாவுக்குப் போய் சேர்ந்தது. அமெரிக்கா, பிரிட்டன் போன்ற மேற்குலக நாடுகளுடன்

★ சோவியத் செம்படையின் வெற்றியால் உந்தப்பட்டு அதே பெயரில் உருவாக்கப்பட்டிருந்தது சீனாவின் செம்படை

ஜப்பான் போட்டிப்போட்டது. அவர்களுக்குச் சமானமான நிலையை அடைய விரும்பியது. பொருளாதார துறையில் மட்டுமல்ல ராணுவ ரீதியிலும் பலத்தைக்கூட்டிக்கொள்ள விரும்பியது ஜப்பான். பிரிட்டன், ஜெர்மனி, அமெரிக்கா, பிரான்ஸ், இத்தாலி என்று ஐரோப்பாவின் சக்திகள் அனைத்துமே ராணுவத்தில் தன்னிறைவு அடைந்துவிட்டன. ஜப்பான் எப்போது வல்லரசாவது? பதினெட்டாம் நூற்றாண்டு அமெரிக்காவையும் இப்போதைய அமெரிக்காவையும் ஒப்பிட முடியுமா? எப்படிச் சாத்தியமானது இந்த வளர்ச்சி? தீவிரமாகச் சிந்தித்துக் கொண்டிருந்தது ஜப்பான்.

ஜப்பானின் அப்போதைய எரிச்சல் சீனாவின் செம்படை. இதென்ன புற்றீசல் போல் இப்படிக் கிளம்பியிருக்கிறதே. புற்று வளரும் வரையா விட்டு வைப்பார்கள்? இந்த சியாங் கை ஷேக், தம் படை வீரர்களுடன் பல்லாங்குழியா ஆடிக்கொண்டிருக் கிறான்? முதல் சிவப்புக் கொடியை உயர்த்திப் பிடிப்பவனின் கையை, காலை உடைத்துப் போட்டிருந்தால் இந்த அளவுக்கு விஷம் பரவியிருக்குமா? நெடும்பயணம் போகிறார்களாம். வழியில் தென்படும் ராணுவ பிராந்தியங்களை அழித்துக் கொண்டே வருகிறார்களாம். கோமிண்டாங்கைவிட அதிக பலம் பொருந்தியவர்களாம். இப்படியே போனால் ஒட்டுமொத்த சீனாவையும் செம்படை வளைத்துப்பிடித்துக்கொள்ளுமாம். யார் அப்பன் வீட்டு இடம்?

செப்டெம்பர் 18, 1931ம் ஆண்டு சீனா மீது படையெடுத்தது ஜப்பான். முதலில் மஞ்சூரியா. பிறகு, ஷாங்காய். ஒருசில மாதங்களில் இரண்டும் ஜப்பானால் கைப்பற்றப்பட்டன. அவர்களுக்கு அங்கே அதிகம் வேலை இல்லை. கதவு திறந்தே கிடந்தது. ஒப்புக்குச் சில சீனர்கள் துப்பாக்கியை வைத்துக் கொண்டு பம்மாத்து செய்துகொண்டிருந்தார்கள். இடதுகை சுண்டுவிரலால் அவர்களை நசுக்கிப்போட்டது ஜப்பானியப் படை.

அதிர்ந்து நின்றார்கள் சீனர்கள். இதெல்லாம் ஒரு தேசமா? அரசாங்கத்தின் யோக்கியதை இதுதானா? நமக்கு ஒரு சம்பந்தமும் இல்லாத பக்கத்து நாடு நம் மீது படையெடுத்து வந்து நம்மையே கொன்று நம் பகுதிகளைக் கைப்பற்றிக் கொள்கிறது. ஒப்புக்கு நான்கு பேரை அனுப்பிவிட்டு வேடிக்கை பார்த்துக்கொண்டிருக்கிறது அரசாங்கம். நம் நாடு, நம் மக்கள்,

நம் பகுதிகள் என்று கொஞ்சமாவது அக்கறை இருக்கிறதா? பஞ்சத்தால் அடிபட்ட ஒரு விவசாயி கூட என் தேசம் என்கிறானே.

கேட்டால், சர்வதேச சங்கங்களுக்கு மனு போட்டிருக்கிறோம் என்று ஒரு பதில். ஏன்? அவர்களை ஏன் அழைக்கவேண்டும்? ராணுவம் என்று எதற்கு வைத்திருக்கிறாய்? கவாத்து செய்வதற்கும் சல்யூட் அடிப்பதற்குமா? பளபளக்கும் தொப்பிகளும் துப்பாக்கிகளும் எதற்கு? இங்கே சியாங் கை ஷேக். அங்கே வேறு யாரோ. ஷாங்காய்க்கு என்ன வந்தால் எனக்கு என்ன என்று மஞ்சூரியா நினைக்கிறது. தெற்கில் ஜப்பான் வந்தால் எனக்கென்ன போச்சு என்று வடக்கு தூங்குகிறது.

சீனர்கள் தெருவில் இறங்கினார்கள். அவர்களுக்கு நினைவு தெரிந்த காலம் முதல் சீனாவை சீனா ஆளவில்லை. யார் யாரோ உள்ளே புகுந்து என்னென்னவோ கூத்தடித்திருக்கிறார்கள். இது எனக்கு அது உனக்கு என்று வேலி கட்டி வைத்திருக்கிறார்கள். தெருவில் இறங்கி நடந்தால் சீனா போலவே இல்லை. எதிரே வரும் பத்து பேரில் இரண்டு பேர் ஜப்பானியர்கள். இப்படியே போனால் சீனர்களின் கலாசாரம், மொழி, வரலாறு அனைத்தும் அழிந்துபோய்விடும். ஜப்பான் சீனாவை மொத்தமாகச் சாப்பிட்டுவிடும்.

சீனாவில் நடந்துவரும் மாற்றங்களை பிரிட்டனும் உன்னிப் பாகக் கவனித்துக்கொண்டிருந்தது. வேறெந்த தேசங்களையும் விட சீனா மீது அக்கறை செலுத்துவதில் தனக்கே முன்னுரிமை அதிகம் இருப்பதாக பிரிட்டன் நம்பியது. காரணம், அமெரிக்காவைக் காட்டிலும் பிரிட்டன் சீனாவில் அதிகப் பணத்தைக் கொட்டியிருந்தது. பிரிட்டனும் ஜப்பானும் 72 சதவீத முதலீட்டை சீனாவில் செய்திருந்தன. அமெரிக்கா ஜப்பானை விட அதிக அளவில் முதலீடு செய்திருந்தது.

சீனாவை அபகரித்துக்கொள்வதில் ஜப்பான் காட்டிய அவசரத் துக்குக் காரணம் மேற்படி போட்டியாளர்கள்தாம். நான்தான் அதிகம் முதலீடு செய்துள்ளேன், சீனா எனக்குத்தான் சொந்தம் என்று ஆளாளுக்கு வரிந்துகட்டிக்கொண்டு போர் தொடுக்க ஆரம்பித்தால், விவகாரம் சிக்கலாகிவிடும். ஆகவே, உடனுக்குடன் சீனப் பிராந்தியத்தைத் தன் கட்டுப்பாட்டின் கீழ் கொண்டுவந்துவிடவேண்டும் என்று ஜப்பான் துடித்தது.

ஜனவரி 1932ல் ஜப்பான் ஷாங்காய் மீது போர் தொடுத்தபோது, ஐரோப்பா நிமிர்ந்து உட்கார்ந்தது. பிரிட்டன், பிரான்ஸ், அமெரிக்கா, ஜெர்மனி, இத்தாலி என்று ஒவ்வொரு நாடும் இந்தப் போரை உன்னிப்பாகக் கவனிக்க ஆரம்பித்தன. ஐரோப்பிய மக்களையும் இந்தப் போர் உலுக்கியது. எதிர்ப்புகள் அதிகம் காட்டமுடியாத சீனாவை ஜப்பானிய விமானங்கள் பறந்து பறந்து தாக்கியதை இவர்களால் ஏற்றுக்கொள்ள முடியவில்லை. எதற்காக இந்தப் போர்? சீனா, ஜப்பானை என்ன செய்தது? அப்பாவி சீனர்கள் எதற்காக குண்டடிப்பட்டு சாகவேண்டும்? இது அநியாயம் இல்லையா? சீனா மீது அக்கறையும் கரிசனமும் குவிய ஆரம்பித்த அதே சமயம் ஜப்பானை மேலாதிக்கம் செலுத்தும் ஒரு தீய சக்தியாகவும் ஐரோப்பா பார்க்க ஆரம்பித்தது.

மஞ்சூரியா மீது ஜப்பான் அடுத்த தாக்குதலை நிகழ்த்தியபோது, சீனா லீக் ஆஃப் நேஷன்ஸிடம் முறையிட்டது. சரி, இவர்கள் தலையிட்டு ஏதாவது செய்வார்கள் என்று மக்கள் காத்திருந்தனர். ஆனால், லீக் அலட்டிக்கொள்ளவில்லை. ஜப்பானின் பெரும் படையை எதிர்த்து நிற்கும் அளவுக்குச் சக்தி தன்னிடம் இல்லை என்று புலம்பியது. வேடிக்கை பார்த்துக்கொண்டிருந்த பிற நாடுகள் எதுவும் இதில் தலையிடவில்லை. லீக் மட்டுமல்ல எந்தவொரு சர்வதேச அமைப்பாலும் போரைத் தடுத்து நிறுத்தமுடியாது என்னும் உண்மை இந்தப் போரினால் அம்பலமானது. அமெரிக்கா இந்தப் போரை கண்டித்தது. பிரிட்டன் நிலைகொள்ளாமல் தவித்தது. சீனாவுக்கு ஆதரவாகப் போரில் குதித்தால், ஜப்பானைப் போலவே தானும் எதிர்க்கப் படுவோம் என்று அதற்குத் தெரிந்துபோனது.

தவிரவும், கோமிண்டாங் படை மீது மேற்கு நாடுகளுக்கு நம்பிக்கை ஏற்படவில்லை. கோமிண்டாங்குக்கு உதவுவதன் மூலம் சீனாவைக் காப்பாற்றிவிடமுடியாது என்று அவர்கள் நம்பினார்கள். கூடுதலாக, தேவையில்லாமல் ஜப்பானை பகைத்துக்கொள்ள நேரிடும். எதற்கு அநாவசிய வம்பு?

•

செலுத்தப்பட்ட அம்புபோல் ஹிட்லர் தன் பாதையில் பறந்துகொண்டிருந்தார். சிறு தயக்கமும் இல்லை அவரிடம். மெய்ன் காம்ஃப் எழுதியபோது எதுபோல் சிந்தித்தாரோ

அப்படியேதான் இப்போதும் சிந்தித்துக்கொண்டிருந்தார். எவற்றையெல்லாம் செய்ய விருப்பம் என்று மெயின் காம்ஃபில் எழுதியிருந்தாரோ அவற்றைத்தான் செய்ய ஆரம்பித்திருந்தார். அவருடைய இலக்கில் மாற்றம் எதுவும் இல்லை. ஜெர்மனியின் பெருமையை, பாரம்பரியத்தை மீட்டெடுக்கவேண்டும். ஒப்பந்தம் மேல் ஒப்பந்தம் போட்டு கழுத்தறுத்த ஐரோப்பிய சக்திகளின் கழுத்தை நெறிக்கவேண்டும். முன்னர் இழந்ததைக் காட்டிலும் அதிக அளவில் பிரதேசங்களைக் கைப்பற்றிக் கொள்ள வேண்டும். ஆரிய குலத்தின் பெருமையை உலகுக்கு நிரூபிக்கவேண்டும். இது ஒரு கனவு. அடுத்த கனவு, யூதர்கள் இல்லாத புனித ஜெர்மனியை நிறுவுவது. இது உள்நாட்டு வேலை. இரண்டையும் ஒருசேர தொடங்கியிருந்தார் ஹிட்லர்.

முதலில் தேவை, ஒரு யுத்தம். அல்லது, சில யுத்தங்கள். ஜெர்மனியை போருக்குத் தயார்படுத்தவேண்டும். ஒரு செஸ் விளையாட்டாக இதை உருவகம் செய்துகொண்டார் ஹிட்லர். ஒவ்வொரு எதிராளியையும் எதிர்கொண்டு தோற்கடிக்க வேண்டும். பிறகு, எதிரியின் பிரதேசத்தை கைப்பற்றிக்கொள்ள வேண்டும். ஒவ்வொரு எதிரிக்கும் ஒவ்வொரு திட்டம். ஒவ்வொரு யுக்தி. இப்படியே ஐரோப்பா முழுவதையும் வளைத்துவிடமுடியும். தன் கனவின் மகத்துவத்தை ஜெர்மானியர்களும் ஏற்றுக்கொள்ளும்படி செய்திருந்தார் என்பதில்தான் ஹிட்லரின் தனித்துவம் அடங்கியிருக்கிறது.

ஹிட்லரை பிரிட்டன் அறிந்திருந்தது. பெருகிக்கொண்டிருக்கும் நாஜி ராணுவ பலம். யூத வகை முகாம்கள். யூத இன அழிப்பு. ஜெர்மனியில் இருந்து தப்பி ஓடி வந்த யூத அதிகள் ஜெர்மனியில் நடந்துவரும் கொலைபாதகச் செயல்களை ஊர்ஜிதப்படுத்தினர். என்றாலும், பிரிட்டன் கண்டுகொள்ளாமல்தான் இருந்தது. பிரிட்டனைவிட பிரான்ஸ் ஜெர்மனியை நன்கறிந்திருந்தது. இது அபாயகரமான போக்கு என்று அதற்கு நன்கு தெரிந்திருந்தது. என்றாலும், பிரிட்டனின் அனுதியில்லாமல் ஜெர்மனியை உரச முடியாது என்று பிரான்ஸுக்குத் தெரிந்திருந்தது. அன்றைய ஃபிரெஞ்சு ராணுவம், ஜெர்மன் ராணுவத்தைவிட வலுவான தாகத்தான் இருந்தது. ஆனாலும், யுத்தம் என்று வந்துவிட்டால் ஜெர்மனியை எதிர்கொள்ளமுடியுமா என்னும் தயக்கம் பிரான்ஸிடம் இருந்தது. இந்தத் தயக்கம், பிரான்ஸை வெறும் பார்வையாளராக மாற்றியது.

நவம்பர் 1933ல் பிரிட்டிஷ் அம்பாஸிடர் எரிக் ஃபிலிப்ஸ் என்பவரை ஹிட்லர் சந்தித்துப் பேசினார். உங்களைச் சந்திப்பதில் மகிழ்ச்சி. ஆங்கிலேயர்களுக்கும் ஜெர்மானியர் களுக்கும் இடையில் இணைப்பு ஏற்படவேண்டும் என்பதுதான் என் விருப்பம். எங்கள் தேச நலனுக்காக நீங்கள் ஓர் உபகாரம் செய்யவேண்டும். எங்கள் ராணுவத்தின் பலம் பெருகவேண்டும். மூன்று லட்சம் பேராவது இருந்தால்தான் நல்லது. உங்கள் ஆதரவு கிடைக்குமா? பொறுத்திருங்கள் ஹிட்லர் என்று சொன்னது பிரிட்டன். குறைந்தது பத்து ஆண்டுகளாவது நீங்கள் காத்திருக்கத்தான்வேண்டும். சரி அது ஒரு பக்கம் கிடக்கட்டும் என்று போலந்து பக்கம் திரும்பினார் ஹிட்லர். ரகசியப் பேச்சுவார்த்தைகள் நடந்தன. ஜனவரி 1934ல் ஒப்பந்தம் ஒன்றையும் போட்டுக்கொண்டார் ஹிட்லர். எக்காரணத்தைக் கொண்டும் ஜெர்மனி போலந்தை தாக்காது என்பதுதான் அந்த ஒப்பந்தத்தின் ஷரத்து.

ஹிட்லர் அடுத்தடுத்த கட்டங்களுக்கு முன்னேறிக்கொண்டிருந் தார். 1935 தொடக்கத்தில் ஜெர்மனியின் ஒரு மாகாணமான சார்லாண்ட் (Saarland) சட்டப்பூர்வமாக அதனுடன் ஒன்றிணைக்கப்பட்டபோது பிரான்ஸும் பிரிட்டனும் அதிர்ந்துபோயின. காரணம், வெர்ஸைல்ஸ் ஒப்பந்தப்படி இந்தப் பிரதேசம் ஜெர்மனியின் கையைவிட்டு போய்விட்டது. பிரிட்டனும் பிரான்ஸும் மட்டுமே இந்தப் பிரதேசதத்துக்குச் சொந்தம் கொண்டாடமுடியும். நிர்வகிக்கும் உரிமை பிரான்ஸிடம் இருந்தது. 1933ல் நாஜிகளுக்கு எதிரானவர்கள் பலர் சார்லாண்டுக்கு ஓடிப்போனார்கள். ஜெர்மனியின் ஆட்சிக்கு உட்படாத பிரதேசமாக சார்லாண்ட் இருந்ததால் அங்கே பாதுகாப்பு கிடைக்கும் என்பது அவர்கள் நம்பிக்கை. சார்லாண்ட் எக்காலத்திலும் ஜெர்மனிக்குப் போய்விடக்கூடாது, அது பிரான்ஸின் ஆளுகைக்கு உட்பட்டே இருக்கவேண்டும் என்று அவர்கள் விரும்பினார்கள். நாஜிகளுக்கு எதிரான ஒரு ஜெர்மானியக் குழு அங்கே உருப்பெற்றது.

அதே சமயம், சார்லாண்டில் இருந்த ஜெர்மானியப் பிரஜைகள் பிரான்ஸின் ஆதிக்கத்தை ஏற்றுக்கொள்ள மறுத்தனர். நாஜி ஜெர்மனியில் ஆயிரம் குற்றம், குறைகள் இருந்தாலும் நாங்கள் ஜெர்மனியோடுதான் இணைவோம் என்றனர். நாஜி எதிர்ப்புக் குழுவினரால் இவர்களை ஈர்க்கமுடியவில்லை. சார்லாண்ட்

ஜெர்மானியர்கள் பெர்லினுடன் இணையும் நாளை எதிர்நோக்கி யிருந்தனர். 1920ம் ஆண்டு லீக் ஆஃப் நேஷன்ஸின் தீர்மானத்தின் படி, பிரான்ஸ் சார்லாண்ட் மீது பதினைந்து ஆண்டுகள் மட்டுமே மேலாதிக்கம் செலுத்தமுடியும். அதற்குப் பிறகு அங்கே வாக்கெடுப்பு நடத்தப்படவேண்டும். ஜனவரி 15, 1935ல் வாக்கெடுப்பு நடந்தபோது, 90.3 சதவீத மக்கள் ஜெர்மனிக்கு ஆதரவாக வாக்களித்தனர். ஆகவே, சட்டப்படி சார்லாண்ட் ஜெர்மனியுடன் சேர்ந்துகொண்டது.

சந்தேகமேயில்லாமல், ஜெர்மனியின் பலம் பெருகிக் கொண்டிருந்தது. ராணுவத்தைக் கட்டமைக்கும் பணியில் மும்மரமாக ஈடுபட்டுக்கொண்டிருந்தார் ஹிட்லர். ஜெர்மனியால் நேரக்கூடிய ஆபத்தை பிரிட்டன், பிரான்ஸ், இத்தாலி மூன்றும் உடனே புரிந்துகொண்டுவிட்டன. இனி எழுந்திருக்காது என்பதை உறுதிபடுத்திக்கொண்ட பிறகே முந்தைய போரை முடிவுக்குக் கொண்டு வந்தோம். ஆனால், இன்று ஜெர்மனி தட்டிவிட்டுக்கொண்டு எழுந்துநிற்கிறது. அத்தோடு நில்லாமல், ஆயுதங்களையும் குவித்துவைத்துக்கொண்டு மல்லுக்கட்டி நிற்கிறது. இது சரியல்ல. ஜெர்மனியால் இன்னொரு போர் மூளக்கூடிய அபாயத்தை மறுக்கமுடியாது. மேலும் மேலும் ஹிட்லர் ஆயுதங்களைக் குவித்துக்கொண்டே போகிறார். முந்தைய போரில் நாம் இழந்த பிரதேசங்களை மீண்டும் பிடிப்போம் என்று உணர்ச்சிபொங்க உரையாற்றுகிறார். உளவுத் தகவல்கள் ஜெர்மனியின் போர் விருப்பத்தை ஊர்ஜிதப்படுத்து கின்றன.

முந்தைய யுத்தத்தில் போட்டுக்கொண்ட ஒப்பந்தத்தைத் தொடர்வது என்று இந்த நாடுகள் முடிவுசெய்தன. நாம் நேச நாடுகளாகவே நீடிப்போம். இந்த அணி அப்படியே தொடரட்டும். நமக்குள்ளே எந்தப் பிரச்னையும் இருக்கக்கூடாது. ஒருவருக்கொருவர் உதவிக்கொள்வோம். ஆபத்து என்றால் ஓரணியில் திரள்வோம்.

ஜனவரி 1935ல் பிரான்ஸும் இத்தாலியுடன் கைகுலுக்கிக் கொண்டன (Franco-Italian Agreement). ரோமுக்குச் சென்று முஸோலினியைச் சந்தித்தார் பிரான்ஸின் அயல்துறை அமைச்சர். பிரான்ஸுக்குச் சொந்தமான சோமாலிலாந்தில் இருந்து (தற்போது Djibouti) சில பகுதிகளை உங்களுக்குத்

தந்துவிடுகிறோம். எதியோப்பியாவில் உங்கள் விருப்பம் போல் நடந்துகொள்ளலாம். பதிலுக்கு, நீங்கள் எங்களுடன் கூட்டு சேர்ந்துகொள்ள வேண்டும். ஜெர்மன் ஆக்கிரமிப்பு நிகழ்ந்தால், நீங்கள் கைகொடுக்கவேண்டும்.

மே 2, 1935ல் சோவியத்தும் பிரான்ஸூம் ஓர் ஒப்பந்தம் செய்து கொண்டன. (Franco-Soviet Treaty of Mutual Assistance). சோவியத்துடன் சேர்வதற்கு முன்னால் நிறைய சிந்தித்தது பிரான்ஸ். ஆனாலும், அவர்களுக்கு வேறு வழி தெரியவில்லை. சோவியத்தின் கம்யூனிச சித்தாந்ததை பிரான்ஸ் ஏற்றுக் கொள்ளவில்லை என்றாலும் ஹிட்லரின் ராணுவ விரிவாக்கத் துக்கு ஈடுகொடுக்கவேண்டுமானால் சோவியத்தின் உதவி அவசியம் என்பதை உணர்ந்திருந்தது.

•

ஜூன் 18, 1935ல் பேரதிசயமாக, பிரிட்டனும் ஜெர்மனியும் ஓர் உடன்படிக்கையை உருவாக்கி கையெழுத்திட்டன (Anglo-German Naval Agreement). 1919 வெர்ஸைல்ஸ் ஒப்பந்தத்தின் படி, ஜெர்மனி தன் கடற்படையை கட்டுப்பாட்டில் வைத்திருக்க வேண்டும். நீர்மூழ்கிக்கப்பல்கள், போர்க்கப்பல்கள் போன்ற வற்றை ஜெர்மனி வாங்கமுடியாது, பயன்படுத்தமுடியாது. ஆறு கனமான க்ரூஸர்கள், ஆறு மிதமான க்ரூஸர்கள், 12 டெஸ்ட்ராயர் போர்க்கப்பல்கள், 12 டார்பிடோ படகுகள். இவை மட்டுமே தற்காப்புக்காக அனுமதிக்கப்பட்டிருந்தன.

ஜெர்மனி பல்வேறு சமயங்களில் தன் எதிர்ப்பை பதிவு செய்திருந்தது. இதென்ன அநியாயம்? தோற்றுபோன ஒரே காரணத்துக்காக எங்கள் பலத்தை நாங்கள் குறைத்துக் கொள்ளவேண்டுமா? ஒன்று, ஐரோப்பிய நாடுகள் அனைத்தும் தங்கள் பலத்தை எங்களோடு சேர்ந்து குறைத்துக்கொள்ள வேண்டும் அல்லது எங்களையும் உங்களுக்குச் சமமாக வளர அனுமதிக்கவேண்டும்.

1919ம் ஆண்டுக்குப் பிறகு, பிரிட்டனில் ஜெர்மனிக்கு ஆதரவான அலை அங்குமிங்குமாக வீச ஆரம்பித்தது. ஆயிரம் சொன்னாலும் ஜெர்மனியை இப்படி அழுத்திப்பிடிப்பது சரியல்ல என்று விமரிசனங்கள் எழுந்தன. எப்போதோ போட்ட ஒப்பந்தத்தை எதற்கு உடும்பு போல் பிடித்துக்கொள்ளவேண்டும், கொஞ்சம் தளர்த்தலாமே என்று வெளிப்படையாக பேசிக்கொள்ள

ஆரம்பித்தனர். ஐரோப்பாவின் சக்திவாய்ந்த தேசம், ஜெர்மனி. அங்கே அமைதி நிலவவேண்டுமானால், அவர்களால் ஐரோப்பாவில் அமைதி நிலவவேண்டுமானால் நாம் கொஞ்சம் விட்டுக்கொடுத்துதான் ஆகவேண்டும் என்று அரசியல் விமரிசகர்கள் கருத்து தெரிவித்தார்கள்.

ஹிட்லரின் வருகைக்குப் பிறகும் பிரிட்டன் அரசாங்கத்திடம் இந்த தடுமாற்றம் இருக்கவே செய்தது. என்ன செய்வது ஜெர்மனியை? அதுவும் ஹிட்லரின் ஜெர்மனியை? கட்டுப்பாடுகளைத் தளர்த்தினால் என்ன ஆகும்? என்ன செய்வார் ஹிட்லர்? மீண்டும் ஒரு போர் மூளுமா? அல்லது தன்னிறைவு பெற்ற ஜெர்மனியில் அமைதி தவழுமா? ஆகஸ்ட் 1933ல், பாதுகாப்பு துறையைச் சேர்ந்த ஜெனரல் சர் மௌரீஸ் ஹாங்கே என்பவர் ஜெர்மனிக்கு சென்றுவந்தார். தான் தரிசித்த நவ ஜெர்மனி பற்றி அக்டோபர் மாதம் அவர் ஒரு குறிப்பு எழுதினார். என்ன செய்யப்போகிறது பிரிட்டன்? மெய்ன் காம்ஃப் எழுதிய ஹிட்லரோடு உறவு வைத்துக்கொள்ளப்போகிறோமா? தான் சொன்னது போல் அவர் போலந்தை அபகரித்துக்கொள்வார் என்று நம்பப்போகிறோமா? அல்லது, ஜெர்மனியின் சங்கடங்களை, சவால்களை, தேவைகளை உணர்ந்த புதிய தலைவராக ஹிட்லரை அங்கீகரிக்கப்போகிறோமா? இந்தப் புதிருக்கு உடனே நாம் விடை கண்டுபிடித்தாகவேண்டும்.

ஹிட்லரோடு கைகோர்த்துக்கொள்ள முடிவுசெய்தது பிரிட்டன். மார்ச் 1935ல் ஹிட்லர், ஜோவாசிம் வோன் ரிப்பன்ட்ராப் (Joachim von Ribbentrop) என்பவரை ஜெர்மனியின் அயல்துறை அமைச்சராக நியமனம் செய்தார். ஜூன் 2, 1935ல் ரிப்பன்ட்ராப் லண்டன் சென்றார். தன் வாதத்தை அவர் அழுத்தமாக எடுத்து வைத்தார். எங்கள் கோரிக்கையை ஏற்று, ஜெர்மன் கடற்படையை பிரிட்டன் பலப்படுத்தவேண்டும். நூறுக்கு முப்பத்தைந்து என்னும் விகிதாசாரத்தில் பலத்தைக் கூட்டினால் போதுமானது. இதை நீங்கள் மறுப்பதாக இருந்தால் பாதகமில்லை. எங்கள் விருப்பத்துக்கு ஏற்றாற்போல் எங்கள் பலத்தை நாங்களே அதிகப்படுத்திக்கொள்வோம். ரிப்பன்ட்ராபின் குரலில் தொனித்த உறுதியையும் அலட்சியத்தையும் ஆணவத்தையும் கண்டு திகைத்தது பிரிட்டன். நிச்சயம் இதுபோன்ற ஒரு தொனியில் பேசி எந்த ஒரு உடன்படிக்கையையும் நிறைவு செய்யமுடியாது. அதிலும் ஜெர்மனி வந்திருப்பது பிரிட்டனின் உதவி வேண்டி. இப்படியா உதவி கேட்பார்கள்?

மறுத்துவிடத்தான் முடிவு செய்தது பிரிட்டன். ஆனால் யோசித்துப் பார்த்தபோது, உடன்படிக்கை போட்டுக்கொள்வது தான் சரி என்று தோன்றியது. ஹிட்லர் சொன்னதை செய்து முடிக்கக்கூடியவர். செய்துமுடிக்க முடியும் என்னும் நம்பிக்கை இருப்பதால்தான் இந்த வித மிரட்டல் தொனியுடன் பேச்சு வார்த்தை நடத்தமுடிகிறது. உடன்படிக்கை போடாவிட்டால், ஜெர்மனி தன் கப்பற்படை பலத்தை கணக்கிலடங்கா விதத்தில் கூட்டிவிடும். ஜெர்மனியின் தொழில்நுட்பத் திறனையும் கட்டுமான திறனையும் குறைத்து மதிப்பிடுவதற்கில்லை. விவேகத்துடன் நடந்துகொள்வதுதான் சிறந்த வழி.

தன் வாழ்வின் மிக மகிழ்ச்சியான தருணங்களில் இதுவும் ஒன்று என்று ஹிட்லர் இந்தச் சம்பவத்தை பின்னர் கொண்டாடிக் கொண்டார்.

•

அக்டோபர் 1935ல் இத்தாலி எதியோப்பியாவை (அபிசீனியா என்றும் அழைப்பார்கள்) ஆக்கிரமித்தது. இத்தாலியப் படை களை எதிர்கொள்ளும் அளவுக்கு எதியோப்பியாவிடம் படை வலிமை கிடையாது. ஆகவே எதியோப்பியா இத்தாலியின் ராணுவப் பலத்தில் சுருண்டு ஒடுங்கிப்போனது. இத்தாலிய கிழக்கு ஆப்பிரிக்கா என்னும் பெயரில் தனக்கான காலனியை இத்தாலி உருவாக்கிக்கொண்டது. ஜப்பானின் சீன ஆக்கிர மிப்பை எப்படி லீக் ஆஃப் நேஷன்ஸால் தடுத்து நிறுத்தமுடிய வில்லையோ அப்படியே இத்தாலிய ஆக்கிரமிப்பையும் லீகால் தடுக்கமுடியவில்லை. வேடிக்கை மட்டுமே பார்த்துக் கொண்டிருந்தது. இத்தாலி, எதியோப்பியா இரண்டுமே லீகின் உறுப்பு நாடுகள் என்ற போதிலும்.

இந்த ஆக்கிரமிப்பு முஸோலினியைப் பிரபலப்படுத்தியது. ஐரோப்பிய நாடுகள் இந்த ஆக்கிரமிப்பை ஏற்றுக்கொள்ள வில்லை. ஆனால் எதிர்க்கவும் முன்வரவில்லை. ஜெர்மனி இத்தாலிக்குக் கைகொடுக்க முன்வந்தது. எதியோப்பியாவை இத்தாலி ஆக்கிரமித்ததில் தவறேதுமில்லை, இத்தாலியை நாங்கள் ஆதரிக்கிறோம் என்று அறிவித்தது ஜெர்மனி.

அடுத்ததாக, ரைன்லாந்து பக்கம் பார்வையைத் திருப்பினார் ஹிட்லர். வெர்சைல்ஸ் ஒப்பந்தத்தால் நிராயுதபாணியாக

மாற்றப்பட்ட மற்றொரு பிரதேசம். ராணுவச் சீருடைகளை இங்கே பார்க்கமுடியாது. ஜெர்மனி ஒரு பக்கம் பலம் பெற்றுக்கொண்டிருக்கும்போது, ஜெர்மனியின் ஒரு பாகமான ரைன்லாந்து பலவீனமாக இருப்பது தேச அவமானம் அல்லவா? மார்ச் 1936ல் ஹிட்லர் உத்தரவு பிறப்பித்தார். பொட்டல்காடாக ரைன்லாந்து இருப்பது எனக்குப் பிடிக்கவில்லை. நாஜிகள் இங்கே சென்று தழைத்துப் பரவட்டும். வெர்சைல்ஸ் வாத்தியார் காலாவதியாகிவிட்டார். நாம் அவருக்குக் கீழ்படிய வேண்டிய அவசியம் இல்லை.

உத்தரவின்படி 32,000 ராணுவ வீரர்களும் ஆயுதம் தரித்த காவல் வீரர்களும் ரைன்லாந்துக்குள் புகுந்தனர். ஹிட்லர் எதிர்பார்த்த படியே எந்த எதிர்ப்பும் யாரிடம் இருந்தும் கிளம்பவில்லை. அப்படியே கேட்டாலும் ஹிட்லரிடம் பதில் தயாராகவே இருந்தது. ரைன்லாந்து என் நாட்டின் ஒரு பகுதி. தேவைக்கேற்ப ராணுவத்தை அங்கே கொஞ்சம் நகர்த்திக்கொண்டதில் உங்களுக்கு என்ன ஆட்சேபணை?

பிரிட்டனிடம் ஹிட்லருக்கு எந்த பயமும் இல்லை. ஆனால் பிரான்ஸிடம் கொஞ்சம் பயம் இருந்தது. ராணுவத்தினரிடமும் அவர் சொல்லியிருந்தார். ஒருவேளை பிரான்ஸ் தரப்பில் இருந்து ஏதாவது எதிர்ப்பு வந்தால் சட்டென்று பின்வாங்கி விடுங்கள். ஆனால் பிரான்ஸ் அமைதியாகவே இருந்தது. ஹிட்லர் இதை ஒரு வெற்றியாகக் கருதினார். இனி பிரான்ஸ் குறித்து அச்சப்படவேண்டிய அவசியமில்லை.

•

ஜூலை 17, 1936 தொடங்கி ஏப்ரல் 1, 1939 வரை நீடித்த ஸ்பானிஷ் உள்நாட்டு யுத்தம் ஸ்பெயினை கிழித்துக் கந்தாலாக்கியது. பத்தொன்பதாம் நூற்றாண்டு முழுவதிலும் ஸ்பெயின் பல்வேறு போராட்டங்களைச் சந்தித்திருக்கிறது. கன்சர்வேடிவ், ரிஃபார்மிஸ்ட் இரு குழுக்களும் மாற்றி மாற்றிப் போரிட்டு ஆட்சியைக் கைப்பற்றின. இந்த உள்நாட்டு யுத்தத்தைத் தொடங்கிவைத்தவர்கள் சில ராணுவ ஜெனரல்கள். இவர்களுக்கு கன்சர்வேடிவ் குழு (Confederation de Derechas Autonomas - CEDA), கார்லிஸ்ட் குழுக்கள் மற்றும் Falange Espanola de las JONS என்னும் ஃபாசிஸ குழுக்களும் ஆதரவு தந்தன. ரிபப்ளிக்கன் கட்சி அதிபராக இருந்த Manuel Azana

என்பவருக்கு எதிராக இவர்கள் கலகத்தில் இறங்கினார்கள். போரின் முடிவில் அதிபர் தூக்கியடிக்கப்பட்டார். ஜெனரல் ஃப்ரான்சிஸ்கோ ஃபிராங்கோ பதவியைக் கைப்பற்றினார்.

இந்த உள்நாட்டு யுத்தத்தில் ஸ்பெயினுக்கு சோவியத் யூனியன் ஆதரவளித்தது. எர்னெஸ்ட் ஹெமிங்வே, ஜார்ஜ் ஆர்வெல் உள்ளிட்ட பிரபலமான எழுத்தாளர்கள் இந்தப் போரின் நிகழ்வுகளை எழுதி உலக மக்களின் கவனத்தை, குறிப்பாக ஐரோப்பாவின் கவனத்தை ஈர்த்தனர். இந்தப் போரின் ஆரம்பக்கட்டத்திலேயே, சுமார் 50,000 பொது மக்கள் துப்பாக்கிச் சூட்டில் மாட்டிக்கொண்டும், கைதிகளாகப் பிடிபட்டும் உயிரிழந்தனர். நவம்பர் 1936ல் ஜெர்மனியும் இத்தாலியும் ஃபிராங்கோவின் கைப்பற்றப்பட்ட ஆட்சியை ஆதரித்தனர். டிசம்பரில் இத்தாலி தன் ராணுவத்தை ஸ்பெயினுக்கு அனுப்பிவைத்தது. ஃபிராங்கோவோடு சேர்ந்து ஸ்பெயினை முறியடிப்பதற்காக.

இரண்டாம் உலகப் போரின் முன்னோட்டமாக இதைக் கொள்ள முடியும். ஒரு பக்கம், ஜெர்மனி, இத்தாலி உள்ளிட்ட நாடுகளின் கூட்டணி. மற்றொரு பக்கம் பிரிட்டன், பிரான்ஸ் கூட்டணி. பிறகு, சோவியத் யூனியன்.

•

நவம்பர் 1936ல் ஜெர்மனியும் ஜப்பானும் கைகுலுக்கிக் கொண்டன. இரண்டையும் அருகருகே கொண்டுவந்த சக்தி, சோவியத் எதிர்ப்பு. கம்யூனிஸ்ட் இண்டர்நேஷனல் (மாஸ்கோவில் தொடங்கப்பட்ட சர்வதேச கம்யூனிஸ்ட் அமைப்பு. Communist International என்பதன் முன்னெழுத்துச் சுருக்கமாக Comintern (கோமிண்டர்ன்) என்றழைக்கப்பட்டது) பிற நாடுகளில் குழப்பங்களை ஏற்படுத்தும் பணியில் ஈடுபட்டு வருகிறது. அரசாங்கத்துக்கு எதிராகத் தொழிலாளர்களை ஊக்குவிக்கிறது. கலகம் செய்ய தூண்டுகிறது. ஜார் மன்னரை மக்கள் தூக்கியெறிந்ததைப் போல் ஏகாதிபத்திய நாடுகளின் அரசாங்கத்தை அந்தந்த தேசத்து மக்கள் தூக்கியெறியவேண்டும் என்று பிரசாரம் செய்து வருகிறது. ஆபத்து. சோவியத் யூனியன் என்னும் தீயசக்தியிடம் இருந்து நாம் நம்மை காப்பாற்றிக் கொள்ளவேண்டியது அவசியம். சோவியத் முதலில் என்னைத் தாக்கினால் நீ கைகொடு. உன்னைத் தாக்கினால் நான் உன் பக்கம்

நிற்பேன். நாம் சோவியத்தின் பக்கமே தலை வைத்து படுக்க வேண்டாம். இதுதான் ஒப்பந்தத்தின் சாரம்.

Anti-Comintern Pact என்று இந்த ஒப்பந்தம் அழைக்கப்பட்டது. நவம்பர் 1937ல் இத்தாலி இந்த ஒப்பந்தத்தில் இணைந்து கொண்டது. ஜெர்மனி, ஜப்பான், இத்தாலி மூன்றும் ஒன்றிணைந்து அச்சு நாடுகளாக (Axis Powers) மாறின. இத்தாலி இந்தக் கூட்டணியில் இணைந்ததற்கு என்ன காரணம்? ஏற்கெனவே பிரிட்டனோடும் பிரான்ஸோடும் இத்தாலி தனித்தனியே போட்டுக்கொண்ட ஒப்பந்தங்கள் என்ன ஆயின? ஜெர்மனிக்கு எதிராக ஒன்றுசேர்வோம் என்று சொன்ன இத்தாலி அதே ஜெர்மனியிடம் அடைக்கலம் புகுந்தது ஏன்?

ஏமாற்றம். ஏப்ரல் 14, 1935ல் இத்தாலியில் உள்ள Stressa என்னும் பகுதியில் பிரான்ஸ், பிரிட்டன், இத்தாலி மூன்றும் ஒப்பந்தம் ஒன்றை போட்டுக்கொண்டன. ஆஸ்திரியாவின் இறையாண்மையை அங்கீகரிக்கவேண்டும், ஜெர்மனியின் எதிர்கால அத்து மீறலைத் தடுத்து நிறுத்தவேண்டும் என்னும் கோரிக்கைகளை இந்த மூன்று நாடுகளும் ஏற்றுக்கொண்டன. ஆனால் இந்த ஒப்பந்தத்தால் பயன் எதுவும் இல்லை என்பதை முசோலினி விரைவில் உணர்ந்துகொண்டார். ஜெர்மனியின் ராணுவமய மாக்கலை பிரிட்டனோ பிரான்ஸோ எதிர்ப்பதாகத் தெரியவில்லை. ஒப்புக்குக்கூட ஜெர்மனியை மிரட்ட அவர்கள் தயாராக இல்லை.

ஆக, பிரிட்டன், பிரான்ஸ் இரண்டையும் நம்பமுடியாது என்று முஸோலினியின் உள்மனம் எச்சரித்தது. இந்த இரு தேசங்களாலும் ஜெர்மனியின வளர்ச்சியை தடுத்து நிறுத்தமுடியவில்லை. பலம் பொருந்திய சக்தியாக ஹிட்லர் மாறிக்கொண்டிருக்கிறார். அபிசீனியாவை அள்ளிக்கொண்டபோது, ஜெர்மனிதான் என்னை ஆதரித்தது. என்ன செய்தது பிரான்ஸும் பிரிட்டனும்?

முஸோலினியின் மனமுறிவுக்கு மற்றொரு காரணம், Hoare-Laval ஒப்பந்தப்படி, மூன்றில் ஒரு பகுதி அபிசீனியாவை இத்தாலிக்கு அளிப்பதாக பிரிட்டனும் அமெரிக்காவும் ஒப்புக்கொண்டன. மிகவும் ரகசியமாக இத்தாலியுடன் இரு நாடுகளும் போட்டுக்கொண்ட ஒப்பந்தம் இது. எப்படியோ இந்த ஒப்பந்தம் பற்றிய விவரம் வெளியில் கசிந்துவிட்டது. பிரிட்டன், பிரான்ஸ் இரு நாடுகளிலும் குழப்பம் ஆரம்பித்துவிட்டது. அரசாங்கத்துக்கு எதிராக மக்கள் ஆர்ப்பாட்டம் நடத்த

ஆரம்பித்துவிட்டார்கள். பிரிட்டன் அயல்துறை அமைச்சர் (Samuel Hoare) ராஜிநாமா செய்தார். ஒப்பந்தம் முறிவுக்கு வந்தது.

அதற்குப் பிறகு, பிரிட்டனும் பிரான்ஸும் திரும்பிக்கூட பார்க்கவில்லை. எப்படி நம்பமுடியும் இவர்களை? ஹிட்லர் எவ்வளவோ மேல். அவர் செய்வது அக்கிரமம் என்றால், நான் செய்ய விரும்புவதும் அதையேதான். ஜெர்மனியைப் போலவே இத்தாலிக்கும் காலனிகள் தேவைப்படுகின்றன. ஆக்கிரமிப்புகள் தேவைப்படுகின்றன. அள்ள அள்ளக் குறையாத செல்வம் தேவைப்படுகிறது. ஒத்த சிந்தனையோட்டமுள்ள ஹிட்லருடன் கைகுலுக்கிக்கொள்வதுதான் உகந்தது. தவிரவும், இவர்களுடன் இணைந்தால் சோவியத் யூனியனிடம் இருந்தும் தப்பித்துக் கொள்ளமுடியும்.

சோவியத் யூனியனுக்கு எதிரான அணியில் சேர போலந்துக்கும் அழைப்பு விடுத்திருந்தார் ஹிட்லர். ஆனால், போலந்து அந்த அழைப்பை ஏற்றுக்கொள்ளவில்லை. ஹிட்லரிடம் சிக்கிக் கொண்டால், அவர் உள்ளங்கைக்குள் வைத்து நொறுக்கி விடுவார் என்று போலந்து அஞ்சியது.

ஹிட்லரோடு இணைவதில் ஜப்பானுக்கும் ஆரம்பத்தில் தயக்கம் இருந்தது. சோவியத்துக்கு எதிரான அணியை ஹிட்லர் அமைப்பது நிச்சயம் வரவேற்கத்தக்கதுதான். ஆனால், சோவியத்தின் கூட்டாளியான பிரிட்டனுடன் ஏன் ஜெர்மனி ஒப்பந்தம் போட்டுக் கொள்ளவேண்டும்? இது முரண்பாடு அல்லவா? நாளை பிரச்னை என்று வந்தால் பிரிட்டன் ஹிட்லருக்கா கைகொடுக்கும்? இது ஏன் இந்த ஹிட்லருக்குப் புரியவில்லை? ஜப்பான் ராணுவத்துக்குப் பிறகுதான் விஷயம் தெரிந்தது. ஹிட்லர் செய்துகொண்டது ஒப்பந்தம் அல்ல. அது ஒரு சூழ்ச்சி. பிரிட்டனின் கடற்படைக்குச் சமானமாக தன் கடற்படையை வளர்த்துக்கொள்வதாக வாங்கப்பட்ட அவகாசம்.

ஐரோப்பாவை ஆட்டிப் படைக்கக் போகும் கூட்டணி உருவானது. ஹிட்லரின் தலைமையில்.

•

சீனாவுடனும் உறவை வளர்த்துக்கொண்டுதான் இருந்தார் ஹிட்லர். ஆட்டத்தை ஆரம்பிப்பதற்கு முன்னால் அணியை முடிந்தவரை பலப்படுத்தவேண்டும் என்பதால்.

ஜெர்மனிக்கும் சீனாவுக்குமான உறவு 1911ல் இருந்து தொடங்கு கிறது. சீனாவின் தொழில்துறை முன்னேற்றத்துக்கு ஜெர்மனி உதவியும் ஊக்கமும் அளிக்க ஆரம்பித்தது அப்போதுதான். 1920ம் ஆண்டு இறுதியில் இருந்து 1930ம் ஆண்டு இறுதிவரை இரு நாடுகளும் இந்த நட்பினால் பயனடைந்தன. தமக்குத் தேவையான மூலப்பொருள்களை சீனாவிடம் இருந்து ஜெர்மனி பெற்றுக்கொண்டது. பதிலுக்கு, சீனாவுக்கு ராணுவ உதவி களைச் செய்துவந்தது ஜெர்மனி.

1934-36 ஆண்டுகளில் ஜெர்மனியுடன் செய்துகொண்ட ஒப்பந்தத் தின் பலனாக, சீனாவில் ரயில்வே தொழிற்சாலை பலம் பெற்றது. குறிப்பாக, Nanchang, Zhejiang, Guizhou ஆகிய பகுதிகளில் ரயில்வே பாதைகள் அமைக்கப்பட்டன. இதனால் சீனா மட்டுமல்ல ஜெர்மனியும் பயனடைந்தது. ஜெர்மனிக்குத் தேவையான மூலப்பொருள்கள், கனிமப்பொருள்களை விரை வாகக் கொண்டுசெல்வதற்கு இந்தப் பாதைகள் பயன்பட்டன. இது தவிர, ராணுவ ரீதியிலும் சீனாவுக்கு உதவியது ஜெர்மனி. சியாங்கின் ராணுவத்துக்கு ஜெர்மானிய அதிகாரிகள் பயிற்சி யளித்தனர். தளவாடங்களையும் அளித்தனர். சீன ராணுவம் பயன்படுத்திய ஆயுதங்களில் எண்பது சதவிகிதம் பயன்படுத்த லாயக்கற்றவை என்று ஜெர்மனி கருதியது. அவற்றை நவீனப்படுத்தவும் ஜெர்மனி முன்வந்தது. சீனாவின் அயல்துறை அமைச்சரும், கோமிண்டாங் கட்சியினருமான ஹெச்.ஹெச். குங் 1937ல் ஜெர்மனி சென்றிருந்தபோது, ஹிட்லர் அவரை வரவேற்று உரையாடினார். ஜூலை 7, 1937ல் இரண்டாவது ஜப்பான்-சீனா போர் மூண்டபோது, ஜெர்மனி சீனாவுடனான தனது உறவை முறித்துக்கொண்டது. அதற்குக் காரணம், சோவியத் யூனியன்.

ஆகஸ்ட் 21, 1937ல் சோவியத்தும் சீனாவும் ஓர் ஒப்பந்தம் செய்து கொண்டது. ஜப்பானின் ஆதிக்கத்தில் இருந்து சீனாவை மீட்டெடுப்பதற்காக சோவியத் உதவி செய்வதாக ஒப்புக் கொண்டது. பொருளாதார ரீதியிலும் ராணுவ ரீதியிலும் சீனாவுக்குக் கைகொடுக்க சோவியத் தயாரானது. ஜெர்மனி சீனாவின் மீது செலுத்திவந்த ஆதிக்கத்தை முறியடிப்பதே சோவியத்தின் நோக்கமாக இருந்தது.

ஆஸ்திரியாவை ஜெர்மனியுடன் இணைத்துக் கொள்ள வேண்டும் என்பது ஹிட்லரின் நீண்ட கால கனவு. ஆஸ்திரியா

ஹிட்லரின் பிறந்த மண். எனவே என்னுடையது என்றார் ஹிட்லர். ஆஸ்திரியாவில் பிறந்திருந்தாலும், ஹிட்லர் தன்னை ஒருபோதும் ஆஸ்திரியப் பிரஜையாக எக்காலத்திலும் எண்ணிக்கொண்டதில்லை என்பதைக் கவனத்தில் கொள்ளவேண்டும். ஜெர்மனியைப் பலப்படுத்த ஆஸ்திரியா வேண்டும் என்ற அளவில்தான் அவர் அதை இணைக்க விரும்பினார். நீண்ட நெடிய பிரதேசம் ஒன்று ஜெர்மனியுடன் இணையப் போகிறது. அவ்வளவுதான்.

1933 முதல் 1935 வரையில், ஆஸ்திரியா இத்தாலியின் அரவணைப்பில் இருந்தது. ஜெர்மனியை அருகே அண்ட விடாமல் செய்வதுதான் இத்தாலியின் பணி. 1934ல் ஆஸ்திரிய சான்சிலர் டோல்ஃபஸ் படுகொலை செய்யப்பட்டபோது, இத்தாலி எச்சரிக்கையடைந்தது. இந்தக் குழப்பத்தை ஜெர்மனி தனக்குச் சாதகமாக திருப்பிக்கொள்ளக்கூடும். கவனம் தேவை. ப்ரென்னர் பாஸ் என்னும் இடத்தில் இத்தாலி தனது துருப்புகளைக் குவித்தது.

1936 வாக்கில் இத்தாலியும் ஜெர்மனியும் நட்பு பேண ஆரம்பித்து விட்டதால் முசோலினி ஆஸ்திரியாவில் இருந்து தன் பார்வையைத் திருப்பிக்கொண்டார். 1937ல் ஆஸ்திரிய சான்சிலரான Schuschnigg என்பவரை முசோலினி தொடர்பு கொண்டு, இனி ஆஸ்திரியாவை என்னால் பாதுகாக்க முடியாது என்று வெளிப்படையாகக் கைவிரித்துவிட்டார்.

இனி தடையேதுமில்லை ஹிட்லருக்கு. பிப்ரவரி 1938ல் ஹிட்லர் ஆஸ்திரிய சான்சிலருக்குப் பத்து நிபந்தனைகளை அனுப்பி வைத்தார். அதில் ஒன்று ஆஸ்திரியாவைச் சேர்ந்த Seyss-Inquart என்னும் நாஜி வீரரை ஆஸ்திரியாவின் உள்துறை அமைச்சராக நியமனம் செய்வது. உள்துறை என்றால் காவல்துறையும் இவர் கட்டுப்பாட்டில் வரும். ஆஸ்திரியாவை அபகரிப்பதற்கு இது முன்னோடியாக இருக்கும் என்பதால் இந்த நிபந்தனை.

எதிர்பார்த்தபடியே, ஆஸ்திரியா இதை ஏற்றுக்கொள்ள மறுத்தது. ஆனால் வெளிப்படையாக மறுப்பதென்பது ஹிட்லர் என்னும் காளையின் கொம்பை சீவி விடுவதற்குச் சமம் என்று அவருக்குத் தெரியும். ஒரு மாற்று ஏற்பாட்டை அவர் முன்வைத்தார். ஆஸ்திரியாவில் ஒரு வாக்கெடுப்பு நடத்துகிறோம். ஆஸ்திரியா தனித்து இருக்கவேண்டுமா வேண்டாமா என்பதை மக்கள் முடிவு செய்யட்டும்.

ஹிட்லர் இதற்கு தயாராக இல்லை. ஆஸ்திரிய மக்களை நம்புவதற்கில்லை. ஜெர்மனி வேண்டாம், தனியாகவே இருக்கிறோம் என்று அவர்கள் வாக்களிக்கமாட்டார்கள் என்று என்ன உத்தரவாதம்? ஆஸ்திரியா வேண்டும் என்றால் கொடுத்து விடவேண்டியதுதானே, எதற்காக இத்தனை பிகு செய்து கொள்ளவேண்டும்? மறுத்தார் ஹிட்லர். எனக்கு வாக்கெடுப்பில் நம்பிக்கை இல்லை நண்பரே. எனக்கு ஆஸ்திரியா வேண்டும். நீங்கள் ராஜிநாமா செய்துவிட்டு எங்காவது சென்று மகிழ்ச்சியுடன் இருந்துகொள்ளுங்கள். உங்கள் மீது எனக்கு எந்த விரோதமும் இல்லை. ஒருவேளை நீங்கள் முரண்டுபிடித்தால், ராணுவத்தை செலுத்தவேண்டிவரும்.

வேறு வழி தெரியவில்லை ஆஸ்திரிய சான்சிலருக்கு. தன் காபினெட் அமைச்சர்களோடு சேர்ந்து கும்பலாக ராஜிநாமா செய்தார். Seyss-Inquart எந்தவித இடைஞ்சலும் இல்லாமல் அரசாங்கத்தைக் கைப்பற்றினார். மார்ச் 1938ல் அவர் ஜெர்மன் ராணுவத்தை அரச மரியாதையுடன் வரவேற்றார். மார்ச் 15ம் தேதி ஹிட்லர் பெரும் ஆரவாரத்துக்கிடையே வியன்னாவில் நுழைந்தார். வீதிகளில் ஆஸ்திரிய மக்கள் திரண்டு வந்து ஹிட்லரை வாழ்த்தி ஆரவாரம் செய்தனர். தனக்கு இத்தனைப் பெரிய ஆதரவு கிடைக்கும் என்று ஹிட்லரே எதிர்பார்த்திருக்கவில்லை.

ஆஸ்திரியா, ஜெர்மனியுடன் ஒட்டிக்கொண்டது. இந்த இணைப்பு Anschluss என்று அழைக்கப்பட்டது. Schuschnigg சிறைபிடிக்கப்பட்டார். ஆஸ்திரிய யூதர்கள் தேடிப்பிடித்து சிறையிலடைக்கப்பட்டனர். தாக்கப்பட்டனர். யூதர்கள் தங்கள் உரிமைகள் அனைத்தையும் அந்தக் கணத்திலேயே இழந்தனர். கை, கால்களில் விலங்கு பூட்டி யூதர்கள் தெருக்களில் இழுத்துச் செல்லப்பட்டதை நாஜிகளும் ஆஸ்திரியப் பிரஜைகளும் பார்த்துக்கொண்டு நின்றனர்.

முசோலினி சும்மா இருந்தார். பிரிட்டனும் பிரான்ஸும் வழக்கம் போல் எதிர்க்குரல் எழுப்பின. இது அநீதி, ஆஸ்திரியாவின் இறையாண்மை பாதிக்கப்பட்டுவிட்டது, ஹிட்லர் ஒப்பந்தத்தை மீறுகிறார் என்று தொண்டை கிழிய இரு நாடுகளும் கத்தின. பிறகு, வழக்கம் போல் அடங்கிவிட்டன.

ஹிட்லரின் அடுத்த குறி செக்கோஸ்லாவாக்கியா என்று அனைவருக்கும் தெரிந்திருந்தது. ஆஸ்திரியாவை சுருட்டிக்

கொண்டவர் அடுத்து இங்கேதான் வரவேண்டும். ஏப்ரல் 1938ல் இருந்தே ஹிட்லர் போர்த்திட்டங்கள் தீட்ட ஆரம்பித்திருந்தார். ஆஸ்திரியா ஜெர்மனியுடன் ஒட்டிக்கொண்ட மகிழ்ச்சியில் இருந்தார் அவர். ஒரு வெற்றி இன்னொரு வெற்றிக்குத்தான் இட்டுச்செல்லும். சென்றாகவேண்டும். எந்தவொரு திட்டமும் தோல்வியடையக்கூடாது ஹிட்லருக்கு. அல்லது, தோல்வி யடையும் எந்தவொரு திட்டத்தையும் தீட்டக்கூடாது. ஆஸ்திரியா வேண்டும் என்றால் அது வந்தாகவேண்டும். செக்கோஸ்லாவாக்கியா வேண்டும் என்றால் கிடைத்தாக வேண்டும்.

மே மாத இறுதியில் ராணுவத்துக்கு ஹிட்லர் உத்தரவிட்டார். செக்கோஸ்லாவாக்கியா என்னும் பெயரில் இனி ஒரு நாடு உலக வரைபடத்தில் இருக்கக்கூடாது. இந்த வெறிக்குக் காரணம் அவருக்குக் கிடைத்த உளவு தகவல்கள். ஆஸ்திரியாவைப் போல் செக் அடிபணியாது. காரணங்கள் எனக்கு வேண்டாம் என்றார் ஹிட்லர் சிடுசிடுப்புடன். எனக்கு வேண்டியது செக்கோஸ்லா வாக்கியாமட்டுமே. மேற்குலக நாடுகளுடன் செக் நல்லுறவு கொண்டிருப்பது ஹிட்லருக்குப் பிடிக்கவில்லை. குறிப்பாக, லீக் ஆஃப் நேஷன்ஸுடன் கொண்டிருந்த உறவு சுத்தமாகப் பிடிக்கவில்லை.

செக்கோஸ்லாவாக்கியாவில் அப்போது 7.1 மில்லியன் செக் மக்களும், 3.3 மில்லியன் ஜெர்மானியர்களும், 2.6 மில்லியன் ஸ்லோவாக்கியர்களும், 7,20,000 ஹங்கேரியர்களும், ஒரு லட்சம் போலந்து மக்களும் இன்னபிற ரோமானியர்களும் யுகோஸ் லோவியர்களும் ருதேனியர்களும் இருந்தனர். ஹிட்லர் குறிப்பாகக் கவனித்தது 3.3 மில்லியன் ஜெர்மானியர்களை. சூடடன்லாந்து (Sudetenland) ஜெர்மானியர்களை. ஜெர்மனி யுடன் செக்கை இணைத்துக்கொள்ள இந்த ஒரு காரணம் போதாதா? செக் மக்கள் பெரும்பான்மையாக வசிக்கும் ஓரிடத்தில் ஜெர்மானியர்களால் எப்படி சுதந்தரமாக வாழ முடியும்?

1930களில் செக்கோஸ்லாவாக்கியா பொருளாதாரச் சிக்கலில் சிக்கித்தவிக்க ஆரம்பித்தது. அதுவரை ஒன்றிணைந்து வாழ்ந்து வந்த கதம்ப மக்கள் நெருக்கத்துக்கு உள்ளானார்கள். ஸ்லோவாக்கியர்களும் ஜெர்மானியர்களும் செக் மக்கள் மீது

குற்றம் சாட்டினர். எங்கள் வாழ்க்கை நிலை தேய்ந்து போன தற்குக் காரணம் பெரும்பான்மையினரான செக் இனம்தான். எங்களுக்கு இங்கே போதுமான சுதந்தரம் இல்லை. வேலை வாய்ப்புகள் இல்லை. சமத்துவமாக நாங்கள் நடத்தப்படுவ தில்லை. ஹிட்லர் காத்திருந்தது இதற்காகத்தான். எனதருமை ஜெர்மானியர்களே, கவலைவேண்டாம். நான் இருக்கும்போது உங்களுக்கென்ன கவலை?

சுண்டைக்காய் தேசம்தான் என்றாலும் அதிலும் ஒரு சிக்கல் இருந்தது. செக், சோவியத்துக்கு இணக்கமான நாடு. பிரான்ஸுடன் ஒப்பந்தம் போட்டுக்கொண்டுள்ள நாடு. ஆக்கிரமிப்பு என்று ஆரம்பித்தால், சோவியத்தும் பிரான்ஸும் மட்டுமல்ல, பிரிட்டனும் கூட்டாக வந்து எதிர்க்கும். ஹிட்லருக்கும் இது தெரியும். ஆனால் அவர் பெரிதாகக் கவலைப் படவில்லை.

ஹிட்லர் கவலைப்படவில்லை என்றாலும் அவர் ராணுவத்தில் உள்ள சில முக்கிய தலைகள் கவலைப்பட்டன. பிரான்ஸை பகைத்துக்கொண்டு எதற்காக இந்த ஹிட்லர் செக்கை ஆக்கிரமிக்க விரும்புகிறார்? இது வீண் வேலை அல்லவா? இங்கிருக்கும் ஜெர்மானியர்களுக்காக மாத்திரம் கவலைப் பட்டால் போதாதா? சூடடன்லாந்து எக்கேடுகெட்டால் நமக்கென்ன? எதிர்ப்பு தெரிவிக்கும் வகையில் ராணுவ தலைவராக இருந்த கர்னல் லுட்விக் பெக் ஆகஸ்ட் 1938ல் தன் பதவியை ராஜிநாமா செய்தார். அவர் இடத்துக்கு, ஜெனரர் ஹால்டர் என்பவர் நியமிக்கப்பட்டார். அவருக்கும் ஹிட்லரின் திட்டத்தில் உடன்பாடில்லை. கல்லானாலும் ஹிட்லர் என்று இருந்துவிடவேண்டியதுதானா?

குழம்பித்தவித்த ஹால்டரைத் தொடர்பு கொண்டார் லுட்விக் பெக். இருவரும் பேசினார்கள். ஒரு கட்டத்தில், இருவரும் இணைந்து சுவாரஸ்மான ஒரு திட்டத்தை வகுத்தார்கள். நாம் ஏன் ஹிட்லரை தூக்கியெறியக்கூடாது? அவரை கைது செய்து ஏன் தலைமையைக் கைப்பற்றக்கூடாது? திட்டத்துக்கு வலு சேர்க்கும் வகையில், பிரிட்டன் பிரதமர் நெவில் சாம்பர் லைனைத் (Neville Chamberline) தொடர்பு கொண்டனர். ஹிட்லரை கவிழ்க்க எங்களுக்கு உதவுவீர்களா? சாம்பர்லைன் சிரித்துக்கொண்டார். ஹிட்லரையாவது கவிழ்ப்பதாவது?

சாம்பர்லைன் வேறு திட்டம் வைத்திருந்தார். செப்டெம்பர் 15ம் தேதி விமானம் பிடித்து ஹிட்லரைச் சந்தித்தார். பேசினார். ஹிட்லர், உங்களுக்கு சூடடன்லாந்துதானே வேண்டும். இனி அது உங்களுடையது. போர் வேண்டாம்? பிரான்ஸ் உங்கள் மீது கைவைக்காமல் நான் பார்த்துக்கொள்கிறேன். போதுமா? ஆனால், ஹிட்லருக்கு ஏனோ திருப்தி ஏற்படவில்லை. ஜெர்மனியில் கவலை அதிகரிக்க ஆரம்பித்திருந்தது. ஹிட்லர் பிரான்ஸையும் பிரட்டனையும் சீண்டுகிறார், விரைவில் அவர்கள் நம்மை தாக்கப்போகிறார்கள் என்னும் செய்தி பரவ ஆரம்பித்திருந்தது. சரி, ஒப்பந்தம் மூலமாகவே முடித்துக் கொண்டுவிடலாம், செக்கை இப்போதைக்கு விட்டுவிடலாம் என்று முடிவு செய்தார் ஹிட்லர். அமைதி உடன்படிக்கையை உருவாக்கும் பணியை தன் நண்பர் முஸோலினியிடம் வழங்கினார்.

செப்டெம்பர் 29, 1938ல் முனிச் நகரில் கூடினார்கள். ஹிட்லர், முஸோலினி, சாம்பர்லைன் மற்றும் பிரான்ஸ் பிரதமர் யூடோர்ட் டலாடியர் (Edouard Daladier). எல்லாம் தீர்ந்தது என்னும் நம்பிக்கையில் தலைவர்கள் பிரிந்தார்கள். சாம்பர்லைன், பிரிட்டன் வந்து இறங்கியதுமே தன் கையில் இருந்த ஒப்பந்தத்தை உயரே தூக்கிப்பிடித்து அசைத்துக் காட்டினார். பார்த்தீர்களா? ஹிட்லருக்குப் போய் பயப்பட்டுக் கொண்டிருந் தீர்களே! கையெழுத்துப் போட்டிருக்கிறார் பாருங்கள். இந்தப் பிரச்னை மட்டுமல்ல, இனி ஐரோப்பாவில் அவர் மூலமாக எந்தப் பிரச்னை வந்தாலும் உட்கார்ந்து பேசி முடிவு கட்டி விடலாம். மோதல், போர் எதுவும் இனி இங்கே இருக்காது. திருப்திதானே?

திரும்பவும் ஆரம்பித்தார் ஹிட்லர். மார்ச் 1939ல் செக் அதிபர் ஹச்சா (Hacha) என்பவரை அழைத்து நச்சரிக்க ஆரம்பித்தார். சூடடன் லாந்து எங்களுடையதுதான். மிச்சமிருப்பதையும் அப்படியே கொடுத்துவிட்டால், நீங்கள் நிம்மதியாக இருக்கலாம். செக் அடிபணிய மறுத்தது. மார்ச் 15, 1939 அன்று செக்கோஸ்லா வாக்கியாவின் தலைநகரம் பிரேக் கைப்பற்றப்பட்டது.

ஹிட்லரின் வாழ்க்கையில் இது மிக முக்கியமான கட்டம். எதுவும் செய்யலாம், தட்டிக் கேட்க யாருமில்லை என்று அவர் திருப்தியடைந்தது அப்போதுதான். இந்தா எடுத்துக்கொள் என்று செக்கோஸ்லாவாக்கியாவை ஹிட்லரிடம் ஒப்படைத்ததன்

மூலம், ஹிட்லரின் வளர்ச்சிக்கு உறுதுணையாக இருந்தார் சாம்பர்லைன். அதெப்படி நீ ஒப்பந்தத்தை மீறலாம் என்று அவர் கேள்வி எழுப்பவில்லை. மீறினால், படை கொண்டு வருவேன் என்று மிரட்டவில்லை. வேண்டுமா எடுத்துக்கொள்ளப்பா என்று மட்டுமே சொன்னார்.

பத்து ஆண்டுகளுக்கு முன்னால் எதையெல்லாம் ஜெர்மனிக்கு பிரிட்டன் மறுத்ததோ அனைத்தையும் பிரிட்டனே இப்போது வழங்கியது. ஹிட்லருக்காக. ரைன்லாந்தை ராணுவமயமாக்கு கிறாயா? செய்துகொள். ஆயுதங்களைத் தருவிக்கிறாயா? சரி. ஆங்காங்கே வதை முகாம்கள் அமைத்து யூதர்களைக் கொல்கிறாயா? அது உன் உள்நாட்டு விவகாரம். கடல்படையை பெருக்க நினைக்கிறாயா? வா, நானே உதவுகிறேன். ஸ்பெயின் கலவரத்தில் நீயும் உன் ஆத்மாத்ம தோழன் முஸோலினியும் கைகோர்த்துக்கொண்டு களமிறங்குகிறீர்களா? நான் முகத்தைத் திருப்பிக்கொள்கிறேன். கடனுதவி வேண்டுமா? நிதியைப் பெருக்கவேண்டுமா? பிரிட்டன் இருக்கிறது. கவலை வேண்டாம்.

சூடடன்லாந்து என்று முழுவதுமாக உச்சரித்து முடிப்பதற்குள் பிரிட்டன் அளித்துவிட்டது. அடிபணியமாட்டோம் முடிந்த வரை எதிர்க்கப்போகிறோம் என்று செக் உறுதிபூண்டபோது பிரான்ஸும் பிரட்டனும் செக்கை மிரட்டியது. அநாவசியமாக எதிர்ப்பு காட்டி செத்துப்போகாதீர்கள். அவர் வரட்டும். எடுத்துக்கொள்ளட்டும். செக் பிரதேசங்களை ஜெர்மனி கைப்பற்றுவதற்கு சில வாரங்களுக்கு முன்பே லண்டன் தொழிலதிபர்களும் ஜெர்மன் தொழிலதிபர்களும் ஒப்பந்தம் போட்டுக்கொண்டுவிட்டார்கள். செக்கில் தொழிற்சாலைகளை நிர்மாணிக்கவும் புணரமைக்கவும். செக்கை விட்டுத்தர மட்டுமல்ல, ஐரோப்பாவின் மிகப் பிரபலமான ஆயுதத் தொழிற் சாலையான ஸ்கோடாவை (Skoda) ஜெர்மனிக்கு அள்ளிக் கொடுக்கவும் சாம்பர்லைனும் டலாடியரும் தயங்கவில்லை.

ஒரே காரணம், சோவியத் எதிர்ப்பு. சோவியத் யூனியனை எதிர்த்து அழிக்க ஹிட்லரைவிட அடாவடித்தனமான வேறு ஆள் கிடைப்பார்களா?

பிரிட்டனையும் பிரான்ஸையும் எரிச்சலடையச் செய்யும் வகையில், செக் ஆக்கிரமிப்பிலும் குறுக்கிட்டது சோவியத்

யூனியன். செக் நிலப்பரப்புகளை ஜெர்மனி ஆக்கிரமித்தது செல்லாது, இது அத்துமீறல் என்று கண்டனம் செய்தது சோவியத். உடனடியாக பிரிட்டனை தொடர்பு கொண்ட சோவியத், ஹிட்லரை தட்டிவைக்க ஒரு அவசர மாநாடு கூட்டவேண்டும் என்று கேட்டுக்கொண்டது. பிரிட்டன், பிரான்ஸ், போலந்து, ருமேனியா, துருக்கி, சோவியத் எல்லோரும் ஒன்று சேர்ந்து ஒரு முடிவுக்கு வரவேண்டும். ஹிட்லர் அடுத்தடுத்து கெடுதல் செய்யாமல் இருக்கும்படி பார்த்துக் கொள்ளவேண்டும். ஜெர்மனியின் அத்துமீறலை ஒரு முடிவுக்குக் கொண்டு வரவேண்டும்.

சாம்பர்லைன் மறுத்துவிட்டார். இப்போது என்ன அவசரம்? ஹிட்லரால் பெரிய அபாயம் வரும் என்று எனக்குத் தோன்ற வில்லை. சாம்பர்லைனுக்கும் டலாடியருக்கும்தான் அப்படித் தோன்றவில்லையே தவிர பிரிட்டன், பிரான்ஸ் மக்களுக்கு ஹிட்லரைப் பற்றி தெரிந்திருந்தது. ஹிட்லரை இப்போதே அடக்கிவிடவேண்டும் என்னும் சோவியத்தின் குரலை அவர்கள் ஆமோதித்தனர். சோவியத்துடன் இணைந்து போரிடுவது அமைதியைக் கொண்டுவரும் என்றார் முன்னாள் பிரிட்டிஷ் பிரதமர் லாயிட் ஜார்ஜ். பிரான்ஸின் முன்னாள் விமான மார்ஷல், பியரி காட் சோவியத்தை ஆதரித்தார். ஜனநாயக நாடுகளுக்கு சோவியத்தின் கூட்டு நன்மையையே கொண்டுவரும் என்றார் அவர். நியூ யார்க் ஹெரால்ட் ட்ரிப்யூன் (மே 4, 1939) வெளியிட்ட செய்தியின்படி 98 சதவீத பிரிட்டிஷ் வாக்காளர்கள் சோவியத்தின் அழைப்பை ஏற்று, சோவியத்துடன் இணைந்து போரிட விருப்பம் தெரிவித்தார்கள்.

சோவியத் பல்வேறு அழைப்புகளை பிரிட்டனுக்கும் பிரான்ஸுக்கும் விடுத்தது. மூவரும் இணைவோம். நாஜிகளுக்கு எதிராகப் போராடுவோம். ஐரோப்பாவைக் காப்போம். ஒவ்வொருமுறை அழைப்பு வரும்போதும் அதை ஒத்திவைத்தார் சாம்பர்லைன். பார்க்கிறேன் என்றார். பரீசிலிக்கிறேன் என்றார். சிறிது காலம் போகட்டும் என்றார். வேண்டாமே என்றார். மாறாக, ஹிட்லருடன் கூட்டு சேர்வதில் அவர் மேலதிக ஆர்வம் காட்டினார். ஹிட்லருடன் ஒப்பந்தம் போட்டுக்கொள்வதில். ஹிட்லரிடம் பேச்சுவார்த்தை நடத்துவதில். ஹிட்லரிடம் இருந்து அமைதியை கேட்டுப் பெறுவதில். ஹிட்லரின் விருப்பங்களைப் பூர்த்தி செய்வதில்.

கன்சர்வேடிவ் கட்சியில் இருந்து சாம்பர்லைனுக்கு எதிர்ப்புகள் வலுத்தன. மே 7ம் தேதி ஹவுஸ் ஆஃப் காமன்ஸில் உரையாற்றிய சர்ச்சில், சோவியத்துடன் இணைவதுதான் நமக்கு நல்லது என்று குறிப்பிட்டார். முடிந்தவரை எதிர்ப்பைத் துரிதப்படுத்த வேண்டும் என்று சோவியத் விரும்பியது. முடிந்தவரை தள்ளிப்போடலாம் என்று பிரிட்டன் விரும்பியது. செக் கபளீகரம் செய்யப்பட்டு பத்து வாரங்கள் கழிந்திருந்தன. அலட்டிக் கொள்ளவேயில்லை பிரிட்டன். ஆகவே, பிரான்ஸூம்.

இனி பிரிட்டனையும் பிரான்ஸையும் நம்பிக்கொண்டிருக்க முடியாது என்னும் முடிவுக்கு சோவியத் வந்து சேர்ந்தது. பிரிட்டன் அரசாங்கத்தின் ஒரு பிரிவு (British Parliamentary Secretary of Overseas Trade) ஜெர்மனியுடன் பேச்சுவார்த்தையில் ஈடுபட்டு கொண்டிருந்த சமயம் அது. அரை பில்லியன் அல்லது ஒரு பில்லியன் பவுண்ட் வரை அளிக்கத் தயாராக இருப்பதாக பிரிட்டன் அவர்களிடம் சொல்லிக்கொண்டிருந்தது. பிரிட்டன் ஹிட்லரை மறைமுகமாக ஆதரித்துக்கொண்டிருக்கிறது. ஊக்குவித்துக் கொண்டிருக்கிறது. கண்டுகொள்ளாமல் இருக்கிறது. பிரிட்டன் மட்டுமல்ல எந்தவொரு ஐரோப்பிய நாடும் ஜெர்மனியின் செயல்களைத் தட்டிக்கேட்பதாக தெரியவில்லை.

சோவியத் அயல் விவகார கமிட்டியின் தலைவர், Andrei Zhdanov, பிராவ்தா இதழில் (ஜூலை 29, 1939) தன் வருத்தத்தை வெளிப்படுத்தினார். பிரிட்டனுடனும் பிரான்ஸூடனும் சோவியத் மேற்கொண்டுவரும் பேச்சுவார்த்தைகளுக்கு எந்தவித உருப்படியான பலனும் கிடைக்கவில்லை. சோவியத்துடன் கூட்டுச்சேர இந்த இரு நாடுகளுக்கும் விருப்பமில்லை. ஹிட்லரைக் கண்டிக்கும் எண்ணமும் இவர்களுக்கில்லை.

●

போலந்து. ஹிட்லரின் அடுத்த இலக்கு. இன்னும் ஒரு மாதத்துக்குள் தாக்கப்போகிறார். ஐரோப்பா முழுவதும் செய்தி பரவிவிட்டது. கடைசி கடைசியாக மீண்டும் ஒருமுறை பேசிப் பார்த்தது சோவியத். இப்போதும் கெட்டுப்போய்விடவில்லை. பிரிட்டனும் பிரான்ஸூம் தங்கள் ராணுவக் குழுக்களை மாஸ்கோவுக்கு அனுப்பிவைத்தால் ஒன்றிணைக்கப்பட்ட திட்டம் ஒன்றை உருவாக்கமுடியும். ஹிட்லர் போலந்தை தாக்குவதைத் தடுத்து நிறுத்தவும் முடியும்.

இந்த முறை, சோவியத்தின் அழைப்பை உதாசீனப்படுத்த முடியவில்லை. செய்தால், எதிர்ப்புகள் கிளம்பக்கூடும். ஆகவே, பெயருக்கு இரண்டு குழுக்களை அனுப்பிவைத்தன பிரிட்டனும் பிரான்ஸும். இரண்டும் ஆடி அசைந்து மாஸ்கோவுக்கு வந்து சேர்ந்தன. சோவியத் முன்வைத்த திட்டம் இதுதான். ஹிட்லர் போலந்தைத் தாக்கினால் இரண்டு சோவியத் துருப்புகளை அனுப்பலாம். ஒன்று, கிழக்கு ப்ரஷ்யாவை எதிர்த்து வடக்கு நோக்கி செல்லவேண்டும். மற்றொன்று, தெற்கு போலந்து ஊடாக மத்திய ஜெர்மனியை எதிர்த்து செல்லவேண்டும்.

போலந்தை கேட்டுவிட்டுச் சொல்கிறோம் என்று நேரம் வாங்கிக்கொண்ட பிரிட்டனும் பிரான்ஸும், இது சாத்திய மில்லை என்று சொல்லிவிட்டன. போலந்து கேட்கவில்லை யாம். சோவியத் உதவிக்கு வருவதை போலந்து விரும்ப வில்லையாம். ஹிட்லருக்கு அடிபணிந்து போ என்று செக்கை மிரட்ட முடியும். ஆனால், சோவியத்தின் உதவியை ஏற்றுக் கொள் என்று போலந்திடம் சொல்லமுடியாது.

5. போலந்து தாக்குதல்

ஜெர்மனி ஹிட்லரை நம்ப ஆரம்பித்திருந் தது. அடாவடிக்காரர், போர்வெறி கொண்ட வர் என்றெல்லாம் முணுமுணுப்புகள் காதில் விழுந்தாலும், ஹிட்லர் அவசியமானவர் என்றுதான் தோன்றுகிறது. அங்கே தவறு செய்தார், இங்கே விதிகளை மீறினார் என்று அவ்வப்போது சுட்டிக்காட்டுகிறார்கள். இருக்கட்டுமே! யாருக்காக செய்கிறார் ஹிட்லர்? தனக்காகவா? தேசத்துக்காகத் தானே? தேசத்தின் முன்னேற்றத்துக்காகத் தானே? அவர் வெற்றி நம் வெற்றி அல்லவா? அவர் சறுக்கினால், ஜெர்மனி பின்னுக்குச் செல்லும் அல்லவா? கடந்த உலகப் போரில் பட்டது போதாதா? இழந்த நிலப்பரப்புகள் போதாதா? கடன்கள் போதாதா? ஹிட்லராக இருப்பதால் பிழைத்தோம். ஹிட்லர் அவர் பாதையில் செல்லட்டும். என்னதான் ஆகிறது என்று பார்ப்போம்.

கிடைத்ததை வைத்து திருப்திபட்டுக் கொள்ளும் ஜாதியில்லை ஹிட்லர். இதுவரை நடந்தது ஒரு முன்னோட்டம். ஏதோ அங்கும் இங்குமாகச் சில பிரதேசங்கள் கிடைத்தன. உடைந்துபோன பழைய பாகங்கள். ஒரு சில

புதிய பகுதிகள். இதில் மகிழ்ச்சியடைய என்ன இருக்கிறது நண்பர்களே என்று ராணுவத்திடம் திருப்பிக்கேட்டார் ஹிட்லர். நான் சிந்திக்கும் வேகத்தில் செயல்கள் நடந்துமுடிந்துவிட்டால் நாம்தான் ஐரோப்பாவின் ஒரே சக்தி. உலகின் பலசாலி நாடாக ஜெர்மனி திகழும். நாம் ஆளப் பிறந்தவர்கள் என்பதை ஒருபோதும் மறந்துவிடாதீர்கள். சோம்பல் வேண்டாம். தயக்கம் வேண்டாம். குறிப்பாக, வெற்றி போதை வேண்டவே வேண்டாம்.

போலந்து பக்கம் முகத்தைத் திருப்பினார் ஹிட்லர். முதலில் போலந்திடம் நட்புதான் பேண ஆரம்பித்தார். எக்காலத்திலும் ஜெர்மனி போலந்தை ஆக்கிரமிக்காது என்று 1934ல் ஒப்பந்தமும் போட்டுக்கொண்டார். சோவியத் யூனியனுக்கு எதிராக தொடங்கிவைத்த அணியில் போலந்தையும் சேர்த்துக் கொள்ளவே ஹிட்லர் ஆசைப்பட்டார். பதிலுக்கு, போலந்து ஒரே ஓர் உதவியைச் செய்தால் போதுமானது. ஜெர்மனியைச் சார்ந்திருக்கவேண்டும். ஜெர்மனியைப் பரிபூரணமாக நம்ப வேண்டும். செய்தால், போலந்து என்றென்றும் கவனமாகக் காக்கப்படும். ஹிட்லர் போலந்தை ரட்சிப்பார். அதன் சுதந்தரத்தை. இறையாண்மையை. மக்களை.

கிழக்கு ப்ரஷ்யாவையும் ஜெர்மனியையும் இணைக்கும் சாலை ஒன்றை போலந்தில் அமைக்கவேண்டும் என்பது ஜெர்மனியின் திட்டம். சாலைக்குச் சாலை. ஆக்கிரமிப்புக்கு ஆக்கிரமிப்பு. இது அடிமைப்படுத்துவதற்கான யுக்திதான் என்பதை போலந்து உணர்ந்துகொண்டது. சாலை அமைக்கும் திட்டத்தை நிராகரிக்கவும் செய்தது. ஹிட்லரை நம்பத் தயாராக இல்லை போலந்து. அவரது பிரதேச ஆசையை கண்டு அஞ்சியது.

மார்ச் 30, 1939ல் பிரிட்டனும் பிரான்ஸும் போலந்துக்கு உதவி செய்ய முன்வந்தன. உதவி என்றால் ராணுவ உதவி அளிப்பீர்களா, ஜெர்மனியிடம் இருந்து மீட்டெடுப்பீர்களா என்று போலந்து கேட்டபோது, அப்படியல்ல என்று நழுவிக் கொண்டன இரு நாடுகளும். போலந்துக்குப் புரியவில்லை. ராணுவ உதவி இல்லை என்றால் பிறகு என்ன மாதிரியான உதவியை அளிக்க இவர்கள் விரும்புகிறார்கள்? சாம்பர்லைன், போலந்தை அமைதிப்படுத்தினார். யார்? ஹிட்லர்தானே? பேசினால் புரிந்துகொள்ளக்கூடிய நபர்தான். போலந்தை

ஆக்கிரமிக்கவேண்டாம் என்று கேட்டுக்கொண்டால் ஹிட்லர் மறுக்கவா போகிறார்?

ஹிட்லரின் ராணுவம் தயார் நிலையில் இருந்தது. போலந்திடம் போட்டுக்கொண்ட ஒப்பந்தம், பிரிட்டனுடன் போட்டுக் கொண்ட ஒப்பந்தம் இரண்டையும் மீறுவதற்கு சமயம் பார்த்துக் கொண்டிருந்தார் ஹிட்லர். அவரைப் பொறுத்தவரை ஒப்பந்தம் என்றால் கத்தை காகிதம். தயாராவதற்கு அவகாசம் தேவைப் படும்போதெல்லாம் ஒப்பந்தங்கள்தான் போட்டுக்கொண்டார் ஹிட்லர். தயங்காமல் கைகுலுக்கிக்கொள்வார். மெலிதாகப் புன்னகையும் செய்துகொள்வார். குனிந்து கையெழுத்துப் போடுவார். வரட்டுமா என்று சொல்லி விடைபெறுவார். விடைபெற்ற கையோடு நேராக ராணுவத்திடம்தான் செல்வார். என்ன, எல்லாம் சரியாக நடந்துகொண்டிருக்கிறதா?

ஏப்ரல் 28, 1939 அன்று ஒப்பந்தங்களைக் கிழித்துப்போட்டார். பிறகு, சோவியத் யூனியனுடன் பேச ஆரம்பித்தார். எதிரி தேசம்தான். பிடிக்காத கொள்கைதான். ஒத்துவராத சித்தாந்தம் தான். ஆனாலும், ஹிட்லர் எதையும் சட்டை செய்யவில்லை. நினைத்ததைச் சாதிக்க வேண்டுமானால் சிறிதளவு விட்டுக் கொடுப்பதில் தவறென்ன?

●

முதல் உலகப் போருக்கு முன், சோவியத்துக்கும் ஜெர்மனிக்கும் நீண்ட, பலமான தொழில் உறவு இருந்தது. போருக்கு முன், ஒவ்வொரு ஆண்டும் ரஷ்யா ஜெர்மனிக்கு 1.5 பில்லியன் ஜெர்மன் மார்க் மதிப்புள்ள மூலப்பொருள்களை ஏற்றுமதி செய்துவந்தது. 1920களில் ஏற்றுமதி ஆண்டுக்கு 433 மில்லியன் ஜெர்மன் மார்க்காக குறைந்தது. 1934ல் 223 மில்லியன். ஹிட்லர் ஆட்சியைக் கைப்பற்றிய பிறகு சோவியத் யூனியனுடனான நட்புறவு தேய்ந்துபோனது. கம்யூனிஸம் அவரைப் பொறுத்தவரை ஓர் அச்சுறுத்தல். ஹிட்லரின் மேலாதிக்கக் கனவு ஸ்டாலினைப் பொறுத்தவரை மிகப் பெரும் உலக அச்சுறுத்தல்.

ஸ்பானிஷ் உள்நாட்டு யுத்தத்தில் ஜெர்மனியும் சோவியத்தும் எதிரெதிர் முகாம்களில் இருந்ததை இங்கே நினைவுப்படுத்திக் கொள்ளவேண்டும். 1938ல் செக்கஸ்லாவாக்கியா குறித்து முனிச்சில் நடத்தப்பட்ட மாநாட்டுக்கு சோவியத் அழைக்கப்பட

வில்லை. சிந்தனை தொடங்கி சித்தாந்தம் வரை எந்தவொரு புள்ளியிலும் இந்த இரு தேசங்களும் சந்தித்துக்கொண்டதில்லை.

இறக்குமதி இல்லாமல் ஜெர்மனியால் ஜீவித்திருக்கமுடியாது. அதுவும், ஹிட்லர் போன்ற அடங்காபசி கொண்ட ஒரு தலைவனின் ராணுவத் தேவைகளை நிறைவேற்ற வேண்டுமானால் அபரிமிதமான இறக்குமதி இன்றியமையாதது. யாருடைய உதவியும் தேவையில்லை, எனக்கானதை நானே உருவாக்கிக் கொள்வேன் என்று சொல்லத்தான் ஹிட்லர் நிச்சயம் விரும்பியிருப்பார். ஆனால், அது சாத்தியமல்ல என்று அவருக்குத் தெரியும்.

மற்றொரு பக்கம், சோவியத்தைக் கட்டமைக்கும் பணியில் மும்முரமாக இருந்தார் ஸ்டாலின். வகுத்துக்கொண்ட மூன்றாவது ஐந்தாண்டு திட்டத்தை நிறைவேற்றவேண்டுமால் புதிய தொழில்நுட்பங்கள் தேவைப்படும். பெரும் தொழிற் சாலைகளை வடிவமைக்கவேண்டுமானால் புதிய இயந்திரங்கள் தேவைப்படும். பிற நாடுகளில் இருந்து இறக்குமதி செய்யாமல் இவற்றைப் பெறமுடியாது. அந்த வகையில், பிரிட்டனுக்கே சவால்விடும்படியான தொழில்நுட்ப வளர்ச்சியைப் பெற்றிருந்த ஜெர்மனியை ஒதுக்கித்தள்ள முடியாது.

இதற்கிடையில், சோவியத், பிரிட்டன், பிரான்ஸ் மூன்றும் தங்களுக்குள் அவ்வப்போது பேச்சுவார்த்தைகள் நடத்திக் கொண்டிருந்தன. ஜெர்மனி பற்றி என்ன நினைக்கிறீர்கள்? ஹிட்லரால் ஐரோப்பாவுக்குப் பிரச்னை வரும் என்று நிஜமாகவே நினைக்கிறீர்களா? ஹிட்லர் சூறாவளியாகச் சுற்றிவந்து ஆயுதங் களைக் குவித்துக்கொண்டிருப்பது உண்மை. போலந்து போன்ற நாடுகள் அவரைக் கண்டு நடுநடுங்கிக்கொண்டிருப்பதும் உண்மை. ஆனால், மாபெரும் போர் ஒன்றை ஏற்று நடத்தும் அளவுக்கு ஹிட்லருக்கு தில் இருக்குமா?

இருக்குமோ இருக்காதோ நமக்குள் ஓர் ஒப்பந்தம் போட்டுக் கொள்ளலாம் என்றது பிரான்ஸ். பிரிட்டனுக்கும் அது சரியென்றே தோன்றியது. பிரான்ஸுடன் கைகோர்த்துக்கொள்ள பிரிட்டன் தயாராக இருந்தது. பிரிட்டனுடன் இணைய பிரான்ஸுக்கு விருப்பம். ஆனால் இரு நாடுகளும் சோவியத்தை இணைத்துக்கொள்ள தயக்கம் காட்டின. சோவியத்தின் சித்தாந்தம் ஒத்துவராது என்பதுதான் காரணம். ஹிட்லர்

அபாயகரமானவர் என்றால் ஸ்டாலினும் அப்படியே. முன்னவர் நாசிஸத்தை முன்னிறுத்துகிறார். பின்னவர், கம்யூனிஸத்தை. இரண்டுமே எதிரெதிர் கோட்பாடுகள் என்றாலும் இரண்டுமே நமக்கு எதிரானவை. பாட்டாளி வர்க்கச் சர்வாதிகாரம், தொழிலாளர் புரட்சி, முதலாளித்துவம், மார்க்ஸியம் என்று அவர்கள் போகும் பாதை அச்சுறுத்தக்கூடியதாக இருக்கிறது. ஆனானப்பட்ட ஜார் மன்னரையே தூக்கியெறிந்து அதிகாரத்தைக் கைப்பற்றியவர்கள். உலகத் தொழிலாளர்களே ஒன்று சேருங்கள் என்று உலகம் முழுவதும் பிரசாரம் செய்துவருபவர்கள். எப்படி கூட்டணி சேரமுடியும் சோவியத்துடன்? தவிரவும், இவர்களிடம் மெச்சத்தகுந்த ராணுவ பலம் இருக்குமா என்பதையும் யோசிக்க வேண்டியிருக்கிறது.

சோவியத்துடன் கைகுலுக்குவதில் ஹிட்லருக்கும் இதே தயக்கங்கள் இருந்தன என்றாலும் சோவியத்துடன் இணக்கமாவதில் உள்ள நன்மைகளை அவர் அறிந்திருந்தார். சித்தாந்தம் ஒத்துபோகாவிட்டால் என்ன, ஆதாயம் கிடைத்தால் போதுமே! 1939 தொடக்கம் முதலே சோவியத்துடன் பேச ஆரம்பித்து விட்டது ஜெர்மனி. பிரிட்டன், பிரான்ஸ் போன்ற நாடுகளுடன் சேர்வதைக் காட்டிலும் தங்களுடன் இணைவது அரசியல் ரீதியாக சோவியத்துக்கு அதிக பயன் தருவதாக இருக்கும் என்று சொன்னது. தீர்மானமான முடிவு எதையும் எடுக்கவில்லை சோவியத்.

சோவியத்தின் அயல்துறை அமைச்சராக இருந்த மாக்ஸிம் லிட்வினவ் என்பவர் பதவியிறக்கப்பட்டு அவர் இடத்தில், மோலடோவ் (Vyacheslav Molotov) என்பவர் அமர்த்தப்பட்டார். இது நடந்தது மே 1939ல். இடையில், போர் விமானங்களைத் தயாரிக்கும் ஜெர்மானியர்கள் ஹிட்லரிடம் தங்கள் ஆதங்கத்தை தெரியப்படுத்தினார்கள். சோவியத்திடம் இருந்து ராணுவ உதவிகள் பெற்றால்தான் நம் பலத்தை கூட்டமுடியும். குறிப்பாக, போர் விமானங்களுக்கு அவர்கள் உதவி தேவை. ஏதாவது செய்யுங்கள். பேசிப்பார்த்தது ஜெர்மனி. அரசியல் ரீதியாகவோ ஆயுத ரீதியாகவோ எந்தவொரு உடன்படிக்கையும் செய்துகொள்ளமுடியாது என்று மறுத்துவிட்டது சோவியத். இருந்தாலும் யோசித்தது.

பிரிட்டன், பிரான்ஸ் இரு நாடுகளையும் நம்பிக்கொண்டிருந்தால் ஐரோப்பாவை ஜெர்மனி கபளீகரம் செய்துவிடும். மற்றொரு

மோலடோவ் - ரிப்பன்ட்ராப் ஒப்பந்தம்

பக்கம் ஹிட்லரே நேரடியாகத் தொடர்புகொண்டு ஏதாவது செய்யட்டுமா என்று கேட்கிறார். இதை ஏன் பயன்படுத்திக் கொள்ளக்கூடாது? சாட்சிக்காரர்கள் சும்மா இருக்கிறார்கள். சண்டைக்காரனிடம் பேசிப்பார்த்தால் என்ன? ஹிட்லரின் கையைக் கட்டிப்போட இந்த ஒப்பந்தம் உதவும் என்னும்போது ஏன் பயன்படுத்திக் கொள்ளக்கூடாது?

ஜெர்மனி, ரிப்பன்ட்ராஃபை சோவியத்துக்கு அனுப்பிவைத்தது. ஆகஸ்ட் 24ம் தேதி, மோலடோவ்-ரிப்பன்ட்ராப் ஒப்பந்தம் (Molotov-Ribbentrop Pact) கையெழுத்தானது. நாம் ஒருவரை ஒருவர் தாக்கிக்கொள்ளவேண்டாம். மூன்றாவது நாட்டின்மீது நம்மில் ஒருவர் போரிட்டால் மற்றொருவர் நடுநிலைமையுடன் இருக்கவேண்டும். ஒப்பந்தத்தின் சாரம் இது.

சோவியத்-ஜெர்மனி ஒப்பந்தம் குறித்து தெரியவந்தபோது, ஐரோப்பா குழம்பிப் போனது. பிரிட்டன், பிரான்ஸ், சோவியத் - இந்த மூன்றும் ஓரணி என்றுதானே நினைத்துக்கொண்டிருந்தோம். அதெப்படி ஜெர்மனியுடன் கூட்டு சேர்ந்தது சோவியத்? டைம் பத்திரிகை இதை கம்யூநாஜி ஒப்பந்தம் என்று அழைத்தது. அதில் பங்கேற்றவர்களை கம்யூநாஜிகள் என்று குறிப்பிட்டது. சோவியத் தரப்பில் இருந்து விளக்கங்கள் வெளிவந்தன. ஜெர்மனியுடன் ஒப்பந்தம் போடுவதால், நாஜிகளை நாங்கள் ஆதரிக்கிறோம் என்று அர்த்தமில்லை. நாசிஸத்தை நாங்கள் தொடர்ந்து எதிர்த்து வந்திருக்கிறோம். சோவியத், ஜெர்மனியை ஆதரிக்கவில்லை. நாசிஸத்தை ஆதரிக்கவில்லை. பிரிட்டனும் பிரான்ஸூம் கைவிட்டதால்தான் ஜெர்மனியுடன் பேசவேண்டிவந்தது.

பதற்றம் குறைந்துவிட்டது என்றது பல்கேரியா. நம் பக்கத்து தேசங்களான ஜெர்மனியும் சோவியத்தும் அமைதி ஒப்பந்தத்தில் கையெழுத்திட்டுவிட்டதால் இனி நமக்கு எந்தப் பிரச்னையும் வராது என்று பெருமூச்சு விட்டன லாட்வியாவும் எஸ்டோனியா வும். முஸோலினிக்கும் ஸ்பெயினின் ஃபிராங்கோவுக்கும் இந்த ஒப்பந்தம் பிடிக்கவில்லை. நம் எதிரி தேசமான சோவியத்துடன் ஏன் கைகுலுக்கிக்கொள்ளவேண்டும் என்று ஹிட்லரிடம் அவர்கள் கேள்வி எழுப்பினார்கள். ஜப்பானுக்கு இதில் துளி விருப்பமும் இல்லை.

சாம்பர்லைனின் ரத்தம் கொதித்தது. ஐயோ, ஹிட்லர் இப்படி ஏமாற்றிவிட்டாரே!

ஹிட்லர் நாள் குறித்திருந்தார். ஆகஸ்ட் 26ம் தேதி காலை நான்கு மணி. பிரிட்டன் அவசரமாக போலந்தை அணுகியது. ஜெர்மனி தாக்கும் அபாயம் இருக்கிறது. ஆனால், கவலைப்பட வேண்டாம். பிரிட்டன் உங்களை ஹிட்லரிடம் இருந்து பாதுகாக்கும். ஹிட்லருடனும் பேசியது பிரிட்டன். போலந்தை ஆக்கிரமிக்கும் திட்டத்தை கைவிடுங்கள். உட்கார்ந்து பேசி ஒரு முடிவுக்கு வருவோம். போலந்தும்கூட ஹிட்லருக்கு விண்ணப்பம் அனுப்பியது. பேசலாம் வாருங்கள்.

இறுதியாக, ஒரே ஒரு வாய்ப்பு கொடுத்தார் ஹிட்லர். ஆகஸ்ட் 29 இரவு அறிக்கை ஒன்றை வெளியிட்டது ஜெர்மனி. போலந்தில் அமைதி நிலவவேண்டுமானால் எங்கள் சொல்படி போலந்து நடக்கவேண்டும். டான்சிக் (Danzig) எங்களுக்கு வேண்டும். போலிஷ் காரிடரில் வாக்கெடுப்பு நடத்தப்படவேண்டும். நாளை மதியத்துக்குள் போலந்தில் இருந்து ஓர் அரசாங்க அதிகாரி பெர்லினுக்கு வந்து இந்த உடன்படிக்கையில் ஒப்பமிட்டு தரவேண்டும். மதியம் வரைதான் அவகாசம். பிறகு எங்களை யாரும் குறைகூற முடியாது. ஹிட்லர் எதிர்பார்த்ததைப் போலவே உருப்படியான பதில் எதுவும் வரவில்லை. எங்கள் கோரிக்கையை போலந்து நிராகரித்துவிட்டது என்று அறிவித்தார் ஹிட்லர்.

ஹிட்லரின் படை தயாராக இருந்தது. ஹிட்லரின் நண்பர்கள் (ஹிம்லர், கெப்பல்ஸ், ஹெஸ், போர்மன், கோரிங், ரிப்பன்ட்ராப், லே) தயாராக இருந்தனர். ஹிட்லரும் தயாராக இருந்தார்.

•

பிரிட்டிஷ் பிரதமர், சாம்பர்லைன் இன்னமும் முடிவெடுக்க முடியாமல் தடுமாறிக்கொண்டிருந்தார்.

ஹிட்லர் கொத்துக்கொத்தாக யூதர்களை கொன்றுபோடுவதை சாம்பர்லைன் உதட்டளவில் மட்டுமே எதிர்த்தார். சக மனிதர்களைக் கொல்வது அநியாயம் என்பதுபோல் ஏதோ சொன்னார். மற்றபடி, யூதர்கள் மீது அவருக்குப் பெரிய அபிமானம் இருக்கவில்லை. நாஜிகள் யூதர்களை அழிப்பதற்கு இரண்டு காரணங்கள் இருக்கமுடியும் என்றார் சாம்பர்லைன். அவர்களிடம் அபரிமிதமான செல்வம் குவிந்திருந்தது. அவர்கள் அதிக அறிவாற்றலுடன் திகழ்ந்தார்கள். இரண்டுமே

நாஜிகளுக்குப் பிடிக்கவில்லை. ஆகவே, அவர்களை நீக்க ஆரம்பித்திருக்கிறார்கள். யூதர்களை நேசிக்கமுடியும் என்று எனக்குத் தோன்றவில்லை. மேலும், அவர்களைப் பற்றி எனக்கு எந்தவித அக்கறையும் இல்லை என்பதுதான் உண்மை. சாம்பர்லைனில் கருத்து இப்படித்தான் இருந்தது.

அந்த வகையில், ஜெர்மனியை எதிர்த்துப் போரிடுவதற்கான தார்மீகக் காரணம் என்று எதையும் சாம்பர்லைனால் கண்டுபிடிக்கமுடியவில்லை. ஆனால், சமாதானத்துக்கு அல்ல, போருக்குத்தான் ஹிட்லர் ஆயத்தமாகிக்கொண்டிருக்கிறார் என்னும் உண்மை பட்டவர்த்தனமாகத் தெரியவந்தபோது சோர்ந்துபோனார் சாம்பர்லைன். அப்போதும்கூட, ஏதாவதொரு அதிசய சக்தி குறுக்கிட்டு ஹிட்லரின் கோணல் எண்ணத்தை மாற்றியமைக்கும் என்று நம்பினார். ஆகஸ்ட் இறுதியில் தன் தங்கை ஹில்டாவுக்கு ஒரு கடிதம் எழுதினார். யாருமற்ற ஒரு வெளியில் தனியாக நடந்துபோவதைப் போல் உணர்கிறேன். வயிற்றுக்குள் ஏதோ ஒரு வலி பரவிக்கொண்டிருக்கிறது. உட்கார முடியவில்லை. படுக்கமுடியவில்லை. தவியாய்த் தவித்துக் கொண்டிருக்கிறேன்.

போர் தவிர்க்கமுடியாது என்னும் நிலையில், சாம்பர்லைன் பிபிசிக்கு பேட்டி கொடுத்தார். நான் எத்தனை கசப்பான உணர்வுடன் இருக்கிறேன் என்பதை உங்களால் புரிந்துகொள்ள முடியும் என்று நம்புகிறேன். அமைதி நீடிக்கவேண்டும் என்பதற்காக வாழ்நாள் முழுவதும் நான் எடுத்த முயற்சிகள் தோல்வியடைந்துவிட்டன. நான் எதைச் செய்திருந்தாலும் இந்த நிலைமை ஏற்படுவதைத் தவிர்த்திருக்கமுடியாது. ஹிட்லரின் செய்கைகள் மாறப்போவதில்லை. பலாத்காரத்தை ஹிட்லர் விடுவதாக இல்லை. அவரை தடுத்து நிறுத்தவேண்டுமானால், பலத்தைப் பிரயோகப்படுத்தியே ஆகவேண்டும்.

போருக்கு பிரிட்டன் ஆயத்தமாவதற்கும் ஜெர்மனி ஆயத்தமாவ தற்கும் நிறைய வித்தியாசங்கள் இருந்தன. ஒப்பீட்டளவில், ஜெர்மனியைவிட பிரிட்டனின் படைபலம் அதிகம் என்றாலும் போர் ஒன்றேதான் குறிக்கோள் என்பதால் ஜெர்மனியால் வேறு எந்த நாட்டைவிடவும் வேகமாகத் தன் படைகளைத் தொகுத்துக் கொள்ள முடிந்தது. மேலும், ஹிட்லரால் சுயமாக முடிவெடுக்க முடிந்தது. தன் தோழமை தேசங்களான இத்தாலி, ஜப்பான்

போன்றவற்றோடு பேசி அவர்கள் ஒப்புதலையும் பெற வேண்டிய அவசியம் ஹிட்லருக்கு இருக்கவில்லை.

பிரிட்டனுக்கு இது சாத்தியமில்லை. தன்னிச்சையாகக் கிளம்பிப் போய் ஹிட்லரை எதிர்த்து நிற்க முடியாது. பிரான்ஸுடன் பேசவேண்டும். போலந்திடம் பேசவேண்டும். அவர்கள் ஒப்புதலையும் பெற்றாகவேண்டும். காமன்வெல்த்தில் நடுநாயக மாக பிரிட்டன் இருப்பதால், கனடா, தென் ஆப்பிரிக்கா, ஆஸ்திரேலியா, நியூ சிலாந்து ஆகிய நாடுகளிடமும் பேச வேண்டும். ஜெர்மனியைப் போல் அல்லாமல் மிகவும் கவனமாகச் செயல்படவேண்டிய அவசியம் பிரிட்டனுக்கு இருந்தது. கிட்டத்தட்ட சிலந்தி வலைப்பின்னல் போன்ற அமைப்பு அது.

கூடுதலாக, பிரிட்டனின் காலனிகள் ஐரோப்பாவைத் தாண்டி உலகம் முழுவதும் பரவியிருந்தன. போர் என்று வந்துவிட்டால் காலனிகளைக் காப்பாற்றியாக வேண்டும். ஜெர்மனியுடன் போர் என்றால் ஜப்பான் வரும். வந்தால், இந்தியா, ஆஸ்திரேலியா, நியூ சிலாந்து ஆகிய நாடுகளை ஜப்பானிடம் இருந்து காப்பாற்ற வேண்டியிருக்கும். ஐரோப்பாவில் ஜெர்மனி எப்படி பலம்பொருந்திய தேசமாக வளர்ந்திருக்கிறதோ அதேபோல் ஆசியாவில் ஜப்பான் வளர்ந்திருக்கிறது. மூன்றாவது சக்தி, இத்தாலி. எல்லோரும் பார்த்துக்கொண்டிருக்கும்போது, அபிசீனியாவை தூக்கி வாயில் போட்டுக்கொள்ளும் பலம் இத்தாலிக்கு இருக்கிறது. இந்த மூன்று சக்திகளும் கைகோர்த்துக்கொள்வது ஆசியா, ஐரோப்பா, ஏன் உலகம் முழுவதற்கும் ஆபத்து.

தவிரவும், ஒவ்வொரு நாட்டுடனும் ஒவ்வொரு விதமான உறவு. ஒவ்வொரு தலைவருடனும் ஒவ்வொரு மாதிரியான பரிவர்த்தனை, புரிதல்கள். இதில் எதுவும் சேதமடையக்கூடாது. அதே சமயம், பிரிட்டனின் நலனுக்கு எதிராகச் செயல்படும் ஜெர்மனியையும் எதிர்த்தாகவேண்டும். சரியான வியூகங்களை அமைத்துக்கொண்ட பிறகே போரில் இறங்கவேண்டும். இறங்கியபிறகு கூடுதல் எச்சரிக்கையுடன் இருக்கவேண்டும்.

ஐரோப்பாவின் பொதுவான எதிரியாக ஜெர்மனியை ஏற்றுக் கொள்வதில் மேற்குலக நாடுகளிடையே எந்தவிதத் தயக்கமும் இல்லை. ஆனால், இத்தாலியையும் ஜப்பானையும் எதிரி

தேசங்களாக ஏற்றுக்கொள்ள அவர்கள் தயங்கினார்கள். முஸோலினியோடு நல்லுறவு வளர்த்துகொள்ளலாம் என்று பிரான்ஸ் 1935ல் கருதியது. பிரிட்டன் ஒப்புக்கொள்ளவில்லை. சரி இத்தாலியுடன் பேசிப் பார்க்கலாம் என்று பிரிட்டன் 1939ல் சொன்னபோது, பிரான்ஸ் இணங்கவில்லை. ஜப்பான் சீனாவை ஆக்கிரமித்தபோது, பிரிட்டனும் பிரான்ஸூம் பெரிதாக அலட்டிக்கொள்ளவில்லை.

ஜெர்மனி, இத்தாலி, ஜப்பான், பிரிட்டன், பிரான்ஸ், அமெரிக்கா எல்லோருக்கும் ஒரே கனவுதான். ஒரே கொள்கைதான். ஒரே சித்தாந்தம்தான். பிரதேச நீட்டிப்பு. தனது நலன் கெடாமல் மற்றவர்களின் பிரதேசங்களைக் கைப்பற்றவேண்டும். இது நிலத்துக்கான போட்டி மட்டுமல்ல. அதிகாரத்துக்கான போட்டி. நானா, நீயா போட்டி. யார் வெற்றி பெறுகிறார்களோ அவருக்கே அதிகப் பிரதேசங்கள் சென்றடையும். யாரிடம் அதிகப் பிரதேசங்கள் இருக்கின்றதோ அவருக்கு அதிகாரம் கூடிப்போகிறது.

வளம் கொழிக்கும் பகுதிகளை அபகரித்துக்கொள்ளும்போது, பொருளாதாரம் உயர்கிறது. லாபம் அதிகரிக்கிறது. லாபம் அதிகரித்தால் ராணுவ பலம் அதிகரிக்கும். பலம் அதிகரித்தால் அதிகாரம் அதிகரிக்கும்.

•

எனவே, போலந்தை தாக்கலாம் என்றார் ஹிட்லர். தாக்குதல் திட்டத்துக்கு ஒரு செல்லப்பெயர் சூட்டியிருந்தனர் - Blitzkrieg. மின்னல்வேக யுத்தம் என்று அர்த்தம். மொத்தம் 2400 டாங்கிகள். ஆறு பிரிவுகளாக இவை பிரிக்கப்பட்டிருக்கும். ராணுவத்தின் பிற பிரிவுகளுடன் இணைந்து இவை செயல்படும். எதிரிகளின் எல்லைக் கோட்டுக்கு அருகில் இருந்து தாக்கி, எதிரிகளின் படைகளைத் தனிமைப்படுத்தவது இந்த டாங்கி பிரிவின் வேலை. பிறகு, தனிமைப்படுத்தப்பட்ட சிறு படை பிரிவுகள் சுற்றிவளைக்கப்பட்டு அழிக்கப்படும்.

இதற்கு அடுத்த கட்டம், காலாட்படை. முதல் வேலை முடிந்ததும் இந்தப் படைகள் முன்னேறும். பிறகு, விமானப் படை. இதை Luftwaffe பிரிவு என்று அழைத்தனர். இந்தப் பிரிவில் 4000 போர் விமானங்கள் இருந்தன. பறந்தபடியே குண்டு

போலந்து வீரர்கள்

தூவும் டைவ் பாம்பர்ஸ் எதிரிகளைச் சுற்றி சுற்றி வரும். எதிரிகளின் தகவல் தொடர்பு சாதனங்களை சேதப்படுத்தும். மொத்த படைபலம் கிட்டத்தட்ட 16 லட்சம். போலந்தை தாக்கியழிக்க Blitzkrieg-ஐ தேர்ந்தெடுத்தது ஜெர்மனி.

போலந்து போருக்குத் தயாராக இல்லை. ஜெர்மனியின் அச்சுறுத்தல் தெரியும். ஆபத்து சூழலாம் என்று தெரியும். ஆனால், எப்படியாவது காலத்தைக் கடத்திவிடமுடியும் என்று நம்பியது போலந்து. தொழில்முனையும் நாடாக அது இருந்தது. ராணுவத்தைப் பலப்படுத்தவேண்டுமானால் தொழில்துறை லாபகரமாக இயங்கவேண்டும் என்று போலந்து நம்பியது. தன் தயாரிப்புகளின் பெரும்பகுதியை அது ஏற்றுமதி செய்தது. 1936ல் தேசிய பாதுகாப்பு நிதி என்னும் அமைப்பை உருவாக்கி தேசம் முழுவதும் சுற்றியலைந்து பணம் திரட்டி, ஆயுதம் வாங்கினார்கள். ஒரு பக்கம் தொழில்நுட்ப வளர்ச்சி. மற்றொரு பக்கம், அந்தப் பணத்தைக் கொண்டு பாதுகாப்பை பலப்படுத்தும் பணி. கைக்கும் வாய்க்கும் சரியாக இருந்தது. எனவே எப்போதும் அந்தரத்திலேயே நூலிழையில் தொங்கிக்கொண்டிருந்தது பொருளாதாரம்.

பூர்வ குடிகளான போலிஷ் மக்களும் யூதர்களும் செக் இனத்தவரும் உக்ரேனியர்களும் கொண்ட பிரதேசம் போலந்து. முதல் உலகப் போர் ஏற்படுத்திய நெருக்கடியில் இருந்து மீளாமல் தத்தளித்துக்கொண்டிருந்த நாடும்கூட.

செப்டெம்பர் 1, 1939 அதிகாலை நான்கு நாற்பதுக்கு ஜெர்மனி ஆரம்பித்தது. திடீரென்று போர் தொடுக்கமுடியாதே! அதற்காக ஒரு காரணத்தையும் ஜோடனை செய்து வைத்திருந்தார்கள். சமீப காலமாக, போலந்து சரியில்லை. எப்போதும் போர் குரோதத்துடன் இருக்கிறது. எல்லைப்புறத்தில் இருந்த அப்பாவி ஜெர்மானிய வீரர்களை தாக்கிக்கொண்டிருக்கிறது. இனியும் பொறுக்கமுடியாது என்னும் நிலையில் நாங்கள் அவர்களை எதிர்த்தாக்குதல் நடத்த முடிவு செய்திருக்கிறோம். கவனிக்கவும், இது எதிர்த்தாக்குதல் மட்டுமே.

Wielun என்னும் நகரத்தை முதலில் தேர்ந்தெடுத்தார்கள். பாதி உறக்கத்திலும் பாதி விழிப்பிலும் இருந்த போலந்து மக்கள் சத்தம் கேட்டு விழித்துகொண்டார்கள். ஆபத்து என்பதை உணர்வதற்கு முன் சிதறி வெடிக்க ஆரம்பித்தார்கள். போர்

பற்றிய எந்தவித முன்னறிவிப்பும் தரப்படவில்லை. கட்டடங்கள் பொடிப்பொடியாக உதிர ஆரம்பித்தன. வீட்டுக்குள் இருந்தவர்கள் வெளியில் ஓடிவந்து, தப்ப முயன்றார்கள்.சில நிமிடங்களில் அருகில் இருந்த கட்டடங்கள் அவர்கள் மீது சாய்ந்தன. வீடுகள் தீப்பிடித்து எரிய, ஆண்களும் பெண்களும் குழந்தைகளும் உள்ளேயே கருகிக் கரியாக உதிர்ந்தனர்.

சில மணி நேரங்களில் முடிந்துவிட்டது. ஜெர்மன் வீரர்கள் விமானத்தில் இருந்தபடியே ஒரு சுற்று சுற்றி வந்து நோட்டமிட்டனர். கரும்புகை மேலே கிளம்பி அவர்களை நோக்கி நகர ஆரம்பித்து. புன்னகை செய்துகொண்டார்கள். இது முதல் வெற்றி. ஹிட்லருக்குச் சொல்லவேண்டும். நகரத்தின் எழுபத்தைந்து சதவிகிதம் சேதம். இறப்பு எண்ணிக்கை, தோராயமாக ஆயிரத்து இருநூறு. பெரும்பாலானவர்கள் சிவிலியன்கள். இரண்டாம் உலகப் போரின் தொடக்கச் சம்பவம் என்று இதனைச் சரித்திரம் பதிவு செய்திருக்கிறது.

வெற்றி கிடக்கட்டும் அடுத்த வேலையை ஆரம்பிக்கவும் என்றார் ஹிட்லர். அடுத்த ஐந்தாவது நிமிடம் டான்சிக் தாக்கப்பட்டது. இது ஒரு துறைமுக நகரம். இங்கு ஜெர்மானியர்களே பெரும்பான்மையினர். பதினெட்டாம் நூற்றாண்டில் ஜெர்மனியின் ஒரு பகுதியாக இருந்தது டான்சிக். வெர்சைல்ஸ் ஒப்பந்தத்தம் ஜெர்மனியிடம் இருந்து டான்சிகை பிரித்திருந்தது. டான்சிகை விடுவித்தே தீருவேன் என்று 1938ல் இருந்தே பிரசாரம் செய்ய ஆரம்பித்திருந்தார் ஹிட்லர்.

டான்சிகில் உள்ள Westerplatte என்னும் பகுதியை தாக்க ஆரம்பித்தது ஜெர்மனி. கடல் வழித் தாக்குதல். காலை எட்டு மணிக்கு மோக்ரா என்னும் பகுதியில் உள்ள நகரம் தாக்கப்பட்டது. போலந்து ராணுவத்தில் கிட்டத்தட்ட ஒரு லட்சம் பேர் இருந்தனர் என்றாலும் ஜெர்மனியை எதிர்கொள்ள இந்த முறை ஐம்பதாயிரம் பேரை மட்டும் திரட்ட முடிந்தது. படைபலம் என்று பார்த்தால், 39 டிவிஷன் காலாட்படை வீரர்கள், 11 குதிரைப்படைகள், 200 பீரங்கிகள், 800 போர் விமானங்கள். ஜெர்மனியின் பிரமாண்டமான அணிவகுப்புக்கு முன்னால் இது குட்டி சுண்டைக்காய்.

படைபலத்தோடுகூட தெளிவான போர் தந்திரத்தையும் உபயோகித்தது ஜெர்மனி. மேற்கு, தெற்கு என்று சகல

திசைகளிலும் சுற்றிவளைக்க ஆரம்பித்தார்கள். தெளிவாகத் திட்டமிட்டு தொடுக்கப்பட்ட தாக்குதல். மின்னல் வேகத்தில் புகுந்து, வேண்டியதை அழித்துவிட்டு, கைப்பற்றிக் கொண் டார்கள்.

வான் வழி. கடல் வழி. தரை வழி. மூன்றும் அடுத்தடுத்து நடந்தன. ஒன்று முடிந்தால், மற்றொன்று. அது தீர்ந்தால் இன்னொன்று. சுதாரிப்பதற்காக அவகாசம் சுத்தமாக இல்லை. விமான நிலையங்கள், ராணுவத் தளங்கள், தகவல் தொடர்பு மையங்கள், ரயில் பாதைகள், வணிக கட்டங்கள், அரசாங்க அலுவலகங்கள், வீடுகள், கடைகள். எதையும் விட்டுவைக்க வில்லை. இறுதி இலக்கு, தலைநகரம் வார்சா.

ஜெர்மனியை எதிர்கொண்டு தாக்கி முறியடித்துவிடமுடியும் என்னும் நம்பிக்கை போலந்துக்கு நிச்சயமாக இல்லை. வீரர்களே நம் போலந்தை எப்பாடுபட்டாவது மீட்டாக வேண்டும் என்று உணர்ச்சியுடன் குரல் கொடுக்க தோதான தொரு ராணுவத் தலைமை அங்கே இல்லை. தலைமை அதிதீவிரத்துடன் இருந்தாலே படைகள் தோற்றுப்போய் விடுவது வாடிக்கை. முனைப்பும் ஊக்குவிப்பும் இல்லை என்னும் நிலையில் பெரிதாக என்ன செய்துவிடமுடியும்? நிஜத்தில், தற்காப்பு நடவடிக்கைகளில் ஈடுபடுவதற்குள் முழி பிதுங்கிவிட்டது அவர்களுக்கு.

செப்டெம்பர் 3ம் தேதி ஜெர்மனிக்கு எதிரான போர் அறிவிப்பை வெளியிட்டது பிரிட்டனும் பிரான்ஸும். நேச நாடுகள். போலந்துக்கு இதில் மிகப் பெரிய ஏமாற்றம். ஜெர்மனி தாக்க ஆரம்பித்தவுடனே வந்திருக்கவேண்டாமா? நேசம் என்றால் இதுவா பொருள்? அடிபட்டு கீழே விழுந்து உயிர் ஊசலாடிக் கொண்டிருக்கும்போது சாவகாசமாகக் கேட்கிறார்கள், என்ன ஆச்சு நண்பா என்று. என்னவென்று சொல்ல?

சரி வந்ததுதான் வந்தார்கள். உறுதியான முறையில் எதிர்க்கவாவது செய்கிறார்களா என்றால் அதுவும் இல்லை. ஜெர்மன், பிரான்ஸ் எல்லையில் சொல்லிக்கொள்ளும்படியான பெரிய மோதல்கள் எதுவும் நடைபெறவில்லை. ஒப்பந்தத்தை மீறி எப்படி போலந்தைத் தாக்கலாம் என்று பிரான்ஸ் திமிறிக்கொண்டு வரவில்லை. என் அணியில் கைவைத்த உன்

செப்டெம்பர் 1 தாக்குதல்

தாக்குதலில் முன்னேற்றம்

கையை உடைக்காமல் விடமாட்டேன் என்று சூளுரைக்க வில்லை. ஒப்புக்குச் சிலரை அனுப்பினார்கள். மோதல் அல்ல, கிட்டத்தட்ட தெருச்சண்டை போல் எதுவோவொன்று நடந்தது. அதுவும்கூட பெயரளவுக்குத்தான். நாளை யாராவது கேள்வி கேட்டால், கிடையாதே நானும்கூட ஜெர்மனியை எதிர்த்து சண்டைபோட்டேனே என்று சொல்லிக் காட்டுவதற்காகச் செய்யப்பட்ட ஏற்பாடு அது. ஒருவேளை பிரான்ஸ் முனைப்பு டன் ஜெர்மனி மீது போர் தொடுத்திருந்தால், ஜெர்மனி நிச்சயம் தள்ளாடியிருக்கும். காரணம், எண்பத்து ஐந்து சதவிகித படைகளை ஜெர்மனி போலந்துக்குத் திருப்பிவிட்டிருந்தது. ஜெர்மனை பாதுகாக்க பதினைந்து சதவீத படையே எஞ்சியிருந்தது.

இதற்கிடையில், செப்டெம்பர் 6ம் தேதியே போலந்தின் பிரதமர் Ignacy Moscicki, உயர் ராணுவ மார்ஷல் மற்றும் அவரது அமைச்சர்கள் வார்சாவில் இருந்து அவசரமாக வெளியேறி விட்டனர். போலந்து பின்வாங்க ஆரம்பித்திருந்தது. வார்சா வுக்கு மேற்கே இருந்த Bzura கடல் பகுதியில் நடைபெற்ற மோதல் செப்டெம்பர் 9 முதல் 19 வரை நீடித்தது. இருந்த கொஞ்சநஞ்ச எதிர்ப்பும் நசுக்கப்பட்டது. முதலில் பாலங்களை குண்டுகள் வீசி தாக்கினார்கள். எதிர்தாக்குதல் தொடுப்பதற்காக ராணுவத்தினர் ஓரிடத்தில் கூடியபோது, அடுத்தடுத்து, அலையலையாக, வான்வழித்தாக்குதல்கள் தொடுக்கப்பட்டன. ஐம்பது கிலோ எடையுள்ள லைட் குண்டுகள் பயன்படுத்தப் பட்டன. எதிர்பார்த்தைக் காட்டிலும் கூடுதலான சேதத்தை ஏற்படுத்தின இந்த குண்டுகள்.

•

இந்தப் பின்னணியில் செப்டெம்பர் 17, 1939 அன்று சோவியத் அயல்துறை அமைச்சர் மோலோடோவ் ஆற்றிய உரையில் இருந்து ஒரு பகுதி இது.

ஜெர்மனிக்கும் போலந்துக்கும் இடையில் நடைபெறும் இந்த யுத்தம் ஒரு விஷயத்தை தெளிவாக்குகிறது. போலந்து அரசு செயலிழந்துவிட்டது. ஆளும் வர்க்கத்தினர் திவாலாகிவிட் டனர். போலந்தின் தலைநகரம் என்று அழைக்கமுடியாத நிலையில் இருக்கிறது வார்சா. அரசாங்கத்தை நடத்திக்

கொண்டிருந்தவர்கள் எங்கே இருக்கிறார்கள் என்றே தெரிய வில்லை. மக்களின் எதிர்காலத்தை இனி விதிதான் தீர்மானிக்க வேண்டும் என்று விட்டுவிட்டார்கள்.

இப்படிப்பட்ட சூழலில், சோவியத் யூனியனுக்கும் போலந்துக் கும் இடையிலான ஒப்பந்தம் முடிவுக்கு வந்துவிட்டது. போலந்தைக் காக்கும் அதிமுக்கிய பணி சோவியத்திடம் வந்து சேர்ந்திருக்கிறது. எந்தவிதமான விபத்தும் எப்போதும் நேரலாம் என்னும் நிலையில் இருக்கிறது போலந்து. இப்படி போலந்து இருப்பதால் சோவியத்துக்கும் தொந்தரவுதான். தவிரவும், போலந்தில் உள்ள உக்கிரேனியர்களையும் பைலோரஷ்யர்களை யும் சோவியத்தால் கைவிடமுடியாது. அவர்கள் சோவியத்துடன் ரத்த உறவு கொண்டவர்கள். அவர்களுக்கு கைகொடுப்பது சோவியத்தின் கடமை.

போலந்துக்குள் சோவியத் காலடி எடுத்து வைக்கப்போவதன் முன்னறிவிப்பாக இந்த உரை அமைந்தது.

•

அக்டோபர் ஒன்றாம் தேதி போர் முடிவுக்கு வந்தபோது போலந்து சின்னாபின்னமாகி இருந்தது. சாகாமல் எஞ்சி யிருந்த ராணுவத்தினர் (காலாட்படை மற்றும் விமானப்படை) பக்கத்து தேசங்களான ருமேனியாவுக்கும் ஹங்கேரிக்கும் பிரித்தளிக்கப்பட்டனர். வார்சா, கேலெட்ஸ், சிலேஸியா, போமரானியா, லோட்ஸ் ஆகிய மாகாணங்கள் உடனடியாக ஜெர்மனின் பகுதிகளாக அறிவிக்கப்பட்டன. எல்லாம் நடந்து முடிந்தபோது, போலந்தில் பதினைந்து முதல் இருபது லட்சம் பேர் இறந்துபோயிருந்தனர். ஜெர்மனிக்கு இழப்பு, 3250 பேர் மட்டும்.

சோவியத் - ஜெர்மன் ஒப்பந்தத்தையும், சோவியத் போலந்தின் பகுதிகளை மீட்டெடுத்ததையும் அமெரிக்கா இன்றுவரை குறைசொல்லிக் கொண்டிருக்கிறது. போலந்தை பங்கிட்டுக் கொள்வதற்காக ஹிட்லரும் ஸ்டாலினும் ரகசியமாக ஒப்பந்தம் போட்டுக்கொண்டதாகவும் அதன்படி இரு நாடுகளும் போலந்து மீது போரிட்டு உனக்கு இது எனக்கு அது என்று பிரதேசங்களைக் கைப்பற்றிக்கொண்டதாகவும் குற்றம் சாட்டுகிறது அமெரிக்கா. இது நிஜமல்ல.

அக்டோபர் 1ம் தேதி வின்ஸ்டன் சர்ச்சில் ரேடியோவில் உரையாடினார். 'கிழக்கு போலந்தில் நாஜிகளைத் தடுத்து நிறுத்திவிட்டது சோவியத். நாம் முன்னரே சோவியத்துடன் கூட்டு சேர்ந்திருக்கவேண்டும்.' லண்டன் டைம்ஸில் ஜார்ஜ் பெர்னாட் ஷா இப்படி எழுதினார். 'ஸ்டாலினுக்கு மூன்று சியர்ஸ்! ஹிட்லரை முதல் முறையாக வெற்றிகரமாக முடக்கிக்காட்டினார் ஸ்டாலின்.' சாம்பர்லைனும் தயங்கித் தயங்கி அக்டோபர் 26ம் தேதி ஒப்புக்கொண்டார். ஜெர்மனியிடம் இருந்து பாதுகாத்துக்கொள்வதற்காக செம்படை போலந்தின் சில பகுதிகளைத் தன் கட்டுப்பாட்டின் கீழ் கொண்டு வரவேண்டியிருந்தது.

ருமேனியா வழியாகத் தப்பிச்சென்ற போலந்து அரசாங்கக் குழு பின்னர் லண்டன் வந்தபோது, போலந்து பற்றி கருத்து தெரிவித்தது. அப்போதும், சோவியத்தை ஆக்கிரமிப்பு அரசாக அவர்கள் குறிப்பிடவில்லை. ஹிட்லர், ஸ்டாலினைவிட தேவலை என்பதுதான் அவர்களது முந்தைய எண்ணம் என்பதை இங்கே கவனிக்கவேண்டும். செம்படை வீரர்கள் உள்ளே நுழைந்தபோது, பைலோ ரஷ்யர்களும் உக்ரேனியர்களும் அவர்களுக்கு உற்சாக வரவேற்பு கொடுத்ததையும் இங்கே நினைவுபடுத்திக்கொள்ளவேண்டும். உக்ரேனிய பெண்கள் சோவியத் டாங்கிகளுக்கு மாலை அணிவிப்பதை அமெரிக்க நிருபர்கள் பதிவு செய்திருக்கிறார்கள்.

சோவியத் தரப்பு இழப்பு இந்தப் போரில் 737. காயமடைந்தவர்கள் 1862 பேர்.

லித்துவேனியாவின் முந்தைய தலைநகரமான வில்னாவை (Vilna) அதனிடமே திருப்பித் தந்தது சோவியத். போலந்து இதனை முன்னர் கைப்பற்றியிருந்தது. லித்துவேனியா, லாட்வியா, எஸ்டோனியா மூன்று நாடுகளின் பிரதிநிதிகளையும் மாஸ்கோவுக்கு வரவழைத்த சோவியத், ஒப்பந்தம் போட்டுக்கொண்டது. சோவியத் போலந்துக்குள் காலடி எடுத்து வைத்து ஒரு மாதம் ஆவதற்கு முன்னால், அக்டோபர் 10ம் தேதி, இந்த மூன்று நாடுகளுடனும் ராணுவ பாதுகாப்பு ஒப்பந்தம் போடப்பட்டது. இந்தப் பிரதேசங்களில் (பால்டிக் நகரங்கள்) இருந்த ஐந்து லட்சம் ஜெர்மானியர்கள் வெளியேற்றப்பட்டனர். ஹிட்லருக்கு இதில் பெரும் அதிருப்தி. பால்டிக் ஜெர்மானியர்கள்

கோலோச்சிக் கொண்டிருந்த பகுதிகள் இவை. நூற்றாண்டு கணக்கில் அதிகாரம் செலுத்திக்கொண்டிருந்தவர்கள்.

தனது எல்லையையும் பக்கத்து நாடுகளின் எல்லைகளையும் பாதுகாப்பதற்காக சோவியத் யூனியனால் நடத்தப்பட்ட போராக இதைப் புரிந்துகொள்ளமுடியும். அந்த வகையில், சோவியத் யூனியன் இப்போரில் பெற்ற வெற்றி முக்கியமானது.

6. அடுத்த சட்டம்

தெற்கு பால்டிக் பிரதேசத்தை பலப்படுத்தியாகிவிட்டது என்னும் நிலையில் அடுத்து ஃபின்லாந்து மீது தன் கவனத்தை திருப்பியது சோவியத் யூனியன்.

ரஷ்யப் பேரரசின் ஒரு பகுதியாக நீடித்த ஃபின்லாந்து, அக்டோபர் புரட்சிக்குப் பிறகே சுதந்தரத்தை அனுபவித்தது. என்றாலும், அச்சமயம் கலவரமும் கலகமும் ஃபின் லாந்தை மாறிமாறி அலைகழித்துக் கொண்டிருந்தன. ஜனநாயக நாடாக இருந்த அந்த தேசத்தை குட்டிச்சுவராக்கியவர், Baron Mannerheim. ஜார் மன்னரிடம் ஜெனரலாக இருந்தவர். இவர் வருகைக்குப் பிறகு, ஃபின்லாந்து சோவியத் எதிர்ப்புக்கான அடித்தளமாக மாறியது. யார் சோவியத்தை எதிர்ப்பதாக இருந்தாலும் சரி, யார் ஸ்டாலினுக்கு எதிராக சதி செய்யவேண்டுமானாலும் சரி, இங்கே இடம் உண்டு. வரவேற்பு உண்டு.

பிரிட்டனின் மேற்பார்வையில் இங்கே வரிசையாக பல பாதுகாப்பு கோட்டைகள், அரண்கள் அமைக்கப்பட்டிருந்தன. ஜெர்மனி தன் பங்குக்கு விமான தளங்களை அமைத்துக் கொடுத்தது. மொத்தம் 2000 விமானங்களை

நிறுத்தி வைப்பதற்குப் போதுமான அளவுக்குப் பெரிய தளம் அது. ஃபின்லாந்திடம் அப்போது இருந்தோ வெறும் 150 விமானங்கள் மட்டுமே. இந்த 150 விமானங்களுக்கு இத்தனை பெரிய தளம் அங்கே அமைக்கப்பட்டதற்குக் காரணம் சோவியத்துக்கு எதிரான தளமாக அதைப் பிற நாடுகள் பயன்படுத்திக் கொள்ளவேண்டும் என்னும் நோக்கம் மட்டுமே.

ஃபின்லாந்தை பலப்படுத்தவேண்டிய, பாதுகாக்கவேண்டிய அவசியம் சோவியத்துக்கு இருந்தது. எதிரி தேசங்கள் வந்து கூடாரம் அமைத்து தாக்குதல் தொடுக்கும்வரை சும்மா இருப்பதற்கில்லை. போலந்து வரை வந்துவிட்ட நாஜிகளால் ஃபின்லாந்தை ஆக்கிரமிக்க எத்தனை நாள் பிடிக்கும்? பிரிட்டனும் பிரான்ஸும்கூட ஜெர்மனியின் பக்கம் திரும்பி விட்டதால், தனக்கான போராட்டத்தைத் தானே முன்னெடுத்துச் செல்லவேண்டிய அவசியம் சோவியத்துக்கு.

பேசிப் பார்க்கலாம் என்று முடிவு செய்தது சோவியத். ஃபின்லாந்துக்கு சோவியத்திடம் இருந்து பெறுவதற்கு சில விஷயங்கள் இருந்தன. குறிப்பாக, பொருளாதார உதவி. ஃபின்லாந்தின் பொருளாதாரம் கிட்டத்தட்ட சிதைந்து போயிருந்தது. எங்கிருந்தும் எந்த உதவியும் கிடைத்த பாடில்லை. இந்நிலையில் சோவியத் உதவிக்கரம் நீட்டினால், நிச்சயம் ஃபின்லாந்து பற்றிக்கொள்ளும். இரண்டாவது, Leningrad-Murmansk ரயில்வே பாதையைப் பயன்படுத்திக் கொள்வதற்கான அனுமதி. வெளியுலகோடு தொடர்புகொள்ள வேண்டுமானால் ஃபின்லாந்துக்கு இந்த ரயில் தடம் அவசியம். சோவியத்தின் உதவி இல்லாமல் இந்தப் பாதையைப் பயன் படுத்தமுடியாது. இந்த இரு உதவிகளையும் ஃபின்லாந்துக்கு அளித்து அவர்கள் ஒப்புதலுடன் அடுத்த கட்டத்துக்கு முன்னேறலாமா என்று யோசித்தது சோவியத்.

அக்டோபர் 5, 1939 அன்று ஃபின்லாந்தை தொடர்பு கொண்டது சோவியத். உங்கள் பிரதிநிதி யாரையாவது அனுப்பி வையுங்கள். தொங்கலில் இருக்கும் சில விஷயங்களைப் பேசி ஒரு முடிவுக்கு வரலாம். ஃபின்லாந்தின் எதிர்வினை விசித்திரமாக இருந்தது. உடனடியாக தனது எல்லையில் ராணுவத்தை குவித்தது. தலைநகரம் ஹெல்ஸின்கியில் இருந்து பெண்களையும் குழந்தைகளையும் துரிதமாக அப்புறப் படுத்த ஆரம்பித்தது. பங்குசந்தையை இழுத்து மூடியது.

கையோடு அமெரிக்காவையும் தொடர்பு கொண்டது. ஆபத்தில் இருக்கிறோம். உதவி தேவை.

சோவியத்துக்குப் புரியவில்லை. அப்படி என்ன தவறாக சொல்லிவிட்டோம்? ஏன் இந்த அநாவசிய பீதியும் குழப்பமும்? நாங்கள் உங்கள் மீது போர் தொடுக்கவில்லை. உட்கார்ந்து பேசலாம் என்று மட்டுமே சொன்னோம். பிறகு, புரிய வைத்தார்கள். உங்கள் நாட்டின் எல்லைப்பகுதியில் இருந்து லெனின்கிராட் தொட்டுவிடும் தொலைவில் இருக்கிறது. இது சோவியத் நலனுக்கு எதிரானது. அரசியல் குழப்படியும் பொருளாதாரக் குழப்படியும் அதிகம் இருக்கும் உங்கள் தேசத்தால், உங்கள் எல்லைகளை பாதுகாக்க முடியாது. நீங்கள் அவ்வாறு தவறும் பட்சத்தில் உங்கள் எல்லைகள் எதிரிகளால் கைப்பற்றப்படும். இது ஆபத்தானது.

நாங்கள் கேட்டுக்கொள்வதெல்லாம் இதுவொன்றுதான். லெனின்கிராடில் இருந்து உங்கள் எல்லையை பின்னோக்கிக் கொண்டு செல்லுங்கள். கடல் புறத்தில் உள்ள சில சிறிய தீவுகளை எங்களிடம் கொடுத்துவிடுங்கள். பதிலுக்கு, இதைவிட கூடுதல் நிலப்பரப்பை உங்களுக்கு வழங்குகிறோம். கூடுதல் என்றால் கிட்டத்தட்ட இரட்டிப்பு. தற்போதைய நிலப்பரப்பைப் போலவே வளமானதாக அந்தப் பிரதேசம் இருக்கும்படி பார்த்துக்கொள்கிறோம்.

இன்னொரு உதவியும் வேண்டும். லெனின்கிராடோடு இணைக்கும் Hangoe அல்லது வேறு ஏதேனும் ஒரு நுழைவாயிலை எங்களுக்கு 30 ஆண்டு லீசுக்கு கொடுங்கள். பாதுகாப்புக்காக கடல்படைத்தளத்தை அங்கே அமைத்துக் கொள்ள விரும்புகிறோம். 'சரி செய்கிறோம்' என்றுதான் ஆரம்பத்தில் சொன்னார் ஃபின்லாந்து அதிபர் கஜன்டேர். ஃபின்லாந்தின் இறையாண்மக்கு குந்தகம் விளைவிக்காத கோரிக்கைகளைத்தான் சோவியத் எழுப்பியிருக்கிறது என்று அரசாங்க அறிப்பையும் வெளியிட்டார்.

பிறகுதான் பின்வாங்க ஆரம்பித்தது ஃபின்லாந்து. தருகிறோம் ஆனால் இப்போது இல்லை. முப்பது வருட லீஸ் ரொம்ப அதிகம், வேண்டுமானால் ஒருசில ஆண்டுகள் போட்டுக் கொள்ளலாம். இரு மடங்கு பிரதேசம் போதாது. கூடுதல் பிரதேசம் தேவை. ஒரு மாதத்துக்கு மேல் இழுத்தடித்தார்கள்.

ஏதேதோ காரணங்கள் சொன்னார்கள். நியூ யார்க் டைம்ஸ் ஒரு செய்தி வெளியிட்டது. ஃபின்லாந்து சோவியத்தோடு உடன்படிக்கை செய்துகொள்ள தயக்கம் காட்டுவதற்குக் காரணம் அமெரிக்காவின் ராஜதந்திரம். சோவியத்தோடு சேராமல் இருந்தால் பல உதவிகளை செய்துதருவதாக அமெரிக்கா ஃபின்லாந்திடம் ரகசியப் பேச்சுவார்த்தைகளில் ஈடுபடுவதாகச் செய்திகள் வெளிவந்தன.

சோவியத்துக்குப் புரிந்துவிட்டது. இனி, ஃபின்லாந்து பயன் படாது. எதிரணியில் சிக்கிவிட்டது. சோவியத்தின் யூகம் சரிதான் என்பது நவம்பர் இறுதியில் தெளிவானது. எல்லையில் இருந்த செம்படை வீரர்கள் ஃபின்லாந்து ராணுவத்தினரால் திடீரென்று தாக்கப்பட்டனர். சோவியத் பலமான எதிர்ப்பையும் அதிருப்தியையும் வெளிப்படுத்தியது. ஃபின்லாந்து எதையும் காதில் வாங்கிக்கொள்ளவில்லை.

நவம்பர் 30, 1939 அன்று சோவியத் படைகள் ஃபின்லாந்துக்குள் நுழைந்தன. ஃபின்லாந்து போர்ப்பிரகடனம் செய்தது. கையோடு, அமெரிக்கா உள்ளிட்ட நாடுகளிடம் இருந்து உதவியையும் கோரியது. ஆச்சரியம், இதுவரை அசைந்து கொடுக்காத ஐரோப்பா திடீரென்று ஃபின்லாந்துக்கு வக்காலத்து வாங்கவும் ஆதரிக்கவும் ஆரம்பித்தது. ஆயிரம் காரணங்களை அடுக்கினாலும் சோவியத் செய்தது தவறுதான். என்னதான் இருந்தாலும் சிறிய நாடான ஃபின்லாந்தின் மீது சோவியத் போர் தொடுத்தது முறைகேடான செயல். அமைதிக்குக் குந்தகம் விளைவிக்கும் வேலை. சோவியத்தால் ஐரோப்பா போர்க் களமாக மாறிக்கொண்டிருக்கிறது. அந்நிய நாடுகள் மீது தலையிடுவதே அதன் வேலையாகப் போய்விட்டது.

லீக் ஆஃப் நேஷன்ஸ் உடனடியாக சோவியத்தை விலக்கி வைத்தது ஆச்சரியத்திலும் ஆச்சரியம் என்றுதான் சொல்ல வேண்டும். ஆஸ்திரியா, போலந்து, செக்கோஸ்லாவாக்கியா என்று ஹிட்லர் வரிசையாக ஒவ்வொரு நாடாக கபளீகரம் செய்துவந்தபோது சும்மா இருந்த லீக், சோவியத் என்றதும் மீசை துடிக்க பொங்கி எழுந்தது விநோதம்தான். இந்தத் தீர்மானத்தை நிறைவேறாமல் தடுப்பதற்கான வீடோ அதிகாரம் சீனாவிடம் இருந்தது. ஆனால், பயன்படுத்தவில்லை. பிரிட்டன், பிரான்ஸ் போன்ற பெரும் நாடுகளுடன் கூட்டு சேர்வதுதான் சரியாக

இருக்கும். சோவியத்தை ஆதரிப்பது வம்பை விலை கொடுத்து வாங்குவதற்கு ஒப்பானது. அமைதியாக இருந்துவிட்டது சீனா. வருத்தமடைந்த சோவியத், சீனாவுக்கு வழங்கிக்கொண்டிருந்த ராணுவ உதவியை நிறுத்திக்கொண்டது.

பிரிட்டன், அமெரிக்கா, பிரான்ஸ் மூன்றும் பெருங்குரல் எழுப்பி அலறின. ஐயோ நான்தான் அப்போதே சொன்னேனே. நாம் பயப்படவேண்டியது ஹிட்லரைப் பார்த்து அல்ல. ஸ்டாலினைப் பார்த்துதான். எப்படி நம் கண் முன்பாகவே ஃபின்லாந்தை ஆக்கிரமிக்கிறார்கள் பாருங்கள். கம்யூனிஸம் எத்தனை ஆபத்தான சித்தாந்தம் என்று படித்துப் படித்துச் சொன்னோமே, பார்த்தீர்களா? முதலாளிகள், முதலாளித்துவம் என்று நம்மை திட்டிக்கொண்டிருந்தார்களே, பாருங்கள். சோவியத்தின் ஆக்கிரமிப்பு யுத்தம் இப்படித்தான் இருக்கும். உலக முதலாளிகளே ஒன்று சேருங்கள். சோவியத்தை வீழ்த்துவோம். முதலாளித்துவத்தைச் செழுமைப்படுத்துவோம்.

ஃபின்லாந்துக்குப் பிறகுதான் சோவியத் மேற்குலக நாடுகளால் எதிர்க்கப்பட்டது என்பது உண்மையல்ல. ஹிட்லர் போலந்துக்குள் காலடி எடுத்து வைத்தபோதே ஐரோப்பிய செய்தித்தாள்கள் சோவியத் மீது தாக்குதல் போரை ஆரம்பித்து விட்டன. வெறும் வாயை மென்றுகொண்டிருந்தவர்களுக்கு வாய் நிறைய அவலை அள்ளிப்போட்டது ஃபின்லாந்து. எந்த செய்தித்தாளைப் பிரித்தாலும் ஃபின்லாந்து ஆக்கிரமிப்பு, ஸ்டாலினின் போர், கம்யூனிஸத்தின் பாதகங்கள். ஹிட்லர் இல்லை. நாஜிகள் இல்லை. யூத இனவொழிப்பு இல்லை. ஹிட்லரின் ராணுவத் திட்டங்கள் இல்லை. ஹிட்லர் கவனமாகத் தவிர்க்கப்பட்டு ஸ்டாலின் விமரிசிக்கப்பட்டார். கண்டிக்கப் பட்டார். அவதூறு செய்யப்பட்டார்.

சோவியத்தைப் பொறுத்தவரை அது லெனின்கிராடை பாது காப்பதற்கான போர். ஆகவே தயங்காமல் முன்னேறினார்கள். முதல் கட்டமாக, ஃபின்லாந்தின் ஆர்டிக் துறைமுகம் கைப்பற்றப்பட்டது. லெனின்கிராடை நெருங்குவதற்கான மார்க்கமாக அது அமைந்தது என்பதே காரணம். இதற்கு இரு வாரங்கள் பிடித்தன. இரண்டாவது கட்டப் போர், ஆமை வேகத்தில் நடந்தது. காரணம், கடும் குளிர் தொடங்கியிருந்தது. மூன்றாவது கட்டம், வான்வழித் தாக்குதல். ஃபின்லாந்தின்

ராணுவத் தளங்கள் தேர்வு செய்யப்பட்டு தாக்கியழிக்கப் பட்டன. ஆயுதத் தொழிற்சாலைகள், ரயில் பாதைகள், துறைமுகங்கள், விமான தளங்கள் ஆகியவை மீது குண்டுகள் வீசப்பட்டன. ஃபின்லாந்து தரப்பு குறிப்புகளின்படி, 640 பேர் இறந்துபோயிருந்தனர்.

நான்காவது கட்டப் போர் ஒரு மாத காலம் நீடித்தது. நோக்கம் Mannerheim Line பகுதியை உடைத்து முன்னேறுவது. ஊடுருவ கடினமானது என்று கருதப்பட்ட இந்தப் பகுதியில் வரிசை வரிசையாக பாதுகாப்பு கோட்டைகள் எழுப்பப்பட்டிருந்தன. இதனை அகற்ற முடிவுசெய்த சோவியத், பலமான பீரங்கிகளை உருட்டிக்கொண்டு வந்தது. பாதுகாப்பு அரண்களைத்தான் முதலில் தாக்கினார்கள். அரண்கள் அமைக்கப்பட்டிருந்த அடித்தளம் தகர்க்கப்பட்டது. பிறகு, கோட்டை வீழ்ந்தது. மார்ச் 12, 1940 அன்று மாஸ்கோவில் அமைதி ஒப்பந்தம் கையெழுத்தானது.

ஃபின்லாந்துக்கும் சோவியத்துக்கும் இடையில் தூதுவர் போல செயல்படமுடியுமா என்று கேட்கப்பட்டபோது பிரிட்டன் மறுத்துவிட்டது. பிரான்ஸுக்கும் விருப்பமில்லை. சோவியத் ஃபின்லாந்தை முறியடித்ததையும், கடினமான பாதுகாப்பு அரண்களைத் தகர்த்ததையும், இறுதியில் சோவியத்திடம் ஃபின்லாந்து ஒப்பந்தம் போட்டுக்கொண்டதையும் இந்த இரு நாடுகளால் ஏற்றுக்கொள்ளமுடியவில்லை. நீ ஏன் சோவியத் துடன் ஒட்டிக்கொள்ளவேண்டும் என்று சண்டைக்கு வந்தார் டலாடியர். என்னையும் சாம்பர்லைனையும்விட ஸ்டாலின் பலம் வாய்ந்தவரா? அவரிடம்தான் தஞ்சம் புகவேண்டுமா? ஃபின்லாந்தை காரணமாக வைத்து சோவியத் மீது போர் தொடுக்கவேண்டும் என்று இந்த இரு நாடுகளும் கணக்கு போட்டு வைத்திருந்தன. ஆனால், அதற்குள் சோவியத் போரை முடித்துக்கொண்டுவிட்டது. இதனால், சோவியத்துக்கு எதிரான யுத்தம் என்னும் திட்டம் கலைந்துபோனது.

சோவியத்துக்கும் ஃபின்லாந்துக்கும் இடையில் இணைப்பாக செயல்பட ஸ்வீடன் ஒப்புக்கொண்டபோது பிரிட்டனும் பிரான்ஸும் முகத்தை சுளித்துக்கொண்டன. சோவியத் Mannerheim Line பகுதியை இணைத்துக்கொண்டது. ஹாங்கோ கைப்பற்றப்பட்டது. அதே சமயம், Petsamo என்னும்

பகுதியையும் அதிலுள்ள நிக்கல் சுரங்கத்தையும் ஃபின்லாந்திடமே திருப்பித்தந்தது. ஃபின்லாந்து மக்களுக்கு உணவு உள்ளிட்ட உதவிகளையும் அளித்தது.

நவம்பர் 30, 1939ல் தொடங்கிய போர் மார்ச் 20, 1940ல் முடிவடைந்தது. போர் முடிவடைந்த அதே மார்ச் 20ம் தேதி பிரான்ஸ் அதிபர் டலாடியர் தன் பதவியை ராஜிநாமா செய்தார். ஃபின்லாந்தை காப்பாற்ற முடியாததால் எழுந்த கடும் விமரிசனங்களால் எடுக்கப்பட்ட முடிவு இது. பால் ரெனாய்ட் (Paul Reynaud) பொறுப்பேற்றுக்கொண்டார்.

சோவியத், லெனின்கிராடுக்கு குந்தகம் விளைவிக்கக்கூடிய பகுதிகளை மாத்திரம் தேர்வு செய்து அவற்றை மட்டும் இணைத்துக்கொண்டது. இது ஆக்கிரமிப்பு போர் அல்ல, பாதுகாப்பு போர்தான் என்பதை அழுத்தமாகப் பதிவு செய்தது. ஒருவேளை சோவியத் எங்காவது அத்துமீறல் நிகழ்த்தியிருந்தால், ஸ்வீடனின் ஆதரவு கிடைத்திருக்காது. ஸ்வீடனின் ஆதரவு மட்டும் கிடைக்காமல் இருந்திருந்தால், பிரிட்டனும் பிரான்ஸூம் நிச்சயம் சோவியத்துக்கு எதிரான போரை திட்டமிட்டு தொடங்கியிருக்கும்.

•

போலந்து. பிறகு, ஃபின்லாந்து. சோவியத்தின் தொடர் வெற்றி பிரிட்டனையும் பிரான்ஸையும் ஆட்டம் காணச் செய்தது. சோவியத் யூனியனுக்கு இத்தனை பலமா? பொதுவுடைமை, பாட்டாளி வர்க்கச் சர்வாதிகாரம், தொழிற்சங்கம் என்று பேசிக்கொண்டிருந்தவர்களுக்கு எங்கிருந்து கிடைத்தது இத்தனை சக்தி? ஃபின்லாந்து கோட்டையைத் தகர்த்து தவிடு பொடியாக்கும்படியான நவீன பீரங்கிகளை இவர்கள் எப்படிப் பெற்றார்கள்? ஐயோ, நாம் நினைத்ததைவிடவும் அதிக பலமுள்ள தேசமாக அல்லவா இருக்கிறது சோவியத் யூனியன்? இத்தனை அபாயகரமானவரா ஸ்டாலின்? இது நிச்சயம் நமக்கு அச்சுறுத்தல்தான்.

சோவியத்தின் வெற்றி ருமேனியாவுக்குப் பயத்தை ஏற்படுத்தியது. அடுத்து ஒருவேளை நம்மிடம் திரும்புவார்களோ? ருமேனியாவின் அச்சத்துக்கு காரணம் பெஸ்ஸராபியா (Bessarabia). முதல் உலகப் போர் முடிவில், அதாவது 1918ல்,

சோவியத் யூனியனிடம் இருந்து பெஸ்ஸராபியாவை கைப்பற்றியிருந்தது ருமேனியா. லெனின் தலைமையிலான போல்ஷ்விக் கட்சி வெற்றி பெற்று, புதிய சோவியத் அரசை கட்டுமானம் செய்துகொண்டிருந்த காலகட்டம் அது. இனியொரு போர் வேண்டாம் என்று போல்ஷ்விக் கட்சி முடிவு செய்திருந்தது. இந்த சந்தர்ப்பத்தைப் பயன்படுத்தி ருமேனியா பெஸ்ஸராபியாவை ஆக்கிரமித்து இணைத்துக்கொண்டது.

சோவியத்தின் பலம் இப்போது சந்தேகத்துக்கு இடமின்றி நிரூபிக்கப்பட்டுவிட்டதால், தன் மீது சோவியத் போர் தொடுக்கும் வாய்ப்பு இருக்கிறது என்று நினைத்தது ருமேனியா. சோவியத் போர் தொடுக்கவில்லை. ஆனால் பேசியது. நீங்கள் செய்தது தவறு. திருப்பிக் கொடுத்துவிடுங்கள். ரஷ்ய கப்பல்கள் Danube என்னும் பகுதிக்குள் நுழைந்தன. போர் எதுவும் தேவைப்படவில்லை. ருமேனியா அடிபணிந்தது. பால்டிக் முதல் கருங்கடல் வரை, Hangoe முதல் Danube வரை எல்லைகளைப் பலப்படுத்தியாகிவிட்டது. ஸ்டாலின் சற்றே சாய்ந்து உட்கார்ந்துகொண்டார்.

•

ஹிட்லர் நிமிர்ந்து உட்கார்ந்தார். மேற்குலக நாடுகளிடம் இருந்து எந்தவிதத் தொந்தரவும் இதுவரை இல்லை. இன்னும் சொல்லப் போனால், அவர்கள் உதவிதான் செய்துகொண்டிருக்கிறார்கள். என்னைக் கண்டுகொள்ளாமல் விட்டுவிடுவதன் மூலம். ஒரே அபாயம், சோவியத் யூனியன். போலந்து, ஃபின்லாந்து என்று அடுத்தடுத்து அவர்கள் எடுத்து வைக்கும் ஒவ்வொரு அடியும் புதிய எச்சரிக்கை செய்தியை அனுப்பிக்கொண்டிருக்கிறது. இவர்களைத் தடுத்து நிறுத்தியாகவேண்டும். அதற்கு முன்னால், திட்டமிட்டபடி, மேலும் சில பிரதேச சுவீகாரம் செய்ய வேண்டியுள்ளது. ஆரம்பிக்கலாம்.

நார்வேயை தேர்வு செய்திருந்தார் ஹிட்லர். ஜெர்மனிக்கு பிரிட்டன் வைத்திருந்த செக்மேட் நார்வே. முதல் உலகப் போர் சமயத்தில் வைத்த செக்மேட் அது. ஜெர்மனியின் தொழில் உற்பத்திக்கு (என்வே ஆயுத உற்பத்திக்கும்) இரும்பு இறக்குமதி அவசியம். ஜெர்மனி தனது இரும்பு தேவைகளுக்கு நார்வே துறைமுகத்தைதான் சார்ந்திருந்தது. வடக்கு ஸ்வீடனில் உள்ள சுரங்கங்களில் இருந்து கொண்டுவரப்படும் இரும்பு நார்வே

துறைமுகம் வழியாக ஜெர்மனிக்குக் கொண்டுவரப்படுவது வழக்கம். முதல் உலகப் போருக்குப் பிறகு, ஜெர்மனியின் இரும்பு போக்குவரத்தைக் கண்காணிக்கவேண்டும் என்பதற்காகவே பிரிட்டன் தனது ராணுவத் தளத்தை நார்வேயில் அமைத்திருந்தது. நார்விக் என்னும் துறைமுகத்துக்கு அருகில்.

அக்டோபர் 1939ல் இது குறித்து ஹிட்லரிடம் தெரிவிக்கப்பட்டது. நார்வே நமக்கு முக்கியம். ஒருவேளை பிரிட்டன் நார்வேயை கைப்பற்றிவிட்டால் நாம் முடங்கிவிடுவோம். ஆயுதத் தொழிற்சாலை முடங்கிப்போகும். பிரிட்டனுக்கு முன்னால் நாம் முந்திக்கொள்ளவேண்டியது அவசியம். உங்கள் போர்த் திட்டத்தில் நார்வே இருக்கட்டும். அதற்கென்ன ஆகட்டும் என்றார் ஹிட்லர். திட்டத்தை விரிவாக்குபவர்களை அவர் எப்போதும் கடிந்துகொண்டதில்லை.

பிரிட்டனும் நார்வே குறித்துதான் சிந்தித்துக்கொண்டிருந்தது. பிரிட்டிஷ் போர் காபினெட்டில் அப்போது புதிதாக இணைந்திருந்த வின்ஸ்டன் சர்ச்சில், நார்வே மீது தீவிர ஆர்வம் செலுத்துபவராக இருந்தார். சாம்பர்லைனிடம் விரிவாகப் பேசினார். நார்வே நமக்கு அவசியம். நார்வே துறைமுகத்தை நாம் பயன்படுத்திக்கொள்ளவேண்டும். நிச்சயம் ஜெர்மனி இதற்கு எதிர்ப்பு தெரிவிக்கும். இதையே சாக்காக வைத்து நார்வேயை நாம் கைப்பற்றிவிடலாம். என்ன சொல்கிறீர்கள்? பின்னால் இதுதான் நடந்தது என்றாலும் அப்போதைக்கு சாம்பர்லைன் இந்த திட்டத்தை ஏற்றுக்கொள்ளவில்லை. தயங்கினார்.

ஹிட்லர் இன்னொரு காரியம் செய்தார். பிரிட்டனுக்கும் பிரான்ஸுக்கும் தலா ஓர் அமைதி ஒப்பந்த கோரிக்கை அனுப்பி பார்த்தார். அக்டோபர் 10ம் தேதி பிரிட்டன் ஜெர்மனியின் அமைதி கோரிக்கையை நிராகரித்தது. இரு தினங்கள் கழிந்து பிரான்ஸும் அதையே செய்தது.

சரி போ என்று விட்டுவிட்டார் ஹிட்லர். திட்டத்தை முன்னெடுத்துச்செல்வதில் அவருக்கு எந்தவிதத் தயக்கமும் இல்லை. டிசம்பர் 19, 1939ல் இருந்தே யோசிக்க ஆரம்பித்து விட்டார். ஒரே ஒரு ராணுவ டிவிஷன் போதும் முடித்துவிடலாம் என்று ஆரம்பத்தில் திட்டமிட்டனர். பின்னர் இத்திட்டம் விரிவுபடுத்தப்பட்டது. இரண்டு அம்சங்கள் மிகவும் முக்கியம் என்று கணித்தனர். ஒன்று, அச்சமூட்டுவது. எதிர்பாராத

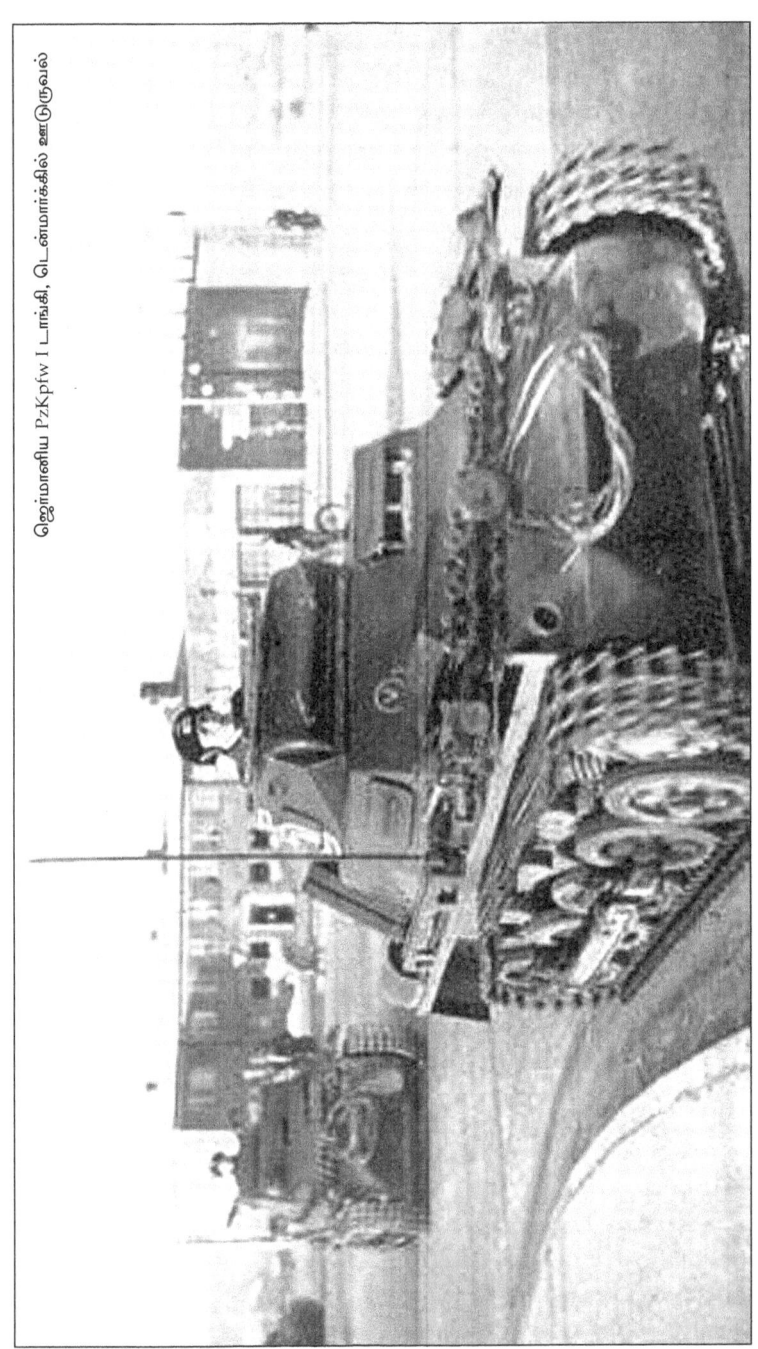

ஜெர்மானிய PzKpfw I டாங்கி, டென்மார்க்கில் ஊடுருவல்

வகையில் தாக்குதல் நடத்தப்படவேண்டும். நார்வேயை ஆச்சரியத்திலும் ரத்தத்திலும் ஒரே நேரத்தில் மூழ்கடிக்க வேண்டும். குறிப்பாக, பிரிட்டன் சுதாரிப்பதற்குள் நாம் காரியத்தை முடித்துவிடவேண்டும். அங்கே ஏதோ சலசலப்பு கேட்கிறதே என்று சாம்பர்லைன் திரும்பிப் பார்ப்பதற்குள் இந்தப் பிரதேசம் ஜெர்மனிக்கு சொந்தமானது என்னும் பலகையை மாட்டி நம் ஆள்களை நிறுத்திவிடவேண்டும்.

இரண்டாவது அம்சம், ராணுவ பலம். நவீன, அதிவேக ஜெர்மன் போர்க்கப்பல்களை இந்தத் தாக்குதலின்போது நாம் பயன்படுத்த வேண்டும். அதற்கேற்றாற்போல் விரிவாகத் திட்டமிட வேண்டும். துரிதமாகத் தாக்குதலை ஆரம்பித்து ஒவ்வொரு பிரதேசமாக கைப்பற்றிக்கொண்டே செல்லவேண்டும். சுதாரிப்பதற்கு அவகாசம் கொடுத்துவிடக்கூடாது. போர்க் கப்பல்கள் மட்டுமல்லாமல், விமானப் படை, ரைஃபிள் பிரிகேட், காலாட் படைகள் அனைத்தும் தயாராகவேண்டும். டார்கெட் இவை.

தலைநகரம் ஓஸ்லோவும் அருகிலுள்ள நகரங்களும். பெர்கன், நார்விக், Tromso, Trondheim, Stavanger. திட்டத்தை நிறைவேற்றும் பொறுப்பு ஜெனரல் von Falkenhorst என்பவரிடம் ஒப்படைக்கப்பட்டது. இவர் முதல் உலகப் போரின்போது ஃபின்லாந்தில் பணியாற்றியவர். பிரதேச முன்அனுபவம் கொண்டவர். திட்டம் முழுமையடைந்ததும் அதற்கு ஒரு செல்லப்பெயர் சூட்டப்பட்டது. Operation Weseriibung.

மார்ச் ஒன்றாம் தேதி ஹிட்லர் திட்டத்தை இன்னும் கொஞ்சம் நீட்டித்தார். எப்படியும் பெரும்படையுடன் போகப் போகிறோம். நார்வேயோடு சேர்த்து கூடவே டென்மார்க்கை யும் கைப்பற்றிவிடலாமே. இப்போது விட்டால் அதற்கென்று தனியே ஒரு நடை போகவேண்டியிருக்கும். இரண்டையும் முடித்துவிட்டு வந்தால் ஒரு வேலை தீர்ந்தது. என்ன சொல்கிறீர்கள்?

டென்மார்க் ஜெர்மனிக்கு முக்கியமான பிரதேசம் என்பதில் சந்தேகமில்லை. சிறிய நாடு. ஆனால் ஜெர்மனியின் எல்லை யோடு சேர்த்து ஒட்டிக்கொண்டுள்ள நாடு. சோவியத் அதன் எல்லைகளைக் காத்துக்கொண்டதைப் போல் நாங்களும் எங்கள்

எல்லைகளைக் காத்துக்கொள்ளவேண்டாமா? நாளையே டென்மார்க்கை நுழைவாயிலாகக் பயன்படுத்திக்கொண்டு சோவியத்தோ பிரிட்டனோ தாக்காது என்று என்ன நிச்சயம்?

மற்றொரு பக்கம், ஜெர்மனி கைப்பற்றுவதற்குள் நாம் நார்வேவைச் சுற்றிவளைத்து விடவேண்டும் என்னும் நோக்கில் வேகவேகமாகப் பாய்ந்து முன்னேறியது பிரிட்டன். போரில் யாருடனும் கூட்டுச் சேராமல் தனித்து இருந்த நார்வேயின் நடுநிலைத்தன்மையை முதலில் குலைத்தது பிரிட்டன்தான். பிரிட்டனின் அத்துமீறல் ஹிட்லரைத் திருப்திப்படுத்தியது. நாளை யாரும் ஜெர்மனியைக் குறைகூற முடியாது. அப்படிச் சொல்வதாக இருந்தாலும் பிரிட்டனைத்தான் முதல் ஆக்கிரமிப் பாளர் என்று அழைக்கவேண்டியிருக்கும்.

பிரிட்டன் கடற்படை தயாரானது. ஏப்ரல் 8ம் தேதி நார்வேக்குள் பிரிட்டன் காலடி எடுத்து வைத்தது. ஜெர்மனி வரும் என்று தெரியும். நார்வேயை கைப்பற்றும் என்றும் தெரியும். அப்படி நடக்கும் சூழலில் என்ன செய்யவேண்டும் என்று பிரிட்டன் திட்டமிடவில்லை. வீரர்களும் குழம்பி நின்றனர். பிரிட்டன் வருவதை நார்வே விரும்பவில்லை. ஜெர்மனி விரும்பவில்லை. எதிர்க்கிறார்கள். நாம் என்ன செய்யவேண்டும்? ஜெர்மனியை எதிர்த்துப் போராடவேண்டுமா அல்லது நார்வேயை எதிர்த்தா? சுரங்கங்களை என்ன செய்யவேண்டும்? அவற்றைக் கைப்பற்று வது மட்டும்தான் நம்முடைய பணியா அல்லது நார்வேயை பாதுகாக்கவேண்டுமா?

பிரிட்டன் குழம்பித் தவித்த வேளையில் ஜெர்மனி முதலில் டென்மார்க்கைத் தாக்கியது. அது இருமுனை தாக்குதல். ஒரு பக்கம், ஜெர்மானிய தூதர் Renthe Fink டென்மார்க்கின் அயல் துறை அமைச்சரிடன் பேசிக்கொண்டிருந்தார். பிரிட்டனும் பிரான்ஸும் உங்களைத் தாக்குவதற்கு நேரம் பார்த்துக்கொண்டு இருக்கிறது. எப்போது வேண்டுமானாலும் தாக்குதல் நிகழலாம். உங்களை அவர்களிடம் இருந்து காப்பாற்றுவதற்கு ஜெர்மனி முடிவு செய்துள்ளது. டென்மார்க்கை எங்களிடம் கொடுத்து விடுங்கள். எங்கள் படைகள் வந்துகொண்டிருக்கின்றன. (அவர் பேசிக்கொண்டிருந்தபோது, படைகள் உள்ளே நுழைந்தே விட்டன). எதிர்ப்பு காட்டவேண்டாம். அநாவசியமாகச் சங்கடப்படவேண்டாம். சரணடைந்துவிடுங்கள். மிச்சத்தை

நாங்கள் பார்த்துக்கொள்கிறோம். ஒருவேளை நீங்கள் இதற்குச் சம்மதம் தெரிவிக்க மறுத்தால், உங்கள் தலைநரகம் கோப்பன் ஹேகன் மீது குண்டுகள் வீசப்படும்.

வேறு வழி தெரியவில்லை. ஏப்ரல் 9, 1940 அன்று டென்மார்க் சரணடைந்தது. ஒரு தினம் முன்பாக, ஏப்ரல் 8, 1940ல் நார்வே தாக்குதல் ஆரம்பித்திருந்தது. வான் வழி, தரை வழி, கடல் வழி மூன்றிலும் தாக்குதல் தொடுத்தது ஜெர்மனி. இரண்டு மாதங்கள் நீடித்த இந்த யுத்தம், ஜூன் 10, 1940ல் முடிவடைந்தது. நேச நாடுகளின் ஆதரவையும் தாண்டி ஜெர்மனி நார்வையை முறியடித்து ஆக்கிரமித்தது. டென்மார்க்கைப் போல் அல்லாமல், நார்வே எதிர்ப்பு யுத்தத்தை இறுதிவரை நடத்திய பிறகே சரணடைந்தது.

வடக்கு பகுதியில், நார்வே, ஃபிரெஞ்சு, மற்றும் போலந்து ராணுவம் பிரிட்டனின் ஆதரவுடன் ஒன்றிணைந்து ஜெர்மனியை எதிர்கொண்டது. நார்விக்கை ஜெர்மனியிடம் இருந்து மீட்க வேண்டிய அவசியம் இவர்களுக்கு இருந்தது. மே 28ம் தேதி, ஜெர்மனியை முறியடிக்கவும் செய்தது இந்த அணி. ஆனால், ஜூன் 9ம் தேதி ஜெர்மனி நார்விக்கை மீண்டும் கைப்பற்றியது.

இத்துடன் முடிந்துவிடவில்லை. ஸ்வீடனையும் தொட்டுப் பார்த்தது ஜெர்மனி. நார்வே, டென்மார்க் மற்றும் பால்டிக் கடல் பகுதிகளை கைப்பற்றியபிறகு, ஸ்வீடனையும் சுற்றிவளைத்தது ஜெர்மனி. ஸ்வீடன் அவர்களுக்குத் தேவையில்லை. தேவை, ராணுவத் தளவாடங்களையும் துருப்புகளையும் ஸ்வீடன் வழியாகக் கொண்டு செல்வதற்கு அனுமதி மட்டுமே. ஸ்வீடன் நடுநிலைமை வகித்த நாடு என்பதால் ராணுவ வழிமுறைகளைப் பிரயோகிக்கவேண்டிய அவசியம் ஏற்படவில்லை. ஜூன் 18, 1940ல் ஓர் உடன்படிக்கை செய்துகொண்டார்கள். ஸ்வீடன் வழி போக்குவரத்துக்கு அனுமதி வழங்கப்பட்டுவிட்டது. ஆனால், ஆயுதங்கள் கொண்டுசெல்லக்கூடாது என்றொரு நிபந்தனையை விதித்தது ஸ்வீடன். ஜெர்மனி ஸ்வீடனை பயன்படுத்திக்கொள்ள ஆரம்பித்தது. இதே போன்றதொரு ஒப்பந்தத்தை ஃபின்லாந்திடமும் (செப்டெம்பர் 20, 1940) செய்துகொண்டது ஜெர்மனி.

மே 7 மற்றும் மே 8, 1940ல் பிரிட்டன் காமன்ஸ் சபையில் சூடான விவாதங்கள் நடைபெற்றன. ஆரம்பித்து வைத்தவர் சர் ரோஜர்

கீஸ் (Sir Roger Keyes). அட்மிரல். நாடாளுமன்ற உறுப்பினரும் கூட.

'ராணுவச் சீருடையை நான் இங்கே அணிந்து வந்ததன் காரணம் என் சக ராணுவத்தினரின் கவலையை இங்கே தெரியப் படுத்ததான். என் நண்பர்கள் அனைவரும் அதிருப்தியுடன் இருக்கிறார்கள். கடல்படையை குறைசொல்லமுடியாது. நாங்கள் முழு பலத்துடன்தான் இருக்கிறோம். பிரச்னை, தலைமையில்தான்.'

சாம்பர்லைன் மீது பரவலாக அதிருப்தி பரவியிருந்ததை அனைவரும் அறிவர் என்றாலும் முதல் முதலாக அதை அழுத்தமாகப் பதிவு செய்தவர் ரோஜர் கீஸ்தான். இவர் அமர்ந்ததும், சாம்பர்லைன் கட்சியை (கன்சர்வேடிவ் கட்சி) சேர்ந்த லியோ ஆமரி (Leo Amery) எழுந்தார்.

'எனக்கு இந்த ஆட்சியில் சிறிதளவும் திருப்தியில்லை. போர் விவகாரங்களை நம் பிரதம மந்திரி நாம் எதிர்பார்த்தவாறு கையாளவில்லை. மிகவும் வருத்தமளிக்கக்கூடிய செயல் இது. புதிய தேசிய அணி ஒன்றை உருவாக்கவேண்டிய கட்டாயத்தில் நாம் இருக்கிறோம். முதல் உலகப் போரில் பிரதமர் லாயிட் ஜார்ஜ்க்கு கீழ் ராணுவ காபினெட் ஒன்று செயல்பட்டு வந்ததைப்போல் இப்போதும் ஒரு காபினெட்டை ஆரம்பிக்க வேண்டும். எதிரிகளோடு மோதி அழிக்கும் வலுவும் தீரமும் கொண்டவர்களை இணைத்துக்கொள்ளவேண்டும். வெற்றி மீது தீரா காதல் கொண்ட ஒருவர் நமக்குத் தேவை.'

இத்தோடு நிறுத்திக்கொள்ளாமல் புகழ்பெற்ற ஒரு வாக்கியத்தை யும் சொல்லி தன் உரையை முடித்துக்கொண்டார்.

'உருப்படியாக ஒன்றையும் செய்யாமல் மிக நீண்ட காலமாக இங்கே அமர்ந்திருக்கிறாய். உடனே வெளியேறு. கடவுளின் பெயரால் சொல்கிறேன். வெளியேறு.'

மறுநாள், எதிர்க்கட்சி தலைவர் (லேபர் கட்சி) ஹெர்பர்ட் மாரிஸன் நம்பிக்கை வாக்கெடுப்பு நடத்தலாம் என்றார்.

'ஓ செய்யலாம். வாக்கெடுப்பு நடத்தினால்தான் எனக்கு இங்கே எத்தனை நண்பர்கள் என்று தெரியவரும். நான் தயார். என்னை என் நண்பர்கள் காப்பாற்றுவார்கள் என்று நம்புகிறேன்.'

'நிச்சயம் நான் இல்லை.' தன் கையை உயர்த்தினார் கன்சர்வேடிவ் உறுப்பினர் ராபர்ட் பூத்பை.

முதல் உலகப் போரில் பிரிட்டன் வெற்றி பெற்றதற்குக் காரணமாக இருந்தவர் என்று அறியப்பட்ட முன்னாள் பிரதமர் லாயிட் ஜார்ஜ் எழுந்தார்.

'நம் பிரதமரின் நண்பர்கள் யார் யார் என்பது இங்கே முக்கிய மல்ல. அது பிரச்னையும் அல்ல. தேசம், நிறைய தியாகங்கள் செய்யவேண்டும் என்று சாம்பர்லைன் சமீபத்தில் சொல்லியிருக் கிறார். தியாகம் செய்ய இந்த தேசம் தயாராக இருக்கிறது. அதற்கான ஒரு தலைமை உருவானால். என் விண்ணப்பம் இதுதான். நம் பிரதமர் முதலில் தன் பதவியை தியாகம் செய்யட்டும்.'

இறுதியாக சர்ச்சில் பேசினார்.

'சண்டைகள், சச்சரவுகள் இத்தோடு சாகட்டும். தனிப்பட்ட சண்டைகளை மறப்போம். நம் வெறுப்பை நம் எதிரி மீது காட்டுவதற்காக சேமித்து வைப்போம். கட்சி நலனை புறக்கணிப்போம். அது இப்போது முக்கியமல்ல. நம் சக்தியை ஒன்றுதிரட்டுவோம். நம் தேசத்தின் ஒட்டுமொத்த வலிமையையும் ஒன்றாக்குவோம். பலமான குதிரைகள் நம் தேசத்தை முன்னால் இழுத்துச்செல்லட்டும்.'

விவாதத்தைத் தொடர்ந்து நம்பிக்கை வாக்கெடுப்பு நடத்தப் பட்டபோது, சாம்பர்லைன் தோற்றுப்போனார். மே 10ம் தேதி சாம்பர்லைன் தன் பதவியைத் துறந்தார். சர்ச்சில் புதிய பிரதமராகப் பொறுப்பேற்றுக்கொண்டார். கன்சர்வேடிக் கட்சி (கன்சர்வேடிக் கட்சி தலைவராக சாம்பர்லைன் நீடித்தார்), லிபரல் கட்சி, லேபர் கட்சி உள்ளிட்ட கட்சிகளில் இருந்து நபர்களைத் தேர்ந்தெடுத்து புதிய கூட்டணியை உருவாக்கினார் சர்ச்சில்.

நார்வே டிபேட் அல்லது நார்விக் டிபேட் என்று இந்த சம்பவம் அழைக்கப்படுகிறது. ஃபின்லாந்து தாக்குதலின்போதும் சரி, நார்வே ஆக்கிரமிப்பின்போதும் சரி, பிரிட்டன் உருப்படியாக எதையும் செய்யவில்லை, ஜெர்மனியை வளரவிட்டது தவறு போன்ற குற்றச்சாட்டுகள் சாம்பர்லைன் மீது சுமத்தப்பட்டன. அதன் விளைவுதான் இந்த சூடான விவாதம். முந்தின தினம்

வரை சாம்பர்லைனை ஆதரித்த பலரே அவருக்கு எதிராகத் திரும்பினர். சாம்பர்லைனின் அரசியல் அணுகுமுறையை தொடக்கம் முதலே தீவிரமாக எதிர்த்து வந்த சர்ச்சில், இந்த முறையும் தன் தீவிர அதிருப்தியை வெளிப்படுத்தினார்.

சோவியத்துக்கும் ஃபின்லாந்துக்கும் இடையிலான போரின் போது ஃபிரெஞ்சு அதிபர் டலாடியர் பதவி விலகியதைப் போலவே ஜெர்மனி நார்வே போரின் காரணமாக பிரிட்டிஷ் பிரதமர் சாம்பர்லைன் பதவி விலகவேண்டிவந்தது.

7. சரியும் பிரான்ஸ்

பிரிட்டன், பிரான்ஸ் இரண்டும் குறுக்கிடு வதற்கு முன்னால் சிறிய மீன்களைப் பிடித்தாகிவிட்டது. தேவையான மட்டும் எல்லைகளைப் பலப்படுத்தியாகிவிட்டது. அடுத்து, பெரிய மீன். பிரான்ஸ். கடைசி கடைசியாக சோவியத் யூனியன். போதும். அது போதும். புனித ரத்தம் கொண்ட என் ஜெர்மன் மக்கள் ஐரோப்பா முழுவதும் பரவி வாழ்வார்கள். புதிய சாம்ராஜ்ஜியத்தை நான் உருவாக்குவேன். உலகின் தலைமைப் பீடமாக ஜெர்மனி மாறும். தலைவனாக, நான்.

ஒட்டுமொத்த பிரான்ஸும்கூட ஹிட்லருக்குத் தேவைப்படவில்லை. வடக்கு பிரான்ஸ் எல்லையில் உள்ள நகரங்களை கூடுமான வரை முதலில் கைப்பற்றவேண்டும். நேரம் அதிகம் எடுத்துக்கொள்ளக்கூடாது. நேரம் அதிகம் விரயமானால் தளவாடங்களும் அதிகம் விரயமாகும். முடிந்தவரை சீக்கிரம் முடித்துவிடுவதுதான் உசிதமானது. போர் ஒரு பக்கம் நடைபெறும்போது ஆயுத உற்பத்தி அதற்கேற்றாற்போல் பெருகிக் கொண்டிருக்கவேண்டும். அதற்கேற்றாற்

போல் தொழிற்சாலைகள் இயங்கவேண்டும். இரும்பு உள்ளிட்ட மூலப்பொருள்கள் தடையின்றிக் கிடைக்கவேண்டும். இது ஒரு வலைப்பின்னல். எச்சரிக்கையுடன் ஒவ்வொரு அசைவையும் தீர்மானிக்கவேண்டும்.

பிரான்ஸை நெருங்குவதற்கு முன்னால் மேலும் இரண்டு குட்டி மீன்களை விழுங்க வேண்டியிருந்தது. பெல்ஜியம் மற்றும் நெதர்லாந்து. முன்னதாக இரு நாட்டு பிரதிநிதிகளையும் அழைத்துப் பேசினார் ரிப்பன்ட்ராப். பிரிட்டனும் பிரான்ஸூம் உங்கள் நாடுகளைக் கைப்பற்றுவதற்காகப் படைகளைத் தயார் செய்து கொண்டிருக்கின்றன. அவர்கள் உங்களை அழிக்காமல் இருக்கவேண்டுமானால், நாங்கள் உங்களை அரவணைக்க வேண்டும். கவலை வேண்டாம். ஹிட்லர் உங்களை காப்பாற்ற முடிவு செய்துவிட்டார். எந்நேரமும் ஜெர்மனி உள்ளே நுழையும். தயாராக இருக்கவும்.

கிட்டத்தட்ட இதே சமயம், ஃபிரெஞ்சு ராணுவத்தின் சுப்ரீம் கமாண்டர் மவுரிஸ் குஸ்தாவ் கேம்லின் (Maurice Gustave Gamelin) தன் அரசாங்கத்தை எச்சரித்தார். கேம்லின் பிரான்ஸின் புகழ்பெற்ற ஜெனரல். சிந்தனையாளர், அறிவுஜீவி என்று அடையாளம் காணப்பட்டவர். பிரான்ஸ் மட்டுமின்றி, ஐரோப்பா முழுவதும் அறியப்பட்டவர். இவர் மீது ஜெர்மனிக்கும் மதிப்புண்டு. முதல் உலகப் போரில் பணியாற்றியிருக்கிறார். இவர் தலைமையேற்கும் படை தோற்காது என்பது நம்பிக்கை.

கேம்லினின் எச்சரிக்கை இதுதான். ஹிட்லரை நாம் உடனடியாக எதிர்கொள்ளவேண்டும். அவரை எப்படியாவது தடுத்து நிறுத்த வேண்டும். சிறிய நாடுகளை அவர் ஒவ்வொன்றாகக் கைப்பற்றிக் கொண்டிருக்கிறார். நிச்சயம் அடுத்த குறி பிரான்ஸ். அவர் களுக்கு முன்னால் நாம் முந்திக்கொண்டு தாக்கினால், ஜெர்மனியை வீழ்த்தமுடியும். ஆனால், பிரான்ஸ் இந்த எச்சரிக்கையை பெரிதாக எடுத்துக்கொள்ளவில்லை. அப்படி யொன்றும் ஆகிவிடாது. பார்த்துக்கொள்ளலாம். அநாவசியப் பதற்றம் வேண்டாம்.

பிரான்ஸ், மாகினோட் லைனை (Maginot Line) தனது முக்கிய மான பாதுகாப்பு அரணாகக் கருதிவந்தது. அதற்குக் காரணமும் இருந்தது. கிட்டத்தட்ட பிரான்ஸின் எல்லைப்பகுதி முழுவதை யும் இந்த லைன் காத்தது. பிரான்ஸ் மட்டுமல்ல, நெதர்லாந்து,

பெல்ஜியம், லக்ஸம்பர்க் என்று படர்ந்திருந்தது மாக்னோட் லைன். பிரான்ஸைத் தொடவேண்டுமானால் இந்த கோட்டைத் தாண்டவேண்டும். அது சாத்தியமேயில்லை.

நம்மைப் பற்றி கவலைப்படவேண்டாம், நெதர்லாந்து, பெல்ஜியம் எல்லைகளைப் பலப்படுத்தினால் போதும் என்று நினைத்தது பிரான்ஸ். முதல் உலகப் போரில் நடைபெற்றது போல் எந்நிலையிலும் தாக்கப்படக்கூடாது என்பதிலும் தெளிவாக இருந்தது. ஆகவே, பிரிட்டனும் பிரான்ஸும் பெல்ஜியத்தையும் நெதர்லாந்தையும் பலப்படுத்த ஆரம்பித்தன. ஒருவேளை பெல்ஜியத்தை ஜெர்மனி கைப்பற்றிக்கொண்டாலும் மாகினோட் லைனிலேயே அவர்களை எதிர்கொண்டு அழித்துவிடலாம். அந்தக் கோட்டை தாண்டி யார் காலடி எடுத்து வைத்தாலும், அழிவு நிச்சயம். ஒன்று, ஜெர்மனி கோட்டை நெருங்கவிடாமல் ஓடவைக்க வேண்டும் அல்லது சரணடைய வைக்க வேண்டும். இரண்டில் ஒன்று நடந்தே தீரும். தீரவேண்டும். ஜெர்மனியின் அடுத்த அசைவுக்காக நேசப் படைகள் காத்திருந்தன. இதுவே ஜெர்மனியின் கடைசி அசைவாக இருக்கவேண்டும். ஹிட்லர், எழுதி வைத்துக்கொள். உன் சகாப்தம் இதோ முடியப்போகிறது.

நேசப் படைகளின் இந்த அசாத்திய நம்பிக்கைக்கு இன்னொரு காரணம், இயற்கை அவர்களுக்கு சாதகமாக இருந்ததுதான். ஆர்டினீஸ் பகுதி (Ardennes region) பிரான்ஸின் இயற்கை அரணாக இருந்தது. அடர்ந்த வனப்பகுதி இது. இதன் வழியாக நுழைவது மிக மிக சவாலான காரியம். மீறி கடக்க முயற்சி செய்தாலும், காட்டில் திசைமாறி சென்றுவிட வாய்ப்புகள் அதிகம். சிறிய படையை, காட்டின் இந்தப் பக்கம் நிறுத்தி வைத்தாலே போதுமானது. காட்டில் இருந்து தப்பி வரும் சொற்ப ஜெர்மானியர்களை அப்படியே சுற்றிவளைத்து அழித்து விடலாம்.

•

மே 9, 1940. இருட்டத் தொடங்கியிருந்த நேரம், ஜெர்மனி லக்ஸம்பர்கை தாக்கிக் கைப்பற்றியது. அதே இரவில் பெல்ஜியம், நெதர்லாந்து இரண்டையும் தாக்க ஆரம்பித்தது. ஜெர்மனியின் Luftwaffe போர் விமானங்களை டச்சு Militaire Luchvaartafdeling (ML) விமானங்கள் எதிர்கொண்டன. மொத்தம்

144 எம்.எல் வகை விமானங்கள் இருந்ததால் நம்பிக்கையுடன் ஜெர்மன் விமானங்களோடு மோத ஆரம்பித்தது டச்சுப்படை. ஆனால், சீறிப் பாயும் ஜெர்மன் விமானங்களை எதிர்கொள்ள முடியவில்லை. பின்வாங்க ஆரம்பித்தார்கள். பயமும் தயக்கமும் ஒருசேர அழுத்தியது. ஜெர்மனியின் ஆகாயத் திறனை அவர்கள் கேள்விப்பட்டிருக்கிறார்கள் என்றாலும் முதல் முறையாக நேரில் தரிசிக்கிறார்கள். ஒவ்வொரு எம்எல் விமானமும் முழுக்கவும் பாதியும் எரிந்தபடியே தரையைத் தொட்டபோது, தோல்வி பயம் அப்பட்டமாக தெரிந்தது. ஒரே நாளில், கிட்டத் தட்ட பாதிக்கும் மேற்பட்ட எம்எல் விமானங்கள் நொறுக்கப் பட்டன.

ரோட்டர்டாம் செல்லும் பாதையில் முக்கியத்துவம் வாய்ந்த அத்தனை பாலங்களையும் ஜெர்மனி ஒவ்வொன்றாக கைப்பற்றிக்கொண்டது. மே 13ம் தேதி, ஃபிரெஞ்சுப் படைகளை எதிர்கொண்டு, வீழ்த்தியபிறகு ரோட்டர்டாம் கைப்பற்றப் பட்டது. நகரம் முழுவதையும் அழித்தாலும் பரவாயில்லை ஆனால் கைப்பற்றிவிடுங்கள் என்று உத்தரவிட்டிருந்தார் ஹிட்லர். போர் விமானங்கள் சுற்றிச் சுற்றி வந்து ரோட்டர்டாம் முழுவதும் குண்டுகளை வீசிக்கொண்டே சென்றன. ஆயிரம் பேருக்கும் அதிகமானவர்கள் இந்த குண்டுவீச்சில் சிக்கி உயிரிழந்தனர். நெதர்லாந்து, பெல்ஜியம் இரண்டும் ஜெர்மனிடம் முழுமையாகச் சரணடைந்தன.

ஹிட்லர் தன்னை ஒரு மிலிட்டரி ஜீனியஸாக நம்ப ஆரம்பித்திருந்த சமயம் அது. அதுவரை கிடைத்த வெற்றிகள் அனைத்தும் திட்டமிட்டு பெறப்பட்டவை. பிரான்ஸ், பிரிட்டன் இரு தரப்பில் இருந்தும் பெரிய எதிர்ப்பு எதுவும் அதுவரை இல்லை. திருப்தியாக இருந்தது ஹிட்லருக்கு. பெல்ஜியத்தையும் நெதர்லாந்தையும் கைப்பற்றியதன் மூலம், போதுமான அளவுக்கு விசாலமான களம் கிடைத்துவிட்டது. துருப்புகளை இந்த இரு தேச எல்லைகளிலும் வரிசையாக அடுக்கிவைத்து விட்டால், நினைத்த காரியம் சுலபத்தில் கைகூடும்.

•

'நீங்கள் எதற்கும் இன்னொரு முறை யோசியுங்கள் ஃப்யூரர்!'*
என்றார் Walther von Brauchitsch. கமாண்டர் இன் சீஃப்.

★ மெயின் ஃப்யூரர் (Mein Fuhrer) என்றால் என் தலைவர்

ஹிட்லர் அவரை வெறுப்புடன் பார்த்தார்.

'என்னதான் இருந்தாலும் பிரான்ஸுக்கு நாம் மரியாதை தரவேண்டும். புராதனமும் நீண்ட வரலாறும் கொண்ட நாடு. போலந்தைப் போல், செக்கோஸ்லாவாக்கியாவைப் போல் அத்தனைச் சுலபத்தில் பிரான்ஸ் கைகூடாது. அவர்கள் ராணுவப் பலத்தை நாம் குறைத்து மதிப்பிட்டுவிடக்கூடாது. சரியாகத் திட்டமிடாமல் நாம் தாக்குதலை ஆரம்பித்துவிட்டால், பிறகு சிரமம் நமக்குத்தான். கூடுதலாக பிரிட்டனையும் நாம் நினைத்துப்பார்க்க வேண்டியிருக்கிறது.'

'இப்படியெல்லாம் கவலைப்பட யார் சொல்லிக்கொடுத்தது உனக்கு?'

அவர் தலையைக் கவிழ்த்துக்கொண்டார்.

'எனக்கு காரணங்கள் வேண்டாம். சால்ஜாப்புகள் வேண்டாம்.' எழுந்து நின்றுகொண்டார் ஹிட்லர். ஒரு புழுவைப் பார்ப்பதைப் போல் தன் கமாண்டரைப் பார்த்தபடி, அங்கும் இங்கும் உலாவினார். காபினெட்டில் இருந்த மற்றவர்களையும் ஒருமுறை நோட்டம் பார்த்தார்.

'வேறு யாருக்கு தயக்கம் இருக்கிறது இங்கே?'

'எனக்கு!' என்றபடி கையை உயர்த்தினார் Franz Halder, ராணுவ ஜெனரல் ஸ்டாஃப். 'ஜெர்மனியின் மீதோ ஃப்யூரரின் மீதோ எனக்கு துளி சந்தேகமும் இல்லை. ஆனால், பிரான்ஸை தாக்குவதில் உள்ள சவால்கள் குறித்து ஃப்யூரர் சிறிது சிந்தித்துப் பார்க்கவேண்டும் என்று மன்றாடிக் கேட்டுக்கொள்கிறேன்.'

'இத்தனை உயிர் பயமா உங்களுக்கு? விநோதமாக இருக்கிறது.'

மொத்தம் இருநூறு ஜெனரல்கள் அங்கே குழுமியிருந்தனர். ஒருவரும் பேசவில்லை. தங்கள் ஃப்யூரரை பார்த்தபடி அமைதியாக இருந்தனர்.

'பிரான்ஸை வீழ்த்துவதற்கு முன்னால் நீங்கள் வீழ்த்த வேண்டியது உங்கள் கோழைத்தனத்தைதான். திட்டமிடுவதற்கு முன்பு மட்டுமே நான் யோசிப்பேன். பிறகு, யோசிக்க மாட்டேன். தயங்கமாட்டேன். தயங்குவது கோழைத்தனம்.

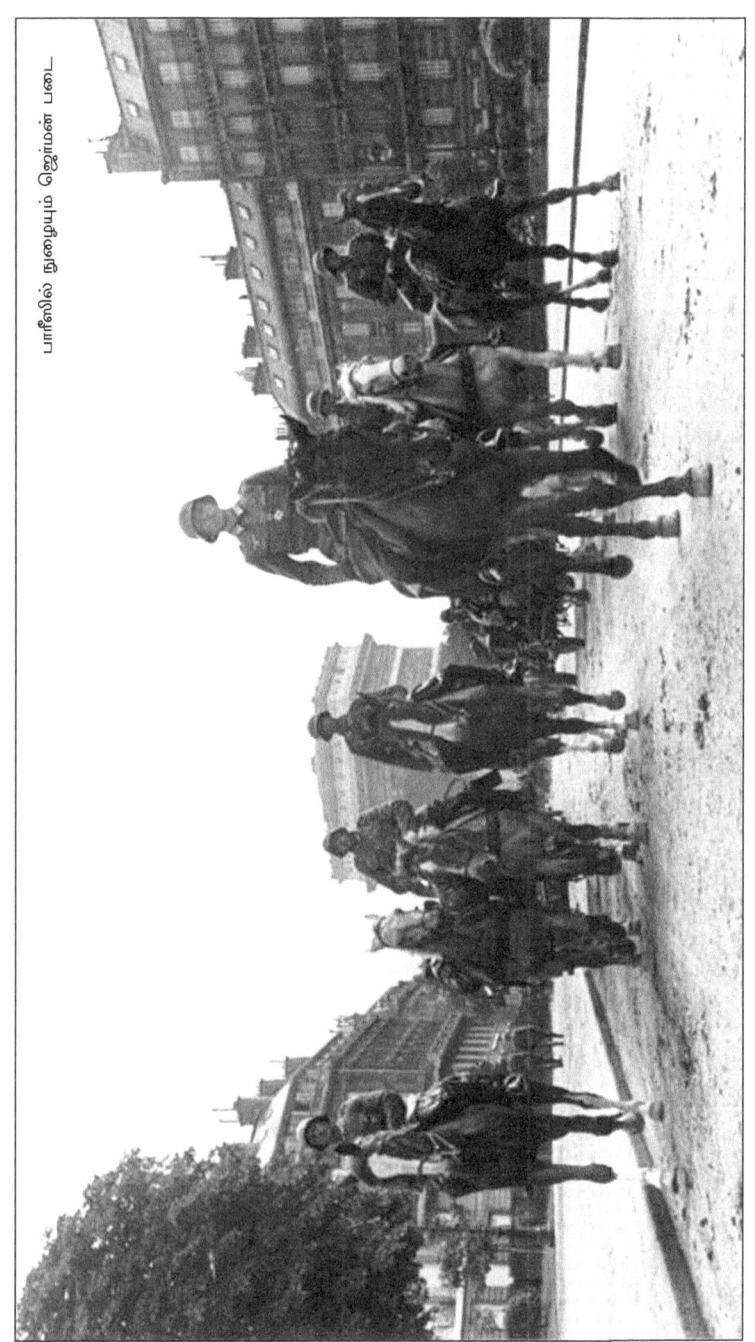

பாரீஸில் நுழையும் ஜெர்மன் படை

பயப்படுவது எனக்குப் பிடிக்காது. பிரான்ஸை எப்படித் தாக்கவேண்டும், எங்கிருந்து தொடங்கவேண்டும், எப்போது, எப்படி முடிக்கவேண்டும் அனைத்தையும் திட்டமிட்டு விட்டேன். இனி நான் பின்வாங்கமாட்டேன். ஜெர்மனி பின்வாங்காது.'

ஒரு சில விநாடிகள் கழித்து Walther von Brauchitsch தன் தொண்டையைச் செருமிக்கொண்டார்.

'நான் ராஜிநாமா செய்துவிடுகிறேன்.'

ஹிட்லர் திரும்பினார்.

'அதற்கு உனக்கு அனுமதியில்லை. எனக்கு வேண்டியது சொன்னதைச் செய்துமுடிக்கும் ஜெனரல்கள். 1918ல் நாம் சந்தித்த அவமானங்களுக்கு நாம் பதில் சொல்லியாகவேண்டும். பிரான்ஸை நாம் கைப்பற்றுவது வரலாற்று முக்கியத்துவம் வாய்ந்த செயலாக அமையும். இதில் மாற்றம் எதுவுமில்லை. எந்த இடைஞ்சல் வந்தாலும் மீறி மிதித்து நடந்துசென்று வெற்றிக்கொடி நாட்டியாக வேண்டும். இதற்கு மாற்று இல்லை.'

அதுவரை அமைதியாக இருந்த கெப்பல்ஸின் பக்கம் திரும்பினார் ஹிட்லர்.

'நான் சொல்வது சரிதானே?'

'சரிதான்' என்றார் கெப்பல்ஸ்.

அவருக்கு அப்படிச் சொல்லித்தான் பழக்கம். அப்படி மட்டும்தான்.

•

மே 10 என்று தேதி குறித்தாகிவிட்டது. மூன்று மில்லியன் வீரர்களை பிரான்ஸுக்காக ஒதுக்கினார் ஹிட்லர். இதுவரை நடந்தவை சின்னச் சின்ன யுத்தங்கள். இது கொஞ்சம் பெரிய விளையாட்டு. மோதப்போவது பிரான்ஸுடன் மட்டுமல்ல, பிரிட்டனுடனும்தான். மூன்று பிரிவுகளாக ராணுவத்தினர் பிரிந்திருந்தனர். க்ரூப் ஏ, Gerd von Rundstedt என்பவரின் தலைமையின் கீழ் செயல்படும். க்ரூப் பி, Fedor von Bock

என்பவரின் கீழ் போரிடும். க்ரூப் சி, Wilhelm Ritter von Leeb என்பவரின் கட்டுப்பாட்டில் இருக்கும். ஒவ்வொரு குழுவுக்கும் ஒவ்வொரு பணி. மூன்றும் ஒன்றுக்கொன்று உதவி புரியும்.

பிரான்ஸின் ராணுவ பலம் ஜெர்மனியைவிட அதிகம் என்பதில் சந்தேகமில்லை. மொத்தம் ஆறு மில்லியன் பேர் ராணுவத்தில் இருந்தனர். (ஜெர்மனியின் மொத்த பலம் 5.4 மில்லியன்). ஆனால் ஆறு மில்லியன் பேரும் அப்போது தயார் நிலையில் இல்லை. வடக்குப் பகுதியில், 2.2 மில்லியன் வீரர்கள் பணியாற்றிக்கொண்டிந்தனர். பின்னர், பிரிட்டன், பெல்ஜியம், டச்சு ஆகிய நாடுகளின் உதவியுடன் 2.2 மில்லியன் 3.3 மில்லியனாக உயர்ந்தது.

ஒரு பக்கம் ஜெர்மனி. மற்றொரு பக்கம், பிரான்ஸ், பிரிட்டன், பெல்ஜியம் மற்றும் டச்சுப் படைகள். ஜெர்மனி 136 பிரிவுகளை ஒதுக்கியிருந்தது. பிரான்ஸ் அணியிடம் 144 பிரிவுகள் இருந்தன. பிரான்ஸில் இருந்து 101, பெல்ஜியத்தில் இருந்து 22, பிரிட்டனில் இருந்து 11, டச்சுப் படைகள் 10. ஜெர்மனி 2500 டாங்கிகளைக் களம் இறக்கியிருந்தது. ஃபிரெஞ்சு அணியிடம் இருந்தவை 3400. ஃபிரெஞ்சு டாங்கிகளும் பீரங்கிகளும் ஜெர்மனியைவிடவும் நவீனமானவை, பலம் பொருந்தியவை. ஜெர்மனியின் வான்படை பிரான்ஸைவிட சக்திவாய்ந்தது.

பிரான்ஸ் போருக்குத் தயாராக ஆரம்பித்தது. படைகள் எல்லைகளின் குவிக்கப்பட்டன. ராணுவ ஜெனரல்கள் போர் உத்தரவுகளை பிறப்பிக்கத் தயாராக இருந்தனர். தயாரிப்பு ஏற்பாடுகள் ராணுவ மத்தியில் மட்டுமே இருந்தன. தேசம் தழுவிய போர் தயாரிப்புகள் காணப்படவில்லை. குறிப்பாக, ஃபிரெஞ்சு மக்கள் இதில் கலந்துகொள்ளவில்லை. ஒரு தேசம் போருக்குத் தயாராகும்போது மக்களிடையே ஏற்படும் எழுச்சியும் பரபரப்பும் காணப்படவில்லை. குறைந்தபட்சம், ஹிட்லர் ஒழிக, பெர்லின் ஒழிக, வெற்றி பிரான்ஸுக்கே போன்ற கோஷங்கள்கூட எங்கும் காணோம். அமைதி. போருக்கு முன்னால் இப்படியொரு அமைதி ஒரு நாட்டில் நிலவுவது அபூர்வம்.

மே 10ம் தேதி நள்ளிரவுக்கு மேல் ஜெர்மனி, பிரான்ஸ் எல்லையை நோக்கி நகர ஆரம்பித்தது. Ardennes region என்ற அடர்ந்த காட்டுப்பகுதியைத்தான் தேர்வு செய்திருந்தது ஜெர்மனி.

Manstein, Guderian - இந்த இரு ஜெனரல்கள் போட்டுக்கொடுத்த திட்டம் அது. இங்கே நாம் நுழைவோம் என்று பிரான்ஸ் கனவிலும் எதிர்பார்க்காது. பிரான்ஸின் பலம் எதுவோ அதுவேதான் அவர்கள் பலவீனமும். காட்டுப் பகுதி யார் வரப்போகிறார்கள் என்று அசட்டையாக இருப்பார்கள். ஆகவே, இதைத் தேர்ந்தெடுப்போம். பிரான்ஸைச் சிதறடிக்க இதைவிட நல்ல மார்க்கம் கிடையாது. ஹிட்லர் உற்சாகத்தில் முகம் மலர்ந்தார். இதுதான், இதுவேதான். சொல்லிவிட்டார்கள் அல்லவா? ஜெனரல் என்றால் இப்படித்தான் இருக்கவேண்டும்.

அந்த வனப்பகுதியின் வரைபடத்தை எடுத்து மேஜையில் பரப்பி வைத்துக்கொண்டு நீண்ட நேரம் பார்வையிட்டார் ஹிட்லர். எங்கெங்கே தடைகள் முளைக்கலாம்? எங்கே அடர்த்தி அதிகம்? எங்கே ஆபத்துகள் அதிகம்? விலங்குகளின் தொல்லை உண்டா? கடந்து செல்ல எத்தனை நேரம் பிடிக்கும்? ஏதாவது சிறப்பு உபகரணங்கள் தேவைப்படுமா? டாங்கிகளை உருட்டிக் கொண்டு போகமுடியுமா? எப்படிச் சமாளிப்பீர்கள்? ஒவ்வொன் றாகக் கேட்டுத் தெரிந்துகொண்டார். பிறகு, கண்கள் துடிக்க உத்தரவிட்டார். புகுந்து அடித்து காலிசெய்யுங்கள்.

Guderian தலைமையின் கீழுள்ள மூன்று பிரிவுகளும் புறப் பட்டன. வனப்பகுதியில் நுழைவதற்கு முன்னால் சேடன் (Sedan) பகுதிக்கு அருகே உள்ள ம்யூஸே (Meuse) ஆற்றைக் கடக்கவேண்டியிருந்தது. சிறு அணிகளாகப் பிரிந்து கொண்டனர். கட்டுமரம் பயன்படுத்தப்பட்டது. துரிதமாகத் துடுப்புகள் போட்டு ஆற்றை கடந்தனர். காடு ஆரம்பித்தது.

காட்டுப் பகுதிக்குள் டாங்கிகளை உருட்டிக்கொண்டு போவது எதிர்பார்த்ததைவிடவும் சவாலான காரியமாகத்தான் இருந்தது. முரட்டுத்தனமான மலையடிவாரங்களையும் குண்டும் குழியுமான தடங்களையும் கடக்கவேண்டிவந்தது. ஆள்கள் ஏறுவதற்கே சிரமம் அளிக்கக்கூடிய தடங்கள் அவை. ஆயுதங் களையும் சேர்த்தே கொண்டுபோயாக வேண்டும். மலையேறு வதில் பயிற்சி பெற்ற பிரிவினரே இந்தப் பணிக்கு ஒதுக்கப் பட்டிருந்தனர். பொறியாளர்களும் மோட்டார் படை வீரர்களும் உடன் சென்றனர். பொறியாளர்களின் வேலை, பாதைகளை ஏற்படுத்துவது. பாதை இல்லையா? பாலம் கட்டு. அங்கேயே அப்போதே பென்சில் வைத்து வரைந்து, அங்கேயே அப்போதே

பாலங்கள் அமைக்கப்பட்டன. தாற்காலிகப் பாலங்கள். தொங்கு பாலம். கயிறுகளையும் சிறு பலகைகளை வைத்து அமைக்கப் படும் ஆகாயப் பாதை. அவசியத்துக்கு ஏற்றாற்போல் நீள, அகலத்தில் அமைத்துக்கொடுக்கவேண்டும். பகல், இரவு பார்க்க முடியாது. கிடைக்கும் உபகரணங்களை, கிடைக்கும் வெளிச்சத்தைப் பயன்படுத்திக் கொள்ளவேண்டும்.

வீரர்கள் காட்டுப்பகுதியை கடந்து எல்லைக்குள் பிரவேசிக்கும் போதே, ஜெர்மானிய வான் படைகள் தாக்குதலைத் தொடங்கி விட்டன. ஃபிரெஞ்சு எல்லை வீரர்களால் இதை எதிர்கொள்ள முடியவில்லை. ஒரு பக்கம், துப்பாக்கி ஏந்தியபடி, காட்டுப் பகுதியில் இருந்து வெளிவரும் வீரர்கள். கடவுளே என்று வானத்தைப் பார்த்தால் குண்டுகள் தலைமீதே விழுந்து வெடிக் கின்றன. Luftwaffe வான்படைக்கு இரண்டு உத்தரவுகள் கொடுக்கப்பட்டிருந்தன. ஃபிரெஞ்சு வீரர்களைத் தாக்கி பதுங்கு குழிகளைக் கைப்பற்றவேண்டும். எதிரியின் தகவல் தொடர்பு சாதகங்களை மொத்தமாக அழிக்கவேண்டும். எல்லை தாக்கப் படுகிறது என்னும் விஷயம் நீண்ட நேரத்துக்கு பிரான்ஸுக்குப் போய் சேரக்கூடாது.

பிரான்ஸின் கூட்டணிப் படைகள் ஜெர்மானிய தாக்குதலைக் கண்டுபிடித்துவிட்டன என்றாலும் அவர்களும் குழப்பத்தில் மூழ்கடிக்கப்பட்டனர். என்ன, ஏது என்று இனம் காண்பதற்குள் ஜெர்மனி அத்தனைப் படைகளையும் துடைத்துப் பெருக்கி சுத்தப்படுத்திவிட்டது. ஜெர்மனி தாக்குதல் நடத்துகிறது என்பதைத் திட்டவட்டமாகப் புரிந்துகொள்வதற்கு முன்னரே பல வீரர்கள் உயிரிழந்தனர்.

மூன்று தினங்களில் லக்ஸம்பர்க் மற்றும் தெற்கு பெல்ஜியம் வழியாக முன்னேறிய ஜெர்மனி, சேடன் கோட்டையை முழுவதுமாகக் கைப்பற்றியது. பிரிட்டன் மற்றும் ஃபிரெஞ்சுப் படையினர் அலறியடித்துக்கொண்டு பெல்ஜியத்துக்குள் நுழைந் தனர். Ardennes பகுதியை கோட்டைவிட்டதுபோல் பெல்ஜிய எல்லையை இழக்கமுடியாது. அப்படி நடந்துவிட்டால், பிரான்ஸ் சுற்றிவளைக்கப்படுவதை யாராலும் தடுக்கமுடியாது.

இங்கே ஹிட்லர் தந்திரமாக ஒரு காரியத்தை செய்திருந்தார். முஸோலினியிடம் முன்கூட்டியே பேசியிருந்தார். பிரான்ஸுக்கு ஓர் அதிர்ச்சி வைத்தியம் தேவைப்படுகிறது. இத்தாலி

ராணுவத்தில் இருந்து ஒரு படை அனுப்பிவைக்கமுடியுமா? நான் சொல்லும்போது, உங்கள் படையும் பிரான்ஸைத் தாக்கட்டும். இரண்டு முனைகளில் இருந்து வரும் இந்தத் தாக்குதல் நிச்சயம் அவர்களை அலைகழிக்கும். முஸோலினி உடனே ஒப்புக்கொண்டார். இதென்ன பிரமாதம்? சொல்லுங் கள், அனுப்பிவைக்கிறேன். உங்களுக்கில்லாத உதவியா?

பிரான்ஸ் இதனை எதிர்பார்க்கவில்லை. பெரும் குழப்பம். ஒரு பக்கம் ஜெர்மன் குண்டு வீசிக்கொண்டிருக்கும்போதே மற்றொரு பக்கம், இத்தாலி அடிக்கிறது. ஜெர்மன் பீரங்கிகள் முழங்கிக் கொண்டிருக்கும்போதே வான் தாக்குதலும் ஆரம்பித்து விடுகிறது. ஒவ்வொரு சாலையாக பார்த்து அழிக்க ஆரம்பித்தது ஜெர்மனி. சில சமயம் வெடி வைத்துவிட்டு காத்திருப்பார்கள். சில சமயம், சீறிப் பிளந்து பாய்ந்து வந்து தாக்குவார்கள். மறைந்திருந்து தாக்கும் உத்திகளும் உண்டு. காலாட்படையை பிரான்ஸ் எதிர்கொண்டு திணறிக்கொண்டிருக்கும்போதே, விமானத் தாக்குதல் ஆரம்பித்துவிடும். இடையிடையே கலவரம் உண்டாக்க இத்தாலி.

மே 15ம் தேதி, ஃபிரெஞ்சு பிரதமர் பால் ரெனாய்ட், சர்ச்சிலைத் தொடர்பு கொண்டார்.

'அவர்கள் முன்னேறிவிட்டார்கள். நாங்கள் தொலைந்தோம்.'

'என்ன சொல்கிறீர்கள்? உண்மையாகவா?'

'பாரிஸின் கதவு திறந்தே கிடக்கிறது. நாங்கள் தோற்று கொண்டிருக்கிறோம் என்று நினைக்கிறேன்.'

நடுங்கும் குரலில் ரெனாய்ட் பேசிக்கொண்டே இருந்தார். சர்ச்சிலிடம் பதில் இல்லை. என்ன சொல்லிக்கொண்டிருக்கிறார் இவர்? ஃபிரெஞ்சு எல்லைக்குள் ஜெர்மனி நுழைந்துவிட்டதா? பாரீஸை கைப்பற்றப்போகிறார்களா? பாரீஸையா?'

தவிக்க ஆரம்பித்தது பிரிட்டன். இப்போது என்ன செய்ய வேண்டும்? இதோ கொல்லைப்புறம் வரை வந்துவிட்டார் ஹிட்லர். படை எடுத்து வந்து மிரட்டுகிறார். அட்டகாசச் சிரிப்புடனும் ஆணவத்துடனும் கால் மேல் கால் போட்டபடி சிரிக்கிறார். பிரான்ஸ் தோல்வியடையப்போகிறது. ஐரோப்பா வின் சக்தி வாய்ந்த தேசத்தின் சக்தி வாய்ந்த பிரதமர், நடுங்கும்

குரலில் தன் தோல்வி பயத்தை இதோ பதிவு செய்துவிட்டார். சோவியத்,சோவியத் என்று இத்தனை காலம் கத்திக் கொண்டிருந்தது வீணாகிவிட்டது. ஆரம்பத்திலேயே ஜெர்மனியை அடக்கிவைத்திருந்தால், இத்தனை தூரம் வளர்ந்திருக்காது.

சரி, போனது போகட்டும். இப்போது என்ன செய்வது? நட்பு நாடுதான். பிரான்ஸுக்கு இன்று ஆபத்து என்றால் நாளை பிரிட்டனுக்கும் இதே நிலைமை வரலாம். உனக்கு ஆபத்து என்றால் உதவி செய்கிறேன், எனக்கு ஏதாவது நிகழ்ந்தால் நீ காப்பாற்று. எழுதிவைத்துக்கொண்ட உடன்படிக்கைதான். சந்தேகம் என்னவென்றால் பிரான்ஸ் கேட்டுக்கொண்டபடி போர் விமானங்களை அனுப்பி வைப்பதா வேண்டாமா என்பதுதான்.

வேண்டாம் என்றார் விமானப் படை சீஃப் மார்ஷல் டவுடிங். நம்மிடம் உள்ள போர் விமானங்களை பிரான்ஸுக்குத் தருவது இப்போதைக்கு உகந்ததல்ல. நாளை பிரிட்டனுக்கு அச்சுறுத்தல் வரும்போது, நமக்குக் கூடுதல் விமானங்கள் தேவைப்படும். அதுவும் தவிர, பிரான்ஸ் தோற்கப்போவது எப்படியும் உறுதியாகிவிட்டது. இனி அவர்களுக்கு எத்தனை விமானங்கள் கொடுத்தாலும் அதனால் பெரிய மாற்றம் எதுவும் வந்துவிடப்போவதில்லை. இழப்பு நமக்குத்தான். அதே சமயம், பிரான்ஸுக்குக் கொடுக்கும் விமானங்களை நாம் பயன்படுத்தினால், நம்முடைய வெற்றி வாய்ப்பு கூடும்.

ஆனால் உதவலாம் என்று தோன்றியது சர்ச்சிலுக்கு. தனக்கு மிஞ்சிதான் தானமும் தர்மமும் என்னும் மார்ஷலின் வாதத்தை அவர் நிராகரித்தார். நாம் எடுக்கும் ரிஸ்க் என்று நினைத்துக் கொள்வோம் என்று சொல்லி நான்கு விமானப்படைப் பிரிவுகளை அனுப்பிவைத்தார்.

மறுநாள், மீண்டும் சர்ச்சிலைத் தொடர்பு கொண்டார் ஃபிரெஞ்சு பிரதமர்.

'உங்கள் உதவிக்கு நன்றி. ஆனால், அவர்கள் அருகே வந்துவிட்டார்கள்.'

'எங்கே?'

'பாரிஸுக்கு எண்பது மைல் தொலைவில் வந்துவிட்டார்கள். என்ன செய்வது?.'

'நான் வருகிறேன்.'

வந்து பார்த்த சர்ச்சில் அதிர்ந்துபோனார். சோம்பிக் கிடந்தது பாரீஸ். ராணுவத்தினர் உற்சாகம் இன்றி காணப்பட்டனர். தோல்வியை வரவேற்க அவர்கள் தயாராக இருப்பதாகத் தோன்றியது சர்ச்சிலுக்கு. ஏன் இத்தனை அசிரத்தையாக இருக்கிறார்கள்? பிரதமரிடம் பேசினார். ராணுவ உயர் அதிகாரிகளிடம் பேசினார். விமானப் படை வீரர்களிடம் பேசினார். ஒருவரும் நம்பிக்கை ஏற்படுத்தவில்லை. வரட்டும், ஹிட்லரின் படைகளை ஒரு கைபார்க்கிறோம் என்று ஒருவரும் சவால் விடவில்லை.

ஜெனரல் கேம்லினிடம் பேசினார் சர்ச்சில்.

'உங்களுக்கும் கூடவா நம்பிக்கையில்லை?'

அவர் தலையைக் கவிழ்த்துக்கொண்டார்.

'மேலும் ஆறு விமானப் பிரிவுகளை அனுப்பச் சொல்லி யிருக்கிறேன். எங்கள் பாதுகாப்புக்கு போதுமான விமானங்கள் இல்லை என்னும் நிலையில் பிரிட்டன் இந்த உதவியை அளிக்க முன்வந்திருக்கிறது என்பதை நீங்கள் புரிந்துகொள்ள வேண்டும்.'

அப்போதும் பதிலில்லை. சர்ச்சிலுக்குக் கொஞ்சம் எரிச்சல்.

'உங்களிடம் ரிஸர்வில் தளவாடங்கள் எதுவும் இல்லையா? இதுபோன்ற சூழலில் என்ன செய்யவேண்டும் என்று திட்டமிட வில்லையா?'

இல்லை என்று ஃபிரெஞ்சில் மறுமொழி அளித்தார் அந்த ஜெனரல்.

அடக்கி வைத்திருந்த கோபத்தை, சில தினங்கள் கழித்து வெளிப் படுத்தினார் சர்ச்சில். எனக்குத் தெரிந்து இதுவரை இத்தனை மோசமாக ஒரு போருக்கான தயாரிப்புகள் வேறெங்கும் செய்யப்பட்டதில்லை!

ஜெர்மனியைத் தாக்கலாம் என்று மே 15ம் தேதி பிரிட்டன் முடிவு செய்தது. ஜெர்மனி மீது நடத்தப்படும் முதல் பெரும் தாக்குதல். கொலோனில் (Cologne) உள்ள ஒரு நகரத்தில் ஒரு பால் வியாபாரி வீட்டை விட்டு வெளியே வந்தார். முதல் பலி அவரே. மறுநாள் மாலை ஹாம்பர்கில் நடத்தப்பட்ட தாக்குதலில் 34 ஜெர்மானியர்கள் கொல்லப்பட்டனர். எரிதயாரிப்பு தொழிற்சாலை ஒன்று தகர்க்கப்பட்டது. ப்ரெமனில் நடத்தப்பட்ட தாக்குதலில் ஒரு கிடங்கு குண்டு வீச்சுக்குப் பலியானது. மே, ஜூன் என்று தொடர்ச்சியாக பிரிட்டன், ஜெர்மனி மீது குண்டுகள் வீசியது. தொழிற்சாலை கள், தகவல் தொடர்பு மையங்கள், எண்ணெய் சுத்திகரிப்பு நிலையங்கள் என்று தேடித்தேடி அழித்தது. இருபதாயிரத் துக்கும் அதிகமானவர்கள் உயிரிழந்தனர்.

என்றாலும், இந்த தாக்குதல் ஜெர்மனியைத் தடுத்து நிறுத்த வில்லை. ஐயோ பிரிட்டன் வந்துவிட்டதே என்று பிரான்ஸை ஆக்கிரமிப்பதை ஜெர்மனி கைவிடவில்லை. கொசு கடித்தால் தட்டிவிட்டு அடுத்த காரியத்தைப் பார்ப்போமே, கிட்டத்தட்ட அப்படிப்பட்ட ஓர் அலட்சிய மனோபாவத்துடன், தன் காரியத்தைத் தொடர்ந்தது.

மே 17ம் தேதி பெல்ஜியத்தின் தலைநகரம் பிரஸ்ஸல்ஸ் சரணடைந்தது. ஆனால், மன்னர் மூன்றாம் லெபோல்ட் (King Leopold III) அதுபற்றிக் கவலைப்படவில்லை. தொடர்ந்து போராட அவர் தயாராக இருந்தார். பிரிட்டிஷ் படை அவரிடம் பேசியது. கவலைப்படவேண்டாம் மன்னரே, நாங்கள் உங்களைப் பத்திரமாக நாட்டைவிட்டு வெளியேற்றி பாதுகாப்பான இடத்தில் தங்கவைக்கிறோம். உங்கள் பாதுகாப்புக்கு நாங்கள் உத்தரவாதம். இனியும் பெல்ஜியத்தில் நீங்கள் தங்கியிருப்பது உசிதமல்ல. ஹிட்லர் சுற்றிவளைத்து விட்டார்.

மன்னர் அவர்களைத் திகைக்க வைத்தார். என் மக்களைவிட்டு நான் வரமாட்டேன். நான் ஓடிவிட்டால், அவர்கள் என்னைப் பற்றி என்ன நினைப்பார்கள்? சரித்திரம் என்ன சொல்லும்? வேண்டாம், நான் இங்கேயே இருந்துகொள்கிறேன். என்ன நடக்கிறதோ அது விதிப்படி நடக்கட்டும். பெல்ஜிய அரசாங்கம் இதை வேறு விதமாகப் பார்த்தது. சரணைந்துவிடலாம் என்று

அதிகாரபூர்வமாக அறிவித்தபிறகு இந்த மன்னர் ஏன் நகர மறுக்கிறார்? ஒருவேளை எல்லோரும் போனபிறகு, ஹிட்லருடன் உடன்படிக்கை செய்துகொண்டு தொடர்ந்து பெல்ஜியத்தை ஆளலாம் என்று நினைக்கிறாரோ!

லெபோல்ட் கவலையில் இருந்தார். ஹிட்லரின் தாக்குதலை முன்கூட்டியே யூகித்து, தேசத்தைப் பலப்படுத்தியிருந்தார் அவர். பிரான்ஸ் உட்பட அத்தனை சிறிய, பெரிய நாடுகளும் கையறு நிலையில் இருந்த சமயத்தில், போருக்கான தயார் நிலையில் இருந்த ஒரே தேசம் பெல்ஜியம் மட்டுமே. பிரான்ஸும் ஜெர்மனியும் முட்டிக்கொண்டால் சுண்டெலி போல் இடையில் ஒட்டிக்கொண்டிருக்கும் பெல்ஜியம் நிச்சயம் தாக்கப்படும் என்று அவருக்குத் தெரியும். கிட்டத்தட்ட மூன்று வாரங்கள் ஜெர்மனியை எதிர்த்து மிகத் திறமையுடன் போரிட்டது பெல்ஜியம்.

இறுதியாக, டுன்கிர்க் (Dunkirk) என்னும் இடத்தில், ஜெர்மனி பெல்ஜியத்தை நாலாபுறமும் சுற்றிவளைத்தது. ஃபிரெஞ்சு படைகள், பெல்ஜியப் படைகள், பிரிட்டிஷ் படைகள் அனைத்தும் சிக்கிக்கொண்டன. மே 27ம் தேதி, லெபோல்ட், பெல்ஜிய படைகளை ஜெர்மனியிடம் சரணடைய உத்தரவிட்டார். அவருக்கு இதைத் தவிர வேறு வழி தெரியவில்லை. பெல்ஜியத்தின் பிரதம மந்திரி, ஹியூபர்ட் பியர்லாட் (Hubert Pierlot) எரிச்சலடைந்தார். அரசியல் ரீதியில் எந்த முடிவையும் அரசாங்கம்தான் எடுக்கும். அதாவது, நான். மன்னர் என்னும் அலங்காரப் பதவியில் இருந்துகொண்டு எப்படி இதில் தலையிடலாம்? அவர் எப்படிப் படைகளைச் சரணடையச் சொல்லலாம்?

ஆமாம், ஆமாம் பெல்ஜிய மன்னர் செய்தது தவறுதான் என்றார் ஃபிரெஞ்சு பிரதமர் பால் ரெனாய்ட். சர்ச்சிலும் அதைத்தான் சொன்னார். ஜூன் 4ம் தேதி காமன்ஸ் சபையில் அவர் இதைச் சுட்டிக் காட்டினார். இறுதி நிமிடம் வரை பெல்ஜியத்துக்கு பிரிட்டன் படைகள் உதவிக்கொண்டுதான் இருந்தன. உதவி தேவைப்பட்டபோதெல்லாம் வழங்கிக்கொண்டுதான் இருந்தோம். மன்னரின் அரை லட்சம் வீரர்கள் பெல்ஜிய எல்லையைக் காவல் காத்துவந்தனர். இன்று? பெல்ஜிய எல்லை பாதுகாப்பாக இருப்பது பிரிட்டனுக்கு எவ்வளவு

முக்கியமானது என்பதை நான் சொல்லவேண்டியதில்லை. இந்நிலையில், மன்னர் யாரையும் கலந்தாலோசிக்காமல் தன்னிச்சையாக முடிவெடுத்திருக்கிறார். பெல்ஜிய வீரர்களும் சரணடைந்துவிட்டனர். இதனால் பிரிட்டனுக்குத்தான் ஆபத்து அதிகம்.

லெபோல்ட் பழிக்கப்பட்டார். பெல்ஜியத்தால். பிரான்ஸால். பிரிட்டனால். ஜெர்மனியின் அடாவடி அதிரடிகளால் கலங்கி போயிருந்த இந்த மூன்று நாடுகளும் தங்கள் கோபத்தை, எரிச்சலை வெளிக்காட்ட, மன்னரைப் பலியாடாகப் பயன் படுத்திக்கொண்டன.

•

காலில் வெந்நீரைக் கொட்டிக்கொண்டதைப் போல் குதித்துக் கொண்டிருந்தது பிரான்ஸ். என்ன செய்து ஹிட்லரைத் தடுப்பது? கேம்லினை மாற்றலாம் என்று யாரோ சொன்னார்கள். மாற்றிவிட்டது பிரான்ஸ். அவர் இடத்துக்கு, மாக்ஸிம் வேகண்ட (Maxim Weygand) என்பவர் நியமிக்கப்பட்டவர். இவருக்கு எழுபத்தி இரண்டு வயது ஆகியிருந்தது. சரியான சண்டைக் கோழி. நிச்சயம் இவர் வருகை மாற்றத்தை ஏற்படுத்தும் என்று அறிவித்தார் அதிபர் ரெய்னாட். புதிய கமாண்டர் உள்ளே வரும்போதே முடிவு செய்துவிட்டுதான் வந்தார். இன்னும் சில தினங்கள்தான் பணியாற்றவேண்டிவரும். எப்படியும் ஜெர்மனி கைப்பற்றத்தான் போகிறது.

மே 21ம் தேதி சானல் கோஸ்ட் பகுதியை இரண்டாகக் கிழித்துப் போட்டது ஜெர்மனி. இனி தாக்குப்பிடிப்பதில் பலனில்லை என்பதை பிரிட்டன் உணர்ந்துகொண்டது. தன் படைகளைத் திரும்பப் பெற்றுக்கொள்ள ஆரம்பித்தது. மே 26 தொடங்கி ஜூன் 4 வரை பிரிட்டன் படைகள் டுன்கிர்க் பகுதியில் இருந்து சிறிது சிறிதாக விடுவித்துக்கொண்டன. குறிப்பிட்ட இந்த தினங்களில் ஜெர்மன் படைகள் பிரிட்டன் படைகள் மீது தாக்குதல் நடத்தாதற்குக் காரணம் ஹிட்லர்தான் என்று ஒரு பேச்சு இருந்தது. பின்னாள்களில் பிரிட்டனுடன் அமைதி ஒப்பந்தம் செய்துகொள்ள உதவும் என்பதற்காக ஹிட்லர் தன் படைகளின் கையைக் கட்டிவைத்திருந்தார் என்று சொல்லப்பட்டது.

என்னென்னவோ செய்து பார்த்துவிட்டு ஓய்ந்து போனது ரெனாய்ட் அரசு. துணைக்கு நண்பர்கள் இல்லை. படைகள்

சிதறியோடுகின்றன அல்லது அழிந்துபோகின்றன. இனியும் பாரீஸைக் காப்பாற்றமுடியுமா என்ன? புதிதாக வந்த கமாண்டரிடம் பேசினார் ரெனாய்ட். பேசாமல், பாரீஸை அப்படியே விட்டுவிட்டு வெளியேறிவிடலாமா? அதைத்தான் இறுதியில் செய்தது பிரான்ஸ். ஜூன் 10ம் தேதி பாரீஸ் கைவிடப்பட்டது. ஹிட்லருக்காக.

மாபெரும் சோக தினமாக அந்நாள் மாறிப்போனது. திடீரென்று அரசாங்கப் படைகள் பின்வாங்கிவிட்டதால், என்ன செய்வது என்று மக்களுக்குத் தெரியவில்லை. நிஜமாகவே தோற்று விட்டோமா? ஐரோப்பாவின் அசைக்கமுடியாத சக்தி என்று நினைத்துக்கொண்டிருந்தது எல்லாம் சும்மாதானா? ஹிட்லர் முன்னால் நிற்க முடியவில்லையா பிரான்ஸால்? தோல்வி என்று நம் அதிபர் ஒப்புக்கொண்டுவிட்டாரா? எங்கே போய்விட்டது பிரிட்டிஷ் படை? வேறு ஏற்பாடுகள் செய்யப்போகிறார்களா? பாதுகாப்பைப் பலப்படுத்தப்போகிறார்களா? எங்கே போய் யாரைக் கேட்பது? அலுவலகங்கள் மூடிக்கிடக்கின்றன. மூடாத அலுவலகங்கள் சிதறிக்கிடக்கின்றன.

ஜூலை பதினான்காம் தேதி நாஜிகள் நுழைந்தபோது பாரீஸில் ஈ, காக்கா இல்லை. இரண்டு தினங்களுக்கு முன்பாகவே மக்கள் இருப்பதை மூட்டைக்கட்டிக்கொண்டு அவசர அவசரமாக வெளியேறியிருந்தனர். ஆஹா இதுதான் பாரீஸா என்று அதிசயப்பட்டுக்கொண்டே சாலைகளில் அங்குமிங்குமெங்கும் உற்சாகத்துடன் ஓடினார்கள் நாஜிகள். அழகை ஆராதிக்கும், அழகை போற்றும் இடமல்லவா இது?

●

கன்னத்தில் கை வைத்து உட்கார்ந்திருந்தார் ரெனாய்ட். பிரான்ஸின் எதிர்காலம் மட்டுமல்ல, அவருடைய எதிர்காலமும் ஆட்டம் கண்டுகொண்டிருந்தது. பிரிட்டனும் உதவவில்லை. அமெரிக்காவும் உதவவில்லை. ஆம், அமெரிக்காவையும் அவர் இதில் இழுக்க முயன்றிருந்தார். சர்ச்சிலுடன் பேச்சுவார்த்தை நடத்திக்கொண்டிருந்தபோதே, மற்றொரு பக்கம் அமெரிக்க அதிபர் ரூஸ்வெல்ட்டுடனும் அவர் பேசிக்கொண்டுதான் இருந்தார். எச்சரித்துக்கொண்டும் இருந்தார். பிரான்ஸின் பாதுகாப்பு என்பது ஒரு வகையில் அமெரிக்காவின் பாதுகாப்பும்கூட. ஒருவேளை பிரான்ஸ் கைப்பற்றப்பட்டால், பிறகு இங்கே

பிரிட்டிஷ், பிரெஞ்சுப் படை வீரர்கள் சிறைப்பிடிக்கப்படுகிறார்கள்

ஹிட்லர் ஆதரவு பொம்மை ஆட்சிதான் நடக்கும். அப்படியொரு ஆட்சி அமைவது ஐரோப்பாவுக்கு நல்லதல்ல.

எதுவும் பலிக்கவில்லை. அரசியல் நெருக்கடிகள் அதிகரித்துக் கொண்டே சென்றன. தேசத்தைக் காவு கொடுத்துவிட்டு பிறகு என்ன அதிபர் பதவி? ஏச்சு, பேச்சு தாங்கமுடியவில்லை. ஜூன் 16ம் தேதி ரெனாய்ட் தன் பதவியை ராஜிநாமா செய்தார். அந்தப் பதவிக்கு பெடாய்ன் (Petain) என்பவர் வந்தார். பொம்மை அரசாங்கம். முறைப்படி போர் நிறுத்தம் அறிவிக்கப்பட்டது. 21ம் தேதி, எஞ்சியிருந்த கடைசி பிரிட்டிஷ் பிரிவும் விடைபெற்றுக் கொண்டது. திரும்பும் திசையெங்கும் ஜெர்மன் வீரர்கள்.

ஒரு விஷயம் பாக்கியிருந்தது. நீ தோற்றுவிட்டாய் என்பதை பிரான்ஸுக்கு அறிவிக்கும் ஒப்பந்தம். ஜெர்மனியின் வெற்றியை ஐரோப்பாவுக்கு உணர்த்துவதற்கான ஒப்பந்தம். ஒப்பந்தத்தில் கையெழுத்திட பாரீஸுக்கு வடகிழக்கில் இருந்த Compiegne என்னும் இடம் தேர்வு செய்யப்பட்டது. தேர்வு செய்திருந்தவர் ஹிட்லர். அருங்காட்சியகத்தில் இருந்த குறிப்பிட்ட ஒரு ரயில்வே காரேஜை (2419D) எடுத்து வந்து வைத்தனர். பிறகு ஹிட்லரைத் தொடர்பு கொண்டார்கள். ஃப்யூரர் நீங்கள் சொன்ன இடத்தில் நீங்கள் சொன்னதைப் போன்ற ஏற்பாட்டை செய்துவிட்டோம். வருகிறீர்களா?

ஹிட்லர் வந்தார். அந்த காரேஜை ஒரு முறை நோட்டம் விட்டார். பெருமிதம் பூத்துக்கிடந்தது அவர் முகத்தில். இங்கே வைத்துதானே 1918ல் ஜெர்மனி, ஒப்பந்தத்தில் கையெழுத் திட்டது? இங்கே வைத்துதானே ஜெர்மனியின் மானத்தை உலகறிய காற்றில் பறக்கவிட்டது பிரான்ஸ்? இங்கேதானே என் ஜெர்மனி தோற்றுப்போன அவமானத்துடன் கூனிக்குறுகிக் கிடந்தது? அதே இடம். அதே ரயில்வே காரேஜ். இங்கேதானே வெற்றி பெற்ற ஃபிரெஞ்சு மார்ஷல் ஃபெர்டினாண்ட் ஃபோச் அமர்ந்திருந்தார்?

இன்று நான் அமர்கிறேன். வெற்றியாளரின் இருக்கையில் நான், ஹிட்லர். பிரான்ஸ் என் முன்னால் மண்டியிடட்டும். எனக்கு கையெழுத்துப் போட்டுக் கொடுக்கட்டும். தன் தோல்வியை ஒப்புக்கொள்ளட்டும். ஜெர்மனியின் பலத்தை பயத்துடன் அங்கீகரிக்கட்டும். சரித்திரத்தில் ஏற்பட்டிருந்த அவப்பெயர் இதோ அழிந்துவிட்டது. தோற்றுப்போன ஜெர்மனி என்று இனி யாரும் இங்கே சொல்லமுடியாது.

ஜூன் 22ம் தேதி ஒப்பந்தம் கையெழுத்தானது. ஒரு வாரம் கழித்து, ஹிட்லர் பாரீஸ் வந்திருந்தார். ஈஃபில் டவருக்கு முன்பாக நின்று இரு கைகளையும் கோர்த்துக்கொண்டு ஒரு புகைப்படமும் எடுத்துக்கொண்டார்.

பிரான்ஸின் வடக்கு மற்றும் மேற்கு பகுதிகள் ஜெர்மனியின் கட்டுப்பாட்டின் கீழ் வந்து சேர்ந்தன. தெற்குப் பகுதி ஓரளவுக்குச் சுதந்தரத்துடன் தனித்துவிடப்பட்டது. நீயே ஆண்டுகொள் என்று புதிய அதிபரைக் கூப்பிட்டுச் சொன்னது ஜெர்மனி. நினைவிருக் கட்டும். இப்போது நீ ஆட்சி செய்துகொண்டிருப்பது

தோற்றுப்போன பிரான்ஸை. இது நினைவில் இருக்கும்வரை உனக்குப் பிரச்னையில்லை.

இந்த யுத்தத்தில் ஜெர்மனியின் இழப்பு 27,074 வீரர்கள். ஒரு லட்சம் சொச்சம் பேர் காயமடைந்தனர். எதிரணியில், இழப்பு 22,92,000. பிரான்ஸ், பெல்ஜியம், டச்சு, போலந்து, பிரிட்டன் வீரர்கள் இதில் அடக்கம்.

8. பிரிட்டனின் போர்

ஜூன் 18, 1940 அன்று சர்ச்சில் நாடாளு மன்றத்தில் உரையாடினார். பிரான்ஸ் யுத்தம் முடிவடைந்துவிட்டது. பிரிட்டன் யுத்தம் தொடங்கப் போகிறது.

பிரிட்டனுடன் போரிடுவதற்கான அவசியமே ஏற்படாது என்று ஹிட்லர் நினைத்தார். பிரான்ஸே இல்லை என்னும்போது இனி பிரிட்டன் என்ன செய்யும்? தனியாக என்ன செய்யமுடியும் ஒரு நாட்டால்? அது பிரிட்டனாகவே இருந்தாலும்? நீங்கள் வேண்டுமானால் பார்த்துக்கொண்டே இருங்கள். பிரிட்டன் நம்மைத் தொடர்பு கொள்ளப்போகிறது. இனி மேல் எங்களால் தாக்குப்பிடிக்க முடியாது. தயவுசெய்து எங்கள்மீது போர் தொடுக்கவேண்டாம். நீங்கள் நீட்டும் இடத்தில் கையெழுத்துப் போட்டுத் தருகிறோம். எங்களை விட்டு விடுங்கள்.

ஜெர்மனியின் திட்டத்தில் அடுத்து பிரிட்டன் இருந்தது என்றாலும் அதன்மீது போர் தொடுக்கும் விருப்பம் ஹிட்லருக்கு இல்லை. விரிவாக்க திட்டங்கள் தீட்டும்போது, இல்லை பிரிட்டனை விட்டுவிடலாமே என்று

கண்காணிக்கும் பிரிட்டிஷ் அதிகாரி

பலமுறை அவர் சொல்லியிருக்கிறார். பயம் நிச்சயம் காரணமல்ல. பிரிட்டன் மீது அவருக்கு ஒரு பிரியம் இருந்தது. பிரிட்டிஷ் சாம்ராஜ்ஜியத்தையும் பிரிட்டனின் நாகரிகத்தையும் தனிப்பட்ட முறையில் ஹிட்லர் நேசித்தார். சர்ச்சிலை பலமுறை கிண்டலடித்திருக்கிறார். போர் கிரிமினல் என்று சர்ச்சிலையும் அவர் அமைச்சர்களையும் விமரிசித்திருக்கிறார். கண்டித்திருக்கிறார். ஆனால் பிரிட்டன் பிடிக்கும். கெப்பல்ஸிடம் பலமுறை பிரிட்டன் பற்றி உயர்வாகப் பேசியிருக்கிறார் ஹிட்லர்.

பிரிட்டிஷ் மக்களும் போருக்குத் தயாராக இல்லை. நமக்குத் தேவை அமைதி. போர் பற்றி யோசிக்கமுடியாது. அதுவும் ஹிட்லரோடு போர் என்றால் வேண்டவே வேண்டாம். அவருக்கும் அவர் இருக்கும் திசைக்கும் ஒரு கும்பிடு. உட்கார்ந்து பேசி ஓர் உடன்படிக்கை போட்டுக்கொள்வோம். என்ன சொல்கிறீர்கள்? அயல்துறை அமைச்சர் லார்ட் ஹாலிபாஃக்ஸின் கருத்தும் இதுவேதான். ஆனால், சர்ச்சில் மறுத்துவிட்டார். ஹிட்லரோடு சரிக்குச் சமானமாக அமர்ந்து பேச்சுவார்த்தை நடத்தி கையெழுத்துப் போட்டுக் கொள்வதில் எனக்கு விருப்பமில்லை. போர்தான் ஒரே முடிவு என்றால் அதைச் சந்தித்துவிடலாம்.

சர்ச்சில் தொடர்ந்து உரையாற்றிக்கொண்டிருந்தார். அமைதி உடன்படிக்கை பற்றி யோசிக்கும் அந்த ஒரு பிரிவினரை அப்படியே விட்டால் கிருமி போல் இந்தக் கருத்து பிரிட்டன் முழுவதும் பரவிவிடும். பிரிட்டிஷ் பேரரசு அடிபணியாது என்பதை அவர்களுக்கு உணர்த்தியாகவேண்டும். பிரிட்டனின் பெருமையை மீட்டெடுக்கவேண்டும். பிரான்ஸுக்கு நேர்ந்த கதி நமக்கு நேராது என்பதை புரியவைக்கவேண்டும்.

ஜூலை 16, 1940 அன்று ஹிட்லர் பெர்லினில் போர் அறிவிப்பை வெளியிட்டார். நம் கனவு நனவாகிக்கொண்டே வருகிறது. அதன் நீட்சியாக இப்போது பிரிட்டனுடன் மோதப் போகிறோம். பயப்படவேண்டாம், நீங்கள் நினைக்கும் பிரிட்டன் அல்ல இது. குழப்பத்திலும் அச்சத்திலும் கட்டுண்டு கிடக்கும் நோஞ்சானாக அது மாறிவிட்டது. அடித்து வீழ்த்துவோம் வாருங்கள்.

அட்மிரல் ரீடர் ஹிட்லரிடம் ஓடிவந்தார். ஃப்யூரர், போர் தொடுப்பதில் எனக்கு ஆட்சேபணை எதுவும் இல்லை. ஆனால், இது எம்மாதிரியான போர் என்பதில் நாம் தெளிவடைய வேண்டும். நார்வே யுத்தத்தின் போது நமது கப்பல் படை (Kriegsmarine) குறிப்பிடத்தக்க சேதத்தைச் சந்தித்துள்ளது. நிறைய போர்க்கப்பல்கள் மூழ்கிவிட்டன. ஆனால் பிரிட்டன் ராயல் நேவியிடம் 50 டெஸ்ட்ராயர்கள், 21 க்ரூஸர்கள் 8 போர்க்கப்பல்கள் உள்ளன. இந்தப் பின்னணியில் பிரிட்டன் கப்பல்படையை நம்மால் எதிர்கொள்ளமுடியாது.

நிஜத்தில், பிரிட்டன் ராயல் நேவியிடம் அப்போது 21 டெஸ்ட்ராயர்கள்தான் எஞ்சியிருந்தன. டுன்க்ரிக்கில் நடந்த மோதல்களில் பிரிட்டன் பெரும்பாலான டெஸ்ட்ராயர்களை இழந்துவிட்டதுதான் உண்மை. ஆனால், இது ஜெர்மனிக்குத் தெரியாது. ஆனாலும் அட்மிரல் ரீடர் சொன்னதுபோல் 21 டெஸ்ட்ராயர்கள் என்பதும்கூட ஜெர்மனியோடு ஒப்பிடும்போது அதிகம்தான். ஆகவே, அவருடைய பயம் நியாயமானது.

நீர் மார்க்கம் வேண்டாம் என்பதால் ஆகாய மார்க்கத்தைத் தேர்ந்தெடுத்தது ஜெர்மனி. மீண்டும் Luftwaffe. நன்றி ஃப்யூரர் என்று ரீடர் விடைபெற்றுக்கொண்ட பிறகு ஹிட்லர் பிற ஜெனரல்களை அழைத்தார். ரீடர் சொல்வதில் நியாயம் இருக்கிறது என்றாலும் நாம் கடல் மார்க்கத்தையும் தரை

ஜெர்மனியின் Heinkel He 111

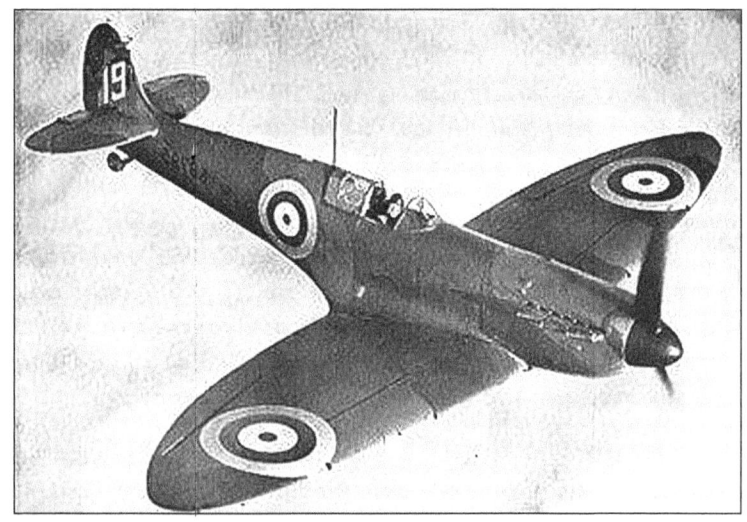

பிரிட்டன் அதிகம் பயன்படுத்திய Supermarine Spitfire

மார்க்கத்தையும் உதாசீனம் செய்யக்கூடாது. விமானப் படையைப் போலவே மற்ற பிரிவுகளும் தயார்நிலையில் இருக்கவேண்டும். எப்போதும் எதுவும் தேவைப்படலாம்.

Sealion என்று இந்த ஆபரேஷனுக்குப் பெயர் சூட்டப்பட்டது. பிரிட்டனின் தெற்கு கரைப்பகுதியில் விமானத் தாக்குதல் நடத்தப்படவேண்டும். செப்டெம்பர் மத்தியில் தொடங்கலாம். ஆகஸ்ட் மத்தியில் தயார்நிலையில் இருக்கவேண்டும்.

இந்த யுத்தத்தில் ஜெர்மனி பயன்படுத்த நினைத்த இரு முக்கிய போர் விமானங்கள் Messerschmitt Bf மற்றும் 109E Bf 110C. இரண்டுமே வலிமையானவை. துல்லியமாகத் தாக்கக் கூடியவை. தம்முடைய விமான பலத்தின் மீது ஜெர்மனிக்குச் சிறிதளவு சந்தேகமும் இருக்கவில்லை. பிரிட்டனின் Hurricane Mk I ரக விமானங்களை எதிர்கொள்ள இவை நிச்சயம் உதவும். அவர்களுடைய ஹரிக்கேனைவிட நம்முடைய Bf 109E பல மடங்கு வேகமானது, செயல்திறன் கொண்டது. என்ன பெரிய புடலங்காய் ராயல் நேவி? நம் விமானங்கள் முன்னால் நிற்க முடியுமா அவர்களால்?

Luftwaffe நான்கு முக்கிய விமான ரகங்களைக் கொண்டிருந்தது. Heinkel He 111, Dornier Do 17, Junkers Ju 88 மற்றும் Junkers Ju 87 Stuka. ஒவ்வொன்றும் ஒவ்வொரு விதமான தாக்குதலுக்குப் பயன்படுத்தப்படும். டைவிங் தாக்குதல். நேருக்கு நேர் தாக்குதல். விசேஷ தாக்குதல். இன்னபிற. பிரிட்டனின் தெற்குப் பகுதியை Luftwaffe முதலில் வீழ்த்தி வெற்றிபெறவேண்டும். இது முடிந்தால், கடல் மற்றும் தரைப்படைகள் தெற்குப் பகுதிக்குள் நுழைந்துவிடும். பிரிட்டனின் விமானப் படைக்குப் பெருத்த சேதத்தை ஏற்படுத்தவேண்டும். திக்கற்று திண்டாட வேண்டும் பிரிட்டன்.

போர் தொடங்கப்போகிறது என்று சர்ச்சில் அறிவித்த அதே நாள், பிரான்ஸில் இருந்து கடைசி போர் விமானங்கள் பிரிட்டனுக்கு வந்து சேர்ந்தன. பிரிட்டனைப் பலப்படுத்த வேண்டும் என்பது மட்டுமே ஒரே நோக்கமாக இருந்தது. பிரான்ஸுக்கு ஏற்பட்ட கதி நமக்கு ஏற்பட்டுவிடக்கூடாது. மேற்குப் பகுதியை பாதுகாப்பதற்கான ஏற்பாடுகள் தொடங்கின. மேற்கு பகுதியில் இருந்த துறைமுகங்கள். தொழில் நகரங்கள். பிறகு, மேற்கு எல்லை.

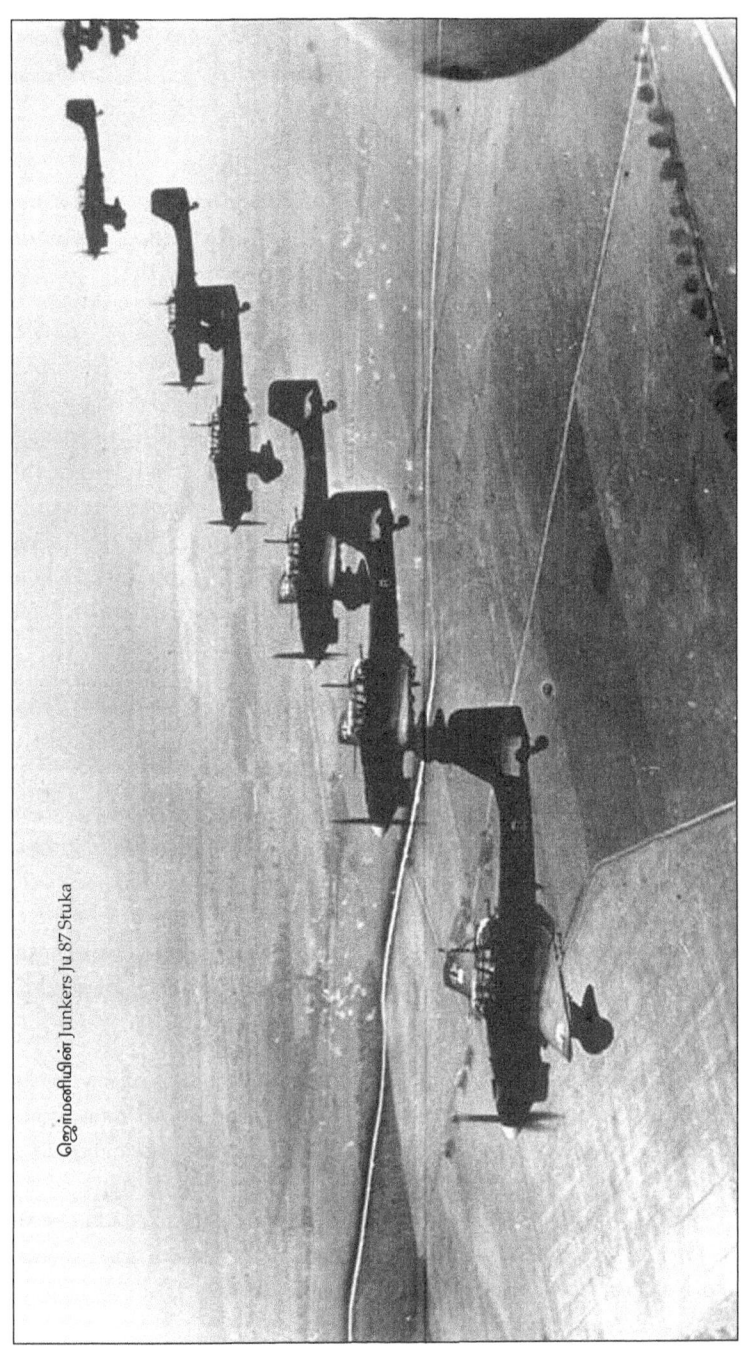

ஜெர்மனியின் Junkers Ju 87 Stuka

ஜூலை 10ம் தேதி ஜெர்மனி போரை ஆரம்பித்துவைத்தது. ஸ்டூகா டைவ் விமானங்கள் பிரிட்டனின் இங்கிலீஷ் சானலை தாக்க ஆரம்பித்தது. பறவைகள் போல் பறந்து வந்து குண்டுகள் வீசின. எண்ணிக்கையில் ஜெர்மனின் ஸ்டூகா விமானங்கள் பிரிட்டனைவிட அதிகமாக இருந்ததால், ஜெர்மனி அசைக்க முடியாத நம்பிக்கையில் இருந்தது. பிரிட்டன் நடத்திய எதிர்த்தாக்குதல் ஜெர்மனியைப் பின்னுக்குத் தள்ளவில்லை. இரு தரப்பினரும் தத்தம் போர் விமானங்களைப் பரீட்சித்துப் பார்ப்பதற்கான ஒரு வாய்ப்பாக இது அமைந்தது.

ஹிட்லரின் உத்தரவு தெளிவானது. பலம் குறைந்த எல்லைப் புறங்களில், துறைமுகங்களில், தொழில்சாலைகளில் குண்டுகள் தூவலாம். தவறில்லை. ஆனால், எக்காரணத்தைக் கொண்டும் லண்டன் போன்ற நகரங்களைத் தாக்கக்கூடாது. ஆகஸ்ட் தொடங்கி பல்வேறு முக்கிய துறைமுகங்கள் தாக்கப்பட்டாலும் நகர அமைதியை கெடுக்காதவாறு பார்த்துக்கொண்டது விமானப்படை. ஆகஸ்ட் 23 இரவு ஏதோ ஒரு கவனப்பிசகு ஏற்பட்டுவிட்டது. தவறிப்போய் லண்டனின் புறநகர் பகுதியில் (ஹேரோ) குண்டுகள் வீசப்பட்டுவிட்டன. இதே தடுமாற்றத் தோடு அபர்தீன், ப்ரிஸ்டால், தெற்கு வேல்ஸ் என்று நகரங்கள் மீதும் தாக்குதல் நடத்தப்பட்டுவிட்டது. விமானத் தளங்களை அழிப்பதற்காகப் புறப்பட்ட விமானங்கள் போர்ட்ஸ்மவுத்தை இலக்கு என்று நினைத்து குண்டு வீசியதில் 100 பேர் கொல்லப் பட்டனர். பதிலடி கொடுக்க முடிவு செய்த பிரிட்டன் ஆகஸ்ட் 25ம் தேதி, 81 விமானங்களை பெர்லினுக்கு ஏவிவிட்டது. வர்த்தக மற்றும் தொழில் நகரங்கள் மீது தாக்குதல் தொடுப்ப தற்காக.

ஜெர்மனி இங்கே ஒரு தவறு செய்தது. அதாவது தோல்வியை நோக்கி ஒரு பிரதான அடியை எடுத்துவைத்தது. ஜெர்மனி, பிரிட்டனைக் குறைத்து மதிப்பிட்டிருந்தது. பிரிட்டனின் புதிய ராடார் சாதனங்கள் பற்றி ஜெர்மனி அறிந்திருக்கவில்லை.

•

பிரிட்டன் எல்லாவற்றையும்விட தன் ராடாரை அதிகம் நம்பியது. போருக்கு முன்பு பல நாடுகளும் ராடார் பற்றிய ஆராய்ச்சிகளில் இறங்கிவிட்டன என்றாலும் முழுமையாகவும்

உருப்படியாகவும் வெற்றிகொண்ட ஒரு நாடு பிரிட்டன். அதிநவீனமானதாகவும், நுட்பமான செயல்திறன் கொண்டதாக வும் இந்த ராடார் அமைந்தது. வான்வழித் தாக்குதல் குறித்த அச்சம் அப்போது ஐரோப்பாவில் எந்த அளவுக்குப் பரவியிருந்தது என்பதற்கு இது ஓர் எடுத்துக்காட்டு. போர் விமானங்களைப் பலரும் தயாரித்துக்கொண்டிருந்த ஒரு சூழலில், எப்போது யார் தாக்குவார்களோ என்னும் அச்சத்தில், ராடார் போன்ற கருவிகளின் தேவை அதிமுக்கியமானதாகக் கருதப்பட்டது.

தெற்குப் பகுதி முழுவதும் வரிசையாக ராடார் நிலையங்கள் அமைக்கப்பட்டன. இது செயின் ஹோம் என்று அழைக்கப் பட்டது. பிரிட்டிஷ் ராணுவத்துடன் இணக்கமான முறையில் இது செயல்பட்டது. எதிரிகளின் விமான ரீங்காரங்களை செவிமெடுப்பது. கிடைக்கும் சிக்னல்களைக் கொண்டு அது எந்த வகையான போர் விமானம் என்பதைக் கண்டறிந்து சொல்வது. இதுதான் ராடார் நிலையத்தின் முக்கியப் பணி. இலக்கை நிர்ணயித்து குண்டுகள் ஏவப்படும்போது சில ரேடியோ கதிர்கள் வெளிப்படும். இந்தக் கதிர்களை மோப்பம் பிடித்து தடுத்து விட்டால் முயற்சி வெற்றி பெறாது. அதற்கு ராடாரின் துணை தேவைப்பட்டது.

போரின் ஒரு கட்டத்தில் ராடார் இதை சாதித்தது. ஜெர்மன் ரேடியோ கதிர்களை இனம்கண்ட ராடார் கருவி அந்தக் கதிர்களை கலைத்துப்போட்டது. ஓஹோ நீ அப்படி வரு கிறாயா? சுதாரித்துக்கொண்ட ஜெர்மனி பிரட்டிஷ் ராடாரை செயலிழக்கச் செய்யும் கருவிகளைப் பயன்படுத்த ஆரம்பித்தது. பிரிட்டன் இன்னும் ஒரு படி மேலே சென்று, ஜெர்மானிய ஜாமிங் கருவிகளைச் செயலிழக்கச் செய்யும்படியான நவீன சாதனங் களைக் கண்டறிந்து பயன்படுத்த ஆரம்பித்தது. அந்த வகையில் ஜெர்மனிக்கும் பிரிட்டனுக்கும் நடைபெற்ற ஆகாய மோதலை தொழில்நுட்பப் போர் என்று அழைக்கமுடியும்.

ஜெர்மானியர்களின் தகவல் பரிமாற்றங்களை இடைமறித்து கேட்பதற்கான தொழில்நுட்ப வழிமுறைகளையும் பிரிட்டன் வளர்த்தெடுத்தது. Enigma cipher machines என்னும் கருவிகள் பிரிட்டனில் புழங்க ஆரம்பித்தன. பொதுவாக, ராணுவத் தகவல்கள் நேரடியாக அல்லாமல் சில குறிப்பிட்ட சமிக்ஞைகள்

மூலமாகவே பரிமாறிக் கொள்ளப் படும். அனுப்புவருக்கும் பெற்றுக் கொள்பவருக்கும் மட்டுமே அதன் மொழி புரியும். எதிரிகள் இடை மறித்து கேட்கலாம் என்பதால் இப்படிப்பட்ட ஏற்பாட்டை ராணுவங்கள் செய்துகொண்டிருந் தன. ஒவ்வொரு ராணுவமும் ஒவ்வொரு விதமான கோடிங், டிகோடிங் முறையை பயன் படுத்தியது.

Enigma கருவி

ஜெர்மானியர்களின் கோடிங்கை உடைத்துப் பார்க்க விரும்பியது பிரிட்டன். தகவல்களை எப்படி யெல்லாம் திருகலாக்க முடியும்? மொழியை பயன்படுத்தி. எண்களைப் பயன்படுத்தி. அல்லது உத்திகளைப் பயன்படுத்தி. இந்த மூன்றையும் உடைக்க, மொழியியல் வல்லுனர்கள், கணிதவியலாளர்கள், செஸ் விளையாட்டு வீரர்கள் மூவரையும் திரட்டி ஆய்வுப் பணி மேற்கொள்ளச் செய்தது பிரிட்டன். அவர்களில் ஒருவர் ஆலன் டூரிங். கேம்ப்ரிட்ஜ் பல்கலைக்கழக கணிதவியலாளர். இவ ருடைய கண்டுபிடிப்புகள் பின்னர் எலெக்ட்ரானிக் கம்ப்யூட்டர் உருவாவதற்கு உதவின.

இந்த ரகசிய ஆய்வு நிறுவனத்துக்கு அல்ட்ரா (ULTRA) என்று பெயர். அல்ட்ராவின் வெற்றியால் ஜெர்மனியின் போர் திட்டம், வியூகம், நடமாட்டம், ஆயுதங்கள் பற்றிய பல்வேறு முக்கிய துப்புகள் பிரிட்டனுக்குக் கிடைத்தன. Luftwaffe ரேடியோ சிக்னல்களை மே 1940 தொடங்கி தொடர்ச்சியாக இடைமறித்ததில், ஜெர்மனியில் விமான பலம் பற்றியும் அவர்களிடம் இருந்த விமானங்களின் தன்மை குறித்தும் பிரிட்டன் அறிந்துகொண்டது. அல்ட்ராவின் செயல்பாடுகள் ரகசியமானவை. அவர்கள் கண்டறிந்து சொல்லும் தகவல்கள் குறிப்பிட்ட மேல்மட்ட நபர்களுக்கு மட்டுமே செல்லும். அந்தக் குறிப்புகளின் துணைகொண்டு போர் வியூகங்கள் மாற்றியமைக்கப்பட்டன. ராணுவத்திலேயே பலருக்கும் அல்ட்ரா பற்றி தெரியாது. மேலிடத்தில் இருந்து ஏதோ துப்பு

வந்திருக்கிறதாம் என்கிற அளவில்தான் அவர்கள் பேசிக் கொள்வார்கள். அதென்ன மேலிடம் என்று தோண்டித் துருவிய போது, அது வேறொன்றுமில்லை ரகசிய பிரிட்டிஷ் ஏஜெண்ட் ஒருவர் இருக்கிறார். அவர்தான் தகவல்கள் தருகிறார் என்று பதிலளிக்கப்பட்டது.

•

ஆகஸ்ட் 31 முதல் செப்டெம்பர் 6 வரை, பிரிட்டன் 151 போர் விமானங்களை இழந்தது. விமானிகளின் பலம் பத்து சதவீதம் குறைந்தது. இந்த ஒரு கணத்தில், ஜெர்மனி கிட்டத்தட்ட வெற்றியை தரிசித்துவிட்டது. பிரிட்டன் வான் படைக்கு இது பலத்த அடி என்பதில் சந்தேகமில்லை. ஆனால், ஜெர்மனி பிரிட்டனின் தள்ளாட்டத்தைப் பயன்படுத்திக்கொள்ள தவறியது. தவறாக இலக்கை நிர்ணயித்துக்கொண்டது. மிக முக்கியமாக, பிரிட்டனின் ராடார் நிலையங்கள் மீது ஜெர்மனி தாக்குதல் தொடுக்கவில்லை. இது ஜெர்மன் உளவு நிறுவனத்தின் தோல்வி. ஜெர்மனியின் தகவல் பரிமாற்றங்களை பிரிட்டன் ஒட்டுக்கேட்க ஆரம்பித்துவிட்டது என்பதை புரிந்துகொண்ட மறுகணமே, ராடார் நிலையத்தை தனது இலக்காக ஜெர்மனி கருதியிருக்கவேண்டும். செய்யவில்லை.

மாறாக, அடடா, பிரிட்டனே தள்ளாடிவிட்டதே என்னும் குதூகலத்தில் சற்றே முடங்கிப் போனது. சரி சுலபமாக முடித்து விடலாம் என்று கொஞ்சம் அசிரத்தையோடு போரைத் தொடர்ந்து. விமானப் படைத் தளங்களை, நிலையங்களை தாக்குவதை நிறுத்திவிட்டு, திடீரென்று மின் நிலையங்கள், கிடங்குகள் என்று திசைமாறினார்கள்.

இந்தத் தடுமாற்றம் அல்லது திசைமாற்றம் பிரிட்டனைச் சுதாரிக்கச் செய்தது. தன் போர்முறையை மாற்றியது பிரிட்டன். ஒட்டுமொத்த பலத்தையும் திரட்டி, ஜெர்மன் வான்படையை எதிர்கொண்டார்கள். ஒரே வாரத்தில், 175 ஜெர்மானிய விமானங்கள் வெற்றிகரமாக வீழ்த்தப்பட்டன. செப்டெம்பர் 15ம் தேதி 56 விமானங்களை இழந்தபோது, ஹிட்லருக்குத் தெரிந்து விட்டது. தாக்குதல் திட்டத்தை தள்ளிப்போட்டார். அக்டோபர் இறுதியில், பிரிட்டன் 1294 ஜெர்மன் விமானங்களை வீழ்த்தி யிருந்தது. ஜெர்மன் 788 பிரிட்டிஷ் விமானங்களைத் தாக்கி அழித்திருந்தது.

பிரிட்டிஷ் தீயணைப்பு வீரர்கள்

ஜெர்மனி வீழ்த்த, வீழ்த்த பிரிட்டன் புதிய புதிய விமானங்களை தொடர்ச்சியாக அனுப்பிக்கொண்டே இருந்தது. அழிக்கும் வேகத்தைவிட உற்பத்தி செய்யும் வேகம் அதிகமோ என்னும் அளவுக்கு இழப்புகள் உடனுக்குடன் சரிகட்டப்பட்டன. பிரிட்டனின் வெற்றிக்கு இது ஒரு முக்கியக் காரணம். 1940ல் மட்டும் பிரிட்டன் கிட்டத்தட்ட 15,000 விமானங்களை (பல்வேறு ரகங்களில்) உற்பத்தி செய்திருந்தது.

லண்டன் மீதான ஜெர்மனியின் தாக்குதல் விட்டுவிட்டு தொடர்ந்துகொண்டிருந்தது. லண்டன், பிர்மிங்ஹாம், ஷெஃபீல்ட், பிரிஸ்டல், சவுத்ஏம்டன், கோவெண்ட்ரி ஆகிய பகுதிகள் தாக்குலுக்கு உள்ளாயின. பாத், காண்டர்பரி, யோர்க் ஆகிய சரித்திர முக்கியத்துவம் வாய்ந்த பகுதிகள் மீதும் குண்டுகள் வீசப்பட்டன. ஆக்ஸ்ஃபோர்ட் மீது நகக்கீறல்கூட இல்லை. அங்கு வேண்டாம், பிரிட்டன் நம் வசமானால், ஆக்ஸ்ஃபோர்டை தலைநகரமாக்கிவிடலாம் என்று சொல்லி யிருந்தார் ஹிட்லர்.

காமன்ஸ் சபை சேதமடைந்தது. போர் முடிவடையும்வரை, லார்ட்ஸ் சபையில்தான் சந்தித்துக் கொண்டார்கள்.

கோவெண்ட்ரியில் இருந்த பழங்கால தேவாலயம் இடிந்துபோனது. மக்கள் இந்தப் போரினால் அலைகழிக்கப் பட்டது உண்மை. அச்சப்பட்டது உண்மை. ஆனால், பிரிட்டன் சீக்கிரத்தில் சுதாரித்துக்கொண்டது. அமெரிக்காவின் உதவியும் ஒரு காரணம்.

செப்டெம்பர் 1940ல் அமெரிக்கா 50 டெஸ்ட்ராயர் போர்க் கப்பல்களையும் பிரிட்டனுக்கு அளித்தது. பதிலுக்கு, பிரிட்டிஷ் கிழக்கிந்திய தீவுகள், நியூஃபவுண்ட்லேண்ட், பெர்முடா ஆகிய பகுதிகளில் தளங்களை ஏற்படுத்திக்கொள்வதற்கான அனுமதியை பெற்றுக்கொண்டது. இது பிரிட்டனைப் பலப் படுத்தியது. ராணுவ ரீதியில் மட்டுமல்ல, உளவியல் ரீதியிலும். 1940 இறுதியில், பிரிட்டனின் பொருளாதாரம் பாதாளத்துக்குச் சற்று மேலே வந்து சேர்ந்தபோது, நிதி உதவியையும் அமெரிக்காவிடம் இருந்து பெறவேண்டிய அவசியம் ஏற்பட்டது.

1940ல் ஸ்டெர்லிங்கின் மதிப்பு 3.275 டாலர். போருக்கு முன்னால் 4.687 டாலர். சந்தேகமேயில்லாமல் வீழ்ச்சி. தயக்கமோ கூச்சமோ இல்லாமல் அமெரிக்காவிடம் வாய்விட்டு கேட்டது பிரிட்டன். ஆம், எங்கள் நிலைமை மோசமாக இருக்கிறது. எங்களுக்கு அமெரிக்கப் பணம் தேவை. இரண்டாம் உலகப் போர் முடிவுக்கு வரும்போது, பிரிட்டனும் பிரிட்டனைச் சார்ந்த நாடுகளும் 42 பில்லியன் டாலரை அமெரிக்காவிடம் இருந்து பெற்றிருந்தன. கடனாக. ராணுவச் செலவுக்கு, உணவுக்கு, எண்ணெய்க்கு எல்லாவற்றுக்கும் அமெரிக்கப் பணம்.

பிரிட்டன் அமெரிக்காவைச் சார்ந்திருப்பதை கண்டுகொண்ட ஜெர்மனி இன்னொரு முறை முயற்சி செய்தது. பிரிட்டனுக்கும் அமெரிக்காவுக்குமான சப்ளை லைனை தாக்கியழித்தால் என்ன? செய்து பார்த்தார்கள். 1940-41 ஆண்டுகளில், ஜெர்மனி பிரிட்டனின் போர்க்கப்பல்களை குறிபார்த்து வீழ்த்தியது. ஆனாலும், வெற்றி பெற முடியவில்லை. பிரிட்டன் அல்ட்ராவின் உதவியால் சுதாரித்துக்கொண்டது.

இந்தப் போரில் இரு தரப்பினரும் தங்கள் சேதம் பற்றிய சரியான விவரங்களை அளிக்கவில்லை. அதிகம் இல்லை, கொஞ்சம்தான் என்பதுபோல் சொல்லிக்கொண்டார்கள். பிரிட்டனும் ஜெர்மனி யும் மட்டுமல்ல. போரில் ஈடுபட்ட அனைத்து நாடுகளுக்கும்

இது பொதுவிதியாகவே இருந்தது. இத்தனைப் போர் விமானங்களை இழந்துவிட்டோம், இத்தனைக் கப்பல்கள் சேதமடைந்து விட்டன, எங்கள் தற்போதைய பலம் இதுதான் என்று எந்தவொரு நாடும் போர் காலத்தில் அறிவிக்கவில்லை. முடிந்த வரை, குறைத்தே சொன்னார்கள். எங்கள் மொத்த பலத்தோடு ஒப்பிடுகையில் சேதத்தின் அளவு பிசாத்துதான் என்றும் சமாளித்துக்கொண்டார்கள்.

9. ஹிட்லர், ஸ்டாலின்

தோல்வி ஹிட்லரை அசைக்கவில்லை. இன்னும் சொல்லப்போனால் இதை அவர் ஒரு தோல்வியாகக்கூட எடுத்துக்கொள்ள வில்லை. முந்தைய உலகப் போரில் ஜெர்மனி அடைந்ததே அது தோல்வி. பிரிட்டன் அத்தியாயம் என்பது ஒரு சறுக்கல் மட்டுமே. பெரும் சறுக்கல்கூட அல்ல. ஒரு சிறு தடுமாற்றம். நடக்கும்போது கால் இடறினால் என்ன செய்வோம்? இடிந்து போயா உட்கார்ந்துவிடுவோம்? அடச்சே என்று ஒரு திட்டுதிட்டிவிட்டு, தட்டிவிட்டுக்கொண்டு தொடர்ந்த நடக்க மாட்டோமா? அதைத்தான் செய்தார் ஹிட்லர்.

ஏப்ரல் 1941 தொடக்கத்தில் ஜெர்மனி பால்டிக் நாடுகள் மீது தாக்குதல் தொடுத்தது. கிரீஸ், யுகோஸ்லோவியா இரண்டும் ஜெர்மனியால் ஆக்கிரமிக்கப்பட்டன. மே மாத இறுதியில் கிரேக்க தீவான Crete ஜெர்மனி வசமானது. எஸ்டோனியா, லாட்வியா, லித்துவேனியா மூன்றையும் (பால்டிக் நாடுகள்) பிடித்துவிட் டால் சோவியத் யூனியனைக் கைப்பற்றுவது சுலபமாகிவிடும். பால்டிக் பிரதேசத்தைக் கைக்கொள்ளாமல் சோவியத்தை நெருங்க

முடியாது. சோவியத்தின் எல்லையோடு ஒட்டியிருக்கும் இந்த மூன்று நாடுகளிலும் துருப்புகளை நிற்கவைத்துவிட்டால் சோவியத் மீது சுலபமாகத் தாக்குதல் தொடுக்கலாம்.

பிரச்னை என்னவென்றால் இந்த மூன்று நாடுகளும் சோவியத்துடன் ராணுவ ஒப்பந்தம் போட்டுக்கொண்டிருந்தன. சோவியத்தின் தளங்களும் இங்கே அமைக்கப்பட்டிருந்தன. ஆனால், இந்த மூன்று நாடுகளின் தலைவர்களும் சற்றேறக்குறைய நாஜி ஆதரவாளர்கள். வருகிறேன் தயாராக இரு என்று தகவல் அனுப்பிவிட்டால் எல்லைக்கு வந்து நின்று வரவேற்று கூட்டிச் செல்வார்கள். ஹிட்லர் ஒப்புதலும் அளித்துவிட்டார். படைகளும் நகர ஆரம்பித்துவிட்டன.

ஆனால் செம்படை முந்திக் கொண்டது. ஜூன் 15, 1940 அன்று சத்தம் போடாமல் நுழைந்த செம்படை, மூன்று நாடுகளிலும் உள்ள தன் பிடியை இறுக்கிக்கொண்டது. நாஜி ஆதரவாளர்கள் ஓடிப்போனார்கள். இருபத்து நான்கு மணி நேரத்தில் வேலை முடிந்தது.

செப்டெம்பர் 27, 1940 அன்று ஜெர்மனி, இத்தாலி, ஜப்பான் மூன்றும் ஓர் ஒப்பந்தம் (Tripartite Pact) போட்டுக்கொண்டன. அச்சு நாடுகள் (Axis Powers) என்று இவர்கள் அழைக்கப் பட்டனர். பிரிட்டன் அமெரிக்காவுடன் ஒன்றிணையும்போது, நாமும் நம் பலத்தைக் கூட்டிக்கொள்வதுதானே நியாயம்? நம்மில் யார் தாக்கப்பட்டாலும் மற்ற இருவரும் விரைந்து உதவிக்கு வருவோம். நம் படை வெற்றிப் படையாக இருக்கட்டும். நவம்பர் மாதம், ஹங்கேரி, ருமேனியா, ஸ்லாவாக்கியா மூன்றும் இந்தக் கூட்டணியில் இணைந்து கொண்டன. யுகோஸ்லோவியாவும் பல்கேரியாவும் மட்டும் விலகியே இருந்தன.

முதல் உலகப் போர் கூட்டணியை மீண்டும் தொடர்வோம், எங்களுடன் இணைந்துகொள்ளுங்கள் என்று இத்தாலியை பிரிட்டன் முன்னரே கேட்டுக்கொண்டிருந்தது. ஆனால், அது நடக்கவில்லை. ஹிட்லருடன் இணைவதுதான் வெற்றிக்கான வழி என்று முஸோலினி நம்பினார். அவர் நம்பியதைப் போலவே பிரான்ஸ் போன்ற பெரும் நாடுகள் ஜெர்மனியிடம் சரணடைந்ததால், முஸோலினி மிக அழுத்தமாக தன் கூட்டணியைத் தொடர்ந்தார்.

முஸோலினிக்கும் பல கனவுகள் இருந்தன. ஐரோப்பாவைவிட, ஆப்பிரிக்காவை அவர் அதிகம் விரும்பினார். பிரிட்டன் யுத்தத்தின் மூலம், இத்தாலி ஆக்கிரமிப்பு பிரான்ஸ் என்றொரு பகுதி கிடைக்கப்பெற்றது. ஆப்பிரிக்காவின் பக்கம் தன் பார்வையைத் திருப்பினார் முஸோலினி. ஏற்கெனவே கிழக்கு ஆப்பிரிக்காவில் சில பகுதிகள் இத்தாலிக்குச் சொந்தமாக இருந்தன. எதியோப்பியா, இத்தாலிய சோமாலிலாண்ட், எரிட்ரியா ஆகிய நாடுகள் இத்தாலியின் கைப்பிடிக்குள் இருந்தன. கிழக்கு ஆப்பிரிக்காவில் இருந்த தன் படைகளைப் பயன்படுத்தி பிரிட்டனுக்குக் கட்டுப்பட்டிருந்த சூடான், கென்யா, பிரிட்டிஷ் சோமாலிலாண்ட் ஆகிய நாடுகள் மீது தாக்குதல் தொடுத்தது இத்தாலி. பிரிட்டிஷ் சோமாலிலாண்ட் ஆகஸ்ட் 3, 1940 அன்று கைப்பற்றப்பட்டது.

முஸோலினி அகமகிழ்ந்துபோனார். அட ஹிட்லரால் மட்டும் தான் முடியுமா என்ன? என்னாலும் தொடர் வெற்றிகளைக் குவிக்கமுடியும். அடுத்து கிரீஸை குறிவைத்தது இத்தாலி. அக்டோபர் 23, 1941 அன்று தாக்குதல் ஆரம்பமானது. தொடக்கத்தில் கிரீஸால் இத்தாலியை எதிர்க்கமுடியவில்லை. ஆஹா வெற்றி நமக்குத்தான் என்று தாக்குதலை தீவிரப் படுத்தினார் முஸோலினி. அதற்குள் கிரீஸ் விழித்துக்கொண்டு விட்டது. தன் பலத்தை ஒன்றுதிரட்டி எதிர்த் தாக்குதலை ஆரம்பித்தது. அட உங்களுக்கு எதிர்க்கவும் தெரியுமா? முஸோலினி சிரித்தார்.

விரைவில், அவர் எதிர்பாராத விஷயங்கள் நடக்க ஆரம்பித்தன. கிரீஸ் இத்தாலியை வெற்றிகரமாக எதிர்த்துப் போராடியதோடு நின்றுவிடவில்லை. இத்தாலியப் படைகளை அல்பானியா வரை விரட்டிச்சென்றது. அப்போது இத்தாலியின் கைப்பிடியில் இருந்தது அல்பானியா. அதில் ஒரு பகுதியை கிரீஸ் தனதாக்கிக் கொண்டது. வேறுவழி தெரியாமல் ஜெர்மனியை துணைக்க அழைக்கவேண்டி வந்தது முஸோலினிக்கு. கிரீஸை ஜெர்மனிடம் இருந்து பாதுகாக்க பிரிட்டன் தன் படைப் பிரிவுகளை ஆப்பிரிக்காவில் இருந்து அனுப்பி வைத்தது. இத்தாலியால் சமாளிக்கமுடியவில்லை. பல போர்க்கப்பல்களை இத்தாலி பிரிட்டனிடம் பறிகொடுத்தது.

சீனாவில் கொந்தளிப்புகள் உச்சத்தில் இருந்தன. நெடும் பயணம் மூலம் சீனா முழுவதும் அறியப்பட்ட ஒரு தலைவராக மாவோ

ஏற்கெனவே மாறியிருந்தார். ஜப்பானை அடித்துத் துரத்த மாவோ போன்ற ஒரு கம்பீரமான தலைவர்தான் தேசத்துக்குத் தேவை என்னும் முடிவுக்கு மக்கள் முன்னதாகவே வந்திருந் தனர். கோமிண்டாங்கை எதிர்த்து நின்று தாக்கிய கதைகள். நிலச்சீர்திருத்தம். செம்படை நடத்திக்காட்டிய புரட்சிகர மாற்றங்கள். சீனாவின் பல பகுதிகளில் மலர்ந்த சீன சோவியத் அமைப்புகள். இப்படி மாவோவைக் கொண்டாடுவதற்கு பல்வேறு காரணங்கள் அவர்களுக்கு இருந்தன. சியாங்கை விடுதலை செய்யலாம் என்னும் மாவோவின் உத்தரவு மக்களிடையே அவர் செல்வாக்கை பன்மடங்கு உயர்த்தி யிருந்தது.

செம்படையைத் திரட்டினார் மாவோ. தோழர்களே, நம் அடுத்தகட்ட பணி தொடங்கிவிட்டது. நெடும் பயணத்தின் சோர்வை உதறித் தள்ளுங்கள். அதில் கிடைத்த வெற்றியை மட்டும் நினைவில் வைத்துக்கொள்ளுங்கள். இப்போது நாம் தொடுக்கப்போகும் யுத்தம் சரித்திர முக்கியத்துவம் வாய்ந்த ஒன்று. ஜப்பானிய படைவீரன் ஒருவன்கூட நம் தேசத்தில் இருக்கக்கூடாது. அடித்து விரட்டுங்கள் அத்தனை பேரையும். மீண்டும் நினைவூட்டுகிறேன். மக்களைத் தவிர்த்துவிட்டு அல்ல, மக்களை சேர்த்து அணைத்துக்கொண்டு இந்த யுத்தத்தை நாம் தொடுத்தாகவேண்டும்.

ஒரு பக்கம் மக்களுக்கான போர்ப்பயிற்சிகள். மற்றொரு பக்கம் பிரசாரம். இன்னொரு பக்கம் கெரில்லா போர்ப்பயிற்சி. பிறகு, ராணுவத் தளங்களை உருவாக்கும் பணி. பெரும்பாலும் மலைக்குன்றுகளுக்கு அருகே, குடியிருப்புகள் இல்லாத அடர்ந்த கானகப் பகுதிகளில் தளங்கள் ஏற்படுத்தப்பட்டன.

கோமிண்டாங் கட்சி இரண்டாகப் பிளவுப்பட்டிருந்தது. சியாங் கை ஷேக்கை எதிர்க்கும் குழு ஒன்று. இவர்கள் மாவோவை ஆதரிப்பவர்கள். அவர் தலைமையை ஏற்றுக்கொண்டவர்கள். மற்றொரு பிரிவினருக்கும் சியாங்குக்கு எதிரானவர்கள்தாம். அதே சமயம், மாவோவையும் கம்யூனிஸ்ட் கட்சியையும் ஏற்றுக்கொள்ள முடியாத நிலையில் அவர்கள் இருந்தனர். தீவிர கம்யூனிஸ்ட் எதிர்ப்பாளர்கள்.

இந்த இரண்டாவது பிரிவினர் ஜப்பானியர்களைவிட கம்யூ னிஸ்ட்டுகளை தாக்குவதில் அதிகத் துடிப்புடன் செயல்பட்டனர்.

செம்படை எங்கெல்லாம் ராணுவத் தளங்களை ஏற்படுத்துகிறார்களோ அங்கெல்லாம் சென்று தாக்குதல் நடத்த ஆரம்பித்தனர். ஐயா, நமக்கான சண்டையை பிற்பாடு வைத்துக்கொள்ளலாம் முதலில் ஜப்பானை எதிர்ப்போம் என்று காட்டுக்கத்தல் கத்தி பார்த்தார் மாவோ. கேட்கவில்லை. ஒரே சமயத்தில், ஜப்பான், கோமிண்டாங் இருவரையும் எதிர்க்கவேண்டிய சூழலுக்கு சீனச் செம்படை தள்ளப்பட்டது.

1941ல் கடுமையான பொருளாதார சிக்கல்களை செம்படை சந்திக்கவேண்டியிருந்தது. உணவு வரும் வழியை கம்யூனிஸ்ட் எதிர்ப்பு வீரர்கள் அடைத்துவிட்டார்கள். ஒரு வளையத்துக்குள் ராணுவத்தினரும் மக்களும் மாட்டிக்கொண்டுவிட்டனர். உடைத்துக்கொண்டு வெளியில் வர முடியாத சூழல். கவலை வேண்டாம் என்றார் மாவோ. போர்ப்பயிற்சியின் ஊடே தானியம் பயிரிடும் வேலையும் நடக்கட்டும். அவரவருக்கான உணவை நாமே தயாரித்துக்கொள்ளட்டும். நமக்கான ஆடைகளை நாமே நெய்துகொள்வோம். வெளியில் சென்று அவர்களோடு போராடுவது வீண். நம்மளவில் நமக்கான உற்பத்தியை நாமே பார்த்துக்கொள்வோம்.

மாவோ தன் கவனத்தை வேறு இடத்தில் குவித்துவைத்திருந்தார். ஜப்பானை எதிர்கொள்வது அல்ல அவர் கவலை. கோமிண்டாங் அல்ல பிரச்னை. இருவரையும் தகர்த்துவிடமுடியும். அதற்கு பிறகுதான் வேலையே தொடங்குகிறது. சீனாவை ஒன்றுபடுத்த வேண்டும். மக்கள் குடியரசு அமையவேண்டும். அதற்கான தயாரிப்பு வேலைகளை, தெளிவாகத் திட்டமிடும் பணியை இப்போதே செய்துமுடித்தாகவேண்டும். கோமிண்டாங்கும் ஜப்பானியர்களும் வெளியேறிய பிறகு சீனா தனியாக அல்லல் படக்கூடாது.

இரண்டாம் உலகப் போர் மும்முரமாக நடந்துகொண்டிருந்த அதே காலகட்டத்தில், சீனாவின் எதிர்காலத்தை வடிவமைத்துக் கொண்டிருந்தார் மாவோ.

•

பிரிட்டனுடனான போர், தோல்வியைத் தழுவுவதற்கு முன்பே ஹிட்லர் வரைபடத்தில் சோவியத் யூனியனைச் சுற்றி ஒரு வட்டம் போட்டு வைத்துவிட்டார். ஜுலை 31, 1940 அன்று ஒரு ராணுவச்

சந்திப்பின்போது தன் விருப்பத்தை வெளிப்படுத்தினார். விருப்பம் அல்ல, அது ஒரு வெறி. ஒரே அடியில் சோவியத்தை வீழ்த்தவேண்டும். சோவியத்தின் ஆணிவேரைப் பிடுங்கியாக வேண்டும்.

என்ன செய்யவேண்டும், எப்படிச் செய்யவேண்டும் என்பது பற்றி அப்போது அவர் விரிவாகச் சிந்தித்திருக்கவில்லை. ஆனால், சோவியத் விழவேண்டும் என்று விரும்பினார்.

சோவியத் யூனியனை ஹிட்லர் இதயப்பூர்வமாக வெறுத்தார். கம்யூனிஸ்டுகளை வெறுத்தார். சித்தாந்தத்தை. அதை பரப்பு பவர்களை. ஏற்றுக்கொள்பவர்களை. ஜோசப் ஸ்டாலினின் தலைமையில் சோவியத்தில் நடந்துவரும் மாற்றங்கள் எதையும் அவரால் ஜீரணித்துக் கொள்ளமுடியவில்லை. ஸ்லாவ் இன மக்களை அவர் வெறுத்தார். யூதர்களைப் போலவே ஸ்லாவ் இன மக்களும் கீழானவர்கள்தாம். அவர்களால் எந்தப் பயனும் யாருக்கும் ஒருபோதும் ஏற்படப்போவதில்லை.

மார்ச் 30, 1941 அன்று ஹிட்லர் தன் ஜெனரல்களிடம் பேசிக் கொண்டிருந்தபோது திடீரென்று கண்கள் துடிக்க உதடு சிவக்கக் கத்தினார். பார்த்துக்கொண்டே இருங்கள். சோவியத் யூனியன் என்னும் தேசம் இனி இருக்கப்போவதில்லை. பொடிப் பொடியாக, சில்லு சில்லாக சிதறி விழுந்து மரிக்கப்போகிறது சோவியத். ஜெர்மனி சோவியத்தை வெற்றிகொள்ளும் நாள் மிக அருகில். சோவியத்தை அகற்றிவிட்டு கிழக்கு ஐரோப்பாவை நாம் நம் கட்டுப்பாட்டின் கீழ் கொண்டுவரப்போகிறோம். ஆம் நிச்சயம் ஃப்யூரர் என்று தலையாட்டினார்கள் ஜெனரல்கள். ஆட்டாவிட்டால், வானத்துக்கும் பூமிக்குமாக எகிறிக் குதிப்பார். சீறுவார்.

டிசம்பர் 18ம் தேதிதான் தெளிவான போர்த்திட்டம் ஒன்று உருவானது. ருமேனியா, ஃபின்லாந்து இரண்டையும் இந்தத் திட்டத்தில் ஈடுபடுத்தியாகவேண்டும். இந்த இரு நாடுகளின் எல்லையில் ஜெர்மன் படைகளைக் குவிக்கவேண்டும். மே 15, 1941. இதற்கு மேல் ஒருநாள் தாமதம்கூட ஏற்றுக்கொள்ளப்பட மாட்டா.

ஹிட்லர் அடுத்து சோவியத்தைத்தான் குறிவைக்கப்போகிறார் என்று ஸ்டாலினுக்குத் தெரிந்துவிட்டது. ஏற்கனவே

ஃபின்லாந்தில் ஜெர்மானிய படைகள் கூடாரம் அமைத்து விட்டன. ஜெர்மனி, இத்தாலியோடும் ஜப்பானோடும் ஓர் ஒப்பந்தத்தை வேறு கமுக்கமாக உருவாக்கியிருக்கிறது. மொத்தத்தில், எதிரிகள் அணி திரண்டு விட்டார்கள். எச்சரிக்கை யுடன் இருக்கவேண்டியது அதிஅவசியம்.

ஹிட்லரின் மனத்தில் என்ன சிந்தனை ஓடிக்கொண்டிருக்கிறது என்பதைத் தெரிந்து கொள்ள ஸ்டாலின் விரும்பினார். அதே சமயம், ஜெர்மனியின் அயல்துறை அமைச்சர் ரிப்பன்ட்ராப்பிட மிருந்து ஒரு அழைப்பு வந்தது. தனது அமைச்சர் மாலடோவை அழைத்தார் ஸ்டாலின்.

'ஒரு நடை ஜெர்மனிக்குச் சென்று ரிப்பன்ட்ராப்பிடம் பேசி விட்டு வாருங்கள்'

'சரி.'

'ஹிட்லரின் அடுத்தத் திட்டம் என்ன என்று எனக்குத் தெரிய வேண்டும்.'

மாலடோ ரிப்பன்ட்ராப்பைச் சந்தித்தார். புன்னகையுடன் வரவேற்ற ரிப்பன்ட்ராப் ஊர்க்கதை, உலகக்கதை என்று மணிக்கணக்கில் அளக்கத் தொடங்கிவிட்டார். சிறிதுநேரம் தலையாட்டிக் கேட்ட மாலடோ, தனது உள்ளக்கிடக்கை வெளிப்படுத்தினார்.

'அடுத்து என்ன செய்வதாக உத்தேசம்?'

'தெரியவில்லை. ஹிட்லரிடம்தான் கேட்கவேண்டும்.'

'ஜெர்மன் படைகள் பின்லாந்தில் என்ன செய்துகொண்டிருக் கின்றன?'

'தெரியவில்லை. ஹிட்லரிடம்தான் கேட்கவேண்டும்.'

இதற்குமேல் பேசிப் பிரயோஜனமில்லை என்று தெரிந்ததும் சோவியத் திரும்பி விட்டார் மாலடோ.

மாலடோவிடமிருந்து விஷயத்தைக் கேட்டுக்கொண்ட ஸ்டாலின் சிறிது நேரம் அமைதியாக இருந்தார். பிறகு, தீர்க்கமான குரலில் கூறினார்.

'நாம் தயார் ஆக வேண்டிய நேரம் நெருங்கிவிட்டது.'

சோவியத் யூனியன் ஜெர்மனிக்கு எதிராக போர் தயாரிப்புகளில் ஈடுபட ஆரம்பித்த அந்த தினம் சரித்திரத்தில் மிகவும் முக்கியமானது. உண்மையில், சோவியத் - ஜெர்மனி யுத்தம்தான் இரண்டாம் உலகப் போரின் போக்கைத் திட்டவட்டமாகத் தீர்மானித்தது. ஹிட்லருக்கு எதிராக.

●

1924ல் லெனின் இறந்தபோது, ரஷ்யாவின் பொருளாதாரம் தள்ளாடிக்கொண்டிருந்தது. போரின் சீரழிவில் இருந்து தேசத்தால் விடுபடமுடியவில்லை. இருப்பதை எல்லாம் போரில் ஜார் கொட்டியிருந்ததால், உள்நாட்டுத் தேவைகள் புறக்கணிக்கப்பட்டிருந்தன. உணவில்லாமல், நிலமில்லாமல் விவசாயிகளும் தொழிலாளர்களும் திண்டாடிக்கொண்டிருந் தனர். விவசாயத்தையும் தொழிற்சாலைகளையும் மீட்டாக வேண்டிய சூழல். லெனின் தொடங்கி வைத்த சோஷலிசக் கட்டுமானத்தை முன்னெடுத்துச் செல்லவேண்டும். மக்களின் தேவைகளை ஒவ்வொன்றாகப் பூர்த்தி செய்யவேண்டும்.

பெரும்பாலான ஆலைகள் முதலாளிகளின் கைப்பிடியில் இருந்தன. விவசாயம் குறு முதலாளிகளிடம் இருந்தன. அவர்கள் குலாக்ஸ் என்று அழைக்கப்பட்டனர். நிலம் குலாக்ஸ்களிடம் இருந்ததால் விவசாயிகள் ஒப்பந்த முறையில் அவர்களிடம் பணியாற்றினார்கள். உற்பத்தியான பொருள்களில் இருந்து கொஞ்சம்போல் அவர்களுக்குக் கொடுத்தது தவிர கூலி என்று பெரிதாக ஒன்றுமில்லை. லெனினுக்கும் இது கவலையளித்தது. இது மிகவும் சவாலான பணி. முதலாளித்துவத்தை அனைத்து பகுதிகளில் இருந்தும் அகற்றினால்தான் சோஷலிசம் வெற்றி பெறும்.

சோவியத் மக்கள் லெனினிடம் இருந்து அந்தக் கனவை வாங்கிக்கொண்டார்கள். லெனினின் பார்வையைப் புரிந்து கொண்டார்கள். லெனின் சொன்னது நிறைவேறும் என்று நம்பினார்கள். சோஷலிச நாடாக சோவியத் உயரும். தொழிலாளர்களின் ஆட்சி அமலுக்கு வரும். உழுபவர்களுக்கு நிலம் சொந்தமாகும். எஸ்டேட்டுகள் பறிமுதல் செய்யப் படும். பண்ணையடிமை உள்ளிட்ட அனைத்து அடிமை

முறைகளும் முற்றிலுமாக ஒழிக்கப்படும். தன்னிறைவு பெற்ற நாடாக சோவியத் உயரும். உலகளவில் முக்கியமான சக்தியாக மாறும்.

ஆகஸ்ட் 1924ல் ஸ்டாலின் அறிவித்தார். எந்தவித வெளி உதவியும் இல்லாமல் சோவியத்தில் சோஷலிசம் நிர்மாணிக்கப்படும். முதல் காரியமாக, கட்சியை, அதிகாரத்தைப் பலப்படுத்த ஆரம்பித்தார். பொலிட் ப்யூரோவின் ஆதரவை உறுதி செய்து கொண்டார். கட்சி விவகாரங்களில் சிறிதும் தயவு தாட்சண்யம் காட்டவில்லை ஸ்டாலின். எனக்குத் தேவை ஒழுங்கு. விசுவாசம். கட்சியோடு சேர்ந்து உயிரைக் கொடுத்து போராடுவதற்கான தீரம். சந்தேகப்படாதே. முடியுமா என்று யோசிக்காதே. எதிர்த்துப் பேசாதே. புரளி பேசாதே. அத்தியாவசியமானவர் என்று கட்சியில் யாரும் அல்ல. யார் இல்லாவிட்டாலும் கட்சி இயங்கும். எல்லோரும் இல்லாவிட்டாலும் கட்சி இயங்கும்.

முதலாளித்துவ ஐரோப்பிய நாடுகள் அடைந்திருப்பதைக் காட்டிலும் மேலான நிலையை நாம் அடையவேண்டும். முதலாளிகள் மென்மேலும் கொழுத்துக் கொண்டே போவதையும், தொழிலாளர்கள் படுகுழிக்குப் பத்தடிக்குக் கீழே தள்ளப்படுவதையும் இனி நம்மால் சகித்துக் கொள்ள முடியாது. முதலாளித்துவத்தை எதிர்த்துப் போராடுவோம். விவசாயிகளை, தொழிலாளர்களை ஒன்றிணைப்போம். அதற்கு உங்கள் அத்தனை பேரின் விசுவாசமான ஒத்துழைப்பு தேவை.

கூட்டுப்பண்ணைகள் உருவாக்கப்பட்டன. விவசாயிகளுக்குத் தேவையான அத்தனைச் சலுகைகளையும் சோவியத் அரசு வழங்கியது. தேவைப்படும் நிலம், விதைகள் அளிப்பது அரசாங்கத்தின் பொறுப்பு. விவசாயிகளின் கடமை உற்பத்தியைப் பல மடங்கு பெருக்குவது. தேவைக்கும் மிகுதியாக விளைந்தவற்றை அரசாங்கமே கொள்முதல் செய்து கொள்ளும். கொள்முதல் செய்யப்பட்ட தானியங்கள் ஏழை, எளிய மக்களுக்குப் பகிர்ந்தளிக்கப்படும். இதுதான் ஸ்டாலினின் திட்டம்.

பெரிய பெரிய நகரங்களில் கூட பட்டினி, பஞ்சம் நிறைந்திருந்ததால் இந்த திடீர் ஏற்பாடு. ஆரம்பத்திலிருந்தே இந்தத் திட்டத்துக்கு நல்ல வரவேற்பு. விவசாயிகள் உற்சாகத்துடன்

தமது விளைச்சலை அரசாங்கத்திடன் ஒப்படைத்தனர். ஆனால், சைபீரியாவின் பல பகுதிகளிலிருந்து ஒரு குந்துமணி தானியமும் அரசாங்கத்தைச் சென்றடையவில்லை.

ஸ்டாலின் சைபீரியா சென்றார். பண்ணையாளர்களை அழைத்து வைத்துப் பேசினார். மக்களின் நெருக்கடியை அவர்களுக்கு விளக்கிப் பார்த்தார். அவர்கள் சம்மதிப்பதாக இல்லை. உடனடியாக, ஒரு சட்டம் இயற்றப்பட்டது. உபரியாக விளையும் தானியங்களை ஒப்படைக்க மறுத்தால் குற்றவியல் சட்டம் 107-ன் படி, தண்டிக்கப்படுவீர்கள். காவல்துறை அதிகாரிகள் இதைக் கண்டிப்பாக மேற்பார்வை பார்க்க வேண்டும். தவறினால், சம்பந்தப்பட்ட அதிகாரிகள் உடனடியாக மாற்றப்படுவார்கள்.

பண்ணையாளர்கள் சீறினார்கள். கலகங்களை உருவாக்கினார்கள். ஸ்டாலின் அவர்களை லாகவமாக எதிர்கொண்டார். துப்பாக்கி தூக்கிச் சண்டைபோட்ட அத்தனைப் பேரும் ஒடுக்கப்பட்டனர். தானியங்கள் பலவந்தமாக கையகப்படுத்தப்பட்டன.

நாளடைவில் ஸ்டாலின் நடத்துவது சர்வாதிகார ஆட்சி என்று கடும் விமர்சனங்கள் எழுந்தன. ஸ்டாலினும் அதற்கு பதில் அளித்தார். 'நிச்சயம் இது ஒரு சர்வாதிகார ஆட்சிதான். ஆனால், பாட்டாளி வர்க்க சர்வாதிகாரம்.' ஓர் ஆட்சியாளர் சர்வாதிகாரியாக இருந்தால் அவர் வைத்ததுதான் சட்டம். ஆனால், பாட்டாளி வர்க்கம் சர்வாதிகாரியாக இருக்கும்பட்சத்தில், அங்கு மக்கள் வைப்பதுதான் சட்டம்.

'இதெல்லாம் நடக்காத கதை' என்றார் நிகாலாய் புகாரின். ஸ்டாலின் மீது இவருக்கு மிகுந்த அதிருப்தி இருந்தது. அவருக்கு எதிரான கலகத்தில் ஈடுபட்டுவந்தவர்.

'சோவியத் விளங்கப்போவதில்லை' என்றார் ட்ராட்ஸ்கி.

ஸ்டாலின் எதுவும் பேசவில்லை. வேலையை ஆரம்பித்தார்.

•

ஐந்தாண்டு திட்டத்தை (Five Years Plan) ஸ்டாலின் முதன் முதலில் அறிமுகப்படுத்தியபோது, சோவியத் மட்டுமல்ல,

ஒட்டுமொத்த உலகமும் ஆச்சரியமடைந்தது. லெனினைப் பற்றி அறிந்திருந்த அளவுக்கு ஸ்டாலினைப் பற்றி உலகம் அவ்வள வாக அப்போது அறிந்திருக்கவில்லை. பலருக்கு அவர் ஒரு சர்வாதிகாரி. சோவியத்தைச் சிறிது சிறிதாகப் பிய்த்துச் சாப்பிடும் பூதம். ஒரு மோசமான கொடுங்கோலன். இன்னபிற.

ரஷ்யாவில் புரட்சி வெற்றி பெற்றதை கேள்விப்பட்டவுடன் பல நாட்டு அதிபர்களுக்கு ஜன்னியே வந்துவிட்டது. இதென்ன அக்கிரமம். தொழிலாளர்கள் அரசாங்கத்தைத் தூக்கி எறிவதா? அரசாங்கம் என்ன வாழைப்பழத் தோலா? இந்த கம்யூனிஸ்டு களே விவகாரமானவர்கள்தான். கலகம், எதிர் கலகம், ராணுவப் புரட்சி, எதிர் ராணுவப் புரட்சி, ஆட்சிக் கவிழ்ப்பு, ஆட்சிப் பறிப்பு. வேறு வேலையா கிடையாதா இவர்களுக்கு? லெனின் இல்லாத குறையைத் தீர்க்க இப்போது ஸ்டாலின். சரி, இதென்ன புதிதாக ஐந்தாண்டு திட்டம்? ரஷ்யாவில் என்ன நடந்து கெண்டிருக்கிறது?

ஸ்டாலின் வரைந்தளித்தது ஒரு வரைபடம். சோவியத் ரஷ்யாவின் வரைபடம். வரைபடத்தின் நடுவே குட்டிக் குட்டியாக சில புள்ளிகள். விட்டு விட்டு சில கோடுகள். வெவ்வேறு வண்ணங்களில். ஒவ்வொரு பகுதியிலும் ஒரு குறிப்பு. புதிய சாலைகள். புதிய ரயில் பாதைகள். புதிய கட்டடங்கள். புதிய தொழிற்சாலைகள். ஒவ்வொரு குறிப்பின் கீழும் ஒரு தேதி.

மொத்தம் ஐந்து ஆண்டுகள். திட்டமிட்டபடி, குறிப்பிட்ட வேலைகளைச் செய்து முடிப்போம் என்றார் ஸ்டாலின். 'ரஷ்யா இப்போது ஐம்பது ஆண்டுகள் பின்னோக்கி இருக்கிறது. தொழில் வசதி இல்லை. போக்குவரத்து வசதி இல்லை. முன்னேறுவதற்கு தேவையான எந்தவொரு விஷயமும் இல்லை. இப்படியே நீடித்தால், பிறகு உலக நாடுகள் அனைத்தும் சேர்ந்து எங்களை விழுங்கி ஏப்பம் விட்டுவிடும்.'

பல்வேறு நாடுகளிலிருந்து வல்லுனர்கள் வரவழைக்கப் பட்டனர். தனித்தனி குழுக்கள். வேலைகள் பகிர்ந்தளிக்கப் பட்டன. 1928-ல் முதல் ஐந்தாண்டு திட்டம் ஆரம்பிக்கப்பட்டது. முதல் முறையாக, ஸ்டாலினைப் பற்றி அதிகமாகத் தெரிந்து கொள்ள மேற்குலகம் ஆர்வம் காட்டியது அப்போதுதான். புரட்சி என்று ஒன்று நடந்து ஜார் ஆட்சி வீழ்த்தப்பட்டது என்பதைத்

தவிர ரஷ்யாவைப் பற்றி அவர்களுக்கு அதிகம் தெரியாது. காரணம், தெரிந்து கொள்ளத் தூண்டும்படியாக ரஷ்யாவில் எதுவும் நடக்கவில்லை என்பதே.

ஐந்தாண்டு திட்டம் அமர்க்களமாக வேலை செய்தது. லெனின் கிராட்டிலிருந்து (முன்னர் பெட்ரோகிராட்) வ்ளாடிவோஸ்டோக் (Vladivostok) செல்லும் வழியில் பல புதிய கட்டடங்கள் முளைக்க ஆரம்பித்தன. உதிரி பாகங்கள் தயாரிக்கும் தொழிற்சாலைகள், இயந்திரங்களைப் பழுது பார்க்கும் கம்பெனிகள் உருவாக்கப்பட்டன. சாதாரண விஷயங்கள்தான். ஆனால் ரஷ்யாவுக்கு இவை ஒவ்வொன்றும் புதுசு. ஒவ்வொரு துறையிலும் இதுபோல் வளர்ச்சி, முன்னேற்றம், நவீனமயம்.

முதல் ஐந்தாண்டு திட்டத்துக்காக முதலீடு செய்யப்பட்ட தொகை 7.8 மில்லியன் ரூபிள். கடந்த பதினைந்து ஆண்டுகளில் ரஷ்யா செய்திருந்த முதலீடுகளைவிட இது இரு மடங்கு அதிகம். 1932க்கு முன்பாகவே ஐந்தாண்டு திட்டம் முழு வெற்றி அடைந்து விட்டதாக ஸ்டாலின் அறிவித்தார். அமெரிக்காவும் பிரிட்டனும், பிற உலக நாடுகளும் ரஷ்யாவின் அபரிமிதமான வளர்ச்சியை பொறாமை பொங்க கவனித்தது. ஸ்டாலின் தனது அடுத்த ஐந்தாண்டு திட்டத்தை விலாவரியாக பட்டியலிடத் தொடங்கினார்.

ராணுவத் துறையிலும் அபரிமிதமான வளர்ச்சியை எட்டி யிருந்தது சோவியத் யூனியன். ஜார் ஆட்சிக் காலத்தில் இருந்த போது ஓக்ரானா (Okhrana) என்னும் பெயரில் ஒரு குழு இயங்கி வந்தது. இந்தக் குழுவின் வேலை யார் யாரெல்லாம் சட்டத்துக்கு விரோதமாக, புரட்சியில் ஈடுபடுகிறார்கள், யாரெல்லாம் ஜார் ஒழிக கோஷம் போடுகிறார்கள் என்று கண்டுபிடிப்பது. போல்ஷ்விக் அரசு வெற்றி பெற்ற சில வாரங்களில் தொடங்கப்பட்ட அமைப்பு செகா (Cheka). முழுப் பெயர் All Russian Extraordinary Commission for Combating Counter-Revolution and Sabotage. அதாவது, சோவியத் அரசை எதிர்க்கும் எதிர்புரட்சியாளர்களோடு போரிடும் அமைப்பு. அதாவது, உளவுத்துறை.

1918ன் இறுதியில் செகாவின் அந்தஸ்து உயர்ந்தது. உள்துறை மட்டுமில்லாமல் வெளியுறவுத் துறைகளையும் கவனித்துக்

கொள்ள ஆரம்பித்தது. போர்த் தகவல் குழு (WIB - War Information Bureau) என்ற புனைப்பெயரில் வெளிநாடுகளில் என்ன நடந்துகொண்டிருக்கிறது என்று மூக்கை நீட்டிப் பார்க்கும் வேலையில் இறங்கியது.

காலப்போக்கில் செகா, வெவ்வேறு ரூபங்களில் வெவ்வேறு பெயர்களில் பவனி வர ஆரம்பித்தது. ஸ்டாலின் ஆட்சிக்கு வந்தபோது, செகாவின் பெயர் OGPU. வெறும் பாதுகாப்பு பிரிவாகவும் உளவு நிறுவனமாகவும் மட்டுமில்லாமல் OGPU-வை ஓர் அரசியல் ஆயுதமாகவும் பயன்படுத்த ஆரம்பித்தார் ஸ்டாலின்.

போர் மூளும் பட்சத்தில் சோவியத்தின் நிலைப்பாடு என்ன என்பதில் ஸ்டாலின் தெளிவாகவே இருந்தார். சோவியத்துடன் எல்லையைப் பகிர்ந்து கொள்ளும் அத்தனை நாடுகளுடனும் சுமூகமான உறவு முறை. பரிபூரண சமாதானம். ஆக்கிர மிப்புகளால் பாதிக்கப்படும் நாடுகளுக்கு தார்மீக உதவி, ஆதரவு. உழைக்கும் நாடுகளுக்கு நட்புக்கரம். இன்னொரு விஷயம். ஒரு வேளை, சோவியத்தை தாக்கலாம் என்று யாராவது உள்ளே ஒரு அடி எடுத்து வைத்தால், பதிலுக்கு இரண்டு அடி கொடுக்க தயார்.

ராணுவத்தைப் பலப்படுத்தும் பணி தொடங்கியது. கிட்டத்தட்ட 30,000 இலகு ரக பீரங்கிகள்; 52,000 சிறுவகை பீரங்கிகள்; டாங்கிகள், துப்பாக்கிகள் என்று செஞ்சேனை அசுர வளர்ச்சி யடைந்தது. நடுத்தர ரக டி34 டாங்கிகள், நவீன ரக துப்பாக்கிகள், போர் விமானங்கள் என்று வளர ஆரம்பித்தனர்.

ராணுவ வீரர்கள் அத்தனைப் பேருக்கும் சிறப்பு ராணுவப் பயிற்சி. ராணுவ உயர் அதிகாரிகளைத் தேர்வு செய்யும் வேலையை ஸ்டாலினே முன்நின்று செய்தார். டிசம்பர் 1940ல் மாபெரும் ராணுவ அதிகாரிகள் மாநாடு மாஸ்கோவில் நடைபெற்றது. அத்தனை மாவட்டங்களையும் சேர்ந்த அதிகாரிகள் இதில் கலந்துகொண்டனர். நவீன போர் யுத்திகள், தற்காப்புக் கலைகள் பற்றி விவாதிக்கப்பட்டன. ஜெர்மனி திடீரென்று தாக்குதல் தொடுத்தால் என்னென்ன செய்ய வேண்டும் என்று தெளிவுப்படுத்தப்பட்டது.

ஒரு வித்தியாசமான நிகழ்ச்சியை இந்த மாநாட்டில் நடத்திக் காட்டினார்கள். ஒரு குழு தனியாக ஒதுங்கி நின்றது. இவர்கள்

நாஜிகள். அதாவது நாஜிகளாக நடிக்கப் போகிறவர்கள். மற்றொரு குழுவில் சோவியத் ராணுவத்தினர் இருப்பார்கள். முதல் குழுவின் வேலை விதவிதமான போர் வியூகங்களை அமைத்து, விதவிதமான முறையில், புதிய வழிகளில் சோவியத் வீரர்கள் மீது தாக்குதல் தொடுக்க வேண்டும். ஒப்புக்குத்தான். அதே சமயம், சோவியத் ராணுவத்தினர் இந்த தாக்குதல்களைத் திறமையாகப் போராடி சமாளிக்க வேண்டும். ஒப்புக்குத்தான்.

ஆனால் ஆச்சரியம். இந்தப் பயிற்சி விளையாட்டின் மூலம் உண்மையாகவே பல புதிய போர் உத்திகளை சோவியத் ராணுவத்தினர் கற்றுக்கொண்டனர். அதைவிட ஆச்சரியம் நாஜிகள் பின்னர் கடைபிடித்த பல போர் யுக்திகள் இந்த விளையாட்டுகளையே ஒத்திருந்தன.

•

ஜூன் 22, 1941. அதிகாலை *3* மணி. நாஜி போர் விமானங்கள் சோவியத் யூனியனுக்குள் சீறிப் பாய்ந்தன. ஆயிரக்கணக்கான ஜெர்மன் விமானங்கள் குண்டுகள் வீச ஆரம்பித்தன. ஆயிரக்கணக்கான டாங்கிகளும் பீரங்கிகளும் எல்லைகளை மீறி உள்ளே புகுந்து தாக்க ஆரம்பித்தன. லட்சக்கணக்கான வீரர்கள் தாக்குதலைத் தொடங்கினார்கள். ஹிட்லர் சொல்லியிருந்தார். வரலாற்றில் இதற்கு முன்னால் இப்படியொரு பிரமாண்டமான படையெடுப்பு நடத்தப்படவில்லை என்று உலகம் சொல்லவேண்டும். சோவியத்தின் மேற்கு எல்லைப் பிரதேசம் அதிரத் தொடங்கியது.

பார்த்துப் பார்த்து தீட்டிய திட்டம். கிட்டத்தட்ட ஒரு வருடமாக இதற்காகத்தான் உழைத்துக்கொண்டிருந்தார்கள். இதற்காகத் தான் காத்துகிடந்தார்கள். போலந்துக்குள் நுழைந்தது இதற்காகத் தான். ருமேனியாவைப் பிடித்தது இதற்காகத்தான். ஃபின்லாந் துக்குள் ராணுவத்தை நிறுத்தி வைத்தது இதற்காகத்தான். கிட்டத்தட்ட *1800* மைல் சோவியத் எல்லை கைக்கு வந்து விட்டது.

பெர்லின் மட்டுமல்ல, லண்டனும் வாஷிங்டனும்கூட ஒரே முடிவுக்குதான் வந்து சேர்ந்திருந்தன. இனி சோவியத்தை ஒருவராலும் காப்பாற்றமுடியாது. ஹிட்லர் தனது நீண்டகால

ஜெர்மனியை எதிர்கொள்ளும் சோவியத் டாங்கிகள்

விருப்பத்தைப் பூர்த்தி செய்துகொண்டுவிட்டார். பிரான்ஸே சரிந்துவிட்டபோது சோவியத்தால் மட்டும் என்ன செய்துவிடமுடியும்? இதோ, இன்னும் சில தினங்களில் கம்யூனிஸம் அழியப்போகிறது. நாஜிகள் கம்யூனிஸ்ட்டுகளை அழித்தொழிக்கப் போகிறார்கள்.

3.07 மணிக்கு சோவியத்தின் பாதுகாப்பு அமைச்சர் டிமோஷென்கோ, ராணுவத் தலைமைத் தளபதி ஷுகோவ், துணைத் தளபதி வதூதின் மூவரும் களத்தில் இறங்கினார்கள். எங்கே ஊடுருவியிருக்கிறார்கள்? எங்கே நகர்ந்துகொண்டிருக்கிறார்கள்? தோரயமாக எத்தனைப் பேர்? என்னென்ன தளவாடங்கள்? எந்த மாதிரியான தாக்குதல்கள்?

4.30 மணிக்கு ஸ்டாலினின் அலுவலகத்தில் அத்தனை ராணுவப் பெரும் புள்ளிகளும் ஆஜர்.

ஸ்டாலின் நாற்காலியில் சாய்ந்து அமர்ந்து தனது கண்களை மூடிக்கொண்டார். அவர் கலங்கிப்போயிருக்கிறார் என்பதை அதிகாரிகள் புரிந்துகொண்டனர். எதற்கும் கலங்காத இரும்பு மனிதர். முதல் முறையாக சோர்வடைந்திருக்கிறார்.

தனது நெற்றியைக் கீறிக்கொண்டே யோசித்துக்கொண்டிருந்தார் ஸ்டாலின். இதோ வாசல் வரைக்கும் போர் வந்துவிட்டது. வா என்று அழைக்கிறது. என்ன செய்வது? இனி ஒரு போர் சோவியத் மண்ணில் நடைபெறக்கூடாது என்றுதான் விரும்பினேன். லெனினின் கனவுகளைச் சிறிது சிறிதாக மெய்ப் பித்துக்கொண்டிருக்கிறேன். உலகின் முதல் சோஷலிச நாடு தனது நெஞ்சை நிமிர்த்தி எழுந்து நிற்கிறது. இன்னமும் அதிக தூரம் செல்லவேண்டும். உலகிலுள்ள அத்தனை தொழிலா ளர்களும், ஒடுக்கப்பட்டவர்கள் அத்தனைப் பேரும் சோவியத்தை தமது தாய்நாடாகக் கொள்ள வேண்டும். செய்வதற்கு நிறைய இருக்கிறது. ஆனால், அதற்குள் போர் அழைக்கிறது.

ஸ்டாலின் நிமிர்ந்து உட்கார்ந்தார். ராணுவ அதிகாரிகளை தீர்க்கமாக பார்த்தார்.

'போர் தொடங்கட்டும்.'

ஆரம்ப கட்டத்தில், சோவியத் எதிர்பார்த்ததைப்போல் இந்த யுத்தம் அத்தனைச் சுலபமானதாக இல்லை. தீர்க்கமாகத்தான் போராடினார்கள். தீரமாகத்தான் எதிர்த்தார்கள். ஆனாலும், நாஜிகளின் அச்சுறுத்தும் படை பலத்துடன் சோவியத்தால் போட்டிப் போட முடியவில்லை. தவிரவும், நாஜி தரைப் படைகள் தாக்குதலைத் தொடர்ந்து கொண்டிருந்த அதே சமயம், வான்வழித்தாக்குதல்களும் ஆரம்பிக்கப்பட்டன. சோவியத் தரைவழித் தாக்குதலுக்கு மட்டுமே தயாராக இருந்தது. ஹிட்லரின் பிரத்யேக உத்தரவு இது. சோவியத் தடுமாறிக் கொண்டிருக்கும்போதே விமானங்கள் சீறிப்பாயவேண்டும். சோவியத்தின் ராணுவத் தளங்கள் அத்தனையும் குண்டு வீசி அழிக்கப்படவேண்டும்.

ஹிட்லரின் திட்டம் வேலை செய்தது. கிட்டத்தட்ட 3 மில்லியனுக்கும் அதிகமான போர் வீரர்கள். 12 மோட்டார் வாகன படைகள். 19 கவசப் படைகள். சுமார் 3350 டாங்கிகள். 5000 போர் விமானங்கள். 7000 பீரங்கிகள். நினைத்துப் பார்க்கவே முடியாத அச்சுறுத்தல் இது. முழு சோவியத்தையும் மலைப்பாம்மைப் போல் உயிரோடு விழுங்க ஹிட்லர் காட்டிய துடிதுடிப்பை இந்த படைபலத்தை வைத்தே தெரிந்துகொள்ளலாம்.

கூடுதலாக, ஜெர்மனிக்கு தோள் கொடுக்கும் விதமாக 14 ருமானிய பிரிவுகளும் 21 ஃபின்லாந்து பிரிவுகளும் ஆஜர் ஆகியிருந்தன. நாளடைவில், இத்தாலி, ஹங்கேரி, ஸ்பெயின், ஸ்லாவாக்கியா ஆகிய நாடுகளும் தங்கள் சக்திக்குத் தகுந்தாற்போல் சில பல படைகளை ஜெர்மனிக்கு அனுப்பி வைத்தன. உலகத் தலைவர் ஹிட்லர் அவர்களுக்கு போற்றி, போற்றி! ஏதோ எங்களால் முடிந்த சிறு காணிக்கை. யுத்தம் முடிந்து நீங்கள் பிரபஞ்சத்தை ஆள நேர்ந்தால், எங்களை மறந்து விடாதீர்கள்.

ஹிட்லர் தொடங்கி வைத்த இந்த திடீர் யுத்தம் ஆபரேஷன் பார்பரோஸா (Operation Barbarossa) என்று அழைக்கப்பட்டது. ஹிட்லரின் திட்டம் விஸ்தீரமானது. முதலில் பால்டிக் குடியரசுகளை மடக்கிப்போட வேண்டும். பிறகு உக்ரைன். அப்படியே முன்னேறி, மாஸ்கோ.

வாழ்வா? சாவா? போராடப் போகிறாயா? கைகளை மேலே தூக்கி சரணடையப் போகிறாயா? சோவியத் விடையளிக்க வேண்டிய கேள்வி இதுதான். கிட்டத்தட்ட பூமிப்பந்திலுள்ள கால்வாசி நாடுகள் ஒன்றுகூடி கொல்லைப்புறத்துக்கு வந்துவிட்டது. ராணுவம் எதிர்த்துக்கொண்டுதான் இருக்கிறது. ஆனால், இழப்பு பற்றிய செய்திகள் தைரியமூட்டும்படி இல்லை. இந்த எதிர்ப்பு பத்தாது. இந்தப் படை போதாது. அதிரடியாக ஆயத்தமாக வேண்டும். மிகப்பெரிய அடியாக கொடுக்க வேண்டும்.

போர் தொடங்கி இரு வாரம் கழிந்த நிலையில் ஸ்டாலின் ரேடியோவில் பேசினார். சோவியத் மக்களே, நடந்து கொண்டிருக்கும் போரில் தற்போது ஜெர்மனி முன்னணியில் இருக்கிறது. கணிசமான பகுதிகளையும் அவர்கள் கைப்பற்றி விட்டார்கள். நம் தரப்பு எதிர்ப்பு சொல்லிக்கொள்ளும்படியான வெற்றியை இதுவரை ஈட்டித்தரவில்லை. ஆனால், அதற்காகப் பயப்படவேண்டாம். அவநம்பிக்கை கொள்ளவேண்டாம். ஜெர்மனி தன் நிஜ முகத்தை அம்பலப்படுத்திவிட்டது. புதிய உத்வேகத்துடன் இந்தப் போரில் சோவியத் இறங்கப்போகிறது. நமக்காக மட்டுமல்ல, ஐரோப்பாவிலும் அமெரிக்காவிலும் உள்ள போராடும் மக்களுக்காகவும் இந்தப் போரை நாம் முன்னெடுத்துச் செல்கிறோம்.

கடந்த இரு ஆண்டுகளில் ஜெர்மனி பற்றி ஐரோப்பா புரிந்து கொண்டுவிட்டது என்று ஸ்டாலின் நம்பினார். ஜெர்மனியின் தேசியத் தலைவராக ஹிட்லரைப் பார்த்தவர்கள் திருந்தி விட்டார்கள். ஹிட்லர் ஒரு தீய சக்தி அல்ல என்று நம்பிவந்த பிரிட்டன் மாறிவிட்டது. ஆஹா பலம் பொருந்திய ஒரு தலைவர் உதயமாகிவிட்டார் என்று பெருமைப்பட்ட சிறிய, பெரிய ஐரோப்பிய நாடுகள் போதும் போதும் என்னும் அளவுக்குக் காயமடைந்துவிட்டன.

ஒட்டுமொத்த சோவியத் தேசமும் தனது கட்டை விரல் நுனியில் எழுந்து நின்றது. ராணுவத்துக்கு ஆள்கள் சேர்க்கும் பணி முழு மூச்சில் தொடங்கப்பட்டது. பிறகு, ஆயுதங்கள். பிரத்யேக ஆயுதத் தயாரிப்பு தொழிற்சாலைகள் போதாது. ஒவ்வொரு தெருவிலும் உள்ள ஒவ்வொரு சிறிய, பெரிய தொழிற்சாலையும் அவசர கதியில் ஆயுதங்கள் தயாரிக்க வேண்டும். நீ என்ன செய்கிறாய்? இயந்திரங்கள். நீ? ஸ்பேர் பார்ட்ஸ். சரி. இந்த நிமிடம் முதல் நீங்கள் தயாரிக்க வேண்டியது ஆயுதங்களைத் தான். இதோ, இதுதான் துப்பாக்கியின் மாடல். இதே போல் ஆயிரம் துப்பாக்கிகள் வேண்டும். கிட்டத்தட்ட குடிசைத் தொழில் போல் எல்லா சிறிய, பெரிய தொழிற்சாலைகளிலும் ஆயுதங்கள் தயாரிக்கப்பட்டன.

போர் எத்தனை காலம் நீடிக்கும் என்று தெரியாது. எவ்வளவு ஆயுதங்கள் தேவைப்படும் என்று தெரியாது. எத்தனைப் படை வீரர்கள் தேவைப்படுவார்கள் என்று கணிக்க முடியாது. ஆயுதங்கள் வந்துகொண்டே இருக்க வேண்டும். படைகள் வளர்ந்துகொண்டே இருக்க வேண்டும். வெட்ட வெட்ட வளரவேண்டும். தீரத் தீர குவிய வேண்டும்.

பேய்த்தனமாக இயங்கியது ரஷ்யா. 1500க்கும் மேற்பட்ட தொழிற்சாலைகள் இடம் மாற்றம் செய்யப்பட்டன. போர்க் களத்துக்கு அருகே செல்லுங்கள். ஆயுதங்களைத் தயாரித்து முடித்து அப்படியே களத்துக்கு அனுப்புங்கள். எதற்கு அநாவசிய மாக நேரத்தை விரயமாக்க வேண்டும்? ஒவ்வொரு விநாடியும் முக்கியம்.

ரேடியோவைத் திருகினால், ஸ்டாலினின் கரகரத்த குரல். தோழர்களே, மக்களே, என் சகோதர சகோதரிகளே, ராணுவக் கப்பற்படை வீரர்களே, அன்பு நண்பர்களே! உங்களுக்காகத்தான்

ராணுவப் பணிகளில் சோவியத் பெண்கள்

நான் உரையாற்றுகிறேன். நமது எதிரி மிகவும் கொடூரமான வன். ஆபத்தானவன். ஜார் ஆட்சியை மீண்டும் கொண்டுவர அவன் முயற்சிக்கிறான். நமது எண்ணெய் வளங்களை கைப்பற்ற அவன் விரும்புகிறான். ரஷ்யர்களை, பைலோ ரஷ்யர்களை, லிதுவேனியர்களை, லாத்வியர்களை, எஸ்தோ னியர்களை, உஸ்பெக்குகளை, தத்தார்களை, மால்டேவியர் களை, ஜார்ஜியர்களை, அர்மீனியர்களை, அஜர்பைனர்களை அழித்து ஒழிக்க அவன் முயற்சி செய்துகொண்டிருக்கிறான். மீண்டும் அடிமை முறையைக் கொண்டு வர அவன் விரும்புகிறேன். நடக்க விடக்கூடாது. நமது எதிரியை நாம் விரட்டியாக வேண்டும். சுதந்தரமாக வாழப்போகிறோமா அல்லது அடிமைத்தனத்தில் விழப்போகிறோமா? இதுதான் நம் முன்னால் உள்ள கேள்வி.

குழப்பத்தில் ஆழ்ந்திருந்த மக்களுக்கு எழும் அத்தனைக் கேள்விகளுக்கும் ஸ்டாலின் நிறுத்தி நிதானமாக விடையளித் தார். சோவியத்தில் தற்போது என்ன நடந்துகொண்டிருக்கிறது? நாஜிகள் தொடுத்துள்ள போர் எந்த அளவுக்கு நெருக்கடியை ஏற்படுத்தியுள்ளது? போர் நடந்துகொண்டிருக்கும் சமயத்தில் மக்கள் என்ன செய்ய வேண்டும்? ராணுவத்துக்கு மக்களால் உதவி செய்ய முடியுமா? எனில், என்ன மாதிரியான உதவி?

மக்கள் முன்வந்தனர். நாங்கள் உதவுகிறோம் ஸ்டாலின். போர் முடிவடையும் வரை, சோவியத் வெற்றி பெறும் வரை, எத்தனைச் சிரமங்கள் வந்தாலும், எத்தனை இடர்பாடுகள் வந்தாலும், அவற்றை நாங்கள் தாங்கிக்கொள்வோம். எங்கள் மன உறுதியை இழக்க மாட்டோம். ஸ்டாலின் எதிர்பார்த்தது இதைத்தான். ஆச்சரியமூட்டும் விதத்தில் சோவியத்தின் திட்டம் நிறைவேறியது. பளபளக்கும் புதிய ஆயுதங்களுடன் புதிய உற்சாகத்துடன் போரில் நுழைந்தது சோவியத் ராணுவம்.

நாஜிகள் முதலில் ஆச்சரியடைந்தனர். பிறகு அதிர்ந்துபோயினர். சிறு சிறு அலைகளை அவர்கள் எதிர்பார்த்திருந்தார்கள். வந்ததோ ஆர்ப்பரிக்கும் கடல். எங்கிருந்து திடீரென்று இத்தனை பலம் வந்து சேர்ந்தது? இத்தனை ஆயிரம் படை வீரர்கள் எங்கிருந்து முளைத்தார்கள்? இத்தனை நவீன ஆயுதங்களை அவர்கள் எங்கே வைத்து தயாரித்தார்கள்? எங்கிருந்து கற்றார்கள் இந்தப் போர் யுக்திகளை? யார் இவர்களுக்கு உந்து சக்தி?

அந்த விநாடி தொடங்கி நாஜிகள் சரிய ஆரம்பித்தனர். ரஷ்ய நகரமான ஸ்மோலென்ஸ்க்கில் (Smolensk) நடைபெற்ற இரண்டு மாத யுத்தத்தில் மட்டும் 2,50,000 ஜெர்மனியர்கள் உயிரிழந்ததை ஜெர்மனியால் நம்பமுடியவில்லை. ஹிட்லர் கடுகடுப்புடன் ஒவ்வொரு உத்தரவாகப் பிறப்பித்துக் கொண்டிருந்தார். இத்தனை நாடுகளை அநாயசமாக வென்று எடுத்துவிட்டோம். சோவியத்திடம் இப்படித் தடுமாறலாமா? நாஜிகளே. எங்கே போனது உங்கள் பலம்? எங்கே போனது உங்கள் தேச பக்தி? படைகள் மென்மேலும் வந்து குவிந்தன. இழுத்துப் பிடித்துக் கொண்டு போரிட்டது நாஜிகள் படை. 1941, ஜூலை 16 அன்று ஸ்மோலென்ஸ்க் முழுவதும் ஜெர்மனி வசம் சென்றது. அடுத்து, சோவியத்தின் தென்பகுதி, கீவ்.

ஜூலை 30, 1941 அன்று அமெரிக்க அதிபர் ரூஸ்வெல்டின் பிரதிநிதி ஹாரி ஹாப்கின்ஸ் மாஸ்கோ வந்து சேர்ந்தார். ஸ்டாலினைச் சந்தித்து உரையாடினார். போர் எப்படி நடந்து கொண்டிருக்கிறது? நிலைமை யாருக்கு சாதகமாக இருக்கிறது? அலட்டிக்கொள்ளாத புன்னகையுடன் ஸ்டாலின் பதிலளித்தார். நிலைமை சோவியத்துக்கு சாதகமாக இருக்கிறது. ஜெர்மானிய படைகள் அடித்து விரட்டப்படும். இன்னும் எத்தனை எதிரிகள் தோன்றினாலும் அவர்களை வெல்வோம். நேரில் வந்து விசாரித்ததற்கு நன்றி. அமெரிக்காவுக்கு எனது வந்தனங்கள்.

ஹிட்லர் சளைக்காமல் முன்னேறிக்கொண்டிருந்தார். படைகளின் ஆக்ரோஷம் அதிகரித்திருந்தது. தோல்விகள் பரிசளித்த ஆக்ரோஷம் அது. செப்டெம்பர் 1941ல் கீவ் சுற்றிவளைக்கப் பட்டது. அடுத்து, பால்டிக் பகுதிகள். அடுத்து, லெனின்கிராட். ஜார் முதலாம் பீட்டர் 1703ல் உருவாக்கிய நகரம் இது. அப்போதைய பெயர், செயின்ட் பீட்டர்ஸ்பெர்க். இரு நூற்றாண்டுகளுக்கு ரஷ்யாவின் தலைநகரமாக இருந்தது. 1917 புரட்சிக்குப் பிறகு மாஸ்கோ தலைநகரமானது. செயின்ட் பீட்டர்ஸ்பெர்க் லெனின்கிராட் என்று பெயர் மாற்றம் பெற்றது. லெனின்கிராடை நெருங்குவார்கள் என்று சோவியத் ஏற்கனவே யூகித்திருந்தது. படைகள் தயாராக இருந்தன.

ஸ்டாலின், லெனின்கிராடை தகுந்த முறையில் பாதுகாத்திருந் தார். பாரீஸில், ஜெர்மனி நுழைந்தபோது அரசாங்கம் எப்படி அலறியடித்துக்கொண்டு ஓடியது என்பதை அவர் பார்த்திருந்தார்.

பிரான்ஸின் புகழ்பெற்ற அரண்கள் எப்படித் தவிடுபொடியாக உதிர்ந்துபோயின என்பதையும் அவர் கவனித்து குறித்துக் கொண்டார். லெனின்கிராடுக்கு அப்படிப்பட்ட ஒரு நிலை என்றும் வந்துவிடக்கூடாது. வர விடமாட்டேன். ஐந்தாண்டு திட்டத்தின் ஒரு பகுதியாக லெனின்கிராடின் பாதுகாப்பு பன்மடங்கு பலப்படுத்தப்பட்டிருந்தது.

மனித பலத்தை மட்டுமே நம்பியது சோவியத். அனைருக்கும் இலவச மருத்துவம். குழந்தை பிறப்பின்போது தாய்க்கும் குழந்தைக்கும் சிறப்பு கவனம். நல்ல ஆகாரம். இளைஞர்களுக்கு உடற்பயிற்சி குறித்தும் விளையாட்டு குறித்தும் தனிக் கல்வி. இப்படிப் பார்த்துப் பார்த்து கவனித்துக்கொண்டது அரசாங்கம். ராணுவத்தில் பணியாற்றுபவர்களின் எடை, மார்பளவு போன்றவை நீடித்த பயிற்சியின் காரணமாக நன்றாக வளர்ச்சி யடைந்தன. போர் முறை குறித்து அவர்களுக்குத் தனிச்சிறப்பான பயிற்சிகள் அளிக்கப்பட்டன. எந்த வகையான ஆயுதங்களையும் அவர்களால் சமாளிக்கமுடிந்தது. எப்படிப்பட்ட கடினமான சவாலையும் எதிர்கொண்டு முறியடிக்க முடிந்தது.

பொதுமக்களுக்கு தற்காப்பு பயிற்சிகள் அளிக்கப்பட்டிருந்தன. தேர்ச்சி பெறுபவர்களுக்கு GTO என்ற பதக்கம் அளிக்கப் பட்டது. உழைப்பதற்கும் தற்காப்புக்கும் தகுதியானவர் என்னும் பொருள்படும் அங்கீகாரம். நடை பயிற்சி, குதித்தல், நீந்துதல், சறுக்குதல் உள்ளிட்ட பல்வேறு பணிகள் இதில் அடங்கும். பாராசூட்டில் இருந்து குதிக்கும் பயிற்சி குழந்தைகளுக்கும் அளிக்கப்பட்டன.

நிலத்தில் பணிபுரிபவர்களுக்கு பிரத்யேகப் பயிற்சிகள். ஒவ்வொரு பண்ணையிலும் தலைவர்கள் இருப்பார்கள். இவர்கள் பிற விவசாயிகளுக்குப் பயிற்சியளிப்பார்கள். பயிற்சி பெற்ற பெண்கள் பண்ணையிலேயே குழந்தைகளைக்கூட்டி பாடம் எடுப்பார்கள். எதிரி தாக்குதல் நடைபெற்றால் எப்படித் தப்பிப்பது, எப்படி ஒளிந்துகொள்வது போன்றவை கற்றுக்கொடுக்கப்படும். விவசாயியாக இருப்பவர், பணி முடிந்ததும் அப்படியே போர்க்களத்துக்குப் போகவும் தயாராக இருப்பார். ஆயுதப் பயிற்சிகள் ஏற்கெனவே அவர்களுக்கு அளிக்கப்பட்டிருக்கும். டிராக்டர் ஓட்டிக்கொண்டிருப்பவர், தேவை என்றால் குதித்து இறங்கி பீரங்கியை இயக்குவார்.

உக்ரேனில் ஜெர்மன் படைகள் நுழைந்ததுமே, விவசாயிகள் தங்கள் விளைச்சலைப் பாதுகாக்கும் நடவடிக்கையில் இறங்கி விட்டார்கள். ஆசிரியர்கள், மாணவர்கள், அலுவலக ஊழியர்கள் அனைவரும் வயலுக்கு ஓடிவந்துவிட்டனர். நீ அங்கே நான் இங்கே என்று பிரிந்து, விளைந்த தானியங்களை அறுவடை செய்தனர். ஜெர்மனி உள்ளே நுழைந்தபோது வயல்கள் கிட்டத்தட்ட காலியாக இருந்தன.

கர்கோவ் (Kharkov) என்னும் நகரத்தில் படைகள் நுழைந்த போது, ஒரு பகுதியினர் தொடர்ந்து தொழிற்சாலைகளில் இயங்கிகொண்டிருந்தனர். அவர்களுக்கு வெளியில் காவல் இடப்பட்டிருந்தது. குண்டுகள் முழங்கிக்கொண்டிருந்த சமயத்திலும், வழக்கம்போல் வந்து, வழக்கம்போல் பணி யாற்றினார்கள். அவர்கள் பணியாற்றிக்கொண்டிருந்தது கார்கோவ் டிராக்டர் நிறுவனத்தில். உற்பத்தி செய்து கொண்டிருந்தது டாங்கிகளை. கும்பல் கும்பலாக வேலைக்குப் போய்கொண்டிருக்கும் மக்களைக் கண்டு நான் பயந்துபோனேன் என்றார் பிடிபட்ட ஒரு ஜெர்மானிய விமானி. எங்கிருந்து இத்தனைத் தைரியம் கிடைத்தது அவர்களுக்கு?

அக்டோபர் 19ம் தேதி, ஸ்டாலின் அரசாங்க அலுவலகங்களை மாஸ்கோவில் இருந்து வால்காவுக்கு அருகே உள்ள Kuibyshev என்னும் பகுதிக்கு மாற்றினார். போரில் ஈடுபடாத மக்களைப் பாதுகாப்பாக அப்புறப்படுத்தியது சோவியத். குழந்தைகள் தங்கள் ஆசிரியர்களுடன் உரால் போன்ற தூர பிராந்தியத்துக்கு முன்கூட்டியே அனுப்பிவைக்கப்பட்டனர். அடுத்த இரு ஆண்டு களுக்கு அவர்கள் அங்கேயே தங்கியிருக்கலாம். உயிரிழப்பு களைத் தவிர்க்க பொதுமக்களும் இவ்வாறே அனுப்பிவைக்கப் பட்டனர். மாஸ்கோ மக்கள் நகரத்தில் தங்கியிருந்தனர். அடுப்பு மூட்ட கரி கிடைக்காது. போர் தொழிற்சாலைகளுக்குக் கரி தேவை. வீடுகளுக்கு மின்சாரம் கிடையாது. ராணுவப் பணி களுக்காக மின்சாரம் திருப்பிவிடப்பட்டது. பன்னிரண்டு மணி நேரங்களுக்கு மேல் தொழிலாளர்கள் பணியாற்றினார்கள். மாஸ்கோ ரேடியோவில் பணியாற்றிய ஒரு செய்தியாளர் தன்னுடைய படுக்கையை கையோடு கொண்டு சென்று அலுவலகத்தில் போட்டுவிட்டார். அவருடன் இருந்த இரண்டு நபர்கள் ராணுவ வீரர்களுக்குப் பதுங்கு குழி வெட்டுவதற்குச் சென்றுவிட்டார்கள். அவர்கள் வேலையையும் இவரே செய்துமுடித்தாகவேண்டும்.

ஜெர்மானிய Panzer IV டாங்கி

நவம்பர் 7, 1941ல் ஜெர்மானிய துப்பாக்கிகள் சீறிப்பாய்ந்து வெடித்துக்கொண்டிருந்தபோது ஸ்டாலின் செஞ்சதுக்கத்தில் இருந்தார். மாஸ்கோவை நாங்கள் கைப்பற்றிவிட்டோம் என்று ஹிட்லர் கொக்கரித்துக்கொண்டிருந்தபோது, ஸ்டாலின் செம்படை வீரர்களுக்கு உத்தரவுகள் பிறப்பித்துக்கொண்டிருந்தார். ஸ்டாலின் நம்முடன்தான் இருக்கிறார் என்னும் நம்பிக்கை வீரர்களுக்கும் மக்களுக்கும் உற்சாகத்தை வழங்கியது.

லெனின்கிராட் மிகக் கடுமையான நெருக்கடிகளைச் சந்தித்தது. இரண்டரை ஆண்டுகள் இந்த யுத்தம் நீடித்தது. இடைவிடாத துப்பாக்கிச்சூடு. இடைவிடாத வான் தாக்குதல். இடைவிடாத சிரமங்கள். உயிர் இழப்பு. கூடுதலாக, பொருள் சேதம். சில சமயங்களில், ஒரு நாளைக்கு ஐந்து கருத்த ரொட்டி துண்டுகளும் இரண்டு கோப்பை சுடுநீரும் மட்டுமே ஒருவருக்குக் கிடைத்தன. கடும் பசியால் திண்டாடினார்கள். போதுமான ப்ரோட்டின் சத்து கிடைக்காமல் சிலர் இறந்துபோனார்கள். புகழ்பெற்ற இசையமைப்பாளரான Shostakovich போர் விமானியாக மாறியிருந்தார். இடையிடையே நேரம் கிடைக்கும்போது தனது ஆறாவது சிம்ஃபொனியை அவர் படைத்தார்.

ஆர்ப்பரிக்கும் கடலை நாஜிப்படைகள் முன்னரே சந்தித்து விட்டன. இந்தமுறை லெனின்கிராடில் அவர்கள் சந்தித்தது சுழற்றி அடிக்கும் சூறாவளியை. அவர்கள் எதிர்பார்த்தது போர்

வீரர்களை. ஆனால் அவர்கள் போரிட்டது போர் வீரர்களுடன் மட்டுமல்ல, மக்களிடமும்தான். தேசத்தை காக்க ஒரு நகரமே இப்படி போர்முனையில் வந்து குவியும் என்று அவர்கள் எதிர்பார்க்கவில்லை.

இரண்டாவது ஆண்டு, தென்பகுதிக்கு முன்னேறியது ஜெர்மன் படை. ஸ்டாலின்கிராட், அதை ஒட்டிய பகுதிகள் மீது தாக்குதல் ஆரம்பமானது. வால்கா ஆற்றின் மேற்கு கரையில் அமைந்துள்ள நகரம். இந்த நகரைக் கைப்பற்ற ஹிட்லர் விரும்பியதன் காரணம் உண்டு. ஸ்டாலின்கிராட் முக்கிமான தொழில்நகரம். காஸ்பியன் கடலையும் வடக்கு ரஷ்யாவையும் இணைக்கும் வர்த்தக வழித்தடம். ஸ்டாலின்கிராடைக் கைப்பற்றிவிட்டால் வடக்குப் பகுதிக்கு எரிபொருள் உள்ளிட்ட சரக்குகள் அனுப்பப்படுவதைத் தடுத்து நிறுத்திவிடமுடியும்.

ஹிட்லர் உறுமினார். எப்பாடுபட்டாவது ஸ்டாலின்கிராடை கைப்பற்றவேண்டும். தோல்வி என்னும் பேச்சுக்கே இட மில்லை. நேற்றுவரை விவசாயிகளாக இருந்தவர்களை உங்களால் எதிர்கொள்ளமுடியவில்லை என்று சொல்வது வெட்கக்கேடானது. தாக்குங்கள். தாக்கி அழியுங்கள். லெனின் கிராட் சிதறிவிட்டது என்னும் செய்தியை நான் எதிர்பார்த்துக் கொண்டிருக்கிறேன்.

ஒவ்வொரு நாளும் உதவிக்குப் புதிய படைகள் வந்து சேர்ந்து கொண்டிருந்தன. ஆயிரக்கணக்கான போர் விமானங்கள் வானில் பறக்க ஆரம்பித்தன. டாங்கிகள் ஆயிரக்கணக்கில் அனுப்பி வைக்கப்பட்டன. ஸ்டாலின்கிராடை இரண்டாகப் பிளந்து பிரித்தது ஜெர்மனி. ஸ்டாலின்கிராடைக் கைப்பற்றிவிட்டோம் என்று ஒன்றுக்கு மேற்பட்ட முறை ஹிட்லர் அறிவித்தார். உண்மையில் அவர் பெரும்பகுதியை கைப்பற்றியும் இருந்தார். அதாவது, பிரதேசத்தை மட்டுமே. மக்களை அல்ல.

தன் வாழ்நாளில் இப்படி ஒரு அவமானத்தை ஹிட்லர் சந்தித்தது கிடையாது. படை வீரர்கள் மக்களிடம் தோற்று விட்டார்களா? நாகமாகச் சீறினார் ஹிட்லர். மாஸ்கோவுக்கு முன்னேறு. மாஸ்கோவை சுற்றி வளைத்து தாக்கு. சோவியத்தின் இதயத்தில் ஈட்டியை பாய்ச்சு. மாஸ்கோவைக் கைப்பற்றிவிட்டால் ஒட்டு மொத்த சோவியத்தும் சுருண்டு படுத்துவிடும்.

ஹிட்லரிடம் இருந்த சீற்றத்தில் நூற்றில் ஒரு பங்கு கூட நாஜிப் படைகளிடம் இல்லை. தங்களுக்குள் முணுமுணுத்துக்கொண்டார்கள். ஹிட்லருக்கு என்ன, மீசையை தடவிக்கொண்டு ஏதாவது உத்தரவு கொடுத்துவிடுவார். வெடவெடக்கும் குளிரில் ஜில்லிட்டுப் போன துப்பாக்கியை சுமந்துகொண்டு இந்தப் பொல்லாத ரஷ்யர்களிடம் மல்லுக்கட்டப்போவது நாம்தானே! குளிர். இந்த ஒற்றை வார்த்தை நாஜிகளை படுத்திய பாட்டை வார்த்தைகளால் வருணிக்க முடியாது. கடும் குளிர் தெரியும். உறைய வைக்கும் குளிரும் தெரியும். ரஷ்யாவில் பரவியிருப்பது கொல்லும் குளிர். வானாகி, மன்னாகி, வளியாகி, உளியாகி, அங்குமாய், இங்குமாய் பரவிக் கிடக்கும் கொலை பாதகக் குளிர்.

குளிர்காலம் ஆரம்பிப்பதற்குள் யுத்தத்தை முடித்துக்கொண்டு கோப்பையுடன் நல்ல பிள்ளையாக ஊருக்குத் திரும்புவதுதான் ஜெர்மனியின் திட்டம். எப்போது சோவியத்தில் காலடி எடுத்து வைத்தார்களோ அப்போதே அந்தத் திட்டம் குளிரில் உறைந்து செத்துவிட்டது. அவர்களுக்குக் குளிர் தெரியும். ஆனால். மைனஸ் ஐம்பது குளிர் தெரியாது. உடல் மட்டுமல்ல எலும்புகளும் சேர்ந்தே நடுங்கின. புலம்பிக்கொண்டே மாஸ்கோவை அடைவதற்குள் சுண்ணாம்பாகி விட்டார்கள். மாஸ்கோவில் நுழைந்த பிறகுதான் ஒரு விஷயம் தெரிந்தது. அங்கு மைனஸ் முப்பது. செத்தே போனார்கள்.

குளிரைச் சமாளிக்கக்கூடிய குறைந்தபட்ச ஆடைகள்கூட ஜெர்மன் வீரர்களுக்குக் கொடுக்கப்படவில்லை. டாங்கிகளும் ஊர்திகளும் இயந்திரங்களும் செயலிழந்தன. பொருள்களைக் கொண்டு செல்வதற்காகக் கொண்டு வந்திருந்த குதிரைகள் இறந்து விழுந்தன. துப்பாக்கியைத் தூக்கி தோளில் சாய்த்து சில அடிகள் எடுத்து வைப்பதற்குள் விரைத்துப்போனார்கள் வீரர்கள்.

சோவியத் படைகள் உற்சாகத்துடன் நாஜிப்படைகளை தாக்கி அழிக்க ஆரம்பித்தது. டிசம்பர் 6. சின்னாபின்னமாகிப் போனது ஜெர்மனி. புறமுதுகு அல்ல அகமுதுகையும் காட்டியபடி ஓட ஆரம்பித்தார்கள். நாஜிப்படைகளை நிஜமாகவே ஓட ஓட விரட்டியது சோவியத். மேற்கு நோக்கி 300 கிலோமீட்டர் தூரத்துக்கு விரட்டியடித்தார்கள். இனி கனவிலும் சோவியத்தை

'மாஸ்கோவை காப்பாற்றுவோம்!'

மாஸ்கோவில் தடுப்பு அரண்கள்

நினைத்துப் பார்க்காதே. பிழைத்து ஓடு. அந்த கால்வாசி மீசைக்காரரை அடங்கி இருக்கச் சொல்.

•

சோவியத் வரலாற்றில் மாஸ்கோ யுத்தம் ஒரு தனிப்பெரும் வெற்றிக் காவியம். மாபெரும் தேசபக்தி போர் (Great Patriotic War) என்று சோவியத் இந்தப் போரை குறித்து வைத்திருக்கிறது. இரண்டாம் உலகப் போர் முழுமைக்கும் ஜெர்மனி சந்தித்த இழப்புகளிலேயே மிகப் பெரியது மாஸ்கோ சண்டையின் போது ஏற்பட்ட இழப்புதான். ஐந்து லட்சம் வீரர்கள். 1300 டாங்கிகள். 2500 பீரங்கிகள். பிரட்டன், பிரான்ஸ், அமெரிக்கா தொடங்கி பூமிப்பந்திலுள்ள ஒவ்வொரு நாடும் சோவியத்தை அண்ணாந்து பார்த்த தருணம் அது.

சோவியத்தின் ராணுவ பலமும் போர்த்தந்திரங்களும் பரவலாகப் புகழப்பட்டன. சோவியத்தின் தற்காப்புக் கலைகள், துருப்புகளை நிறுத்தி வைத்த தோரணை, எதிரிகளிடம் இருந்து தம்மை மறைத்துக்கொண்டு, எதிர்பாராத தருணத்தில் தாக்குதல் நடத்திய லாகவம், வான்வழித் தாக்குதல்களில் இருந்து தங்கள் பீரங்கிகளைப் பாதுகாத்துக்கொண்ட திறன், வான்படைக்கும் தரைப்படைக்கும் இருந்த ஒருங்கிணைப்பு என்று தனித்தனியே பிரித்து பார்த்து வியப்படைந்தார்கள். செம்படையிடம் இருந்த நவீன ஆயுதங்களையும் அவற்றின் திறனையும் மெச்சினார்கள். ஜெர்மானிய டாங்கியோடு நேருக்கு நேர் மோதி வீழ்த்தும் திறன் கொண்டிருந்தன சோவியத் டாங்கிகள். இவற்றை எப்படி உருவாக்கினார்கள்? நேற்று வரை விவசாயிகள் மட்டுமே இருந்த அந்த தேசத்தில் தொழில்நுட்ப விற்பன்னர்கள் எங்கிருந்து முளைத்தார்கள்?

போர் முடிவடைந்து ஒன்பது வாரங்களுக்குப் பிறகு மாஸ்கோ தன் இழப்புப் பட்டியலை வெளியிட்டபோது மேலும் அதிர்ந்துபோனது ஐரோப்பா. 7500 துப்பாக்கிகள். 4500 விமானங்கள். 5000 டாங்கிகள். இத்தனையும் இழந்த பிறகும் போராடி வெற்றி பெற்றிருக்கிறார்கள் என்றால் அது சாமானியமான வெற்றியா?

சோவியத்துக்கு எதிரான யுத்தத்தில் ஜெர்மனிக்குத் தோள் கொடுக்க ருமேனியா, இத்தாலி, ஹங்கேரி, ஸ்லாவாக்கியா

போன்ற நாடுகள் முன்வந்திருந்தன. இவை போக, ஃபிரெஞ்சு, பெல்ஜியன், க்ரோஷிய படைகளும் தங்களை இணைத்துக் கொண்டன. ஆனால் எதுவும் குறிப்பிடத்தக்க மாற்றத்தை ஏற்படுத்தவில்லை. ஃபின்லாந்து ஜெர்மனியுடன் இணைய வில்லை என்றாலும் தளங்கள் அமைத்துக்கொள்ள தன் தேசத்தில் அனுமதி வழங்கியது. பின்னர், சோவியத்தின் மீது போர் தொடுத்தும் பார்த்தது.

இறுதியாக, பிப்ரவரி 2, 1943 அன்று ஜெர்மனி தன் தோல்வியை ஒப்புக்கொண்டது. பதுங்கி பின்வாங்கியது. இந்தத் தோல்விக்கு நீதான் காரணம் என்று அத்தனை ஜெனரல்களையும் உயரதிகாரி களையும் திட்டித் தீர்த்தார் ஹிட்லர்.

10. பரவும் போர்

கம்யூனிஸமா? நாஸிஸமா? இரண்டில் ஏதாவது ஒன்றை தேர்ந்தெடு என்று என்னைக் கேட்டால், நான் கம்யூனிஸம் என்றுதான் சொல்வேன். இதில் ஒளிவு மறைவு எதுவும் இல்லை. 1937ல் சர்ச்சில் இப்படி ஒருமுறை குறிப்பிட்டிருந்தார். முதலாளித்துவ மற்றும் ஏகாதிபத்திய நாடான பிரிட்டனை ஆட்சி செய்திருந்த சர்ச்சில் கம்யூனிஸத்தைத் தேர்ந்தெடுத்தது ஒரு காரணத்தோடுதான். கம்யூனிஸம், நாஸிஸம் இரண்டையும் அவர் ஒரே வரிசையில் வைத்துதான் ஒப்பிடுகிறார்.

சாம்பர்லைன் ஹிட்லரை ஆதரிப்பதை தொடக்கம் முதலே சர்ச்சில் எதிர்த்து வந்திருந்தார் என்பதை இங்கே நினைவு படுத்திக்கொள்ளலாம். நாம் இணைய வேண்டியது சோவியத்துடன் என்று 1938 முதல் சர்ச்சில் சொல்லி வந்திருக்கிறார். ஐரோப்பியாவை சிறிது சிறிதாக ஆக்கிரமிப்பு செய்து வந்தது, பிரான்ஸை வசப்படுத்தியது, பிரிட்டனைத் தாக்கியது என்று ஹிட்லரை வெறுக்க பல்வேறு காரணங்கள் சர்ச்சிலிடம் இருந்தன.

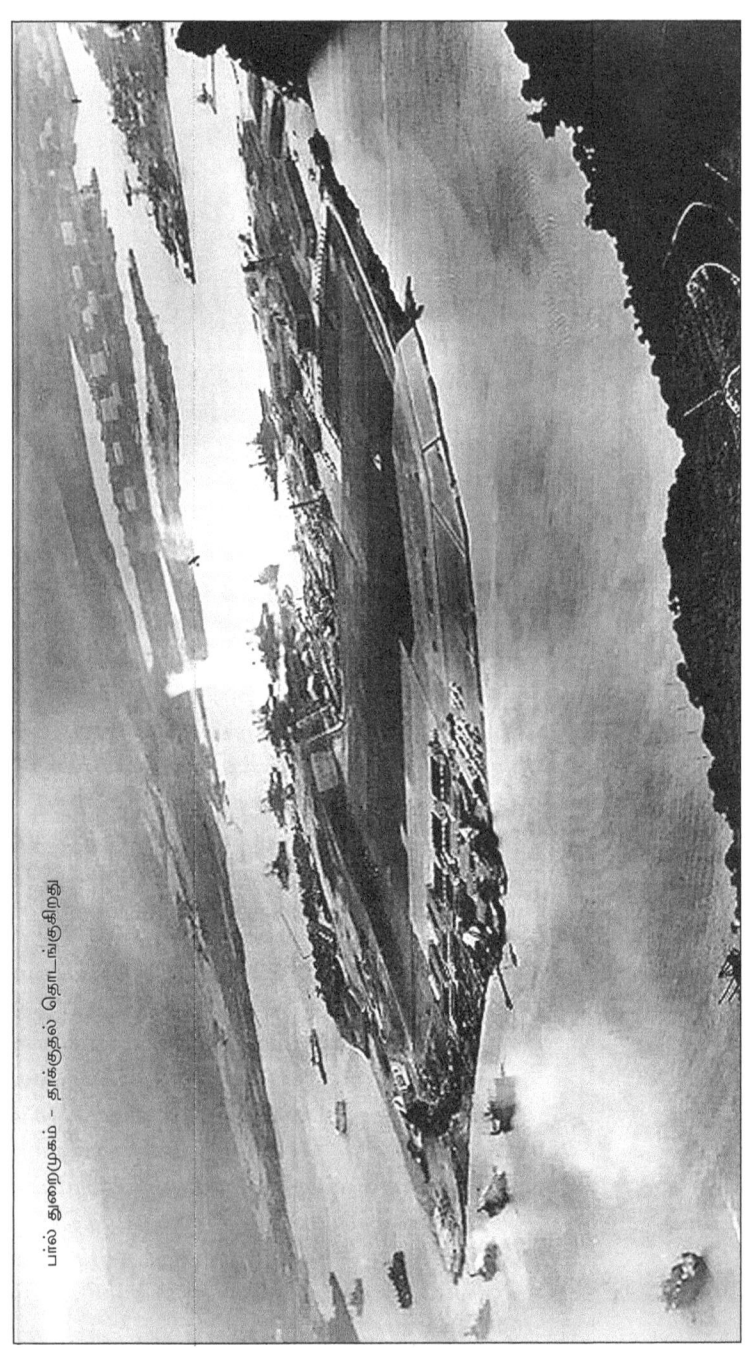

பர்ல் துறைமுகம் - தாக்குதல் தொடங்குகிறது

கம்யூனிஸத்தை சர்ச்சில் எக்காலத்திலும் ஆதரித்ததில்லை. சோவியத் எதிர்ப்பை அவர் எந்த நொடியிலும் கைவிட்டது மில்லை. என்றாலும், ஹிட்லரை வீழ்த்துவதற்கு சோவியத்துடன் இணைந்தாகவேண்டும் என்னும் நிர்ப்பந்தத்தை ஏற்றுக்கொள்ள அவருக்குத் தயக்கம் இல்லை. பிரதம மந்திரியாக பொறுப் பேற்றுக்கொண்டவுடன் சர்ச்சில் சர் ஸ்டஃப்போரட் க்ரிப்ஸை (மார்ச் 1942ல் இந்தியாவுக்கு சர்ச்சிலால் அனுப்பப்பட்ட அதே க்ரிப்ஸ்) சோவியத்துக்கு அனுப்பிவைத்தார். சோவியத்துடனான உறவை புதுப்பித்துக்கொள்வதற்கான முதல் முயற்சி அது.

ஜெர்மனி, சோவியத் மீது போர்ப் பிரகடனம் செய்தபோது, சர்ச்சில் ரேடியோவில் அன்றைய தினமே அறிவித்தார். கம்யூனிஸத்தைப் பற்றி நான் இதுவரை சொல்லி வந்த கருத்துகள் எதிலும் மாற்றமில்லை. ஆனால், சோவியத் இப்போது தாக்கப்பட்டதைப் பார்க்கும்போது முன்னால் சொன்னவை அனைத்தும் மறைந்துவிட்டன. ஜுலை 12, 1941 அன்று பிரிட்டனும் சோவியத்தும் ஒப்பந்தம் போட்டுக்கொண் டன. போர்க்காலத்தில் நமக்குள் உதவி செய்துகொள்வோம் என்பது அடிப்படை சாரம்.

•

கிழக்கு முனையில் சோவியத்துக்கும் ஜெர்மனிக்கும் போர் நடந்துகொண்டிருந்த சமயத்தில், டிசம்பர் 7, 1941 அன்று ஜப்பான், பர்ல் துறைமுகத்தைத் (Pearl Harbour) தாக்கியது. ஹவாயில் இருந்த இந்த துறைமுகப் பகுதியில்தான் அமெரிக்கா தனது ராணுவத் தளத்தை அமைத்திருந்தது. இதுநாள் வரை ஒதுங்கி வேடிக்கை மட்டுமே பார்த்துக் கொண்டிருந்த அமெரிக்காவை பர்ல் துறைமுகத் தாக்குதல் உலுக்கியெடுத்தது.

பதினெட்டு மாதங்களுக்கு முன்பே ரூஸ்வெல்ட் அமெரிக்கப் படைகளை பர்ல் துறைமுகத்தில் குவித்துவைத்திருந்தார். ஜப்பானின் ஆக்கிரமிப்பைக் கட்டுப்படுத்துவதற்கு இந்தப் படை உதவும் என்று அமெரிக்கா நம்பியது. ஜப்பான் சீனா வுடன் தொடர்ச்சியான யுத்தத்தில் ஈடுபட்டிருந்த சமயம் அது. போரைச் சமாளிக்க எண்ணெய் உள்ளிட்ட அத்தியாவசிய மூலப்பொருள்கள் ஜப்பானுக்குக் குறைவின்றி தேவைப் பட்டன.

இதை உணர்ந்துகொண்ட நேச நாடுகள் ஜப்பானுடனான வர்த்தகத்தை சிறிதுசிறிதாகக் குறைத்துக்கொண்டன. ஜூன் 1941ல் இந்த வர்த்தக உறவு முடிவுக்கு வந்தது. எண்ணெய் வளமிக்கப் பிரதேசங்களான கிழக்கிந்திய தீவுகள், தென்கிழக்கு ஆசியா ஆகிய பகுதிகளைக் கைப்பற்றுவதுதான் ஒரே வழி என்னும் முடிவுக்கு ஜப்பான் வந்து சேர்ந்தது. ஐரோப்பா கொடுக்காவிட்டால் என்ன? எங்களுக்கு வேண்டியதை நாங்கள் பறித்துக்கொள்வோம். ஜப்பான் இப்படித்தான் சிந்திக்கும் என்று அமெரிக்காவுக்குத் தெரியும். ஆனால், எப்படியாவது தடுத்து நிறுத்திவிடலாம் என்று நம்பியது அமெரிக்கா.

முடியவில்லை. டிசம்பர் 7ம் தேதி காலை எட்டு மணிக்கு தாக்குதல் ஆரம்பமானது. அமெரிக்கக் கப்பல்படையின் நான்கு கப்பல்கள் அழிக்கப்பட்டன. 3 ஆயுதம் தாங்கிய க்ரூஸர் கப்பல்கள் பலத்த சேதத்தைச் சந்தித்தன. 188 விமானங்கள் வீழ்த்தப்பட்டன. இரண்டாயிரம் வீரர்கள் கொல்லப்பட்டனர். தன் மீது தொடுக்கப்பட்ட மாபெரும் போராக அமெரிக்கா இதை எடுத்துக்கொண்டது. எப்படி இதை அமெரிக்கா அனுமதிக்கலாம் என்று பத்திரிகைகள் கேள்வி எழுப்பின.

அதே நாள், ஹாங்காங், மலேயா, ஷாங்காய் மூன்றின் மீதும் போர்ப் பிரகடனம் செய்தது ஜப்பான். ஹிட்லரே கொஞ்சம் அசந்துதான் போனார். சோவியத்திடம் ஜெர்மனி அடிபட்டுக் கொண்டிருந்த சமயம் அது. கூட்டணியில் இருந்த கோலிகுண்டு அளவுக்கே உள்ள ஜப்பான் எத்தனை ஆர்ப்பாட்டமாகத் தாக்குதலை ஆரம்பித்திருக்கிறது!

மறுநாள், அமெரிக்காவும் பிரிட்டனும் ஜப்பான் மீது போர்ப் பிரகடனம் செய்தன. மூன்று தினங்கள் கழித்து, டிசம்பர் 11ம் தேதி ஹிட்லர் அமெரிக்காமீது போர்ப் பிரகடனம் செய்தார். அதுகுறித்து அவர் ஆற்றிய உரையில் இருந்து ஒரு பகுதி இது. ஒப்பந்தத்தின்படி, ஜெர்மனியும் இத்தாலியும் அமெரிக்காவுக்கும் பிரிட்டனுக்கும் எதிராகப்போரிட தீர்மானித்துவிட்டோம். ஜப்பானுக்கு ஆதரவாக நாங்கள் போர்ப் பிரகடனம் செய் கிறோம். ரூஸ்வெல்ட்டின் கொள்கை உலகைக் கட்டியாள வேண்டும் என்பதுதான். இத்தாலி, ஜெர்மனி, ஜப்பான் மூன்றையும் எப்படியாவது அடக்கியாளவேண்டும் என்று அமெரிக்கா விரும்புகிறது. பிரிட்டனும்தான். உலகம்

முழுவதையும் ஆக்கிரமிக்கவேண்டும் என்று இந்த இரு சர்வாதிகார அரசுகளும் துடித்துக்கொண்டிருக்கின்றன. இதை ஜெர்மனி அனுமதிக்காது.

இது ஹிட்லரின் முக்கிய தவறு. ஜப்பானே தாக்க ஆரம்பித்து விட்டதே, நாம் எதற்குச் சும்மா இருக்கவேண்டும் என்று ஹிட்லர் சிந்தித்திருக்கக்கூடும். சோவியத்துடன் ஏற்படும் தொடர் தோல்விகளில் இருந்து விடபட இது ஒரு வாய்ப்பாக இருக்கும் என்று அவர் கருதியிருக்கலாம். பிரான்ஸ், பிரிட்டன், சோவியத் வரிசையில் அமெரிக்காவோடும் மோதிப் பார்த்துவிடலாம் என்று ஹிட்லர் நினைத்திருக்கலாம்.

அமெரிக்காவின் வருகை பிரிட்டனை உற்சாகம் கொள்ளச் செய்தது உண்மை. பிரான்ஸின் வீழ்ச்சிக்குப் பிறகு தோதான ஒரு கை பிரிட்டனுக்குக் கிடைக்கவில்லை. ஜெர்மனியுடனான போரின்போது கணிசமான இழப்புகளை பிரிட்டன் சந்தித்திருந் தது. இந்நிலையில் அமெரிக்காவோடு கைகோர்த்துக்கொள்வது அற்புதமான வாய்ப்பு. ஜப்பானின் சமீபத்திய அவதாரம் அச்சமூட்டியது. முஸோலினியும் தன்னால் முடிந்தவரை அங்கே, இங்கே என்று மோதிக்கொண்டிருக்கிறார். இந்த மூன்று நாடுகளும் ஓரணியில் நிற்பது பிரிட்டனுக்கு அச்சுறுத்தல். ஐரோப்பாவுக்கும்.

ஜப்பான் விரைவாக சில வெற்றிகளைக் குவித்தது. பர்ல் துறைமுகத் தாக்குதல் நடந்த இரண்டாவது தினம், பிரிட்டனின் இருபெரும் கப்பல்களை (Prince of Wales, the Repulse) ஜப்பான் தகர்த்தது. அடுத்த நாள், பர்மாவை நோக்கி முன்னேறியது. டிசம்பர் 26ம் தேதி ஹாங்காங் ஜப்பானிடம் சரணடைந்தது. ஜனவரி 1942ல் டச்சு கிழக்கு இந்திய தீவுகளை பாய்ந்து தாக்கி கையகப்படுத்திக்கொண்டது. அங்கிருந்த எண்ணெய் வளங்களை கைப்பற்றிக்கொண்டது. பிப்ரவரி 15, 1942 அன்று பிரிட்டனின் எதிர்ப்பையும் மீறி மலேயா முழுவதையும் ஜப்பான் கைப்பற்றியது. கூடவே, சிங்கப்பூரில் இருந்த மிகப்பெரிய கடற்படைத் தளத்தையும் சுற்றிவளைத்து தனதாக்கிக் கொண்டது. ஏப்ரல் 1942ல் இந்திய எல்லைக்கு அருகே வந்து ஜப்பான் நோட்டம் விட்டபோது பிரிட்டன் உச்சக்கட்ட அதிர்ச்சியைச் சந்தித்தது. அடுத்து ஆஸ்திரேலியாதான் என்று பேச்சு அடிபட்டது.

வடக்கு ஆப்பிரிக்காவில் பிரிட்டிஷ் க்ருஸேடர் டாங்கிகள்

ஸ்டாலின்கிராட் யுத்தம்

பிரிட்டனுக்கும் அமெரிக்காவுக்குமான உறவு மேலும் வலு வடைந்தது. நிதி உதவியும் ஆயுத உதவியும் மட்டுமே இதுவரை அளித்து வந்த அமெரிக்கா பிரிட்டனுடன் ஒரு தொழில் பார்ட்னராக கைகோர்த்துக்கொண்டது. டிசம்பர் 22, 1941 முதல் ஜனவரி 14, 1942 வரை வாஷிங்டனில் நடைபெற்ற மாநாட்டின் போது, பொதுவான தலைமைக் குழு (Combined Chiefs of Staff committee) ஒன்றை உருவாக்க முடிவுசெய்தனர். அமெரிக்கா, பிரிட்டன் இரண்டும் இணைந்து போரிடுவதற்கான அடித்தளம் இது. எவ்வளவு ஆயுதங்கள் தேவைப்படும்? என்னென்ன உபகரணங்கள், மூலப்பொருள்கள் வேண்டியிருக்கும்? தகவல் தொடர்பை எப்படி முறையாகப் பயன்படுத்திக்கொள்வது? உளவு நிறுவனங்களிடம் இருந்து எப்படிக் கூட்டாக தகவல்கள் கேட்டறிவது? போக்குவரத்து ஏற்பாடுகளை எப்படிக் கவனிப்பது? போருக்குத் தேவைப்படும் அத்தனை விஷயங்கள் பற்றியும் இந்த கமிட்டி முடிவு செய்தது.

முதலில் ஜெர்மனியை கவனிப்பது என்று திட்டமிட்டார்கள். சோவியத் மீது ஜெர்மனி போர் தொடுத்திருக்கும் இந்த சமயத்தை நமக்குச் சாதகமாகப் பயன்படுத்திக்கொள்வோம். இனிமேலும் ஜெர்மனியால் (என்றால் அச்சு நாடுகளால்) ஐரோப்பாவுக்கு எந்த ஆபத்தும் வராது என்பதை உறுதி செய்வோம். ஜெர்மனியை உடனே தாக்குவோம். இது அமெரிக்காவின் நிலைப்பாடு. பிரிட்டன் தயங்கியது. ஜெர்மனியைத் தாக்கவேண்டும் என்பதில் மாற்றுக்கருத்து இல்லை. ஆனால், காலம் கனியட்டுமே. நம்மிடம் உள்ள ஆயுதங்கள் போதாது. ஆள்களும்கூட போதாது. நம் பலத்தை அதிகப்படுத்திக்கொள்வோம். பிறகு தாக்குவோம்.

●

பர்மா, பிலிப்பைன்ஸ், மலேயா, டச்சு கிழக்கிந்திய தீவுகள், சிங்கப்பூர் ஆகிய நாடுகளை ஜப்பான் ஏப்ரல் 1942ல் கிட்டத்தட்ட முழுமையாகக் கைப்பற்றிவிட்டது. எதிர்பட்ட நேச நாடுகளின் படைகளை வெற்றிகரமாக முறியடித்தது. கடல் மார்க்கத்தையும் விட்டுவைக்கவில்லை. தெற்கு சீன கடல், ஜாவா கடல், இந்துமகா சமுத்திரம் ஆகிய கடல்பகுதிகளை ஒட்டி அமைக்கப் பட்டிருந்த பல தளங்களைக் கைப்பற்றினார்கள். நேச நாடுகளின் தளம் அமைந்திருந்த டார்வின் (ஆஸ்திரேலியா) மீது குண்டுகள் வீசப்பட்டன. அட, ஜெர்மனியைப் போலவே நாமும் பெரிய ஆள்தான் என்று ஜப்பான் பெருமிதப்பட்டுக்கொண்டது.

ஜப்பானின் போர் திட்டம் விரிவடைந்தது. Port Moresby (பபுவா நியூ கினியாவின் தலைநகரம்) மற்றும் வடக்கு பசிபிப் பெருங்கடலில் அமைந்துள்ள தீவுகளான Midwall Atoll Aleutian Islands, Guadalcanal ஆகிய பிராந்தியங்களைக் கைப்பற்றுவதற் காகத் தொடர்ச்சியாகப் போரிட ஆரம்பித்தது. ஜப்பானின் 138வது ரெஜிமெண்ட், கர்னல் டோரிகாய் (Col. Torikai) என்பவரின் தலைமையில் அஸ்ஸாமை நெருங்கியது. மொத்தம் 80,000 பேர் இந்தப் பிரிவில் இருந்தனர். அஸ்ஸாமை அடையவேண்டு மானால் இம்பாலையும் கோஹிமாவையும் கடந்தாகவேண்டும். பிப்ரவரி 1944ல் கோஹிமா தாக்கப்பட்டது. அறுபத்து நான்கு தினங்கள் தொடர்ந்த யுத்தத்தில் கோஹிமாவின் பெரும்பகுதி ஜப்பானால் கைப்பற்றப்பட்டது. இம்பாலுக்கான போராட்டம் மூன்று மாதங்கள் நீடித்தது. ஜப்பானின் முற்றுகையை எதிர்த்து நேசப் படைகள் போரிட்டு இம்பாலை மீட்டெடுத்தன. ஜூன் மாதம் மோதல்கள் நின்றுபோயின.

ஜெர்மனியைத் தாக்குவோம் என்று முடிவுசெய்திருந்த பிரிட்டனும் அமெரிக்காவும் தம் முடிவை மாற்றிக்கொண்டன. ஜெர்மனியை முடக்குவது எவ்வளவு முக்கியமோ அவ்வளவு முக்கியம் ஜப்பானைத் தடுத்து நிறுத்துவதும். செய்யாவிட்டால், உலகம் முழுவதும் பரவியிருக்கும் நம் காலனி நாடுகளுக்கும் ராணுவத் தளங்களுக்கும் பேராபத்து வந்துவிடும். முதல் கட்டமாக, வட ஆப்பிரிக்காவைக் காப்பாற்றும் முயற்சியில் இறங்கியது நேச நாடுகள் அணி.

ஜெர்மனிக்கு வேறு திட்டம் வைத்திருந்தது பிரிட்டனும் அமெரிக்காவும். இனி ஜெர்மனியை எதிர்க்கவேண்டுமானால் சோவியத்தின் உதவி அத்தியாவசியம். ஸ்டாலினுடன் கைகுலுக்கிக்கொண்டால் மட்டுமே நம் அணிக்கு வெற்றி கிடைக்கும். ஸ்டாலினை வரவேற்று பேசி ஒரு தீர்மானத்துக்கு வரலாம் என்று சர்ச்சிலும் ரூஸ்வெல்டும் முடிவு செய்தனர்.

ஸ்டாலின் ஒப்புக்கொண்டார். நவம்பர் 28 முதல் டிசம்பர் 1, 1943 வரை இரானின் தலைநகரம் தெஹ்ரானில் இந்த சந்திப்பு நிகழ்ந்தது. சோவியத் தூதரகத்தில் மூவரும் கைகுலுக்கிக் கொண்டனர். இரண்டாம் உலகப் போர் தொடர்பாக இந்த மூன்று தலைவர்களும் முதல்முறையாகக் கலந்து பேசினார்கள். நாஜி ஜெர்மனிக்கு எதிராக எப்படிப் போரிடுவது, எதுபோன்ற வியூகத்தை அமைப்பது போன்ற விஷயங்கள் குறித்து

கலந்தாலோசித்தனர். ஜெர்மனியை ஒழிக்கவேண்டும் என்பது அவர்களுடைய ஏகோபித்த முடிவாக இருந்தது.

பிறகு, பசிபிக் பிராந்தியத்தின் பக்கம் திரும்பியது நேசப் படை. Aleutians பகுதியை அமெரிக்கப் படை மீட்டெடுத்தது. Rabaulஐ தனிமைப்படுத்துவதற்காக அருகில் இருந்த தீவுகள் கைப்பற்றப் பட்டன. மார்ச் 1944ல் Gilbert, Marshall Islands, Caroline Islands ஆகியவை விடுவிக்கப்பட்டன. பிறகு, மேற்கு நியூ கினியாவை மீட்கும் முயற்சியில் இறங்கினார்கள்.

•

ஜெர்மனியும் ஜப்பானும் ஐரோப்பாவை கலக்கிக்கொண்டிருந்த போது, இத்தாலி சாய்வு நாற்காலியில் படுத்து கிடந்தது. கடல் மார்க்கமாகவும் தரை மார்க்கமாகவும் தாக்கி சிசிலியை கைப்பற்றிவிட்டது நேசப் படை. ஜூலை 9, 1943ல் ஆரம்பித்து ஆகஸ்ட் 17ல் முடித்துக்கொண்டார்கள். இத்தாலியப் படை, ஜெர்மனியப் படை இரண்டையுமே தாக்கி வெற்றி பெற்றிருந்தது நேசப் படை. கையோடு, இத்தாலியை நோக்கி நகரவும் ஆரம்பித்தது.

வானத்தில் இருந்து தினம் தினம் குண்டுமழை. நகரங்கள், அலுவலகங்கள், வீடுகள், வீதிகள் குலுங்கி வெடித்தன. மிச்சிமிருந்த தொழிற்சாலைகளும் மூலப்பொருள்களை கொண்டுவர முடியாததால் மூடியே கிடந்தன. கரி இல்லை. எண்ணெய் இல்லை. சாப்பாடு இல்லை. மருந்து, மாத்திரைகள் இல்லை. என்னருமை இத்தாலிய மக்களே, நாம் பீடுநடை போட்டு வெற்றி பெற்றுக்கொண்டிருக்கிறோம். கொஞ்சம் பொறுத்துக்கொள்ளுங்கள். முஸோலினியின் இதுபோன்ற வழக்கமான பிரசாரத்தை மக்கள் உதாசீனம் செய்ய ஆரம்பித் தனர். வாடிகன் ரேடியோவையும் லண்டன் ரேடியோவையும் திருகி உண்மை நிலவரம் அறிந்துகொண்டார்கள். ஆம், இத்தாலி தோற்றுத்தான் போகப்போகிறது.

இத்தாலியில் மூலை, முடுக்குகளில் எல்லாம் நிரம்பி வழிந்த ஜெர்மானியப் படைவீரர்களை இத்தாலியர்கள் வெறுக்க ஆரம்பித்தனர். இதென்ன இத்தாலியா ஜெர்மனியா? ஏன் திரும்பும் திசையெல்லாம் ஜெர்மானியர்கள் தென்படுகிறார்கள்? ஹிட்லர் பாதுகாப்பு அளித்தால்தான் இத்தாலி ஜீவித்திருக்குமா? ஏன் இந்த முஸோலினி எதற்கெடுத்தாலும் ஹிட்லர், ஹிட்லர்

என்கிறார்? மக்களின் வெறுப்புக்கு ஆளானார் முஸோலினி. சிசிலியை நேசப் படை கைப்பற்றிக்கொண்டபோது, இத்தாலியர்களில் பெரும்பாலானோர் அவர்களை வரவேற்றார்கள்.

முஸோலினி இதை எதிர்பார்த்திருந்தார். மக்களிடையே பரவி வந்த அதிருப்தியை அவர் அறிவார். நேசப் படைகள் இத்தாலியை சுற்றிவளைக்கப்போகிறது என்பதும் தெரியும். எனவேதான் அவசரமாக ஹிட்லருக்குச் செய்தி அனுப்பியிருந்தார். உண்மையில் அது ஒரு விண்ணப்பம். நண்பா, என்னைக் காப்பாற்று. இத்தாலியைத் தாக்க அமெரிக்காவும் பிரிட்டனும் கூட்டுத்திட்டம் போட்டுக்கொண்டிருக்கின்றன. அப்படியொரு நிலை வந்தால் உதவி கேட்க உன்னைவிட்டால் யாருமில்லை எனக்கு.

முஸோலினி பயந்ததைப் போலவே நடந்துவிட்டது. ஒரு சில தினங்களில், இத்தாலிய ராணுவம் செயலிழந்துவிட்டது. முஸோலினி உடைந்துபோனார். அவ்வளவுதானா? அதுவரை தாக்கப்படாத ரோம் மீதும் குண்டுகள் வீசப்பட, முஸோலினி உறைந்துபோனார்.

இவை போதாதென்று, இத்தாலிய ஃபாஸிஸ அரசாங்கமும் முஸோலினிக்கு எதிராகத் திரும்பியிருந்தது. கட்சிக்குள் பலத்த எதிர்ப்பு. முஸோலினி ஒழிக கோஷம். முஸோலினி காதுகளைப் பொத்திக்கொண்டார். ஜூலை 24ம் தேதி கிராண்ட் கவுன்சில் ஆஃப் ஃபாஸிஸம் கூட்டப்பட்டது. போர் தொடங்கி இந்த கமிட்டி கூட்டப்படுவது அதுவே முதல் முறை. நாட்டில் என்ன நடக்கிறது? இத்தாலியின் நிலை என்ன? பதிலளிக்கவும். முஸோலினி நெளிந்தார். ஜெர்மனி இருக்கிறது கவலை வேண்டாம் நண்பர்களே. எல்லாம் நல்லபடியாக முடியும். நான் இருக்கிறேன்..நீ எதற்கு இருக்கவேண்டும் என்று எதிர்கேள்வி எழுப்பினார் கிராண்டி (Grandi). ஆமாம், ஆமாம், வெளியில் போ என்று கோஷங்கள்.

நம்பிக்கை வாக்கெடுப்பு எடுக்கலாம் என்று முடிவானது. சரி எடுத்துக்கொள் என்று அலட்சியமாக ஒதுங்கிக்கொண்டார் முஸோலினி. வாக்குகள் எண்ணப்பட்டன. இனி முஸோலினி வேண்டாம் என்றது தீர்ப்பு. மறுநாள் காலை வழக்கம்போல் அலுவலகத்துக்கு வந்துவிட்டார் முஸோலினி. எல்லோரும் அவரை முறைத்துப் பார்த்தார்கள்.

'என்ன ஒரு மாதிரி பார்க்கிறீர்கள்? ம், போய் வேலையைப் பாருங்கள்.'

'நாங்கள் வேலையைப் பார்க்கிறோம். நீங்கள் எங்கே வந்தீர்கள்?'

'என் அறைக்கு நான் வருவேன், போவேன். நீ யார் என்னைக் கேள்வி கேட்க? நான் யார் தெரியுமா?'

'அது சரி. நேற்று எடுத்த வாக்கெடுப்பு நினைவில்லையா?'

முஸோலினி அதை மறந்துபோயிருந்தார் அல்லது, அலட்டிக்கொள்ளாமல் இருந்தார். நம்பிக்கை வாக்கெடுப்பு நடத்தி அகற்றக்கூடிய மனிதரா நான்? ஏதோ தெரியாமல் செய்துவிட்டார்கள். மன்னிப்போம்.

மன்னிக்க தயாராக இல்லை இத்தாலி. மன்னர் மூன்றாம் விக்டர் இமானுவேல் கூப்பிட்டு அனுப்பினார். சென்று பார்த்தார் முஸோலினி. மன்னா, நேற்று ஏதோ விளையாட்டாக வாக்கெடுப்பு நடத்தியிருக்கிறார்கள். அதைப் பற்றி நீங்கள் கவலைப்படவேண்டாம். வெடுக்கென்று குறுக்கிட்டார் மன்னர்.

'முஸோலினி உங்கள் பதவி பறிக்கப்பட்டுவிட்டது. நீங்கள் கிளம்பலாம்.'

தலையைத் தொங்கப்போட்டபடி மாளிகையைவிட்டு இறங்கும்போது முஸோலினி கைது செய்யப்பட்டார்.

முஸோலினி பதவியிறக்கம் செய்யப்பட்டிருக்கிறார். அவர் இடத்துக்கு மார்ஷல் படோக்லியோ (Marshal Pietro Badoglio) என்பவர் நியமிக்கப்பட்டுள்ளார். ரேடியோவில் செய்தி வெளிவந்தபோது அப்படியா என்று கேட்டுவிட்டு அடுத்த காரியம் பார்க்க ஆரம்பித்தனர் இத்தாலியர்கள். யாராலும் அண்டமுடியாத ஒரு மலைப்பிரதேசத்தில் (Campo Imperatore, Abruzzo) முஸோலினி சிறை வைக்கப்பட்டார். தனிமைச் சிறை.

படோக்லியோவுக்குப் பெரும் குழப்பம். அடுத்து என்ன? இத்தாலி இனி எந்த திசையில் செல்லவேண்டும்? தொடர்ந்து ஹிட்லருடன் கூட்டணி வைப்பதா அல்லது அமெரிக்கா, பிரிட்டன் பக்கம் சாய்வதா? ஹிட்லரைப் பகைத்துக் கொள்வது ஆபத்தில் முடியும். அதே சமயம், ஹிட்லரோடு தொடர்ந்து

குலாவிக்கொண்டிருந்தால் முஸோலினிக்கு நேர்ந்த கதிதான் ஏற்படும். ஆனால் சட்டென்று கட்சி மாறுவதை ஹிட்லர் எப்படி அனுமதிப்பார்? இத்தாலி முழுவதும் நாஜிகள்தான் நிறைந்திருக்கிறார்கள். அவர்களை மீறி ஒரு காரியம் செய்யமுடியுமா?

யோசித்துப் பார்த்துவிட்டு அங்கே ஒரு கால், இங்கே ஒரு கால் வைத்தார் படோக்லியோ. ஆம், இத்தாலி தொடர்ந்து ஜெர்மனியை ஆதரிக்கிறது. ஜெர்மனியின் அணியில், ஹிட்லரின் தோளோடு தோள் சேர்ந்து பணியாற்றப்போகிறது. அறிவிப்பை வெளியிட்டார். அறிவிப்பு வந்த இரண்டொரு தினங்களில், ஃபாஸிஸ்ட் கட்சியை கலைத்தார். அப்படியே நேசப் படையினருடன் பேச ஆரம்பித்தார். எங்களுடன் ஒப்பந்தம் போட்டுக் கொள்கிறீர்களா? ஜெர்மனியோடு ஒத்துப்போக எனக்கு விருப்பமில்லை. பெயரளவுக்கே அப்படியொரு அறிக்கையை வெளியிட்டேன். புரிந்துகொள்வீர்கள் என்று நம்புகிறேன். நேச அணி இத்தாலியை ஏற்றுக்கொண்டது. செப்டெம்பர் 3, 1943ல் அமைதி ஒப்பந்தம் கையெழுத்தானது.

இது தேசத்தை பெரும் குழப்பத்தில் தூக்கிப்போட்டது. ஆங்காங்கே பரவியிருந்த நாஜிகள் கிளர்ச்சியில் ஈடுபட்டனர். தாக்குதலையும் ஆரம்பித்தனர். மக்கள் சிதறி ஓட ஆரம்பித்தனர். கிட்டத்தட்ட உள்நாட்டு போர். இனி தாங்காது என்னும் நிலையில் படோக்லியோவும் மன்னரும் ரோமுக்கு ஓடிப் போனார்கள். என்ன செய்யவேண்டும் என்னும் உத்தரவு இத்தாலிய ராணுவத்துக்கு அளிக்கப்படவில்லை.

ஹிட்லர் உறுமினார். மன்னர், படோக்லியோ உள்ளிட்ட அனைவரையும் கைது செய்யுங்கள். இத்தாலி நம் கைப்பிடிக்கு வந்தாகவேண்டும். முஸோலினி விடுவிக்கப்படவேண்டும். இரண்டு மாதங்கள் சிறையில் இருந்த முஸோலினி, செப்டெம்பர் 12, 1943 அன்று நாஜிகளால் விடுவிக்கப்பட்டார். மீட்காமல் இருந்திருந்தால் நேச அணியிடம் அவர் ஒப்படைக்கப் பட்டிருப்பார்.

ஜெர்மனிக்கு அழைத்துச் செல்லப்பட்டார் முஸோலினி. ஹிட்லர் அவரைச் சந்தித்தார்.

'அடுத்து என்ன செய்வதாக உத்தேசம்?'

'ஓய்வு பெறலாம் என்று நினைக்கிறேன்.'

'ஓய்வா? போரில் தேசம் குலுங்கிக்கொண்டிருக்கும்போது ஓய்வா?'

'இதற்குமேல் என்னால் முடியாது. உடல் சோர்ந்துவிட்டது. மனமும்.'

'இல்லை. நீங்கள் திரும்பவும் இத்தாலி போகவேண்டும். புதிய ஃபாஸிஸ்ட் இயக்கத்தை ஆரம்பிக்கவேண்டும். நீங்கள் திரும்பாவிட்டால் மிலன், ஜெனோவா, டூரின் என்று வரிசையாக இத்தாலி முழுவதையும் எதிரி ஆக்கிரமித்துவிடுவான். நீங்கள் மறுப்பது உங்களுக்கு நல்லதல்ல.'

முஸோலினிக்குப் புரிந்தது. இது அறிவுரை மாத்திரமல்ல. உடனே சரி என்றார்.

சலோ (Salò) என்னும் பகுதிக்கு வந்து சேர்ந்தார். Italian Social Republic என்னும் பெயரில் ஓர் அமைப்பை உருவாக்கினார். புதிய அரசாங்கத்தைக் கட்டமைக்கும் பணி தொடங்கியது. Lombardy பிரதேசத்தில் ஜாகை. நாஜிகள் அவரை பாதுகாத்தனர். கலைந்து போன ஃபாஸிஸ்ட் கட்சியினருக்கு அழைப்பு விடுத்தார் முஸோலினி. திரும்பி வந்து என்னோடு இணையா விட்டால் உங்கள் பெயரை ஹிட்லருக்கு அனுப்பிவைப்பேன். அலறியடித்து ஓடிவந்தார்கள் கட்சியினர். ஓடிவராதவர்களை, துரோகம் இழைத்தவர்களை, நம்பிக்கையில்லா தீர்மானம் நிறைவேற்றியவர்களை, தூற்றியவர்களைத் தேடிப்பிடித்து கைது செய்து மரண தண்டனை விதித்தார். சிறிது ஆசுவாசம் கிடைத்தது.

இது ஹிட்லர் நடத்தும் பொம்மை அரசாங்கம். பெயரளவில் நான் தலைவன். இயக்குவது ஹிட்லர். மிரட்டுவது ஹிட்லர். வழிநடத்துவது ஹிட்லர்.

•

மாவோ கவனித்துக்கொண்டிருந்தார். ஹிட்லர் பின்தங்கி விட்டார். முஸோலினி பொம்மையாகிவிட்டார். சோவியத் பாய்ந்து தாக்கி நாஜிகளை விரட்டியத்துக் கொண்டிருக்கிறது. மரண அடி வாங்கிகொண்டிருக்கிறார்கள் நாஜிகள்.

ஜப்பான்? வெளிக்காட்டிக்கொள்ளாவிட்டாலும், நிச்சயம் கையறு நிலைதான். உதவிக்கு ஜெர்மனியும் இத்தாலியும்

இல்லை என்பதே மிகப் பெரிய அடி. ஜப்பான் தோல்வியைச் சந்திக்கவில்லை என்றாலும் மனோதத்துவ ரீதியில் விழுந்த முதல் பெரும் அடி அது.

இதுதான் சந்தர்ப்பம், அடி!

தீ, பற்றிக்கொண்டது. ஜப்பானியப் படைகளை நேருக்கு நேர் சந்தித்து முறியடிக்க ஆரம்பித்தது செம்படை. நவீன கெரில்லா தாக்குதல்முறை பிரயோகிக்கப்பட்டது. சட் சட்டென்று பிரிந்து சென்று தாக்கினார்கள். சிறு குழுவாகச் சென்று சீண்டுவார்கள். இவ்வளவுதானா செம்படை என்று ஜப்பானியர்கள் நம்பிக்கை கொள்ளும்போது நான்கு பக்கங்களில் இருந்தும் சேர்ந்து திகைப்பூட்டி, அந்த திகைப்பு பதட்டமாக மாறுவதற்கு முன்னரே அடித்து வீழ்த்தினார்கள்.

செம்படையிடம் ஜப்பான் வீழ்ந்து கொண்டிருக்கிறது என்பதை ஜப்பானுக்கு முன்பே அமெரிக்கா தெரிந்துகொண்டுவிட்டது. சீனாவை ஒரு காலனியாக மாற்றவேண்டும் என்று நீண்ட காலமாகவே அமெரிக்காவுக்கு ஓர் ஆசை. ஓர் உபாயத்தைக் கண்டுபிடித்தது. ஹர்லே என்னும் பிரதிநிதியை அழைத்தது. சீனாவுக்குப் போ. சியாங்கைப் பிடி. சுற்றி வளைக்கவேண்டாம். நேரடியாக பிசினஸ் பேசு. உனக்கு இருக்கும் மவுசு குறைந்து வருகிறது. சிவப்புச் சட்டைக்காரர்கள் உன்னை விரைவில் அழித்துவிடுவார்கள். சீனா முழுவதையும் அபகரித்துக் கொள்வார்கள். உனக்கு உதவ நாங்கள் தயாராக இருக்கிறோம். என்ன இருந்தாலும் நீ எனக்கு நண்பன். உடனே அமெரிக்கப் படைகளை இங்கே அனுப்பி வைக்கிறேன். வைத்துக்கொள். பீரங்கி, துப்பாக்கி, விமானம் எல்லாம் உனக்கே. என்னது காசா? காசு, பணத்துக்காகவா நாம் பழகிக்கொண்டிருக்கிறோம்? முதலில் மாவோ கும்பல் ஒழியட்டும். பிறகு, நாம் ஒப்பந்தம் போட்டுக்கொள்வோம். ஒரு சில சலுகைகள் போதும். அதிகம் வேண்டாம். சரியா?

சியாங்கைச் சந்தித்தார் ஹர்லே. சரி என்றான் அவன்.

சியாங்கின் முட்டாள்தனத்தை நினைத்து நினைத்து வருந்தினார் மாவோ. ஏன் இவர்கள் யோசிக்க மறுக்கிறார்கள்? நீ யார் என்னுடன் ஒப்பந்தம் செய்துகொள்ள வெளியில் போ என்று சொல்லும் துணிவு ஏன் இல்லாமல் போய்விட்டது? ஜப்பானை எதற்காக எதிர்த்துக் கொண்டிருக்கிறோம்? அந்நியர்களுக்கு

இங்கே வேலை இல்லை என்பதற்காகத்தானே? நம் தேசத்தை நம்மால் நிர்வாகித்துக்கொள்ள முடியும் என்பதை உணர்த்தத் தானே? அமெரிக்காவை உள்ளே கொண்டு வருவதற்காகவா ஜப்பானை விரட்டவேண்டும்?

•

மே 1943ல் ஜெர்மனி தன்னுடைய நீர்மூழ்கிக்கப்பல்களில் பெரும்பகுதியை இழந்திருந்தது. சோவியத்துடனான யுத்தம் கடும் சேதங்களை ஏற்படுத்தியிருந்தது. விமானங்கள், டாங்கிகள், போர்க்கப்பல்கள், பீரங்கிகள் அனைத்தும் பெருமள வில் குறைந்திருந்தன. லட்சக்கணக்கான ஜெர்மானிய ராணுவத் தினர் இறந்துபோயிருந்தனர். தொடர்ச்சியாக ஜெனரல்களை மாற்றிக்கொண்டே இருந்ததால், வீரர்களுக்குச் சரியான வழிகாட்டுதலும் கிடைக்காமல் போனது.

சோவியத்துடனான போர் இன்னமும் முடிந்தபாடில்லை. தோல்விகள் மட்டுமே தொடர்ச்சியாகக் கிடைத்துக்கொண்டிருந் தன. தென்மேற்கு பகுதியான குர்ஸ்க்கை (Kursk) கைப்பற்றலாம் என்று முயற்சி செய்தது நாஜிகள் படை. ஜூலை 4ம் தேதி தாக்குதல் ஆரம்பிக்கப்பட்டது. ஒரே வாரத்தில், ஹிட்லர் தன் உத்தரவைத் திரும்பப் பெற்றுக்கொண்டார். ஜூன் 1944ல் சோவியத் யூனியன் நாஜிகளையும் அவர்களுடைய தோழமைப் படைகளையும் தன் தேசத்தைவிட்டு வெற்றிகரமாக வெளி யேற்றியது.

சோவியத் காட்டிய எதிர்ப்பு ஜெர்மன் வீரர்களை உளவியல் ரீதியில் சோர்வாக்கியது. தொழிற்சாலைகள், வீடுகள், சாலைகள், மருத்துவமனைகள், வயல்கள், கிடங்குகள், ஆயுத உற்பத்தி செய்யும் இடங்கள் என்று பார்த்து பார்த்து குண்டுகள் வீசியும் பயனில்லை. இடிந்துபோன வீடுகளில் இருந்து துப்பாக்கிகள் சீறுகின்றன. எப்படியோ ஆயுதங்கள் முளைத்துக் கொண்டிருக்கின்றன. சமையலறைக் கத்திகள், நாற்காலிகள், கற்கள், கொதிக்கும் நீர் என்று கையில் கிடைத்ததை ஆயுதமாக மாற்றிக் கொள்கிறார்கள். மூர்க்கமாகத் தாக்குகிறார்கள். உயிரே போனாலும் பரவாயில்லை என்று வெறிகொண்டு ஓடிவருபவர் களை அழிப்பது எப்படி? சில செங்கற்களை அடுக்கிவைத்து விட்டு பின்னால் பதுங்கிக்கொண்டு சுடுகிறார்கள். ஒரு சில கற்களை வைத்துக்கொண்டு பாதுகாப்பு கோட்டை

கட்டுபவர்களை இதற்கு முன்னால் யாராவது பார்த்திருக் கிறீர்களா?

ஸ்டாலின்கிராட் மக்கள் 182 நாள்கள் இடைவிடாமல் போரிட்டனர். அவர்கள் சோர்வடைவதற்கு முன்னால் சைபீரியா வில் இருந்து அப்போதுதான் பயிற்சி முடிந்த படைகள் வந்து ஸ்டாலின்கிராட் மக்களை விடுவித்தனர். பிப்ரவரி 2, 1943ல் கிட்டத்தட்ட மூன்று லட்சம் ஜெர்மானியர்கள் சோவியத்திடம் சரணடைந்தனர். 1943ல் உக்ரேனில் இருந்து ஜெர்மன் படைகள் வெளியேற்றப்பட்டன. 1944ல் சோவியத் எல்லைப்புறங்களில் இருந்து நாஜிகள் பின்வாங்கினார்கள்.

இந்த வெற்றிக்கு சோவியத் மிகப் பெரிய விலையை கொடுத் திருந்தது. தம்மால் முடிந்தவரை நகரங்களைச் சீரழித்திருந்தது ஜெர்மனி. பல லட்சக்கணக்கான சோவியத் மக்கள் சித்திர வதைக்கு உள்ளாக்கப்பட்டனர். காஸ் சாம்பர்களில் அடைக்கப் பட்டு கொல்லப்பட்டனர். வீட்டோடு சேர்த்து கொளுத்தப் பட்டனர். கால்நடைகளையும் நாஜிகள் விட்டுவைக்கவில்லை. மூன்று மில்லியன் பேரை அடிமைகளாக சிறைபிடித்தார்கள். தெற்கு பகுதியிலும் உக்ரேனிலும் இருபத்தைந்து மில்லியன் பேர் வீடுகளை இழந்தனர்.

ஜெர்மனி பின்வாங்கிய பிறகு, மக்கள் தத்தம் பகுதிகளுக்குத் திரும்பினர். அவர்கள் வசித்த நகரம் முழுக்க சிதிலமடைந் திருந்தது. ஆரம்பத்தில் இருந்தே ஆரம்பிக்கவேண்டும். மீண்டும். அவர்களுக்கு அது பழகியிருந்தது. கட்டுமானப் பணியை ஆரம்பித்தார்கள். மீண்டும்.

11. கரி, சாம்பல்

சோவியத் யுத்தம் ஜெர்மனியின் ராணுவத்தை மட்டுமல்ல ஒட்டுமொத்த பொருளாதாரத்தையும் சிதைக்க ஆரம்பித்திருந்தது. இந்தப் போர் எத்தனை காலம் நீடிக்கும் என்று ஒருவராலும் உறுதியாகச் சொல்லவில்லை. எப்படிப் பார்த்தாலும் நீண்டதொரு போருக்கு ஏற்ற பொருளாதார பலம் ராணுவத்திடம் இல்லை. 1930களில் இருந்தே ராணுவத்தை ஜெர்மனி செழுமைப்படுத்த ஆரம்பித்து விட்டது என்றாலும் சோவியத் யுத்தம் ஏற்படுத்திய பின்னடைவு ஜெர்மனியை சோர்வாக்கியது. கரி, எண்ணெய், இரும்பு உள்ளிட்ட மூலப்பொருள்கள் கிடைத்த பாடில்லை. ஆயுதங்கள் தயாரிப்பிலும் சுணக்கம். 1941 அரை ஆண்டில் மட்டும் 1823 போர் விமானங்களை ஜெர்மனி இழந்திருந்தது. இழப்பை ஈடுகட்ட 1660 விமானங்களே உருவாக்கப்பட்டன. Wehrmacht வீரர்களுக்குப் போதுமான உணவு கிடைக்கவில்லை.

ராணுவ அமைச்சர் Fritz Todz 1941 இறுதியில் நிலைமையை ஓரளவுக்குச் சீராக்கினார். நாம் எதிர்பார்த்ததைக் காட்டிலும் நீண்ட போருக்கு

நாம் தயாராகவேண்டும் என்று சுட்டிக்காட்டினார். வேலையை தொடங்கும் முன்பே பிப்ரவரி 1942ல் இவர் ஒரு விபத்தில் இறந்துபோனார். மாற்றாக வந்து சேர்ந்த ஆல்பர்ட் ஸ்பீர் (Albert Speer), ராணுவத்தை பலப்படுத்தும் பணியை தொடர்ந்து மேற் கொள்ள ஆரம்பித்தார். ராணுவ அமைச்சகத்தின் பலத்தையும் அதிகப்படுத்திக்கொண்டார். மக்களுக்கு உணவில்லை, எண்ணெயில்லை, வீடில்லை என்றால் பரவாயில்லை. பட்ஜெட் டின் பெரும் பகுதியை ராணுவத்துக்கு ஒதுக்கவேண்டும் என்று விண்ணப்பித்து வெற்றியும் பெற்றார்.

போர்க்களத்தில் தோல்விகள் ஏற்பட்ட போதும், பொருளாதாரம் படுத்துக்கொண்ட போதும், மக்கள் அவதிப்பட்டபோதும், ராணுவத்தின் வளர்ச்சி அடுத்த மூன்று ஆண்டுகளில் மூன்று மடங்கு அதிகரித்தது. 1944ல் பிரிட்டனைவிட ஐந்து மடங்கு அதிகமாக டாங்கிகளை உருவாக்கியது. அதிசயிக்கத்தக்க வகையில் 41,000 போர் விமானங்கள் தயாரிக்கப்பட்டன. (ஜப்பான் தனியே 28,000 விமானங்களை உருவாக்கியது).

தனிப்பட்ட முறையில் இது அசுர சாதனை என்பதில் சந்தேக மில்லை. ஆனால், சோவியத், பிரிட்டன், அமெரிக்கா மூன்றும் ஒன்று சேர்ந்ததால் ஏற்பட்ட பலத்தின் முன்னால் ஜெர்மனியின் வளர்ச்சி அடிபட்டுப்போனது. அதே 1944ல் இந்த மூன்று தேசங்களிடம் இருந்த போர் விமானங்களின் எண்ணிக்கை 1,63,000.

ஆயுத தயாரிப்புகளில், ஒன்பதுக்கு இரண்டு என்னும் விகிதாச் சாரத்தில் நேச அணி அச்சு அணியை முந்திச் சென்றது. இன்னும், இன்னும் என்று ஹிட்லர் வெறியுடன் உந்தித் தள்ளியபோதும் ஜெர்மனியால் நேச அணியின் பலத்துக்கு அருகே செல்லமுடிய வில்லை. ஆனால் முடியும் என்று இறுதிவரை நம்பினார் ஹிட்லர். எப்படியாவது தம் பலத்தை அதிகப்படுத்தி பிரிட்டனை, அமெரிக்காவை, சோவியத்தை ஒவ்வொன்றாக வீழ்த்திவிடமுடியும் என்று நம்பினார். ஏதாவது அதிசயம் நிகழும் என்று காத்திருந்தார்.

தான் கைப்பற்றிய ஐரோப்பியப் பிரதேசங்களில் இருந்து வளங்களை உறிஞ்சிக்கொள்ள ஆரம்பித்தது ஜெர்மனி. இயற்கை வளங்கள். மூலப்பொருள்கள். தங்கம் முதல் தகரம் வரை எது கிடைத்தாலும் அபகரித்துக்கொண்டது. போர் தயாரிப்புப்

பணிகள் மலையாகக் குவிந்திருப்பதால், ஆள்களையும் அள்ளிப் போட்டுக்கொண்டு அழைத்து வந்தார்கள். சம்பளமில்லா வேலை அளிக்கப்பட்டது. சிறப்புப் பொருளாதார மையங்கள் அமைத்து உற்பத்தியைப் பெருக்கும் முயற்சிகள் மேற்கொள்ளப் பட்டன. ஹிட்லர் விரட்டிக்கொண்டிருந்தார். இன்னும், இன்னும்.

பிரான்ஸிலிருந்து கணிசமாக லாபம் கிடைத்துக் கொண்டிருந் தது. ஒப்பந்தம் போட்டுக்கொண்ட பிறகு, போர் விமானங்கள், கப்பல்கள், தகவல் தொடர்பு கேபிள்கள், இரும்பு பொருள்கள், டர்பைன்கள், மோட்டார் போன்றவை உருவாக்கப்பட்டன. பிரெஞ்சு நிறுவனங்கள் நாஜிகளின் கட்டுப்பாட்டில் இயங்கின. 1943 இறுதியில், பிரெஞ்சு மொத்த உற்பத்தியில் 40 சதவீதம் ஜெர்மானிய தேவைகளுக்குப் பயன்படுத்தப்பட்டது.

டச்சு நிறுவனங்களும் பெருமளவில் ஜெர்மனிக்காகப் பணியாற்றின. டச்சு பொருளாதார அமைச்சரான Hans Max Hirschfeld என்பவரை போர் முடிவடையும்வரை ஜெர்மனி பதவியில் வைத்திருந்தது. அவர் ஒரு ஜெர்மானிய யூதர் என்ற போதிலும். வைத்திருந்ததற்கு ஒரே காரணம், அவருடைய செயல்திறன். 1944ல் அவர் தலைமையில் தொழில் உற்பத்தி 80 சதவீதம் அதிகரித்தது. மின்சாரம், கப்பல் கட்டுமானம், தொழில் நுட்பப் பணிகள் என்று பல்துறை வளர்ச்சி சாத்தியமானது. அத்தனையும் ஜெர்மனியின் ராணுவ இயந்திரத்தில் போய் விழுந்தது.

ஹிட்லரின் போர் வெறிக்கு தீனிபோடும் அளவுக்கு வேலை யாள்கள் கிடைக்காதது பெரிய ஏமாற்றமாக இருந்தது. ஜூலை 1939ல் 10.4 மில்லியன் தொழிலாளர்கள் இருந்தனர். ஐந்து ஆண்டுகளில், 7.5 மில்லியனாக இது குறைந்துபோனது. பிரான்ஸ், பிரிட்டன், சோவியத் என்று பெரும் சக்திகளுடன் ஒரு பக்கம் ராணுவம் மோதிக்கொண்டிருந்தபோது, மறுபக்கம் தொழிலாளர்கள் குறைந்துகொண்டே போனது பெரும் பாதிப்பை ஏற்படுத்தியது. இதை ஈடுகட்ட, உள்ளூர், வெளியூர் போர்க்கைதிகளை பயன்படுத்த ஆரம்பித்தனர். ஆகஸ்ட் 1944ல் 7.6 வெளிநாட்டினர் கட்டாயப் பணியில் அமர்த்தப்பட்டனர். இவர்களுள் 1.9 மில்லியன் பேர் போர்க் கைதிகள். மிச்ச முள்ளவர்கள் சிவிலியன்கள். பெரும்பாலானோர் அடிமைகள்.

லட்சக்கணக்கானவர்களைக் கொண்டு வந்த பிறகும் உற்பத்தி யில் பெரிய மாற்றம் ஏற்படவில்லை. அயல் தேசப் போர்க் கைதிகளால் கடினமான பணிகளில் தொடர்ந்து ஈடுபட முடியவில்லை.

மொத்தத்தில், ஜெர்மனியின் போர்க்கால அயல்தேசக் கொள்கை தோல்வியையே தழுவியது. நீடித்த லாபம் எங்கிருந்தும் கிடைக்கவில்லை. டச்சு மற்றும் பிரெஞ்சு உற்பத்தி அதனளவில் கவர்ச்சிகரமானதாக இருந்தாலும், ஜெர்மனியின் தேவையோடு ஒப்பிடும்போது சுண்டைக்காய் அளவுக்கே இருந்தன. இத்தனைக்கும் போலந்து போன்ற நாடுகளில் இருந்து சக்கையாக ஜெர்மனி உறிஞ்சுகொண்டுதான் இருந்தது. போலந்து மக்கள் உணவில்லாமல் பஞ்சத்தால் இறந்துகொண்டிருந்தனர். கைப்பற்றப்பட்ட உணவுப் பொருள்கள் உடனுக்குடன் ராணுவத் தினருக்கு அனுப்பி வைக்கப்பட்டன.

பிரிட்டன் தன் காலனி நாடுகளிடம் இருந்து, (உதாரணத்துக்கு இந்தியா) சிறிது சிறிதாக உறிஞ்சி, நீடித்த நெடிய லாபம் அடைந்தது. ஜெர்மனிக்கு அந்த அளவுக்குப் பொறுமை இல்லை. கிடைக்க, கிடைக்க அபகரித்துக்கொண்டார்கள். இந்தப் போக்கு ஜெர்மனிக்கும் லாபம் அளிக்கவில்லை. குதிரைகள், கம்பளி ஆடைகள், கருவிகள், தானியங்கள் என்று ராணுவத்தினர் கொள்ளையடித்துக்கொண்டே இருந்ததாலும், கண்ணில் சிக்கியவர்களை சர்வ சாதாரணமாகச் சித்திரவதை செய்து கொன்று குவித்ததாலும், மக்கள் கும்பல் கும்பலாக வெளியேறினர். இப்படிக் கைப்பற்றப்பட்ட பகுதிகளில் இருந்து மக்கள் வெளியேற ஆரம்பித்தால் எப்படி உற்பத்தி நடக்கும்? எங்கிருந்து லாபம் கிடைக்கும்?

1941-42 ஆண்டுகளில் கிரீஸில் விளைந்த தானியங்கள் நாஜிகளால் முழுமையாகக் கொள்ளையடிக்கப்பட்டுவிட்டதால் பஞ்சம் வந்து கிட்டத்தட்ட மூன்று லட்சம் பேர் உயிரிழக்க நேரிட்டது. கிரீஸில் சோவியத் எதிர்ப்பாளர்களின் எண்ணிக்கை அதிகம். சூட்சமமாகச் சிந்திக்க முடிந்திருந்தால், இந்த எதிர்ப்பாளர்களை ஜெர்மனி தனக்குச் சாதகமாகப் பயன்படுத்திக் கொண்டு இருந்திருக்கலாம். செய்யவில்லை. இதனால் சோவியத் எதிர்ப்பாளர்களாக இருந்தவர்கள் நாஜி எதிர்ப்பாளர்களாக மாறிப்போனார்கள்.

பிரிட்டனும் அமெரிக்காவும் தங்களுக்குள் செய்துகொண்ட பரிமாற்றங்கள் முக்கியமானவை. நிதி, தொழில்நுட்பம், ஆயுதங்கள், வீரர்கள், தொலைத் தொடர்பு வசதிகள், உளவு செய்திகள், மூலப்பொருள்கள் என்று பரந்த அளவில் பகிர்ந்து கொண்டு தங்களைப் பலப்படுத்திக்கொண்டார்கள். சோவியத் துடன் இணைவது என்னும் ராஜதந்திர முடிவின் மூலம் அவர்களது பலம் பன்மடங்கு அதிகரித்தது. ஜெர்மனி இந்த அணுகுமுறையை பயன்படுத்தவேயில்லை. இத்தாலியிடம் இருந்தும் ஜப்பானிடம் இருந்தும் ஜெர்மனி அதிகம் பெற்றுக் கொள்ளவில்லை. ஒருங்கிணைப்பு இல்லை. கொடுக்கல், வாங்கல் இல்லை. தனித்தனியே பலப்படுத்திக்கொண்டாலும் ஒருங்கிணைந்த பலம் உருவாகவில்லை. குழு முயற்சி இல்லை. போக்குவரத்து, தகவல் தொடர்பு உள்ளிட்ட அடிப்படை ஒருங்கிணைப்புகூட உருவாகவில்லை.

1940 முதல் 1944 வரை, சோவியத்தின் ஆயுதத் தயாரிப்பு நான்கு மடங்கு பெருகியது. 1942ல் 24,000 டாங்கிகள், 21,000 போர் விமானங்கள் உருவாக்கப்பட்டன. (ஜெர்மனி இதே கால கட்டத்தில 9,300 டாங்கிகளையும் 15,000 விமானங்களையும் உருவாக்கியது). 1942ல் சோவியத்தின் உற்பத்தி இரட்டிப்பானது. போரில் சந்தித்த இழப்புகளையும் மீறி இந்த உற்பத்தி சாத்தியமானது. போர் காலத்தில் சோவியத்தின் ஒட்டுமொத்த உற்பத்தி மலைக்க வைக்கக்கூடியது. ஒரு லட்சம் டாங்கிகள். ஒரு லட்சத்து முப்பதாயிரம் போர் விமானங்கள், எட்டு லட்சம் துப்பாக்கிகள் (வெல்ட் கன், மோர்டர்ஸ்).

இந்த பிரமாண்டமான உற்பத்தி சாத்தியமானதற்குக் காரணம் மக்களின் ஒத்துழைப்பு. சோவியத் தாக்கப்பட்டபோது மக்கள் கிளர்ந்து எழுந்தனர். ஸ்டாலின் அவர்களை ஒருங்கிணைத்தார். போர் முடியும்வரை பல்வேறு தட்டுப்பாடுகள் இருக்கும் என்று ஸ்டாலின் அறிவித்தபோது மக்கள் அதைப் புரிந்துகொண்டார் கள். பொறுமை காத்தார்கள். ஸ்டாலினுக்கு உறுதுணையாக நின்றார்கள். மாபெரும் தேசபக்திப் போர் என்று பெயரிட்டு போர்க்களம் புகுந்தார்கள். ஹிட்லருக்கு ஜெர்மானியர்களின் ஏகோபித்த ஆதரவு கிடைக்கவில்லை. மயக்கத்தில் இருந்த பெரும்பாலான நாஜி ஆதரவாளர்களும் முடிவு நெருங்க நெருங்க மயக்கம் தெளித்து சுதாரித்துக்கொண்டனர். அகண்ட, பெருமைமிகு ஜெர்மானிய சாம்ராஜ்ஜியத்தை உருவாக்குவதாக

Normandy Landing

வாக்களித்திருந்தார் ஹிட்லர். அவரால் உருவாக்க முடிந்தது அகண்ட நரகத்தை மட்டுமே. வலி, வேதனை, இழப்பு. வேறு எதையும் அளிக்கமுடியவில்லை ஹிட்லரால்.

●

ஹிட்லர் எதிர்ப்புக் கூட்டணியின் பலம் தொடர்ந்து வலுவடைந்து வந்தது. பிரிட்டன், அமெரிக்கா இரு நாடுகளும் இந்தப் பலத்தை பயன்படுத்திக்கொண்டன. தேவைப்படும் பிரதேசங்களை முடிந்தவரை கைப்பற்றிக்கொள்ளவேண்டும். ஜெர்மனியும் ஜப்பானும் கைப்பற்றியிருக்கும் பிராந்தியங்களை விடுவிக்கவேண்டும்.

ஜூன் 6, 1944 அன்று பிரான்ஸின் வடக்குப் பகுதிக்குள் நுழைந்தது நேச நாடுகள் படை. Normandy Landing (D-Day) என்று இந்த தினம் அழைக்கப்படுகிறது. முதல்முறையாக, மிகப் பெரிய அளவில் 1,30,000 வீரர்கள் இந்த தாக்குதலில் ஈடுபடுத்தப் பட்டுள்ளனர். பிரிட்டனின் தெற்குப் பகுதியில், பிரான்ஸுக்கு வடக்கே உள்ள நார்மண்டி என்னும் பகுதியில் இந்த வீரர்கள் களமிறக்கப்பட்டனர். பிரிட்டன், அமெரிக்கா, கனடா மூன்றும் சேர்ந்து தொடுத்த தாக்குதல் அது. ஆகாய மார்க்கமாகவும் கடல்

மார்க்கமாகவும் அடுத்தடுத்து தாக்கினார்கள். ஆகஸ்ட் 25ம் தேதி பாரீஸ் விடுவிக்கப்பட்டது. கையோடு வடக்கு ஜெர்மனிக்குள் நுழையலாம் என்று திட்டமிட்டிருந்தார்கள். இயலவில்லை. இத்தாலிக்குள் புகுந்து அங்கே படர்ந்திருந்த ஜெர்மன் படைகளைத் தாக்கியழித்தனர்.

பசிபிக் பகுதியில், அமெரிக்கப் படைகள் ஜப்பானியப் படைகளோடு எதிரெதிர் மோதி முறியடித்துக்கொண்டிருந்தன. ஜூன் 1944 மத்தியில் Mariana, Palau islands கைப்பற்றப்பட்டன. பிறகு, Filipino island, Leyte gulf ஆகிய பகுதிகள் கைப்பற்றப் பட்டன. பசிபிக் பெருங்கடல் பகுதியில் அமைந்துள்ள தீவுகள் இவை. டிசம்பர் 16, 1944ல் கிரீஸ், அல்பானியா, தெற்கு யுகோஸ்லோவியா ஆகிய மூன்று பகுதிகளிலும் இருந்து ஜெர்மனி பின்வாங்கியது.

பாக்கி இருப்பவை ஜெர்மனியும் ஜப்பானும் மட்டுமே.

இதற்கிடையில், ஜெர்மனியிடம் இருந்து விடுவிக்கப்பட்ட பிரதேசங்களை என்ன செய்வது என்பது குறித்து நேச நாடுகளுக்கும் சோவியத்துக்கும் இடையே கருத்து வேறுபாடு இருந்தது. சோவியத் யூனியனுக்குப் பிரதேச விஸ்தரிப்பு ஆர்வம் இல்லாததால் எழுந்த வேறுபாடு இது. 1943 டிசம்பர் 12ம் தேதி, சோவியத் யூனியன் செக்கோஸ்லாவாக்கியாவுடன் ஓர் ஒப்பந்தம் போட்டுக்கொண்டது. நட்புறவு, பரஸ்பர உறவு, யுத்தத்துக்குப் பிறகான ஒத்துழைப்பு. இவற்றின் அடிப்படையில் போட்டுக் கொண்ட ஒப்பந்தம் அது. 1944 ஜூலை 26 அன்று போலந்துடன் போட்டுக்கொண்ட ஒப்பந்தம் போலந்தின் விடுதலையை அங்கீகரித்தது. 1944 டிசம்பர் 10ம் தேதி பிரான்ஸுடன் நல்லுறவு தொடர்பாகவும் ஒத்துழைப்பு தொடர்பாகவும் ஒப்பந்தம் போட்டுக்கொண்டது சோவியத்.

போலந்திலும் யுகோஸ்லோவியாவிலும் போருக்கு முந்தைய ஆட்சியாளர்களை மீண்டும் பதவியில் அமர்த்தவேண்டும் என்று பிரிட்டனும் அமெரிக்காவும் விரும்பின. சோவியத் யூனியனுக்கு இதில் உடன்பாடில்லை. மக்கள் ஜனநாயக ஆட்சியை இந்த இரு நாடுகளிலும் சோவியத் அங்கீகரித்தது. பிற நாடுகளின் உள்விவகாரங்களில் நாம் தலையிடக்கூடாது என்றும் கேட்டுக் கொண்டது. பிரான்ஸில் பிரெஞ்சு தேசிய விடுதலை கமிட்டி

சோவியத் T34 டாங்கி

உருவாவதை சோவியத் ஆதரித்தது. இத்தாலியில் ஜனநாயக ஆட்சிமுறை மலரவேண்டும் என்று சோவியத் அறிவித்தது.

பிப்ரவரி 4, 1945 அன்று தெற்கு உக்ரேனில் உள்ள யால்டாவில் ஸ்டாலின், சர்ச்சில், ரூஸ்வெல்ட் மூவரும் சந்தித்துக் கொண்டனர். மாநாட்டுத் தீர்மானங்கள் இவை. ஜெர்மனி நிபந்தனையின்றி சரணடைந்தபிறகே ராணுவ நடவடிக்கைகள் நிறுத்தப்படவேண்டும். பாசிசத்தையும் நாசிசத்தையும் ஒழிக்கவேண்டும். போர்க்குற்றவாளிகள் தண்டிக்கப்பட வேண்டும். ஜெர்மனியின் ராணுவத் தொழிற்சாலைகளின் ஆற்றலை அழிக்கவேண்டும். ஐரோப்பிய மக்களுக்கு ஏற்பட்ட இழப்புகளுக்கு நஷ்ட ஈடு தரவேண்டும். சுதந்தர ஜனநாயக ஜெர்மனி நிர்மாணிக்கப்படவேண்டும்.

சோவியத் யூனியன் மேலும் ஓர் அம்சத்தை இந்தத் தீர்மானத்தில் இணைத்துக்கொண்டது. ஜெர்மனியின் ராணுவ வெறியையும் நாசிசத்தையும் ஒழிக்கவேண்டும் என்பதில் சந்தேகமில்லை. ஜெர்மனி இனி உலகின் அமைதியைக் குலைக்காதவாறு உத்திரவாதம் ஒன்றை பெறவேண்டும். இதுவே நமது லட்சியம். ஜெர்மனி செய்த குற்றத்துக்காக, ஜெர்மானியர்களை நாம் அழிக்கக்கூடாது. அது முறையும் அல்ல. கூடுதலாக சோவியத்

இன்னொரு வாக்குறுதியை அளித்தது. ஜெர்மனி சரணடைந்து இரண்டு, மூன்று மாதங்கள் கழிந்தபிறகு, ஜப்பான் மீது ராணுவ நடவடிக்கை எடுக்கப்படும்.

●

1945 தொடக்கத்தில் சோவியத் யூனியனின் எல்லைகளில் 94,12,000 வீரர்கள் இருந்தனர். 1,44,200 சாதாரண மற்றும் மார்டர் பீரங்கிகள். 15,700 டாங்கிகள் மற்றும் தானியங்கி பீரங்கிகள். 22,600 போர் விமானங்கள். தரைப்படையில் 81,80,000 வீரர்கள். விமானப் படையில் 6,33,000 பேர். கடற்படையில் 4,52,000 பேர். வான் எதிர்ப்புப் பாதுகாப்பு படையில் 2,09,000 பேர். அமெரிக்க, பிரிட்டிஷ் ராணுவத்தில் 16.4 மில்லியன் நபர்கள் இருந்தனர்.

ஜெர்மனி வெகுவாகப் பலகீனமடைந்திருந்தது என்றாலும் இன்னமும் கணிசமான ராணுவ பலம் கைவசம் இருந்தது. சோவியத், சோவியத் என்றுதான் இன்னமும் உச்சரித்துக் கொண்டிருந்தது ஜெர்மனி. காரணம், அதிக இழப்புகளை அது சோவியத்திடம் இருந்துதான் பெற்றுக்கொண்டிருந்தது. சோவியத்தின் இடையூறு மட்டும் இல்லாமல் இருந்திருந்தால் வெற்றியை நோக்கி மட்டுமே ஜெர்மனி பயணம் செய்திருக்கும்.

ஆனாலும், முற்றாக நம்பிக்கையை இழக்கவில்லை ஜெர்மனி. சோவியத் எல்லையில் தன் முழுக் கவனத்தையும் குவித்தது. போனது போகட்டும். இனியாவது முழு விழிப்புடன் இருப்போம். எக்காரணத்தை முன்னிட்டும் சோவியத் பெர்லினை நெருங்கக்கூடாது. தேவை உறுதியான தற்காப்பு. பாதுகாப்பு வளையம். சோவியத்தை அழிக்கக்கூட வேண்டாம், தடுத்து நிறுத்திவிட முடிந்தாலே பெரிய விஷயம். சுதாரித்துக்கொள் வதற்கும் பலத்தை கூட்டிக்கொள்வதற்கும் சிறிது அவகாசம் தேவைப்படுகிறது. எதிரியே பொறு.

●

முனைப்புடன் முன்னேறிக்கொண்டிருந்தது சோவியத். ஜெர்மனியின் பிடியில் இருக்கும் அத்தனை நாடுகளையும் விடுவிக்கவேண்டும். பிறகு, பெர்லினை குறிவைத்து தாக்கவேண்டும்.

ஜனவரி 12 முதல் பிப்ரவரி 2, 1945 வரை நாஜிகளோடு நடத்திய போரின் விளைவாக, போலந்து முழுவதுமாக விடுவிக்கப் பட்டது. போலந்தின் தலைநகர் வார்சாவை நாஜிகள் சின்னா பின்னப்படுத்தியிருந்தனர். வரலாற்றுக் கட்டடங்களும் தேவால யங்களும் அரண்மனையும் நாடக மன்றமும் வெடி வைத்து தகர்க்கப்பட்டிருந்தன. நூலகங்களையும் விட்டுவைக்கவில்லை. பல்லாயிரக்கணக்கான நூல் பிரதிகள், பழைய அச்சேடுகள், வரைபடங்கள் ஆகியவை கொளுத்தப்பட்டிருந்தன. ஜெர்மன் ஆக்கிரமிப்பின்போது போலந்தில் இருந்த 13 லட்சம் பேரில் எஞ்சியிருந்தவர்கள் 1.6 லட்சம் பேர் மட்டுமே.

வார்சா, சோவியத்தால் விடுவிக்கப்பட்டதை அறிந்ததும் சிதறிக்கிடந்த மக்கள் நகரத்தை நோக்கி திரும்பி வந்தனர். செம்படை வீரர்களின் கையைப் பற்றி குலுக்கி தங்கள் மகிழ்ச்சியை பரிமாறிக்கொண்டார்கள். போலந்து ராணுவ வீரர்கள் சோவியத் வீரர்களை ஆரவாரத்துடன் வரவேற்றனர். போலந்து ராணுவத்துக்கும் சோவியத் ராணுவத்துக்கும் இடையில் ராணுவ ஒத்துழைப்பு பலமடைந்தது. தற்காலிக போலந்து குடியரசு அரசாங்கம் (Lublin Committee) தோற்றுவிக்கப்பட்டபோது சோவியத் ஆதரவு அளித்தது. ஆனால், பிரிட்டனும் அமெரிக்காவும் ஓடி ஒளிந்துகொண்ட முந்தைய ஆட்சியாளர்களை ஆதரித்தன.

போலந்துக்குப் பண உதவியும் செய்தது சோவியத். மீட்புப் பணியின் தொடக்கமாக 60,000 டன் ரொட்டியும் ஏராளமான மருந்துகளும் அளிக்கப்பட்டன. தாற்காலிக அரசாங்கம் சோவியத்துக்கு அனுப்பிய வாழ்த்துச் செய்தி இது. கொடுமைக்கு ஆளாக்கப்பட்டிருந்த எங்கள் தலைநகரமாகிய வார்சா விடுவிக்கப்பட்டுவிட்டதால் லட்சக்கணக்கான எங்கள் சகோதர, சகோதரிகள் மகிழ்ச்சியில் இருக்கிறார்கள். ஆயிரக் கணக்கான கிராமங்களும் நகரங்களும் உங்களால் விடுவிக்கப் பட்டுள்ளன. எங்கள் ஆழ்ந்த நன்றியை தெரிவித்துக் கொள் கிறோம்.

ஜனவரி 13 முதல் ஏப்ரல் 25 வரையிலான ராணுவ நடவடிக்கை யின் மூலமாக, கிழக்கு ப்ரஷ்யாவிலும் போலந்தின் வட பகுதியிலும் உள்ள ஜெர்மானியத் துருப்புகள் முறியடிக்கப் பட்டன. ஏப்ரல் 13ம் தேதி ஆஸ்திரியாவின் தலைநகரம் வியன்னா

விடுவிக்கப்பட்டது. மார்ச் 10ம் தேதி செக்கோஸ்லாவாக்கியா வுக்குள் காலடி எடுத்து வைத்தது சோவியத். நாஜிகள் மீதான தாக்குதல் ஒரு பக்கம். புனரமைப்புப் பணிகள் மற்றொரு பக்கம். சீரழிந்திருந்த மக்களுக்கு உணவுப் பொருள்கள் வழங்கப் பட்டன. இடிந்து கிடந்த பாலங்கள் சீரமைக்கப்பட்டன. ஆங்காங்கே நாஜிகள் புதைத்து வைத்திருந்த கண்ணி வெடிகள் அகற்றப்பட்டன.

தலைநகரம் பிரேகை நோக்கி மே 6ம் தேதி முன்னேற ஆரம்பித்தது சோவியத். அப்போது அங்கே உள்நாட்டு கலகம் வெடித்துக்கொண்டிருந்தது. ஜெர்மனிக்கு எதிராக வீதிகளில் மக்கள் திரண்டுகொண்டிருந்தனர். நேச நாடுகளுக்கு அவர்கள் அவசர செய்தியை அனுப்பிக்கொண்டிருந்தனர். ஜெர்மனி பிரேகை நாலாபுறமும் சுற்றிவளைத்துவிட்டது. எங்களால் சமாளிக்கமுடியவில்லை. நேச நாடுகள் தயவு செய்து உதவிக்கு வாருங்கள். சோவியத்தின் தலையீட்டால், மே 9ம் தேதி செக்கோஸ்லாவாக்கியா முழுவதுமாக விடுவிக்கப்பட்டது. வீடுகளிலும் கோபுரங்களிலும் அரசாங்கக் கட்டடங்களிலும் செக்கோஸ்லாவாக்கிய கொடியும் சோவியத் கொடியும் ஒருங்கே பறக்கவிடப்பட்டன.

அடுத்து, பெர்லின்.

•

போலந்து இல்லை. ருமேனியா இல்லை. ஆகவே எண்ணெய் வளமும் இல்லை. எரிபொருள் இல்லாதபோது எப்படி விமானம் பறக்கும்? சோவியத், சோவியத் என்று தன் கவனம் முழுவதை யும் கிழக்கில் மட்டுமே வெறியுடன் ஹிட்லர் குவித்திருந்தது இமாலய தவறாகிப்போனது. விமானங்களையும் வீரர்களையும் ஆயுதங்களையும் தன்னம்பிக்கையையும் சிறிது சிறிதாக இழக்க ஆரம்பித்தது ஜெர்மனி.

தோல்வி கொடுக்கும் வலி பெரியது. ஆனால், அதற்காக இப்போது அழுதுகொண்டு உட்கார்ந்திருக்கமுடியாது. சோவியத் நெருங்கிவிட்டது. எப்போதும் பெர்லினுக்குள் அவர்கள் நுழையலாம். எப்போது வேண்டுமானாலும் ஜெர்மனி சரியலாம். ராணுவத்தினரிடையே இருந்த நம்பிக்கையின்மை குறித்தும் உற்சாகமின்மை குறித்தும் ஹிட்லருக்குச் செய்தி

வந்தது. தொய்ந்து கிடக்கிறார்கள் வீரர்கள். இத்தனைப் பெரிய தோல்வியை அவர்கள் இதுவரை சந்தித்தது இல்லை. பயப்படுகிறார்கள்.

அனுதாபம் அல்ல, கோபமே ஏற்பட்டது ஹிட்லருக்கு. அதெப்படி அஞ்சலாம்? எப்படி ஓடி ஒளியலாம்? அவர்கள் நியமிக்கப்பட்டது எதற்காக? தெளிவாகச் சொல்லிவிடுங்கள். சோவியத்தை முறியடித்தே தீரவேண்டும். இருந்த இடத்தை விட்டு நகராமல், பின்வாங்காமல் தொடர்ந்து போரிட வேண்டும். யார் பின்வாங்க துணிந்தாலும் சரி, அவ்வாறு செய்யச் சொல்லி யார் கட்டளையிட்டாலும் சரி, அவர்களை அந்த இடத்திலேயே சுட்டுத் தள்ளுங்கள். இன்னொரு செய்தியும் வந்தது. நம் வீரர்கள் உயிர் பிழைத்தால் போதுமென்று சோவியத் படையிடம் சரணடைகிறார்கள். அவமானத்தால் கூனிக்குறுகிப் போனார் ஹிட்லர். சரணடைபவர்களின் குடும்பத்தினரைத் தண்டியுங்கள். நமக்கு அவப்பெயர் வாங்கி கொடுப்பவர்களை நாம் நசுக்கியழிக்கவேண்டும்.

ஹிட்லருக்கு மெல்லிய ஹிஸ்டீரியா உண்டு என்று பலர் குறிப்பிட்டிருக்கிறார்கள். இறுதி காலங்களில் அது இன்னமும் அதிகரித்திருக்கவேண்டும். எரிந்து விழுந்தார். குதித்தபடியே நரம்பு புடைக்கக் கத்தினார். தோல்வி செய்தி கொண்டு வருபவரிடம் சீறினார். அமைதி ஒப்பந்தம் போட்டுக்கொள்ள லாமா என்று யார் சொன்னாலும் (ஹிட்லருடன் இருந்த பலரும் அப்போது சரணடைவது பற்றி சிந்திக்க ஆரம்பித்திருந்தனர்) பெருங்குரலெடுத்து கத்த ஆரம்பித்தார். ஹிட்லருக்குத் தெரிந் திருக்கக்கூடும். நன்றாகவே தொடங்கினோம். நன்றாகவே முன்னேறினோம். ஆனாலும், இறுதிக் கட்டத்தில் கை நழுவிக் கொண்டிருக்கிறது.

ஹிட்லருக்குத் தோல்வி பயம். ஆகவே, கடுமையான சட்ட திட்டங்கள் பெர்லினை வலம் வந்தன. முழுமனத்துடன் சோவியத்தை எதிர்க்கவேண்டும். ஒத்துழைக்க மறுப்பவர் களுக்கு மரண தண்டனை.

மார்ச் 20ம் தேதி ஹிட்லர் உத்தரவு பிறப்பித்தார். எதிரிகளுக்குப் பயன்படக்கூடிய எந்த ஆவணத்தையும் வைத்திருக்க வேண்டாம். அழித்துவிடுங்கள். அப்போதும் ஹிட்லருக்குத் தன் மக்கள் குறித்து அக்கறை இருந்ததாகத் தெரியவில்லை. ஜெர்மனி

தோற்றுவிட்டது என்றால் ஜெர்மானியர்கள் தோற்றுவிட்டார்கள் என்று பொருள். தோற்றுப்போனவர்கள் எதற்கு உயிர் வாழவேண்டும்?

பிரிட்டன், அமெரிக்கா இரு நாடுகளின் மீதும் ஹிட்லருக்குப் பயமில்லை. இன்னும் சொல்லப்போனால் அவர்களுடன் பேச்சுவார்த்தையில் ஈடுபட்டுக்கொண்டிருந்தது ஜெர்மனி. எனவே மேற்கு போர்முனையில் இருந்து பெரும்பாலான படைகளை நகர்த்தி கிழக்கே கொண்டு வந்திருந்தார்கள். சோவியத் மட்டும்தான் பிரச்னை. பிரிட்டனும் அமெரிக்காவும் இந்த வாய்ப்பை பயன்படுத்திக்கொள்ள அவசரம் காட்டின. சோவியத் பெர்லினை சுற்றிவளைப்பதற்குள் நாம் அதை செய்துவிடவேண்டும். பெர்லினை சோவியத் கைப்பற்றிக் கொள்வது சோவியத்தின் பலத்தை இன்னமும் அதிகரித்து விடும். மறந்துவிடவேண்டாம். நாஸிசத்தைப் போலவே கம்யூனிஸமும் ஆபத்தானதுதான். ஏப்ரல் 12ம் தேதி ரூஸ்வெல்ட் இறந்துபோனார். ஹாரி ட்ரூமேன் அதிபராக நியமிக்கப்பட்டார்.

சோவியத் பெர்லினை நெருங்கியிருந்தது. பெலோரஷ்ய மற்றும் உக்ரேனிய சேனைகள் பெர்லினைச் சுற்றிவளைக்கவேண்டும். ஜெர்மன் படைகளை சிறுசிறு பகுதிகளாகப் பிரித்து ஒவ்வொன்றையும் தனித்தனியே தாக்கி அழிக்கவேண்டும். இது முன்பே போட்டு வைத்திருந்த திட்டம். உயர்மட்ட அளவில் உட்கார்ந்து விவாதித்து இதை வரைந்திருந்தார்கள். இருபத்தைந்து லட்சம் பேர் கொண்ட படை உருவாக்கப் பட்டிருந்தது. மார்டர் பீரங்கிகள் 42000. போர் விமானங்கள் 75000. டாங்கிகள் 6250.

ஏப்ரல் 16, 1945 அதிகாலை ஐந்து மணி. இருட்டு விலகியிருக்க வில்லை. சோவியத் தாக்க ஆரம்பித்தது. பீரங்கிப்படையும் விமானப்படையும் தாக்குதலை ஆரம்பித்து வைத்தன. இருபது நிமிடங்கள் கழிந்த பிறகே பொது தாக்குதல் ஆரம்பமானது. அன்றைய தினம் முடிவதற்குள் ஜெர்மனியின் அந்தப் பிராந்தியத்துக்கான தற்காப்பு வளையம் உடைக்கப்பட்டது.

அகண்ட ஜெர்மனியை அல்ல உடையும் ஜெர்மனியைதான் கண்டார் ஹிட்லர். நகரங்களில் விரிசல் விழ ஆரம்பித்தது. தோற்றுக்கொண்டிருக்கிறோம் என்னும் அச்சம் வெறுப்பையும்

கோபத்தையும் ஒருசேர மக்களிடையே உற்பத்தி செய்து கொண்டிருந்தது. என்ன செய்யவேண்டும் இப்போது? ஹிட்லரால் இனி பேரழிவைத் தடுத்து நிறுத்தமுடியாது போலிருக்கிறதே? நொறுங்கத்தான் போகிறோமா? ஹிட்லர் கட்டிய கனவுக்கோட்டை முற்றுபெறுவதற்கு முன்பே சிதறப் போகிறதா? யார் செய்த தவறு இது?

நகரத்தின் மையத்தை நோக்கி முன்னேறியது சோவியத். சீட்டுக்கட்டு சரிவது போல் ஒவ்வொரு நகரமாகச் சரிந்து கொண்டிருந்தது. பகுதி பகுதியாக வீழ்ந்துகொண்டிருந்தது. பெர்லினின் மையத்தில் இருந்த ரீச்ஸ்டாக் கட்டடம் கைப்பற்றப் பட்டது. உச்சியில் பறந்துகொண்டிருந்த ஸ்வஸ்திகா கீழே இறக்கப்பட்டது. சோவியத் கொடி பறக்கவிடப்பட்டது.

இந்த வீழ்ச்சியை முன்னரே யூகித்திருந்த ராணுவ அதிகாரிகள் சொத்துக்களை விற்று குடும்பத்தினரை விமானம் ஏற்றி அயல் தேசம் அனுப்பியிருந்தனர். ஹிட்லரிடமும் கேட்டுப்பார்த் தார்கள். ஃப்யூரர், நீங்கள் பாதுகாப்பாக வேறு எங்காவது சென்று விடுகிறீர்களா? முடியாது என்றார் ஹிட்லர். வெளியேற விரும்புவர்களை நான் தடுக்கப்போவதில்லை.

பெர்லினில் இருந்த ரீச் சான்சிலரிக்குப் (ஹிட்லரின் அலுவலகம்) பின்னால் இருந்த Fuhrerbunker (என்றால் தலைவருக்கான மறைவிடம்) என்னும் பகுதிக்கு வந்து சேர்ந்தார் ஹிட்லர். அங்கே அவருக்குக் கிடைத்த கடைசி செய்தி முஸோலினியின் மரணம்* அந்த செய்தியை உள்வாங்கியபடி, தன் மரணத்துக்கான தயாரிப்புகளில் இறங்கினார் ஹிட்லர். நான் திருமணம் செய்துகொள்ளப்போகிறேன், ஏற்பாடு செய்யுங்கள் கெப்பல்ஸ் என்று ஹிட்லர் உத்தரவிட்டபோது அதிர்ச்சியடையவில்லை கெப்பல்ஸ். இனி அதிர்ச்சியடைவதற்கு எதுவும் இல்லை.

ஏப்ரல் 29ம் தேதி ஹிட்லர் தன் காதலி ஈவா பிரவுனைத் திருமணம் செய்துகொண்டார். ஜோசஃப் கெப்பல்ஸ் மற்றும் ஹிட்லரின்

★ இனி தாக்குப்பிடிக்கமுடியாது என்று ஏப்ரல் 1945 வாக்கில் முஸோலினிக்குத் தெரிந்துவிட்டது. ஸ்விட்ஸர்லாந்துக்குச் சென்று அங்கிருந்து ஸ்பெயினுக்குத் தப்பிச்சென்றுவிடலாம் என்று திட்டமிட்டார். வழியில், இத்தாலிய எதிர்ப்பு இயக்கத்தினர் (நாஜிகளையும் ஃபாஸிஸ்ட்களையும் எதிர்க்கும் இயக்கம்) முஸோலினியையும் அவர் மனைவியையும் கைது செய்தனர். ஏப்ரல் 28, 1945 அன்று இருவரும் கொல்லப்பட்டனர். அவர்களது உடல்கள் மிலனுக்குக் கொண்டுசெல்லப்பட்டு, தலைகீழாகத் தொங்கவிடப்பட்டன

அந்தரங்கச் செயலாளரான மார்ட்டின் பர்மன் (Martin Bormann) இருவர் மட்டுமே அந்த ரகசிய அறையில் இருந்தனர். ஏப்ரல் 30ம் தேதி, ஈவா சயனைட் எடுத்துக்கொண்டார். ஹிட்லர் தன்னைத் தானே சுட்டுக்கொண்டார். பத்து தினங்களுக்கு முன்புதான் ஹிட்லர் தன் ஐம்பத்து ஆறாவது பிறந்தாளை கழித்திருந்தார். ஜெர்மனியின் சான்சிலராக ஹிட்லர் பதிவியேற்று பன்னிரண்டு ஆண்டுகள், மூன்று மாதங்கள் கழிந்திருந்தன. இரண்டு சடலங்களையும் பங்கருக்கு வெளியில் கொண்டுவந்து எரித்தார்கள்.

மே 2ம் தேதி Wehrmacht கமாண்டர், Wolfgang Leonhard பெர்லினில் சரணடைந்தார். வீரர்களும் மக்களும் அமைதியை குறிக்கும் வெள்ளை நிறத் துணியை அசைத்துக் கொண்டிருந் தனர். சிலர் தங்கள் புஜங்களில் அதைக் கட்டியிருந்தனர். பலர் சிவப்பு நிற பட்டைகளை அணிந்துகொண்டார்கள். இன்னும் சிலர், வெள்ளை, சிவப்பு இரண்டையும் அணிந்துகொண்டனர். இரண்டு கொடிகளையும் செம்படை வீரர்களிடம் அசைத்துக் காட்டினார்கள். பெரும்பாலான செங்கொடிகளின் பின்புறம் நாஜி கட்சியின் ஸ்வஸ்திக் சின்னம் இருந்தது. ஸ்வஸ்திக்கைக் கிழித்து அவசரத்தில் உருவாக்கப்பட்ட கொடிகள் அவை.

ஹிட்லரின் சீடரான Grand-Admiral Karl Donitz என்பவர் தன் தலைவரின் மரணத்தை முறைப்படி அறிவித்தார். 'நம் ஃப்யூரர் அடால்ஃப் ஹிட்லர் வீழ்ந்துவிட்டார். அவருக்காக ஜெர்மானிய மக்கள் தலைசாய்த்து தங்கள் வருத்தத்தைத் தெரிவித்துக் கொள்கிறார்கள்.' தற்கொலை செய்துகொண்டார் என்று சொல்வது ஃப்யூரரின் பெயருக்குக் களங்கம் ஏற்படுத்தும் என்று நினைத்ததால் மரணத்தின் காரணத்தை அவர் அறிவிக்கவில்லை. ஹிட்லரின் வலதுகரமான ஹென்ரிச் ஹிம்லர் (Heinrich Himmler), பிரிட்டனுடன் பேச்சுவார்த்தையில் ஈடுபட்டுக் கொண்டிருந்தார். மே 1ம் தேதி கெப்பல்ஸ் தன் குடும்பத்தின ருடன் தற்கொலை செய்துகொண்டார்.

1945, மே 8ம் தேதி ஜெர்மனி சோவியத்திடம் முழுமையாகச் சரணடைந்தது.

•

ஆறு மாதங்கள். அறுபத்து ஏழு நகரங்கள். ஜப்பான் மீது இடைவிடாமல் குண்டுகள் வீசி ஓய்ந்திருந்தது அமெரிக்கா.

லிட்டில் பாய்

ஃபேட் மேன்

ஜப்பானிய நகரங்கள் தொடர்ச்சியாகத் தாக்கப்பட்டன. இறக்குமதி, ஏற்றுமதி தடைசெய்யப்பட்டது. அப்படியும் ஜப்பான் சரணடைவதாக இல்லை என்று தெரிந்ததும், ஆகஸ்ட் 6ம் தேதி ட்ரூமன் அந்த ரகசிய உத்தரவைப் பிறப்பித்தார்.

ஆகஸ்ட் 6, 1945, திங்கள் கிழமை, அதிகாலை 2.45. ஜப்பானில் இருந்து 1500 மைல் தொலைவில் இருந்த Marianas என்னும் தீவில் இருந்து அந்த B-29 வகை வெடிகுண்டு விமானம் கிளம்பியது. அந்தக் குழுவில் பன்னிரண்டு பேர் இருந்தனர். கிளம்புவதற்கு சற்று முன்னால்தான் கர்னல் பால் டிபெட்ஸ் (Colonel Paul Tibbets) அந்த விமானத்துக்கு ஒரு செல்லப் பெயர் சூட்டியிருந்தார். Enola Gay. இது அவருடைய அம்மாவின் பெயர். விமானத்துக்குப் பக்கவாட்டில் இந்தப் பெயர் பெயிண்ட்டால் எழுதப்பட்டது.

அணுகுண்டை தூக்கிச் செல்வதற்குத் தோதாக அந்த விமானத்தை சற்றே மாற்றியமைத்திருந்தனர். அதிகபட்ச எடையைத் தாங்கக்கூடிய வகையில் புதிய விமானச் சுழல் விசிறிகள் (propellers), சக்தி வாய்ந்த என்ஜின்கள், அடிப் புறத்தில் இருந்து திறக்கும் கதவுகள் (bomb bay doors) ஆகியவை பொருத்தப்பட்டிருந்தன. இத்தனை வசதிகள் செய்திருந்தும் அந்த ஆகாய விமானத்தால் மேலே எழும்ப முடியவில்லை. ஓடுதளத்தின் இறுதிவரை உருண்டோடிச் சென்ற பிறகே வேகம் கைகூடியது.

கூடுதலாக இரண்டு வெடிகுண்டு விமானங்கள் அனுப்பப் பட்டிருந்தன. இவற்றில் காமிராக்கள் பொருத்தப்பட்டிருந்தன. அளக்கும் கருவிகளும் இருந்தன. இவை போக முன்னரே மூன்று விமானங்கள் கிளம்பிச் சென்றிருந்தன. இலக்குகளைப் பார்வையிடுவதற்கு. வானிலை தோதாக இருக்கிறதா என்பதைச் சரிபார்க்க. ஏதேனும் தொந்தரவு இருந்தால் முன்கூட்டியே தகவல் தெரிவிக்க.

எனோலா கே விமானத்தின் முனையில், பத்தடி உயரம் கொண்ட லிட்டில் பாய் பொருத்தப்பட்டிருந்தது. அதை உருவாக்கியிருந்த கப்பற்படை கேப்டன் வில்லியன் பார்ஸன்ஸ் உடன் இருந்தார். அணுகுண்டு தயாரிப்பில் ஈடுபட்டிருந்த அமெரிக்காவின் ரகசியக் குழுமமான

ஹிரோஷிமா அணுகுண்டு தாக்குதல்

மன்ஹாட்டன் ப்ராஜெக்டின் தலைவர் இந்த பார்ஸன்ஸ். லிட்டில் பாயை விமானத்தில் பொறுத்துவதற்கான பணியும் அவரிடமே ஒப்படைக்கப்பட்டிருந்தது. பதினைந்து நிமிடங்களில் பொருத்திவிட்டார். நான் செய்த காரியம் குறித்து எந்தவித வருத்தமும் மன சஞ்சலமும் அப்போது எனக்கு ஏற்படவில்லை என்று பின்னர் நினைவு கூர்ந்தார் பார்ஸன்ஸ்.

யுரேனியத்தின் ரேடியோ ஆக்டிவ் ஐஸோடாப்பான யுரேனியம் 235ஐ பயன்படுத்தி லிட்டில் பாய் உருவாக்கப்பட்டிருந்தது. ஆய்வுக்கும் தயாரிப்புக்குமான செலவு, இரண்டு பில்லியன் டாலர். இதுவரை பரிசோதித்துப் பார்க்கவில்லை. தவிரவும், இதுவரை எந்தவொரு அணுகுண்டையும் விமானத்தில் இருந்து கீழே தள்ளி வெடிக்க வைத்ததும் இல்லை. முதல் வாய்ப்பு ஜப்பானியர்களுக்கு அருளப்பட்டிருக்கிறது. இந்தத் தாக்குதல் ரகசியமாக இருக்கவேண்டும் என்று சில விஞ்ஞானிகளும் அரசியல்வாதிகளும் கறாராகச் சொல்லியிருந்தனர். நாளை காலை வீசப்போகிறோம் என்பதுபோல் முன்கூட்டியே சொல்லாதீர்கள். சாதாரண வெடிகுண்டு தாக்குதலாக இருந்தால் முன்னறிவிப்பு கொடுத்துவிடலாம். இது அணுகுண்டு. பார்த்துப் பார்த்து செய்தது. உயிரைக் கொடுத்து உழைத்து உருவாக்கி யிருக்கிறோம். கீழே விழுந்த குண்டு ஒருவேளை வெடிக்காமல் ஊமையாகக் கிடந்தால் என்ன ஆகும்? அமெரிக்க விஞ்ஞானிகள் இப்படித்தான் சொத்தையாக இருப்பார்களா என்று உலகம் கேலி பேசாதா?

நான்கு நகரங்களைத் தேர்ந்தெடுத்திருந்தார்கள். ஹிரோஷிமா (Hiroshima), கோகுரா (Kokura), நாகசாகி (Nagasaki) மற்றும் நிகாடா (Niigata). க்யோடாவையும் முதலில் பட்டியலில் சேர்த்திருந்தார்கள். பின்னர் அது நீக்கப்பட்டுவிட்டது. இந்த நகரங்களைத் தேர்ந்தெடுத்தற்கு முக்கியக் காரணம் இதுவரை இவை தாக்கப்படவில்லை. ஏற்கெனவே குண்டுகள் வீசிய நகரங்கள் மீது அணுகுண்டை வீசினால் சேதத்தைக் கணக்கிட முடியாமல் போய்விடும். முந்தைய குண்டு வீச்சால் ஏற்பட்ட சேதமா அல்லது லிட்டில் பாய் செய்த காரியமா என்பதை பிரித்துணரமுடியாமல் போய்விடும். தவிரவும், கைபடாத ஒரு நகரத்தின் மீது அணுகுண்டு வீசுவது பிரமாண்டமான விளைவை ஏற்படுத்தும். உலகின் கவனம் குவியும்.

தாக்குதலுக்குப் பிறகு ஹிரோஷிமா

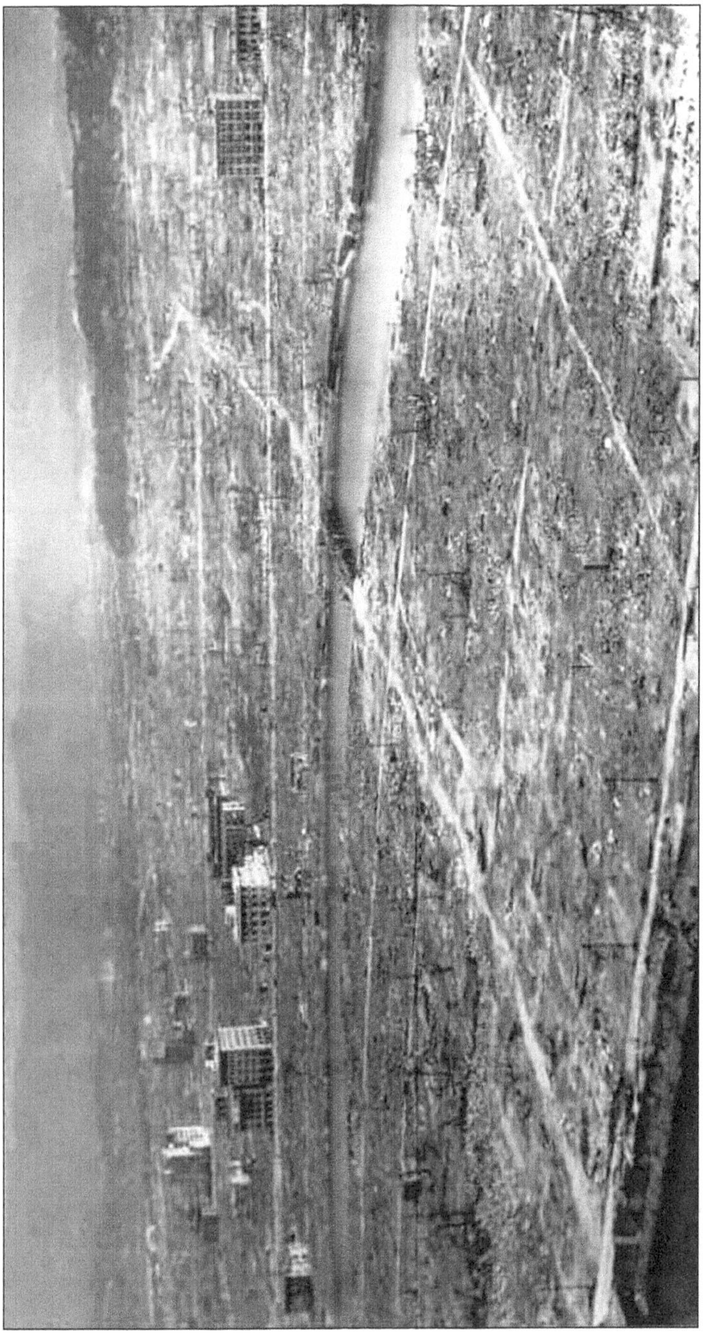

முந்தைய விமானங்களில் இருந்து ரிப்போர்ட் வந்து சேர்ந்தது. ஹிரோஷிமாவில் இருக்கிறோம். நல்ல ரம்மியமான சூழல். வானிலை நமக்கு உகந்ததாக உள்ளது. முன்னேறலாம். ஓவர். சரியாக காலை 8.15 (உள்ளூர் நேரம்) மணிக்கு எனோலே கேயின் கதவு திறந்தது. லிட்டில் பாய் கீழே விழுந்தது. கண்களை மூடி பிரார்த்தனை செய்தது குழு. நல்லபடியாக முடியவேண்டுமே. கீழே, கீழே பாய்ந்த லிட்டில் பாய், தரையைத் தொடுவதற்கு 1900 அடிக்கு முன்னால் வெடித்தது. முக்கிய இலக்காக அமெரிக்கா நிர்ணயித்திருந்த ஐயோய் பாலத்தில் (Aioi Bridge) இருந்து 800 அடி தள்ளி விழுந்தது.

அதற்கு பிறகு நடந்ததை அமெரிக்க சர்ஜென்ட் ஜார்ஜ் காரன் விளக்குகிறார்.

'நாய்க்குடை போல் பனிமூட்டம் தெரிந்தது. பார்ப்பதற்கு மிகவும் நேர்த்தியாக இருந்தது. கண்ணை கவரும் காட்சி அது. நன்றாக குபுகுபுவென்று கிளம்பியது. ஒரு மாதிரி ஊதாவும் பழுப்பும் கலந்த நிறத்தில் இருந்தது புகை. அதன் மையம் சிவந்த நிறத்தில் இருந்தது. உள்ளுக்குள் எரிந்துகொண்டிருந்தது. ஒட்டுமொத்த நகரத்தையும் விழுங்கும் மிகப் பெரிய லாவா குழம்பு போல் தோன்றியது. மேலே எழும்பிய புகை சுமார் 40,000 அடி உயரம் வரை சென்றது.'

காப்டன் ராபர்ட் லூயிஸ் என்னும் உப விமானியின் கூற்று இது.

'இரண்டு நிமிடங்களுக்கு முன்னால் கீழே ஒரு நகரத்தைக் கண்டோம். பிறகு பார்த்தால் அந்த நகரத்தைக் காணவில்லை. நெருப்பையும் புகையையும் மட்டுமே காண முடிந்தது.'

வெடித்த பகுதியில் இருந்து மூன்று மைல் தொலைவில் இருந்த 90,000 கட்டடங்கள் மண்ணோடு மண்ணாகச் சரிந்தன. மூன்றில் இரண்டு பகுதி ஹிரோஷிமா அழிந்து போனது. கற்களும் இரும்பும் உருகியிருந்தன. ஹிரோஷிமாவின் மக்கள் தொகை, 3,50,000. அவர்களுள் சுமார் 70,000 பேர் உடனே இறந்து போனார்கள். மேலும் 70,000 பேர் ஐந்து ஆண்டுளில் கதிர்வீச்சு காரணமாக இறந்துபோனார்கள்.

நேரில் கண்ட ஒருவரின் பதிவு இது.

'வெந்து போன தோலுடன் மக்கள் ஓடிக்கொண்டிருந்தனர். கறுப்பு நிறம் கொண்டவர்களாக அவர்கள் மாறியிருந்தனர். தலையில் முடி இல்லை. உடல் முழுவதும் முடி இல்லை. எரிந்திருந்தது. ஒரு மனிதனின் முன்பக்கத்தைப் பார்க்கிறேனா அல்லது பின்பக்கத்தையா என்பதைப் பார்த்தவுடன் சொல்ல முடியவில்லை. இரண்டு பக்கமும் ஒன்றே போல் இருந்தன. கைகள் கீழே தொங்கிக்கொண்டிருந்தன. (எப்படி என்று செய்து காட்டுகிறார்). முகமும் உடலும்கூட தொங்கிக்கொண்டிருந்தன. இதுபோல் ஒன்று அல்லது இரண்டு பேரைப் பார்க்கவில்லை. நான் பார்த்த அத்தனை பேரும் இப்படித்தான் இருந்தார்கள். நடமாடும் பேய்களைப் போல் தோற்றமளித்தார்கள். என்னால் இந்தக் காட்சியை வாழ்நாள் முழுவதும் மறக்கமுடியாது. சாலை நெடுகிலும் இருந்த பிணங்களையும்.'

இரண்டாவது குண்டை வீச அமெரிக்கா கொஞ்சம் அவகாசம் எடுத்துக்கொண்டது. ஜப்பானியர்கள் தாக்குதலில் இருந்து மீளவேண்டும் என்பதற்காக அல்ல. ஜப்பான் சரணடையும்வரை நேரம் கொடுக்கவேண்டும் என்பதற்காக அல்ல. இன்னொரு அணுகுண்டை தயாரிப்பதற்குத் தேவையான புளூட்டோனியம் 239 கைவசம் இல்லை.

ஆகஸ்ட் 9ம் தேதி. லிட்டில் பாய் 70,000 ஜப்பானியர்களைக் கொன்று மூன்று தினங்களில் அடுத்த அணுகுண்டு தயார். இன்னொரு B-29 ரக விமானம் தயார் செய்யப்பட்டது. இதன் பெயர், Bockscar. அதிகாலை 3.49 மணிக்கு இந்தப் போர் விமானம் கிளம்பியது. முதலில், கோகுராவைத்தான் தேர்வு செய்திருந்தார்கள். ஆனால், மேக மூட்டம் காரணமாக நகரத்தைச் சரியாகப் பார்க்கமுடியவில்லை. இரண்டாவது இலக்காக இருந்த நாகசாகி, முதலிடம் பெற்றது. லிட்டில் பாயைப் போல் இப்போது Fat Man. நகரத்தைத் தொடுவதற்கு 1650 அடிகள் இருக்கும்போது வெடித்தது ஃபேட் மேன்.

Fujie Urata Matsumoto என்னும் பெயர் கொண்ட ஜப்பானியர் விவரிக்கிறார்.

'அந்தப் பூசணித் தோட்டத்தின் அடர்த்தியான விளைச்சல் காணாமல் போயிருந்தது. எஞ்சியிருந்தது ஒரு குழி மட்டுமே. பூசணிக்குப் பதிலாக ஒரு பெண்ணின் தலை. நான் அந்த தலையை உன்னிப்பாகப் பார்த்தேன். இந்த முகம் எனக்குப்

பரிச்சயமானதா? தோராயமாக நாற்பது வயதிருக்கலாம் அந்தப் பெண்ணுக்கு. அதாவது, அந்த தலைக்கு. பக்கத்து நகரத்தில் இருந்து வந்திருக்கவேண்டும். ஏனென்றால் அவரை நான் இதற்கு முன்பு இங்கே கண்டதில்லை. திறந்திருந்த வாயில் ஒரு தங்கப்பல் பளிச்சிட்டது. கன்னக்குழியில் தலைமுடி ஒட்டிக்கொண்டிருந்தது. கண்களைக் காண முடிய வில்லை. எரிந்துபோயிருந்தன. கறுப்பான குழிகள் மட்டுமே இருந்தன. வெளிச்சம் பாயும்போது அவர் அதனைக் கண்டிருக்கக்கூடும்.'

நாற்பது சதவீத நாகசாகி அழிந்திருந்தது. போர் முடிவடை வதற்குள் இங்கு 80,000 பேர் இறந்திருந்தனர்.

Kayano Nagai என்பவர் நினைகூர்கிறார்.

'நான் அணுகுண்டைப் பார்த்தேன். அப்போது எனக்கு நான்கு வயது. சிகாடஸ் பூச்சிகள் சப்தம் எழுப்புவதைக் கேட்டேன். அந்த சம்பவத்துக்குப் பிறகு, அது போன்ற தீங்கு இன்றுவரை யாருக்கும் ஏற்படவில்லை என்பது நிஜம். ஆனால் அதற்காக என்னால் மகிழ்ச்சியடைய முடியவில்லை. காரணம், நான் என் அம்மாவை இழந்துவிட்டேன்.'

ஆகஸ்ட் 15, 1945 அன்று ஜப்பான் முழுமையாகச் சரணடைந்தது.

ஜெர்மனி கைப்பற்றிய தேசங்கள்

12. கொலை முகாம்

ஜெர்மனியின் வீழ்ச்சிக்குப் பிறகு பதைபதைக்க வைக்கும் செய்திகள் பல ஒவ்வொன்றாக வெளிவந்தன. வதை முகாம்கள் பற்றி. இறைந்து கிடக்கும் யூதர்களின் சடலங்கள் பற்றி. சிறைகளில் எலும்பும் தோலுமாக கிட்டத்தட்ட விலங்குகளைப் போல் சுருண்டு படுத்திருந்த யூத கைதிகள் பற்றி. யூத இனவொழிப்பு பற்றி. அதுவரை யூத ஒழிப்பை ஜெர்மனியின் உள்நாட்டு பிரச்னைகளில் ஒன்றாகவே மேற்குலகம் கருதி வந்தது.

ஜூலை 23, 1944 அன்று சோவியத் போலந்தில் உள்ள Majdanek என்னும் வதை முகாமை முதல் முதலாகக் கண்டுபிடித்தபோது அதிர்ச்சியடைந்தது ஐரோப்பா. பிரிட்டன் மற்றும் அமெரிக்கப் படைகள் மேலும் சில முகாம்களை பின்னர் விடுவித்தனர். ஹிட்லரின் இனவொழிப்பு பற்றி ஐரோப்பா முழுமையாகத் தெரிந்துகொண்டது. இவரையா டைம் பத்திரிகை 1938ன் தலை சிறந்த மனிதராகத் தேர்ந்தெடுத்து அட்டையில் போட்டு கௌரவித்தது? சோவியத்தை எதிர்க்கவேண்டும் என்ற ஒரே காரணத்துக்காக

இவரிடமா பிரிட்டனும் அமெரிக்காவும் பிரான்ஸூம் தஞ்சம் அடையவேண்டும்?

1933ல் ஜெர்மனியில் அரை மில்லியன் யூதர்கள் இருந்தனர். 1945ல் போர் முடிவடைந்தபோது பதினைந்தாயிரம் பேர் மட்டுமே எஞ்சியிருந்தனர். யூதர்களின் உரிமைகளைப் பறித்து அவர்களது பலத்தைக் குறைக்கவேண்டும் என்பதுதான் ஜெர்மனியின் ஆரம்பகட்ட திட்டம். பின்னர் இத்திட்டம் தீவிரமாக்கப்பட்டது. எதற்குச் சிரமப்படவேண்டும்? யூதர்கள் என்னும் இனமே இல்லாமல் செய்வது அதைவிட சுலபமான காரியம் அல்லவா? யூதர்களின் சமூக மதிப்பை மட்டும் குறைப்பது நிரந்தர தீர்வாகாது. மீண்டும் அவர்கள் பலம்பெற்றுவிடக்கூடும். மீண்டும் புனித ஆரியர்களை அவர்கள் அடிமைப்படுத்தக்கூடும். கொன்றொழித்துவிடலாம்.

Holokauston என்னும் கிரேக்க வார்த்தையின் அர்த்தம் நெருப்பில் இட்டுச் செய்யப்படும் பலி. ஹோலோகாஸ்ட் (Holocaust) இதிலிருந்து வந்த சொல். யூதர்களைக் கொல்வது என்னும் பொருளில் இந்த வார்த்தை முதல் முதலில் பயன்பாட்டுக்கு வந்தது 1190களில். உலகம் முழுவதும் ஹோலோகாஸ்ட்டைப் பிரபலப்படுத்தியவர் ஹிட்லர். யூதர்களை மட்டுமல்ல, எந்த இன மக்களையும் கொத்தாக, கும்பலாகக் கொல்லும் முறையை ஹோலோகாஸ்ட் என்று உலகம் அழைக்க ஆரம்பித்தது.

விதவிதமான முறையில் யூதர்களைக் கொல்வதைக் கிட்டத்தட்ட முழுநேரப் பணியாகச் செய்துகொண்டிருந்தது ஜெர்மன் அரசாங்கம். தனித்தனி துறைகள். தனித்தனி பொறுப்புகள். அனைத்தும் கச்சிதமாக ஒருங்கிணைக்கப்பட்டன. பாரிஷ் (parish) தேவாலயங்களும் உள்துறை அமைச்சகங்களும் யூதர்களின் பிறப்புச் சான்றிதழையும் முகவரியையும் நாஜிகளுக்கு வழங்கின. தபால் அலுவலகங்கள் யூதர்களை நாடு கடத்தும் உத்தரவையும் குடியுரிமையை பறிப்பதற்கான உத்தரவையும் அச்சிட்டு தந்தன. யூதர்களின் உடைமைகளைப் பறிமுதல் செய்யும் பொறுப்பு நிதித்துறையைச் சார்ந்தது.

தொழிற்சாலைகளை, அலுவலகங்களை நிர்மாணித்து வரும் அத்தனை ஜெர்மானிய முதலாளிகளுக்கும் அரசாங்க உத்தரவு அனுப்பப்பட்டது. உங்களிடம் பணிபுரியும் யூதர்களை இந்தக்

கணமே வெளியேற்றுங்கள். நாங்கள் சோதனையிடும்போது, யூதன் ஒருவன் அகப்பட்டாலும் உங்கள் மீது சட்டப்பூர்வமான நடவடிக்கை எடுக்கப்படும். பங்குச்சந்தையில் யூதர்கள் செய்துள்ள முதலீடுகள் முடக்கப்பட்டன. தொழில்முனையும் யூதர்கள் விரட்டப்பட்டனர்.

பள்ளிகளில் இருந்து யூத ஆசிரியர்களும் பல்கலைக்கழகங்களில் இருந்து பேராசிரியர்களும் துரத்தப்பட்டனர். படித்துக் கொண்டிருந்த யூத மாணர்களை வரிசையாக அழைத்து சீட்டு கொடுத்து அனுப்பினார்கள். பட்டப்படிப்பு படித்து வந்தவர் களுக்கு சான்றிதழ் அளிக்கப்படவில்லை. ஏற்கெனவே தேர்வுகள் எழுதி தேர்ச்சி பெற்றவர்களும் இதில் அடக்கம். உயிரைக் கையில் பிடித்தபடி ஓடிவர மட்டுமே அவர்கள் அனுமதிக்கப் பட்டனர்.

யூதர்கள் கும்பல் கும்பலாகக் கைது செய்யப்பட்டனர். முகவரி முன்னரே கிடைத்துவிட்டது என்பதால் கதவை உடைத்து திறந்து உள்ளிருந்தவர்களை இழுத்து வருவார்கள். அரசாங்க ஊர்திகள் இவர்களை அள்ளிச்சென்று கேம்புகளில் தள்ளும். இன்றைக்கு இத்தனை பேர் கைது செய்யப்படுகிறார்கள் என்பதை முன்கூட்டியே தெரிவித்துவிட்டால் எண்ணிக்கைக்கு ஏற்ற வாகனத்தை அரசாங்க அதிகாரிகள் அனுப்பி வைப்பார்கள்.

மருந்து தயாரிக்கும் நிறுவனங்கள் மருத்துவ சோதனைகளுக்கு எலி, முயல்களைப் போல் யூதர்களைப் பயன்படுத்திக் கொண்டன. இத்தனை பேர் வேண்டும் என்று சொல்லி அனுப்பினால் கேம்பில் இருந்து கொண்டு வந்து கொட்டு வார்கள். தோல், கண் தொடங்கி உடலின் எந்த பாகத்திலும் எந்த பரிசோதனையும் செய்துகொள்ளலாம். அங்கம் சிதைந்தாலோ, உயிர் போனாலோ பிரச்னை இல்லை. இத்தனைப் பேரை கொண்டுவந்தோம். அவர்களில் இத்தனை பேர் காலி. மாற்று ஏற்பாடு செய்யவும் என்று எழுதிக்கேட்டால் புது சரக்கு அனுப்பி வைக்கப்படும். ஆண், பெண், குழந்தை என்று தேவைக்கேற்ப கேட்டுப் பெறலாம்.

அவுஷ்விட்ஸில் பணியாற்றிக்கொண்டிருந்த டாக்டர் ஜோசப் மெங்கலே (Dr. Josef Mengele) புகழ்பெற்றவர். இவர் யூதர்களை வைத்துப் பல்வேறு பரிசோதனைகள் செய்திருக்கிறார். ப்ரெஷர் சாம்பரில் வைத்து மூடுவது. குழந்தைகளின் கண்களில்

ரசாயனங்களை பீய்ச்சி, கண்களின் நிறம் மாறுகிறதா என்பதை கவனிப்பது. பிய்ந்து போன உடல் பாகங்களை ஒட்ட வைப்பது எப்படி என்பதைத் தெரிந்துகொள்ள குழந்தைகளின் கை, கால்களை துண்டித்துப் பார்ப்பது. ஆபத்தான அறுவை சிகிச்சை களைச் செய்து பார்ப்பது. இன்னும் நிறைய. பரிசோதனை முடிந்ததும், உயிர் இன்னமும் ஒட்டிக்கொண்டிருந்தால் கொன்றுவிட்டு பிரேதத்தை அறுத்துப் பார்க்கும் சோதனை தொடங்கும்.

அவருக்கு குழந்தைகள் மீது தனி பிரியம் இருந்தது. காஸ் சாம்பரில் அடைக்கப்பட்டிருக்கும் குழந்தைகளைப் பார்க்க வரும்போது இனிப்பு, பொம்மை வாங்கி வருவார். குழந்தை களைக் கவனித்துக்கொள்ளும் பொறுப்பில் இருந்த ஒரு யூதப் பெண்மணியின் நினைவு குறிப்பு இது. 'ஏராளமான இரட்டையர்கள் என் பொறுப்பில் இருந்தார்கள். கீடோ, இனா என்னும் இரு குழந்தைகளை என்னால் மறக்க முடியாது. நான்கு வயது இரட்டையர்கள். ஒரு நாள் டாக்டர் இருவரையும் அழைத்துச்சென்றார். அவர்களைக் கொண்டுவந்துவிடும்போது நான் அதிர்ந்துவிட்டேன். இருவரும் மயக்கத்தில் இருந்தனர். இருவரையும் அவர் முதுகோடு முதுகாக வைத்து தைத்திருந்தார். சியாமீஸ் இரட்டையர்களைப் போல். அவருக்கு இதுவும் ஒரு பரிசோதனைதான். வலியால் அந்தக் குழந்தைகள் துடித்துக் கொண்டிருந்தன. இரவும் பகலும் ஓயாமல் அழுது கொண்டிருந் தன. ஒரு நாள் அந்தக் குழந்தைகளின் தாயார் (அவர் பெயர் ஸ்டெல்லா என்று நினைக்கிறேன்) சிறிது மார்ஃபின் எடுத்து வந்து இருவருக்கும் கொடுத்து உண்ண வைத்து கொன்றார். குழந்தைகளின் வலியை நிறுத்த வேறு மார்க்கம் தெரிய வில்லை.'

ஜெர்மானிய முதலாளிகள் சிலர் யோசித்தனர். நாள்தோறும், வாரம்தோறும், மாதம்தோறும் யூதர்கள் ஆயிரக்கணக்கில் கொல்லப்படுகிறார்கள். உடல்களை என்ன செய்கிறார்கள்? இதை ஏன் ஒரு வியாபாரமாகப் பார்க்கக்கூடாது? அரசாங்கமே அதைத்தான் யோசித்துக்கொண்டிருந்தது. யூதர்களைக் கண்டறிவதற்கு ஒரு துறை இருக்கிறது. ஏற்றி வந்து கேம்பில் அடைக்க ஒரு துறை. கொல்ல ஒரு துறை. சடலங்களை என்ன செய்வது? நூற்றுக்கணக்கில், ஆயிரக்கணக்கில் குவியும் உடல்களை எப்படி அப்புறப்படுத்துவது?

தொழிலதிபர்கள் ஆலோசனை கூறினார்கள். மின் தகன மையங்கள் கட்டலாம். செலவு குறைச்சல். சாம்பல்கூட மிஞ்சாது. அரசாங்கம் ஒப்புக்கொண்டுவிட்டது என்றாலும் யாருக்கு ஆர்டர் கொடுப்பது என்பதில் சிக்கல். நிறைய பேர் விண்ணப்பம் அனுப்பியிருந்தனர். இறுதியில், டெண்டர் மூலமாக தேர்ந்தெடுக்கலாம் என்று முடிவு செய்யப்பட்டது.

எத்தனை பேரைக் கொன்றோம் என்பதை தேதி வாரியாகக் கணக்கு வைத்துக்கொள்ள பஞ்சிங் கார்ட் பயன்படுத்தப்பட்டது. அதை உருவாக்கவும் கம்பெனிகள் உனக்கு எனக்கு என்று போட்டி போட்டன. யூதர்கள் என்றால் லாபம்.

கொல்வதற்கு முன்னால் யூதர்களின் உடைமைகள் அனைத்தும் பறிக்கப்படும். தங்கப் பல் கட்டியிருக்கிறார்களா என்பதை பார்க்க தனி நபர்கள் இருப்பார்கள். தலை முதல் கால் வரை அலசி ஆராய்ந்து சுரண்டுவது இவர்கள் வேலை. கைப்பற்றப்பட்ட உடைமைகள் பயன்படுத்தப்படும் அல்லது மறுசுழற்சி செய்யப்படும்.

யூதர்கள் கொல்லப்படுவதைத் தடுக்கவோ ஆட்சேபிக்கவோ அங்கே யாருமில்லை. எந்தவொரு அரசியல் தலைவரும், எந்தவொரு சமூக அமைப்பும், எந்தவொரு மதகுருவும் யூதர்களைத் தங்களுடன் இணைத்துப் பார்க்கவில்லை. பயம் காரணமாக இருக்கலாம். ஆனால், பயம் மட்டுமே காரணம் என்று சொல்லமுடியாது. சில கிறிஸ்தவ தேவாலயங்கள், மதம் மாறிய யூதர்களை விட்டுவிடலாமே என்று மெல்ல முணுகின. அதன் பொருள், மதம் மாறாத யூதர்களைக் கொல்வதில் தவறில்லை என்பதுதான். கிட்டத்தட்ட எதிர்ப்புகளே இல்லாமல் நடத்தப்பட்ட மிகப்பெரிய இனவொழிப்பு இதுவாகத்தான் இருக்கும்.

யூதர்களைக் கொல்வதற்கு மிகவும் பேத்தலான காரணங் களையே ஜெர்மனி முன்வைத்தது. யூத இனம் சர்வதேச அளவில் ஒன்றுபட்டு சதித்திட்டம் தீட்டிக்கொண்டிருக்கிறது. தம்மைத் தவிர பிற இன மக்களை அவர்கள் அழிக்கப்போகிறார்கள். ஜெர்மனியை மட்டுமல்ல, உலகையும் கட்டியாள யூதர்கள் விரும்புகிறார்கள். நாம் அவர்களை விட்டுவைத்தால் அவர்கள் நம்மை விட்டுவைக்க மாட்டார்கள். ஆகவே, இனவொழிப்பு அவசியமாகிறது. இதை எல்லோரும் நம்பினார்கள் என்பதுதான்

Lager Nordhausen பகுதி கொலைமுகாம்

Bergen Belsen கொலைக்களம்

ஆச்சரியம். முழுக்க முழுக்கக் கற்பனையும் பைத்தியக்காரத் தனமும் கலந்த ஒரு காரணத்தைச் சொல்லி நடத்தப்பட்ட மிகப்பெரிய வன்முறை இதுவே.

குறிப்பிட்ட ஓர் இனத்தைத் தேர்ந்தெடுத்து மொத்தமாக அழிக்கவேண்டும் என்று அரசாங்கம் உத்தரவு போட்டு இதுவரை இப்படியொரு இனவொழிப்பை நடத்தியது இல்லை. அரசாங்கத்தின் கட்டுப்பாட்டின் கீழ், துறைகளைத் தனித்தனியே பிரித்து தகுந்த நிர்வாகிகளை நியமித்து ஓர் இனப்படுகொலையை இதுவரை சரித்திரத்தில் எந்தவொரு அரசும் நிகழ்த்தியது கிடையாது.

நாஜிகள் எங்கெல்லாம் பரவியிருந்தார்களோ அங்கெல்லாம் யூத அழிப்பு நடைபெற்றது. கிட்டத்தட்ட 35 ஐரோப்பிய நாடுகளில் கொலைவெறியாட்டம் நடந்திருந்தது. பெரும்பாலும், மத்திய மற்றும் கிழக்கு ஐரோப்பாவில் இருந்த யூதர்களே அதிகம் கொல்லப்பட்டனர். 1939ல் இங்கே ஏழு மில்லியன் யூதர்கள் இருந்தனர். இவற்றில் ஐந்து மில்லியன் பேர் கொல்லப்பட்டனர். போலந்தில் 3 மில்லியன் பேர். நெதர்லாந்து, பிரான்ஸ், பெல்ஜியம், யுகோஸ்லோவியா, கிரீஸ் ஆகிய நாடுகளில் லட்சக் கணக்கான யூதர்கள் அழிக்கப்பட்டனர். கொல்லப்படுவதைத் தவிர்ப்பதற்காக சில பகுதிகளில் யூதர்கள், மதம் மாறிக்கொள்ள அனுமதிக்கப்பட்டனர்.

●

1922ம் ஆண்டே ஹிட்லர் மேஜர் ஜோஸஃப் ஹெல் என்னும் பத்திரிகையாளரிடம் தன் விருப்பத்தைப் பதிவு செய்திருந்தார்.

'எனக்கு மட்டும் அதிகாரம் கிடைத்துவிட்டால் நான் செய்யும் முதல் வேலை யூத இன ஒழிப்பாக இருக்கும். மூனிச்சில் வரிசை வரிசையாக தூக்குமேடைகள் அமைப்பேன். எவ்வளவு சாத்தியமோ அவ்வளவு. பிறகு, யூதர்கள் தூக்கில் போடப் படுவார்கள். துர்நாற்றம் வரும் வரை உடல் அங்கேயே தொங்கிக் கொண்டிருக்கவேண்டும். சுகாதாரம் அனுமதிக்கும் வரை அங்கேயே தொங்கவேண்டும். பிறகு கயிற்றில் இருந்து விடுவித்து, அடுத்த குழுவை தூக்கில் மாட்டுவோம். இப்படியே வரிசையாக தூக்கு தண்டனைகள் விதிக்கப்படும். மூனிச்சில் கடைசி யூதன் இருக்கும்வரை இது தொடரும். பிற நகரங்களும்

இதை நடைமுறைப்படுத்தும். ஜெர்மனியில் இனி யூதர்களே கிடையாது என்னும் நிலை ஏற்பட வேண்டும்.'

பின்னால், மெயின் காம்ஃபில் இதுபற்றி விரிவாக சிந்தித்து எழுதினார். இரண்டு பாகங்களாக வெளிவந்தது அந்தப் புத்தகம். முதல் பாகத்தை சிறையில் இருக்கும்போதே முடித்துவிட்டார். இரண்டாவது பாகம், சிறையில் இருந்து வெளிவந்ததும் எழுதப்பட்டது. முதல் பாகம் ஜுலை 1925ல் வெளியானது. இரண்டாவது, டிசம்பர் 1926ல். தன் புத்தகத்தின் மீது ஹிட்லருக்கு இருந்த நம்பிக்கை அதைப் பதிப்பித்த ஜெர்மானிய பதிப்பாளருக்கு இல்லை. ஆரம்பத்தில் 500 பிரதிகள் மட்டுமே அச்சிட்டார்கள். இதையெல்லாம் யார் வாங்கி படிக்கப்போகிறார்கள் என்று நினைத்திருக்கலாம். ஹிட்லர் ஆட்சியில் இருந்த சமயம் (1933-1945) இந்தப் புத்தகம் மூன்று பதிப்புகள் வெளிவந்தன.

இது ஹிட்லரின் முழுமையான தன்வரலாற்று நூல் அல்ல. இன்னும் சொல்லப்போனால் ஹிட்லரின் வாழ்வில் இருந்து சில அத்தியாயங்களை மட்டுமே இந்நூலின் வாயிலாகத் தெரிந்து கொள்ளமுடியும். இது ஒரு அரசியல் சாசனம். ஹிட்லரின் அரசியல் அறைகூவல். ஹிட்லர் என்னும் தனிமனிதனின் புத்தியில் தோன்றிய சிந்தனை வீச்சுகள். கூர்மையான, ஆக்ரோஷ மான பல வாதங்களை ஹிட்லர் தன் நூலில் முன்வைத்திருக் கிறார். ஜெர்மனியைப் புரட்டிப்போடும் மாபெரும் மாற்றத்துக்கான விதையை இந்நூலில் தூவியிருப்பதாக ஹிட்லர் நினைத்துக்கொண்டார். தவறு. ஜெர்மனியை மட்டுமல்ல, ஒட்டுமொத்த உலகத்தையும் புரட்டிப்போடும் சக்தி அவர் சிந்தனைகளுக்கு இருந்தன.

யூதர்களுக்கு எதிரான நியூரம்பர்க் சட்டங்கள் (Nuremberg Laws) 1935ல் இயற்றப்பட்டன. அறிவியல்பூர்வமான ஆய்வுக்குப் பிறகே இதை அறிவிக்கிறோம் என்னும் விளக்கமும் கொடுக்கப் பட்டது.

முதலில், ஜெர்மானியன் யார் என்பதை இந்தச் சட்டம் தெளிவுப் படுத்துகிறது. உங்கள் அப்பா, உங்கள் தாத்தா, தாத்தாவின் அப்பா, தாத்தாவின் தாத்தா. இந்த நான்கு பேரும் ஜெர்மானிய ராக இருந்தால் நீங்களும் ஜெர்மானியர்தான். உங்கள் உடலில் உயர்ந்த ஜெர்மன் ரத்தம் ஓடுகிறது என்று அர்த்தம். நான்கு

தலைமுறைகள்கூட வேண்டாம், மூன்று தலைமுறையைச் சார்ந்தவர்கள் யூதர்கள் என்றாலும் நீங்களும் ஒரு யூதர்தான். ஒருவேளை உங்கள் தந்தையும் தாத்தாவும் யூதர் என்றால் நீங்கள் Mischling என்று அழைக்கப்படுவீர்கள். அதாவது, கலப்பினத் தவர். உங்கள் உடலில் ஓடுவது கலப்பின ரத்தம்.

ஜெர்மனி என்னும் தேசம் உயிர்த்திருக்கவேண்டுமானால், ஜெர்மன் மக்கள் வளமுடன் வாழவேண்டுமானால் ஜெர்மானிய ரத்தம் என்றென்றும் உயர்வாக இருக்கவேண்டும். இதில் எந்தவித சமரசத்தையும் மக்கள் செய்துகொள்ளக்கூடாது. அரசாங்கம் அதை அனுமதிக்காது. ஆகவே, இந்தச் சட்டம் அவசியமாகிறது.

மொத்தம் நான்கு பகுதிகள். ஒன்று. ஒரு யூதனையோ கலப்பினத் தவனையோ ஒரு ஜெர்மானியன் திருமணம் செய்துகொள்வது சட்டப்படி குற்றமாகும். ஒருவேளை வெளிநாடுகளில் அவர்கள் திருமணம் செய்துகொண்டாலும் அந்தத் திருமணம் இங்கே செல்லுபடியாகாது. இரண்டு. யூதர்களிடம் உடலுறவு வைத்துக் கொள்வது சட்டப்படி தண்டனைக்குரிய குற்றமாகும். மூன்று. யூதர்கள் 45 வயதுக்கு உட்பட்ட ஜெர்மானியப் பெண்களை வீட்டு வேலைக்காகவோ பணியாளர்களாகவோ அமர்த்திக்கொள்ளக் கூடாது. நான்கு. யூதர்கள் ஜெர்மன் தேசியக்கொடியையோ, தேசியக் கொடியில் உள்ள வர்ணங்களையோ அரசாங்கச் சின்னங்களையோ பயன்படுத்தக்கூடாது. யூதர்களுக்கு என்று பிரத்யேகமாக அளிக்கப்பட்டிருக்கும் வர்ணங்களை மட்டும் அவர்கள் பயன்படுத்தலாம்.

ஒரு வழக்கறிஞராகவோ, மருத்துவராகவோ, பத்திரிகையாள ராகவோ ஒரு யூதனால் வளரமுடியாது. வளரவேண்டிய தேவையும் இல்லை. ஏற்கெனவே அத்தகைய பொறுப்புகளை வகித்துக்கொண்டிருப்பவர்களின் வேலை சட்டப்படி பறிக்கப் பட்டது. ஜெர்மன் மக்கள் அமைதியாகவும் உல்லாசமாகவும் பொழுதை கழிப்பதற்காகத்தான் பூங்காக்கள் அமைக்கப்பட் டுள்ளன. அங்கே யூதர்கள் எதற்கு வரவேண்டும்? ஆரியர்கள் உலாவும் இடங்களில் கீழ்நிலையில் இருப்பவர்களுக்கு என்ன வேலை? யூதர்களே, இனியொரு முறை பூங்காக்களில் நீங்களோ உங்கள் குழந்தைகளோ அகப்பட்டால், சிறைத்தண்டனை அளிப்போம். கடற்கரை பகுதிகளிலும் நீங்கள் உலாவக்கூடாது.

ஆஸ்திரியாவில் கைதிகள்

காற்று வாங்குகிறேன், சூரியக் குளியல் எடுக்கிறேன், குழந்தைகளுக்கு விளையாட்டு காட்டுகிறேன் என்று ஏதாவது சாக்குப்போக்கு சொல்லி கடல் மணலில் கால் பதித்துவிட வேண்டாம். தண்டிக்கப்படுவீர்கள். நூலகங்களில் இருந்து இரவல் வாங்கிய புத்தகங்களை உடனே ஒப்படைத்துவிடவும். கூடவே, உறுப்பினர் அட்டைகளையும். இனி, நூலகங்களுக்குள் நுழையவேண்டாம்.

இறந்துபோன யூதர்களுக்கு அரசாங்கம் அளித்திருந்த அங்கீகாரம் ரத்து செய்யப்பட்டது. போர் வீரர்களின் கல்லறைகளில் காணப்பட்ட யூதப் பெயர்கள் அழிக்கப்பட்டன. யூதர்களுக்கு லாட்டரியில் பணம் விழக்கூடாது. அப்படி விழுந்துவிட்டாலும், பணம் கிடையாது.

யூதர்களுக்குத் தனி அடையாள அட்டைகள். ஆண்கள் அனைவருக்கும் நடுப்பெயர் இஸ்ரேல். பெண்களாக இருந்தால் சாரா. வேண்டாம் என்று மறுக்கமுடியாது. உங்கள் பெயர் என்ன என்று யாராவது கேட்டால் புதிய பெயரையும் சேர்த்து முழுவதுமாகச் சொல்லவேண்டும். தவிரவும், அட்டையின் ஓரத்தில் ஆங்கில எழுத்தான 'J' பெரிய எழுத்தில் அச்சிடப் பட்டிருக்கும். இன்னார் யூதன் என்பதில் குழப்பம் எதுவும் வந்துவிடக்கூடாது அல்லவா? பிறகு, கண்டுபிடிப்பதற்கு ஏதுவாக நட்சத்திரங்களை நாஜிகள் பயன்படுத்தினார்கள். மஞ்சள் நட்சத்திரம். எந்த ஆடை அணிந்தாலும், பளிச்சென்று தெரியும்படி இந்த நட்சத்திரத்தை யூதர்கள் அணிந்துசெல்ல வேண்டும். அணியாவிட்டால் தண்டனை. அணிந்தாலும் தண்டனைதான் என்பது வேறு விஷயம்.

●

1933ல் ஐரோப்பாவில் யூதர்களின் எண்ணிக்கை 9 மில்லியன். உலக யூத மக்கள் தொகையான 15 மில்லியனில், 60 சதவிகிதம். பெரும்பாலானவர்கள் ஜெர்மனிக்கும் ஜெர்மனி பின்னால் ஆக்கிரமிக்கப்போகும் தேசங்களுக்கும் குடிபெயர்ந்தது சோகம். குறிப்பாக, கிழக்கு ஐரோப்பாவில் யூதர்கள் அதிகம் பரவியிருந்தனர். போலந்தில் 30 லட்சம். (ஐரோப்பிய பகுதியைச் சேர்ந்த) சோவியத் யூனியனில் 25 லட்சம். ருமேனியாவில் 9 லட்சம். பால்டிக் நாடுகளில் (லாட்வியா, லிதுவேனியா, எஸ்டோனியா) 2.5 லட்சம்.

அடுத்து, மத்திய ஐரோப்பா. ஹங்கேரியில் 4.45 லட்சம். செக்கோஸ்லோவாகியாவில் 3.50 லட்சம். ஆஸ்திரியாவில் 2.50 லட்சம். பிரிட்டனில் 3 லட்சம். பிரான்ஸில் 2.20 லட்சம். நெதர்லாந்தில் 1.60 லட்சம். மத்திய ஐரோப்பாவில் அதிக எண்ணிக்கையில் யூதர்கள் இருந்தது ஜெர்மனியில். 5.25 லட்சம். பிறகு, தெற்கு ஐரோப்பா, கிரீஸில் 73 ஆயிரம் பேர். இத்தாலி, யுகோஸ்லோவியா, பல்கேரியா போன்ற நாடுகளில் குறைவான எண்ணிக்கையில் யூதர்கள் வசித்து வந்தனர்.

எங்கே இருந்தாலும் சரி, எங்கிருந்து வந்தவர்கள் என்றாலும் சரி. யூதர்கள் என்ற ஒரு காரணம் போதும் என்றார் ஹிட்லர். The Final Solution. யூத இன ஒழிப்புக்கு நாஜிகள் சூட்டிய பெயர் இது.

போலந்து பகுதிகளில் கெட்டோக்கள் (Ghettos) உருவாக்கப் பட்டன. கான்ஸன்ட்ரேஷன் கேம்புகளுக்கு இழுத்துச் செல்லப் படுவதற்கு முன்னால் யூதர்களை கெட்டோக்களில்தான் கொண்டு வந்து தள்ளுவார்கள். பன்றிகளை அடைத்து வைக்கும் தொழுவமே பரவாயில்லை என்று நினைக்கத் தோன்றும் பகுதி. நெருக்கியடித்துக்கொண்டு இருக்கவேண்டும். நல்ல உணவு, காற்று, உடை எதுவும் கிடைக்காது. அப்படியும் தாக்குப் பிடித்துக்கொண்டு வாழ்கிறாயா, வா கேம்புக்கு.

நிற்க வைத்து சுட்டுக்கொல்லும் தண்டனைமுறையே அதிகம் பயன்படுத்தப்பட்டது. பிரச்னை எதுவும் இல்லை என்றாலும் நிறைவேற்ற கடினமாக இருந்தது. உச்சுக்கொட்டினார்கள் அதிகாரிகள். பத்து, நூறு என்றால் சுட்டுவிடலாம். சிறை நிரம்பி வழிகிறது. பல ஆயிரக்கணக்கில் யூதர்கள் அடைந்துகிடக் கிறார்கள். கை வலிக்க வலிக்க எத்தனை பேரைச் சுடமுடியும்? நாள் கணக்கில் சுட்டாலும் ஆயிரத்தைத் தொடமுடிவதில்லை. ஏதேனும் மாற்று வழி கண்டுபிடியுங்களேன்.

காஸ்? பூச்சிகளைக் கொல்வது போல் காஸ் அடித்துக்கொன்றால் என்ன? கணக்கு போட்டு பார்த்தார்கள். கொத்துக்கொத்தாகப் பிணங்கள் சரியும். நேரமும் அதிகம் ஆகாது. கார்பன் மோனாக்ஸைட் விலையும் குறைச்சல்தான். திட்டத்தைச் செழுமைப்படுத்தினார்கள். சீல் செய்யப்பட்ட வேன். மேலே ஒரு குழாய். அந்தக் குழாய் வழியாக விஷவாயுவைச் செலுத்தி மூடிவிடவேண்டும். எத்தனை பேர் முடியுமோ அத்தனை பேரை உள்ளே தள்ளி கதவைத் தாழிட்டுவிடவேண்டும். சில நிமிடங்கள்

கழித்து கதவைத் திறக்கும்போது, தொப்பென்று பிணங்கள் சாய்ந்து விழும். அப்படியே குழியில் தள்ளி மண் போட்டு மூடிவிடலாம். 1941ம் ஆண்டு இந்தக் கொலைகார வேன் அறிமுகம் செய்துவைக்கப்பட்டது. பரீட்சித்துப் பார்த்தார்கள். திருப்திகரமான தீர்வு.

வதை முகாம்கள் பரவலாக ஆரம்பிக்கப்பட்டன. இருப்பதிலேயே பெரிய முகாம், ஆஸ்விட்ச் (Auschwitz). ஒன்று, இரண்டு, மூன்று என்று மூன்று தனிப் பிரிவுகள். முதல் பிரிவு (Birkenau) மே 1940ல் திறக்கப்பட்டது. இங்குள்ள முகாமில் மொத்தம் 70,000 பேர் கொல்லப்பட்டனர். பெரும்பாலானவர்கள் போலந்து மற்றும் சோவியத் கைதிகள். இங்கு அமைக்கப் பட்டிருந்த அலுவலகம் வதை முகாம்களை நிர்வகிக்கப் பயன்படுத்தப்பட்டது. இரண்டும் தனித்தனிக் கட்டடங்களில் அமைந்திருந்தன. இரண்டையும் பிரிக்க கம்பி வேலிகள் போடப் பட்டிருந்தன.

கைதிகள் கடினமான பணிகளைச் செய்யும்படி நிர்ப்பந்திக்கப் பட்டனர். சொல்பேச்சு கேட்காதவர்கள், கொடுக்கப்பட்ட பணிகளைச் செய்யாமல் இருப்பவர்கள், ஒழுங்கீனம் செய்பவர் கள் தனி பிரிவில் அடைக்கப்பட்டனர். இதைச் சிறைக்குள் சிறை என்று அழைக்கலாம். நிற்கும் அறை என்றொரு இடம் உண்டு. பதினாறு சதுர அடிகள் கொண்ட அறை. இதில் நான்கு பேர் நிற்கவைக்கப்படுவார்கள். பகலில் கடினமான வேலைகள் செய்துமுடித்த பிறகு இரவு முழுவதும் தொடர்ச்சியாக இந்த அறையில் நிற்கவேண்டும்.

பாதாள அறையும் உண்டு. கனமான கதவுகளும் ஒரே ஒரு சிறிய ஜன்னலும் கொண்ட சிறை அது. உள்ளே அடைக்கப்படுபவர்கள் அறைக்குள் நிறைந்திருக்கும் ஆக்ஸிஜனை சுவாசித்த பிறகு காற்று போதாமல் மூச்சு முட்டி இறக்கவேண்டியதுதான். சில சமயம், வேகமாக மரணம் சம்பவிக்கவேண்டும் என்பதற்காக உள்ளே ஒரு மெழுகுவர்த்தியை ஏற்றி வைத்துவிடுவார்கள். இருக்கும் கொஞ்சநஞ்ச ஆக்ஸிஜனையும் அந்த மெழுகுவர்த்தி உறிஞ்சிவிடும்.

இரண்டாவது அவுஷ்விட்ஸ் பிரிவு (Birkenau) அக்டோபர் 1941ல் தொடங்கப்பட்டது. முதல் முகாம் போதாது என்னும் நிலையில் இதை ஆரம்பித்தார்கள். இங்கு ஆரம்பிக்கப்பட்ட முதல் காஸ்

Auschwitz

சாம்பரின் பெயர் தி லிட்டில் ரெட் ஹவுஸ். காற்று புகாத கடினமான கற்களைக் கொண்டு அமைக்கப்பட்ட ஒரு சிறு வீடு அது. இரண்டாவது சாம்பரின் பெயர் தி லிட்டில் வொயிட் ஹவுஸ். கைதிகள் இரு முக்கியப் பிரிவுகளில் அடக்கப்பட்டனர். பணியாற்றக் கூடியவர்கள், பணியாற்ற முடியாதவர்கள். இரண்டாவது பிரிவினருக்கு நிச்சயம் காஸ் சாம்பர்தான். மேலும் பல சேம்பர்கள் அடுத்தடுத்து உருவாக்கப்பட்டன. ஆஸ்விட்ச் முதல் பிரிவைவிட இது மிகப் பெரியது. கிட்டத்தட்ட பத்து லட்சம் கைதிகள் இந்த முகாமில் கொல்லப்பட்டிருக்கிறார்கள். பெரும்பாலும் காஸ் சாம்பர் மூலமாக.

கைதிகளை வகைப்படுத்தும் முறைக்கு Selection என்று பெயர். ஒவ்வொரு நாளும் கும்பல் கும்பலாகக் கொண்டுவரப்படும் கைதிகளை பிரிக்கும் பணி முதலில் நடக்கும். உடனே கொல்லப்பட வேண்டியவர்களை தனியே பிரித்தெடுப்பது முதல் வேலை. குழந்தைகள், குழந்தைகளுடன் வரும் தாயார், வயதானவர்கள், தேறாது என்று அங்குள்ள மருத்துவர்களால் சான்றிதழ் பெற்றவர்கள் ஆகியோர் முதலில் தனியே பிரிக்கப் படுவர். இவர்களைப் பிரிப்பது சுலபமானது. அப்படியே தள்ளிக் கொண்டுபோய் குழு குழுவாகப் பிரித்து காஸ் சாம்பருக்குள் தள்ளி, கதவை மூடிவிடவேண்டியதுதான்.

காஸ் சாம்பர் என்று சொல்லமாட்டார்கள். அதோ அங்குள்ள அறைக்குள் எல்லோரும் செல்லுங்கள். உடைகளைக் களைந்து விடுங்கள். அங்கு பெரிய ஷவர்கள் பொருத்தப்பட்டிருக்கின்றன. முதலில் குளித்துவிடுங்கள். உடலில் உள்ள நுண்கிருமிகள் அனைத்தும் சாகவேண்டும். உடைகளைக் களைந்தபிறகு கைதிகள் அறைக்குள் அனுமதிக்கப்படுவர். அங்கே போலியான ஷவர்கள் பொருத்தப்பட்டிருக்கும். உடல் கூசியபடி, எப்போது தண்ணீர் வரும் என்று நிமிர்ந்து பார்த்தபடி அவர்கள் நின்றிருப்பார்கள். ஜன்னல் கதவுகளில் உள்ள சிறிய துவாரங்கள் திறக்கப்படும். சயனைட் காஸ் வீசப்படும். பிறகு, கதவைத் திறந்து பிணங்களை மின்சார இடுகாட்டுக்குக் கொண்டு செல்வார்கள். ஒரு நாளைக்கு இருபதாயிரம் பேர் வரை இங்கே கொல்லப்பட்டிருக்கிறார்கள்.

Zyklon B என்னும் சயனைட் பூச்சிமருந்து பயன்படுத்தப்பட்டது. காற்று புகாத குடுவைகளில் இதைப் பொதுவாக வைத்திருப் பார்கள். லட்சக்கணக்கில் மனிதர்களைக் கொல்வதற்கு இதைப்

பயன்படுத்தமுடியும் என்பதை முதல் முதலில் கண்டுபிடித் தவர்கள் நாஜிகள். செப்டெம்பர் 1941ல் முதல் சோதனையை நிகழ்த்தினார்கள். அறுநூறு சோவியத் கைதிகள். இருநூற்று ஐம்பது நோய்வயப்பட்ட போலந்து கைதிகள். ஆஸ்விட்ச் முதல் பிரிவில் இவர்களை அடைத்து சிறிது சிறிதாக காஸ் கொடுத்தார் கள். சுமார் இருபது மணி நேரங்கள் உள்ளே அடைத்து சோதனை நடத்தியபின் கொன்றார்கள்.

காஸ் சாம்பரில் அடைபடுபவர்கள் இறக்க பொதுவாக, இருபது நிமிடங்கள் ஆகும் என்று கணக்கிடப்பட்டது. மற்றபடி, விஷ வாயுக்கு எத்தனை அருகில் நிற்கிறீர்கள் என்பதைப் பொறுத்து நேரம் கூடலாம், குறையலாம். எப்படி இறக்கிறார்கள் என்பதை யும் ஜன்னல் வழியாகப் பார்த்து பதிவு செய்திருக்கிறார்கள். நிறைய கத்துவார்கள். மூச்சு விட பிரயத்தனப்படுவார்கள். அலறுவார்கள். தோல் பழுப்பு நிறத்துக்கும் சிவப்புக்கும் மாறிவிடும். இடையிடையே பச்சை புள்ளிகள் காணப்படும். வாயில் நுரை பொங்கும். காது வழியாக குருதி ஒழுகும்.

ஆஸ்விட்ச்சின் மூன்றாவது பிரிவில் நாற்பதுக்கும் மேற்பட்ட முகாம்கள் இருந்தன. அவற்றுள் பெரியது, Monowitz. மே 1942ல் இது தொடங்கப்பட்டது. மூன்றாவது பிரிவு கொலைக்களம் அல்ல, பணிக்களம். Monowitz முகாமில் 11,000 தொழில் அடிமைகள் பணியாற்றினர். எட்டாயிரம் பேர் சுரங்கங்களில் வேலை செய்தனர். பல்வேறு ரசாயனத் தொழிற்சாலைகளில் சுமார் 7000 பேர் வெவ்வேறு பணிகளில் ஈடுபடுத்தப்பட்டனர். ஓய்வில்லாமல் இருபத்தி நான்கு மணி நேரமும் முதுகு ஒடிய வேலை செய்யவேண்டும். மறுத்தால் அப்போதே இறக்க நேரிடும். இரண்டாவது பிரிவில் இருந்து மருத்துவர்கள் அவ்வப்போது வந்து பார்த்து, பலகீனமடைந்த கைதிகளை காஸ் சாம்பருக்குக் கொண்டுபோய்விடுவார்கள்.

ஆஸ்விட்ச்சில் இறந்துபோனவர்களின் மொத்த எண்ணிக்கை யை அறிய முடியாமல் போனதற்குக் காரணம் ஆவணங்கள் அனைத்தையும் நாஜிகள் எரித்துவிட்டதுதான். ஆஸ்விட்ச்சின் கமாண்டரான Rudolf Hoess பின்னர் கைதுசெய்யப்பட்டபோது அவர் அளித்த புள்ளிவிவரம் இது. இரண்டரை மில்லியன் பேர் காஸ் சாம்பரில் கொல்லப்பட்டனர். மேலும் ஒரு மில்லியன் பேர் இயற்கையான முறையில் இறந்து போயினர். எப்படியும்

இரண்டரை முதல் நான்கு மில்லியன் பேர் வரை இங்கே இறந்திருக்கலாம் என்று அனுமானிக்கப்படுகிறது.

யூத இனவொழிப்பை தலைமை தாங்கி நடத்தி வைத்தவர் ஹென்றிச் ஹிம்லர் (Heinrich Luitpold Himmler). SS (Schutzstaffel) என்னும் சிறப்பு காவல்படை மற்றும் Gestapo என்னும் ரகசிய காவல் படையின் தலைவர். லட்சக்கணக்கான யூதர்கள் இவர் மேற்பார்வையின் கீழ் கொல்லப்பட்டிருக்கிறார்கள். கம்யூனிஸ்டுகள், ஓரினச் சேர்க்கையாளர்கள், மனநலம் குன்றியவர்கள், உடல் கேடு கொண்டவர்கள் போன்றவர்களை வாழலாயக்கற்றவர்கள் என்று வகைப்படுத்தி கொன்றொழிக்கச் செய்தார் ஹிம்லர். மார்ச் 22, 1933 அன்று ஹிம்லர் முதல் வதை முகாமை Dachau என்னும் பகுதியில் தொடங்கிவைத்தார். ஹாலோகாஸ்டின் வடிவமைப்பாளர் இவரே. நாஜிகளின் சித்தாந்தத்தை வடிவமைத்தவரும் இவரேதான். யூதர்களைப் போலவே போலந்து மக்களையும் கொல்லவேண்டும் என்று ஹிம்லர் அறிவித்தார்.

வதை முகாம்களை நேரில் சென்று பார்வையிடுவது ஹிம்லரின் வழக்கம். இளவயதில் கோழிகளை வளர்த்து வியாபாரம் செய்தவர் என்பதால் மக்களையும் அதுபோல் வளர்க்கமுடியும் என்று நம்பினார். நமக்கு எப்படிப்பட்ட கோழி வேண்டுமோ அப்படிப்பட்டதை உருவாக்கிக்கொள்ளமுடியும். இதே தொழில்நுட்பத்தைப் பயன்படுத்தி நமக்குத் தோதான இனம் மட்டும் வளரும்படிச் செய்யலாமே? வேண்டாத இனத்தை வைத்துக்கொண்டு ஏன் அழவேண்டும்? அவர்களை ஒழிப்பதில் தவறென்ன?

இவர் தலைமையில் நடைபெறும் கூட்டங்களில் ஹிம்லர் வெளிப்படையாகவே பல முறை பேசியிருக்கிறார். யூதர்களைக் கொல்வதைப் பெரிய விஷயமாக எடுத்துக்கொள்ளவேண்டாம். அவர்களை ஒழிப்பது நம் கடமை. நம் கட்சியின் கடமை. இதை அனைவரும் தெளிவாகப் புரிந்துகொள்ளவேண்டும். யூதர்களைப் போன்ற கலகக்காரர்களை ஒவ்வொரு நகரத்திலும் வைத்திருந்தால் நம்மால் முன்னேற முடியுமா? ஜெர்மனியின் முன்னேற்றத்துக் காகவாவது அவர்களை நாம் கொல்லத்தான் வேண்டும்.

பசியில் வாடுபவர்களுக்கு உணவு கொடு. தாகத்தால் தவிப்பவர்களுக்கு நீர் கொடு. ஆடை இல்லாதவர்களுக்கு ஆடை கொடு.

வீடில்லாதவர்களுக்கு வீடு கொடு. இதுபோன்ற கருத்துகள் மீது எனக்கு நம்பிக்கையில்லை. நமக்கு ஆரோக்கியமான மக்கள் மட்டுமே வேண்டும். குறைபாடுள்ளவர்களை வைத்துக் கொண்டு மாரடிக்க முடியாது. 1938ம் ஆண்டு கெப்பல்ஸ் இப்படிக் குறிப்பிட்டார்.

Aktion 24 என்றொரு திட்டம் 1939ல் வகுக்கப்பட்டது. புனித ஜெர்மனியின் உருவாக்கத்துக்கு இடைஞ்சலாக இருப்பவர்கள் அல்லது ஈடுகொடுக்க முடியாதவர்கள் நீக்கப்படலாம் என்பது இந்தத் திட்டத்தின் பொருள். மன ரீதியாகவோ உடல் ரீதி யாகவோ பாதிக்கப்பட்ட ஜெர்மன் மற்றும் ஆஸ்திரிய பிரஜைகள் மருத்துவ பரிசோதனைக்குப் பிறகு, கொல்லப்படுவார்கள். அவர்கள் தொடர்ந்து உயிர் வாழ்வதால் அர்த்தம் எதுவும் இல்லை என்று மருத்துவர்கள் கருத்து தெரிவித்தனர். 1939 முதல் 1941 வரை, மனநிலை சரியில்லாதவர்கள் என்று கருதப்பட்ட 80,000 முதல் 1,00,000 பேர் கொல்லப்பட்டனர்.

கம்யூனிஸம், சோஷலிசம் பேசுபவர்கள், ரகசியமாகத் தொழிற் சங்கம் நடத்துபவர்கள் நாஜிகளின் எதிரிகளாக அடையாளம் காணப்பட்டனர். அவர்களைத்தான் முதலில் வதை முகாம்களில் கொண்டுசென்று தள்ளினார்கள். கம்யூனிஸம் என்பது யூதர்களின் சித்தாந்தம் என்றார் ஹிட்லர். தொழிற்சங்கவாதிகளும் சோஷலிஸ்டுகளும் யூதர்களுடன் கைகோர்த்து செயல்படு கிறார்கள் என்று எச்சரித்தார். எங்கே தாக்கினாலும் எங்கே கைதிகள் சிக்கினாலும் விசாரணையில் கேட்கப்படும் முதல் கேள்வி நீ கம்யூனிஸ்டா என்பதுதான். இடது சாரி சிந்தனை யாளர், அதிகாரத்தை வெறுப்பவர், கிளர்ச்சிக்காரர் என்று சிறிய சந்தேகம் தோன்றினாலும் முகாமுக்குத் தள்ளிக்கொண்டு போய்விடுவார்கள். கொன்றுவிடுவார்கள்.

சோவியத்தில் 1942ல் Ivangorod என்னும் பகுதியில் இருந்த யூதர்கள் கும்பலமாக அழிக்கப்பட்டனர். ஆளுக்கு ஒரு தோட்டா கட்டுப்படியாகாது என்பதால் குழந்தையை முன்னால் நிற்க வைத்து அவருக்குப் பின்னால் குழந்தையின் தாயை நிற்க வைத்து சுட்டார்கள். ஒரே தோட்டாவில் இரண்டு உயிர்கள் பிரிந்தன. சோவியத் போர் கைதிகளில் 57 சதவீதம் பேர், அதாவது, இரண்டு முதல் மூன்று மில்லியன் பேர் நாஜி வதை முகாம்களில் இறந்துபோயினர். கொல்லப்பட்டவர்கள், பசியால் இறந்த வர்கள், சித்திரவதைகள் மூலம் இறந்தவர்கள் ஆகியோர் இதில்

அடக்கம். பெரும்பாலானோர் பிடிபட்ட முதல் ஆண்டிலேயே இறந்துபோனார்கள்.

ஜிப்ஸி வகையைச் சேர்ந்த ஐரோப்பிய ரோமாக்கள் (Romas) சிறைபிடிக்கப்பட்டனர். பிடிக்கப்பட்ட அனைவரையும் உடனே கொன்றுவிடவில்லை நாஜிகள். வெறுமனே கொல்வதில் உபயோகமில்லை. கொல்வதற்கு முன்னால் இவர்களிடம் இருந்து எதையாவது பெற்றுக்கொள்வதில் தவறில்லையே. செல்வம் இருந்தால் செல்வத்தை. உடைகள், பொருள்கள் எது கிடைத்தாலும் அபகரித்துக்கொள். அளிப்பதற்கு ஒன்றுமே இல்லாத பரதேசிகளா, பிடித்து கட்டி வை. வேலை வாங்கு. எதற்கு தண்டத்துக்கு உடலை வளர்த்து வைத்திருக்கிறார்கள்?

சாப்பாடு, உறக்கம், நீர் கிடையாது. வேலை செய்துகொண்டே இருக்கவேண்டும். இனி முடியாது என்று சோர்ந்து மயங்கி விழும்போது மார்பில் தோட்டா பாயும். பணியில் ஈடுபடும் போதே இறந்துவிடும் ரோமாக்களும் உண்டு. வெடிமருந்து வெடிக்கிறதா இல்லையா, ஒரு துப்பாக்கியின் திறன் என்ன போன்ற கேள்விகளுக்கு விடை காண ரோமாக்கள் உபயோகப் பட்டனர்.

Einsatzgruppen என்று ஒரு பிரிவினர் உண்டு. கொலைப் படையினர். ரோந்து சுற்றிக்கொண்டே இருப்பார்கள். வா என்று அழைத்தால் உடனே தோன்றி கொல்ல வேண்டியவர்களைக் கொன்றுவிட்டு அடுத்த காரியம் பார்க்க நகர்ந்துவிடுவார்கள். பல ஆயிரக்கணக்கான ரோமாக்களை இவர்கள் கொன்றொழித்திருக் கிறார்கள். தேசம் முழுவதும் பரவியிருந்த காண்ஸண்ட்ரேஷன் கேம்புகளிலும் ரோமாக்கள் அடைத்துவைக்கப்பட்டு, குழுவாகக் கொல்லப்பட்டனர். போலந்து, நெதர்லாந்து, ஹங்கேரி, இத்தாலி, அல்பானியா, யுகோஸ்லோவியா என்று பல்வேறு தேசங்களிலும் உள்ள ரோமாக்கள் தேடிப்பிடிக்கப் பட்டு அழிக்கப்பட்டனர். ஐரோப்பிய ரோமாக்கள் மக்கள் தொகையில் கிட்டத்தட்ட 50 சதவீதம் ஹோலோகாஸ்டால் அழிந்துபோனது.

•

பிபிசியின் செய்தியாளர் ரிச்சர்ட் டிம்பிள்டே, பெல்சன் முகாமில் தான் கண்ட காட்சியை விவரிக்கிறார்.

வார்ஸாவில் சிறைபிடிக்கப்படும் யூதர்கள்

காஸ் வேன்

'கிட்டத்தட்ட ஒரு ஏக்கர் நிலம். கீழே மனித உடல்கள். உயிரிழந்தவர்கள் யார், உயிருடன் இருப்பவர்கள் யார் என்பதைக் கண்டறிவது கடினம். சடலத்தின் மீதே சிலர் படுத்து கிடந்தனர். சிலரால் நன்றாகப் பார்க்கமுடிந்தது. அசையவும் முடிந்தது. ஆனாலும், ஏதோவொரு பயங்கரத்தைக் கண்ட மிரட்சியில் அவர்கள் அசைவற்று இருந்தனர். இந்த உடல் குவியலுக்கு மத்தியில் அப்போதுதான் பிறந்த குழந்தைகளும் காணக்கிடைக் கின்றன. பிரிட்டன் வீரர் ஒருவரிடம் ஒரு பெண் சத்தம் போட்டு கத்திக்கொண்டிருந்தார். என் குழந்தைக்குக் கொஞ்சம் பால் கொடுங்கள்! என் குழந்தைக்குக் கொஞ்சம் பால் கொடுங்கள்! கையில் ஒரு பொட்டலத்தை ஏந்திக்கொண்டிருந்தார் அவர். அந்த அதிகாரி கையை நீட்டி பெற்றுக்கொண்டார். துணியை விலக்கிப் பார்த்தபோது, துரும்பு போல் ஒரு குழந்தை சுருண்டு கிடந்தது. இறந்து சில தினங்களாவது ஆகியிருக்கும்.'

செப்டெம்பர் 29 மற்றும் 30, 1941. இந்த இரு தினங்களில் மட்டும் கிழக்கு போலந்திலும் சோவியத் யூனியனிலும் நாஜிகள் கொன்றொழித்த யூதர்களின் எண்ணிக்கை 33,771. உக்ரேனின் தலைநகரமான கீவில் நடந்த படுகொலையின்போது தப்பிப்பிழைத்த Dina Pronicheva என்னும் யூதப் பெண்ணின் வாக்குமூலம் இது.

'வரிசையில் நிற்க வைத்து ஒவ்வொருவரையாகச் சுட்டு, குழியில் தள்ளிக்கொண்டிருந்தார்கள். மிகப்பெரிய குழி அது. என்னுடைய முறை இதோ வந்துவிடும். எனக்கு நடுக்கம் பிறந்துவிட்டது. கை, கால்கள் ஆட ஆரம்பித்துவிட்டன. சட்டென்று ஏதோ தோன்ற குழிக்குள் விழுந்துவிட்டேன். குண்டடிப்பட்டுச் சாவதற்குப் பதில் குழிக்குள் விழுந்து உயிரைவிடலாம். ஆனால் நான் இறக்கவில்லை. கீழே இருந்த சடலங்களின் மீது பத்திரமாக வந்து விழுந்தேன். அச்சத்தால் கண்களை மூடிக்கொண்டேன். என் மீது புதிதாக மேலும் சில உடல்கள் வந்து விழுந்தன. உடல்களுக்கு மத்தியில் புதைக்கப்பட்டதைப் போன்ற உணர்வு ஏற்பட்டது. மேலும் மேலும் பலர் வந்து விழுந்தனர். பெரும் பாலானோர் குழிக்குள் விழுவதற்கு முன்பே இறந்துவிட்டனர். சிலர் முனகிக்கொண்டிருந்தனர். சிலருக்கு விக்கல். சிலர் சத்தம் போட்டு கத்திக்கொண்டிருந்தனர். பிறகு, நாஜிகள் குழிக்குள் டார்ச் லைட் அடித்து அசையும் உடல்களை சுட ஆரம்பித்தனர். சில நிமிடங்கள் கழித்து குழிக்குள் மண்ணை தள்ள ஆரம்பித் தனர். மீண்டும் கண்களை மூடிக்கொண்டேன். என் மீதே வந்து

விழுந்தது மண். தலை, முகம், கை, கால் முழுவதும் மண். இமைகளைப் பிரிக்கமுடியவில்லை. ஒரே இருட்டு. எத்தனை நேரம் அப்படியே கிடந்தேன் என்று நினைவில்லை. பிறகு மெல்ல மெல்ல அசைந்து, போராடி குழியில் இருந்து உயிருடன் மீண்டு வெளியில் வந்தேன்.'

ஒரு சமயம், லித்துவேனியாவில் உள்ள கோவ்னோ என்னும் பகுதியில் ஜெர்மானியர்கள் யூதர்களைத் தேடி வேட்டையாடிக்கொண்டிருந்தனர். அவர்களிடம் இருந்து எப்படியாவது தன் மகனை மீட்டுவிடவேண்டும் என்று ஒரு தாய் ஓடோடி மறைவிடம் ஒன்றில் பதுங்கிக் கொண்டார். திடீரென்று குழந்தை அழ ஆரம்பித்துவிட்டது. வீரர்கள் அந்த மறைவிடத்தை நெருங்கிகொண்டிருந்தனர். அழுகையைக் கட்டுப்படுத்த என்ன செய்வதென்று அந்த தாய்க்குத் தெரியவில்லை. குழந்தையின் வாயில் கையை வைத்து அழுத்தினார். வீரர்கள் முற்றிலுமாக அகலும்வரை கையை எடுக்கவேயில்லை அவர். சுற்றிலும் யாருமில்லை என்பதை உறுதிபடுத்திக்கொண்ட பிறகே அவர் குழந்தையை விடுவித்தார். ஆனால், குழந்தை எப்போதோ இறந்துபோயிருந்தது.

உக்ரேனிய யூதர்களில் சிலர் தங்களுக்கான சவக்குழிகளை தாங்களே தோண்டிக்கொண்டனர். பின்னால் துப்பாக்கியுடன் நாஜிகள் நின்றிருப்பார்கள். குழி தோண்டிமுடிக்கப்பட்டபின், ஒவ்வொருவரும் அருகில் சென்று முட்டிக்கால் போட்டபடி உட்காரவேண்டும். தலைக்குப் பின்னால் துப்பாக்கி அழுத்தப் படும். வரிசையாகச் சுடுவார்கள். குழியில் விழாத சடலங்களை காலால் எட்டி உதைத்து உள்ளே தள்ளுவார்கள். குழி மூடப்படும்.

போலந்தில் உள்ள வார்சா கெட்டோவுக்கு அருகே சடலங்கள் மானாவரியாக விழுந்து கிடக்கும். மிதிபடாமல் நகர்ந்து செல்லவேண்டும். சிலர் நோயால் பீடிக்கப்பட்டு இறந்திருப் பார்கள் என்பதால் கடந்து செல்பவர்கள் பாதுகாப்பு கருதி மூக்கை கைக்குட்டையால் பொத்திக்கொள்வார்கள்.

வதை முகாமில் இருந்து மீட்கப்பட்ட போலந்து சிறுமி தெரஸாவிடம் பின்னர் பேச்சுக்கொடுத்துப் பார்த்தார்கள்.

'எப்படி இருக்கிறாய்?'

உக்ரேனில் கொல்லப்படும் யூதர்கள்

பயத்துடன் நிமிர்ந்து பார்த்த தெரஸா, ஒரு வார்த்தையும் பேசாமல் தனக்குள் ஒடுங்கிக்கொண்டாள்.

'பயப்படவேண்டாம். உன்னை யாரும் எதுவும் செய்ய மாட்டார்கள். இனி நீ சுதந்தரமாக இருக்கலாம். சரியா?'

பதிலில்லை.

'சரி, இந்தா சாக்பீஸ். பலகையில் ஏதாவது படம் வரை பார்க்கலாம்.'

கையை பின்னுக்கு இழுத்துக்கொண்டாள் தெரஸா. கண்கள் முழுவதும் அதிர்ச்சி. பிரயத்தனப்பட்டுதான் எழுப்பி நிற்க வைத்தார்கள். பயப்படவேண்டாம் என்று மேலும் ஒரு முறை சொன்னதும் கரும்பலகையை நோக்கி நடந்தாள் தெரஸா. கையில் சாக்பீஸோடு குழம்பி நின்றாள்.

'ஒரு வீடு வரைஞ்சு காட்டு பார்க்கலாம்.'

அடுத்த சில நிமிடங்களில் வரைந்து முடித்துவிட்டு மீண்டும் தன் இருக்கைக்கு வந்து அமர்ந்துகொண்டாள் தெரஸா. பலகையைப் பார்த்தவர்கள் அதிர்ந்துபோனார்கள். குழப்பமான பல்வேறு வட்டங்கள். கோணல், மாணலாகவும் குறுக்கும் நெடுக்குமாகவும் கோடுகள். சில நிமிடங்கள் கழிந்தபிறகுதான் புரிந்தது. அவள் அறிந்த வீடு அதுதான். அது மட்டும்தான். அவை கோடுகள் அல்ல கம்பிகள். முள்கம்பிகள்.

13. போரும் ராணுவமும்

வீரர்கள் இல்லாமல் போர் இல்லை. எப்படி வீரர்கள் ராணுவத்தில் இணைகிறார்கள்? முதல் வகையினர் ஆர்வலர்கள். போர் நடைபெறபோகிறது என்பதைத் தெரிந்து கொண்டவுடன், இவர்கள் தாமாகவே முன்வந்து தங்களை இணைத்துக்கொள்வார்கள். ஹிட்லரைப் போல். என் தேசம் எதிரிகளிடம் போராடப்போகிறது. என் தேசத்துக்காக நான் ஏதாவது செய்தாக வேண்டும். சிறிய அளவிலாவது உபயோகமாக இருக்கவேண்டும். தேசப்பற்று மிக்க இந்த இளைஞர்களுக்கு ராணுவ வீரனாக மாறுவது ஒரு கனவாகவே இருக்கும். சுயவிருப்பத்தின் பேரில் இவர்கள் ராணுவ முகாம்களை அணுகி தங்கள் பெயரைப் பதிவு செய்துகொள்வார்கள்.

இரண்டாவது வகை, விளம்பரங்கள் கொடுத்து ஆள்களை இணைத்துக்கொள்வது. பிரசாரத்தின் மூலமாகவும் இது நடைபெறும். மக்களே, நம் தேசம் போரில் குதிக்கப் போகிறது. ஆகவே, உங்கள் உதவி தேவை. கீழ்கண்ட தகுதிகள் உங்களிடம் இருந்தால், உங்களுக்குத் தேசப்பற்று இருந்தால், நாம்

தாய்நாட்டை (அல்லது தந்தையர் நாட்டை) பாதுகாக்க, எதிரிகளை முறியடிக்க, ராணுவத்தில் இணைந்து போராடுங்கள். இது உங்களுக்கான வாய்ப்பு.

மூன்றாவது, கட்டாய இணைப்பு. எதையாவது செய்து படை வீரர்களின் எண்ணிக்கையை உயர்த்த வேண்டிய கட்டாயத்தில் இருக்கும் தேசங்கள், ராணுவப் பணிக்கு வருமாறு இளைஞர்களுக்கு கட்டளை இடுகின்றன. பல்வேறு வகையில் பிரசாரம் செய்து கட்டாயப்படுத்தி வீரர்கள் இணைத்துக்கொள்ளப் படுகிறார்கள். ஒரு குடும்பத்தில் இருந்து நிச்சயம் ஒருவர் வந்தாகவேண்டும். அனைவரும் ஏதாவது ஒரு வழியில் போர் பணிகளில் ஈடுபட்டாக வேண்டும்.

இரண்டாம் உலகப் போரின்போது பல்வேறு தேசங்கள் இந்த மூன்றாவது வழிமுறையையே பெரிதும் பயன்படுத்தின. துடிப்பான இளம் வீரர்கள் அதிகம் தேவைப்பட்டதாலும் தாமாகவே அவர்கள் முன்வராததாலும் பலவந்தமான இணைப்பு முறையை அவர்கள் உபயோகித்தனர்.

எங்கெல்லாம் சர்வாதிகாரம் இருக்கிறதோ அங்கெல்லாம் ராணுவம் பலமானதாக இருந்திருக்கிறது. போர் சமயங்களில் ராணுவத்தினரை கொண்டுவந்து நிறுத்துவதிலும் தாக்குதல் தொடுப்பதிலும் இத்தேசங்கள் முனைப்புடனும் தயார் நிலையிலும் இருந்தன. ஜனநாயக நாடுகளில் ராணுவம் பெரும்பாலும் தயார் நிலையில் இருப்பதில்லை. அல்லது, தயார்ப்படுத்துவதற்கு அவகாசம் தேவைப்பட்டது. இது ஒரு பொதுவான கருத்துதான். ராணுவ ரீதியில் பலகீனமான சர்வாதிகார தேசங்களும் பலமான ஜனநாயக தேசங்களும் இருக்கவே செய்கின்றன.

இரண்டாம் உலகப் போரில் போலந்து, பிரான்ஸ் ஆகிய தேசங்கள் தங்கள் ராணுவத்தை தயார் நிலையில் வைத்திருந்தன. ஹிட்லரின் நிழல் இவர்கள் மீது எப்போதும் படிந்திருந்ததால் இந்த தயார்நிலை அவசியமாகிப்போனது. இந்த நாடுகளுடன் ஒப்பிடும்போது பிரிட்டன் பின்தங்கியிருந்தது. போர் தொடங்கியபோது, பிரிட்டன் தன் ராணுவ பலத்தை முழுவதுமாகத் திரட்டிவைத்துக்கொள்ளவில்லை. ஆரம்பகட்ட திணறல் அதிகம் இருந்தது. தவிரவும், தெளிவான செயல் திட்டம் எதுவும் இல்லை. பிரெஞ்சு ராணுவப் பங்களிப்போடு

ஒப்பிடும்போது, பிரிட்டனின் பங்கு பத்தில் ஒரு பங்கு மட்டுமே. இது ஆரம்ப கால கணக்கு.

அமெரிக்காவும் ஆரம்பத்தில் கிட்டத்தட்ட பிரிட்டனைப் போலவே சிந்தித்தது. அப்படி என்ன பெரிதாக செய்துவிட முடியும் எதிரிகளால்? கடற்படை ஒன்று போதாதா அவர்களை வீழ்த்த? எதற்காக நிலப்பரப்பில் ஆள்களைக் குவிக்க வேண்டும்? 1939, 1940 ஆண்டுகளில்தான் பிரிட்டன் தீவிரமாக ஆள்பலத்தைக் கூட்டிக்கொள்ள ஆரம்பித்தது. கண்டிப்பான ராணுவ சேவை குறித்து அவசர அவசரமாகப் பிரசாரங்கள் மேற்கொள்ளப்பட்டன. மே 1940ல்கூட 13 பிரிவுகள் மட்டுமே அமைக்கப்பட்டிருந்தன. இவையும்கூட முழுமையான தயார் நிலையில் இல்லை. பல பிரிவினரிடம் டாங்கிகள் இல்லை. 1939 தொடங்கி 1945 வரை, 3 முதல் 5 மில்லியன் ஆண்களும் பெண்களும் ராணுவத்தில் இணைக்கப்பட்டனர். செப்டெம்பர் 1940ல் 1.88 மில்லியனாக இருந்த பலம், செப்டெம்பர் 1943ல் 2.69 மில்லியன் ஆனது. ஜூன் 1945ல் 2.92 மில்லியன். 9 ஆயுதம் தரித்த பிரிவுகள், 25 காலாட்படைப்பிரிவுகள், 2 விமானப் பிரிவுகள்.

ஒப்பீட்டளவில் அமெரிக்கா பொருளாதார வளம் மிக்க தேசம். 1941 மத்தியில் 1.4 மில்லியன் வீரர்கள் அமெரிக்க ராணுவத்தில் இருந்தனர். மளமளவென்று 105 பிரிவுகள் உருவாக்கப்பட்டன. இந்தப் பிரிவுகளின் ஆள்பலம் 8.25 மில்லியன். 2.30 மில்லியன் ஆள்கள் கொண்ட முன்னூறு விமானப் பிரிவுகள். 1941 தொடங்கி போர் முடிவுக்கு வரும் வரை, மொத்தம் 10.42 மில்லியன் ஆண்களும் பெண்களும் அமெரிக்காவின் சார்பாக பணியாற்றினார்கள். இது குறைவான எண்ணிக்கையே. ஆள்கள் போதவே இல்லை என்று 1944-45 ஆண்டுகளில், பல உயர் அதிகாரிகள் வெளிப்படையாகவே முணுமுணுத்துக்கொண்டனர். ஈஸன் ஹோவர் இதற்காக விமரிசனங்களையும் சந்தித்தார்.

வெர்ஸைல்ஸ் ஒப்பந்தத்தின்படி ஜெர்மனி ஒரு லட்சம் பேரை மட்டுமே ராணுவத்தில் அமர்த்திக்கொள்ளவேண்டும் என்பது விதி. ஆனால், ஹிட்லர் இந்த ஒப்பந்தத்தைக் கிழித்துக் குப்பையில் போட்டார். நாம் எத்தனை பேரை அமர்த்திக் கொள்ளவேண்டும் என்பதை நாம்தான் முடிவெடுக்கவேண்டும். மூன்றாவது நாட்டுக்கு அந்த உரிமை இல்லை. குறிப்பாக, எதிரி நாடுகளுக்கு இல்லவே இல்லை.

1939ல் போலந்துக்கு எதிரான போரில் 58 பிரிவுகள் பயன் படுத்தப்பட்டன. மேலும் 40 பிரிவுகள் கிட்டத்தட்ட தயார் நிலையில் இருந்தன. ஆனால் அவை போரில் பயன்படுத்தப் படவில்லை. ஏழு மாதங்கள் கழித்து, 128 பிரிவுகள் உயிர் பெற்றிருந்தன. ஜுன் 1941ல் (ஆபரேஷன் பார்பரோஸா) 142 பிரிவுகள் போர்க்களத்தில் குதித்தன. பிறகு, பலம் கூடி, 304 பிரிவுகளாக உயர்ந்தது.

ஜெர்மனியைப் போல் எந்தவொரு தேசத்தாலும் தன் ராணுவ பலத்தைக் அதிகரித்துக்கொள்ள இயலவில்லை. அவசியம் ஏற்படும்போதெல்லாம் ஜெர்மனியால் ஆள்களையும் ஆயுதங் களையும் திரட்ட முடிந்தது. பிரிட்டன், அமெரிக்கா இந்த இரு தேசங்களின் பலத்தை ஒன்றுகூட்டினாலும் ஜெர்மனியின் பலத்தை நெருங்கமுடியவில்லை. சோவியத்தின் வருகைக்குப் பிறகே இந்நிலையில் மாற்றம் ஏற்பட்டது.

பிரிட்டிஷ் படைவீரர்கள் தி இங்கிலீஷ் என்று பொதுவாக அழைக்கப்பட்டனர். ஆனால், ஆங்கிலேயர்களை மட்டுமே உள்ளடக்கிய படைகள் அல்ல அவை. ஸ்காட்லாந்து, வெல்ஷ், ஐரிஷ் தேசத்து வீரர்களும் கலந்தே இருந்தனர். ஒவ்வொரு கண்டத்தில் இருந்தும் பலரை பிடித்து ராணுவத்தில் இணைத்துக் கொண்டிருந்தது பிரிட்டன். கனடா, ஆஸ்திரேலியா, தென் ஆப்பிரிக்கா, நியூ சிலாந்து. இன்னமும் பல.

ஜெர்மன் படைப்பிரிவுகளில் ஜெர்மானியர்கள் மட்டுமே இருக்க வேண்டும் என்று ஹிட்லர் விரும்பினார். Waffen SS (Waffen Schutzstaffel) என்னும் படைப்பிரிவு முப்பதுகளில் ஆரம்பிக்கப் பட்டபோது, மிகக் கடுமையான சட்டதிட்டங்கள் இருந்தன. உன் பெயர் என்ன? முழுப் பெயர்? அப்பாவின் பெயர்? தாத்தா? பல கட்ட சோதனைகள் முடிந்த பிறகே, அசலான ஜெர்மானியன் தான், அசலான ஆரியன்தான் என்று பரீசிலனைக் குழு முழு திருப்தியுடன் முத்திரை குத்திய பிறகே உள்ளே இழுத்துக் கொண்டார்கள்.

1940க்குப் பிறகு நிலைமை மாறியது. போர் முனையில் சந்தித்த இழப்புகள் ஜெர்மனியை சிந்திக்க வைத்தது. வீழ, வீழ ஆள்களை நிரப்பிக்கொண்டே இருக்கவேண்டிவந்தது. எதிரிகள் தங்கள் பலத்தை அதிகப்படுத்திக்கொண்டிருக்கும்போது, சுத்த ரத்தத்தை மட்டுமே இணைத்துக்கொள்வேன் என்று வரட்டுப்

பிடிவாதம் பிடித்துக்கொண்டிருக்கமுடியாது. வேறு வழியே இல்லை என்பதை ஊர்ஜிதப்படுத்திக்கொண்டபிறகு ஹிட்லர் கொஞ்சம் விட்டுக்கொடுத்தார். சரி பாதகமில்லை, ஜெர்மனுக்காக உயிரைக் கொடுக்க சித்தமாக இருக்கும் இளைஞர்களை சேர்த்துக்கொள்வோம்.

Wiking, Nordland போன்ற பிரிவுகள் தொடங்கப்பட்டபோது, ராணுவத்துக்கான தேர்வுகளில் கட்டுப்பாடுகள் பெருமளவில் தளர்த்தப்பட்டன. எங்கிருந்து வருகிறாய்? ஸ்காண்டிநேவியாவா? பாதகமில்லை. வா உனக்கொரு வாய்ப்பு தருகிறோம். ஹிட்லரின் தலைமையை ஏற்றுக்கொள். முழுமையான ஜெர்மானியராக உன்னை உருமாற்றிக்கொள். வந்து போராடு. 1942ல் ஆள்கள் கிடைப்பது அரிதாகிவிட்டது. புதிய உத்தரவு வந்து சேர்ந்தது. யார் கிடைத்தாலும் பிடித்துப்போடு. குலம், கோத்திரம் பார்க்கவேண்டாம். பிரெஞ்சு வீரர்கள், இத்தாலிய வீரர்கள், ஹங்கேரிய வீரர்கள் என்று கதம்பம் உருவாக ஆரம்பித்தது. யுத்தத்தின் இறுதிகட்டத்தில், Waffen SSல் இருந்த 38 படைப்பிரிவுகளில் ஆறு பிரிவுகளில் ஜெர்மானியர்கள் அல்லாதவர்கள் (ரஷ்யர்கள், உக்ரேனியர்கள், செக் நாட்டினர், செர்பியர்கள், போஸ்னியர்கள் மற்றும் க்ரோஷியர்கள்) நிரம்பி யிருந்தனர். பரவாயில்லை என்று சொல்லிவிட்டார் ஹிட்லர்.

சேர்த்துக்கொண்டுவிட்டார்களே தவிர, அவர்களை எப்படிப் பயன்படுத்திக்கொள்வது என்பதில் பல்வேறு குழப்பங்கள் இருந்தன. இவர்களை நம்பி ஆயுதங்களை ஒப்படைக்கலாமா? ஜெர்மனிக்காக நிஜமான அக்கறையுடன் இவர்கள் பணியாற்று வார்களா? பிற்பாடு மனம் மாறிவிட்டால்?

1939, 1940, 1941 என்று ஒவ்வொரு ஆண்டும் ஜெர்மனி தன் ராணுவ பலத்தை தேவைக்கேற்ப பெருக்கிக்கொண்டே வந்தது உண்மை. ஆனால், நீண்டகால நோக்கில் ஹிட்லரால் இந்தப் போரைத் தெளிவாக திட்டமிட முடியவில்லை. குறுகிய கால திட்டங்களை மட்டுமே அவர் உருவாக்கினார். செயல்படுத்தி னார். அவர் பெற்ற வெற்றிகளும் குறுகிய கால வெற்றிகளாகவே அமைந்தன.

வீரர்களுக்கு குறைந்தது இருபத்தோரு வயது ஆகியிருக்க வேண்டும் என்று ஆரம்பத்தில் இருந்த கட்டுப்பாடு தளர்த்தப் பட்டது. பதினெட்டு போதும். 1945ல் பதினாறாக

குறைக்கப்பட்டது. இறுதிக்கட்டத்தில் நிலைமை இன்னமும் மோசமானது. பள்ளிச்சிறுவர்களைக்கூட ஜெர்மனி கட்டாயப் படுத்தி அழைத்துவந்துவிட்டது. மருத்துக்குக்கூட பயிற்சி எதுவும் இவர்களுக்கு வழங்கப்படவில்லை. முதல் உலகப் போரில் கலந்துகொண்ட முதிர்ச்சி பெற்ற வீரர்கள் ஒருபக்கம். இவர்கள் கால்களுக்கு இடையில் புகுந்து போராடும் பள்ளி மாணவர்கள் மற்றொரு பக்கம்.

பிரிட்டனின் பெருமைமிகு அடையாளமாக ராயல் கப்பல்படை கருதப்பட்டது. கப்பல்படையில் பணிபுரியும் அதிகாரிகள் மீது மக்கள் பெருமதிப்பு வைத்திருந்தனர். கப்பல்படையில் இணைவது பெருமைக்குரிய விஷயமாக இருந்தது. Royal Air Force தொடங்கப்பட்டபோது பெரும் வரவேற்பு கிடைத்தது. பிரபுக்களும் உயர்குடியினரும் மட்டுமே விமானப்படையிலும் கப்பல்படையிலும் இணைத்துக் கொள்ளப்பட்டனர். அமெரிக்காவில் இந்த நிலை இல்லை. தகுதியின் அடிப்படை யில் உயர் அதிகாரிகள் நியமிக்கப்பட்டனர். இரண்டாம் உலகப் போரின்போது ராணுவத்தில் இருந்த உயர் அதிகாரிகள் அனைவரும் தங்கள் தகுதியை நிரூபித்தவர்கள்தாம் என்கிறது அமெரிக்க ஆவணங்கள். ஆனால், நிற பேதம் இருந்திருக்கிறது.

ஜெர்மனியில் நாஜிக் கட்சி தமக்கான படைப்பிரிவைத் (SS) தானே உருவாக்கி வைத்திருந்தது. யார் எந்தப் பதவிக்கு வரவேண்டும், எப்போது என்பதை கட்சி முடிவு செய்யும். சோவியத் அதிகாரிகள் நியமனம் தகுதி சார்ந்ததாக இருந்தது. ஜெனரல் ஷுகோவ் மிக எளிமையான பின்னணியில் இருந்து படிப்படியாக முன்னேறி உயர் பதவியை அடைந்தவர்.

•

பிரிட்டனின் காலனியாக இருந்த இந்தியா (தற்போதைய இந்தியா, பாகிஸ்தானின் பகுதிகள், பங்களாதேஷ்) நேச அணியின் சார்பாக போரில் கலந்துகொண்டது. நாஜிகளை ஒழிப்பதற்கு பல இந்திய சமஸ்தானங்கள் தாமாகவே முன்வந்து பிரிட்டனுக்கு ஆதரவும் நன்கொடையும் வழங்கின. நாஜி களுக்கு எதிரான பேரலை இந்தியா முழுவதும் அடித்துக் கொண்டிருந்தது. பிரிட்டனின் அரசியல் பிரசாரம் ஒரு காரணம். ஹிட்லர், முஸோலினி போன்றவர்களை தடுத்து நிறுத்த வேண்டியது அவசியம் என்று இந்திய தேசிய காங்கிரஸ்

கருதியது. அதே சமயம், பிரிட்டனுக்கு வெளிப்படையாக ஆதரவு அளிக்கவும் அவர்கள் தயங்கினார்கள். நாஜிகளை அளித்து ஜெர்மனியை விடுதலை செய்யவேண்டும் என்பதுதான் பிரிட்டனின் நோக்கம் எனில், இந்தியாவின் விடுதலையை எப்படி அவர்களால் நிராகரிக்கமுடியும்?

ஆனால், போரில் சிக்கிக்கொண்டிருந்த பிரிட்டனால் அப்போதைக்கு இந்திய விடுதலை குறித்து சிந்திக்கமுடிய வில்லை. அதே சமயம் இந்தியாவை போரில் இணைத்துக் கொள்ளவேண்டியது அவசியம் என்றும் அவர்கள் கருதினார்கள். ஆகவே, ஒருவரிடமும் ஆலேசிக்காமல், இந்தியா இந்தப் போரில் கலந்துகொள்கிறது என்று 1939ல் பிரிட்டன் தன்னிச்சை யாக அறிவித்தது.

பிரிட்டனுக்கு கைகொடுக்கவேண்டும் என்றார் காந்தி. பிரிட்டன் ஜீவ மரணப் போராட்டத்தில் ஈடுபட்டுக்கொண்டிருக்கும்போது நாம் பிரிட்டனுக்கு எதிரான போராட்டத்தில் ஈடுபடுவது சரியாக வராது. அப்படி செய்தால் அது இந்தியாவுக்கு இழுக்கு. பொறுத் திருப்போம். கையோடு ஹிட்லருக்கு ஒரு கடிதமும் எழுதினார். வன்முறை ஆபத்தானது. விட்டுவிடுங்கள்.

அதே சமயம், சுபாஷ் சந்திர போஸ் அச்சு நாடுகளுடன் சேர்ந்து கொண்டார். எதிரிக்கு எதிரி நண்பன் என்னும் தந்திரத்தை கையாள முயன்றார் அவர். ஜப்பான், இத்தாலி போன்ற நாடுகளுடன் இணைவதன் மூலம் பிரிட்டன் மேலாதிக்கத்தை கூடுதல் வலிமையுடன் எதிர்க்கலாம் என்பது அவர் நம்பிக்கை. ஆனால், அவர் நம்பிய ஜப்பான் தோல்வியடைந்தது. ஆகவே, அவர் கனவும்.

இரண்டாம் உலகப் போர் தொடக்கத்தில் இந்திய ராணுவத்தில் இரண்டு லட்சத்து ஐந்தாயிரம் வீரர்கள் இருந்தனர். போரின் முடிவில் இருபது லட்சத்துக்கும் அதிகமான வீரர்கள் ராணுவத்தில் இணைந்திருந்தனர். மேற்கு ஆசியா மற்றும் வடக்கு ஆப்பிரிக்காவுக்கு இந்திய ராணுவத்தை அனுப்பி வைத்தது பிரிட்டன். வட ஆப்பிரிக்காவில் ஜெர்மன் படைகளை எதிர்கொண்டு குறிப்பிடத்தகுந்த முறையில் போராடியது இந்தியா. இந்த தாக்குதலில் மேஜர் பிபிகே குமாரமங்கலம் கமாண்டராக இருந்தார். இவருடைய பணி சிலாகிக்கப்பட்டது. 1944, 45 ஆண்டுகளில் இத்தாலியை விடுவிக்கும் போரில்

இந்தியாவின் பங்கு முக்கியமானது. ஜப்பானி துருப்புகளை எதிர்த்து பர்மாவில் மேற்கொண்ட யுத்தத்தில் (ஜனவரி 1942 முதல் ஜூலை 1945 வரை) இந்தியா முக்கிய பங்கு வகித்தது. குறிப்பாக, இந்திய விமானப் படையின் பங்களிப்பு முக்கிய மானது.

இந்தியாவைவிட்டு பிரிட்டன் அகன்றதக்குக் காரணம் இரண்டாம் உலகப் போர். கடந்த ஆறு ஆண்டுகளை முழுக்க முழுக்க போருக்காக மட்டுமே செலவழித்திருந்தது பிரிட்டன். தொழிற்சாலைகளில் வழக்கமாக நடைபெறும் பணிகள் நிறுத்திவைக்கப்பட்டு,

தளவாடங்களும், உபகரணங்களும் ஆடைகளும் உணவுகளும் குவியல் குவியலாக ராணுவத்துக்காகத் தயாரிக்கப்பட்டன. தயாரிக்கப்படும் அனைத்தும் உடனுக்குடன் போர்முனைக்கு அனுப்பிவைக்கப்பட்டதால் பல நகரங்களில் உணவுப் பற்றாக்குறை. விலைவாசி வானத்தில் மிதந்துகொண்டிருந்தது. இத்தனைக்கும் இரண்டாம் உலகப் போரில் பிரிட்டனின் பங்கு ஆகப் பெரியது அல்ல. இத்தாலி, வடஆப்பிரிக்கா, பர்மா தவிர்த்து வேறு எந்த யுத்தங்களிலும் பிரிட்டன் பெரிய அளவில் கலந்துகொள்ளவில்லை.

காலனி நாடுகளைப் பற்றி சிந்திக்கக்கூட நேரம் ஒதுக்க முடியாமல் போனது. எந்நிலையிலும் இந்தியாவை விட்டுக் கொடுக்கமாட்டேன் என்று கொக்கரித்த வின்ஸ்டன் சர்ச்சில் வீட்டுக்கு அனுப்பிவைக்கப்பட்டார். தொழிலாளர் கட்சியின் தலைவர் கிளமண்ட் ஆட்லி புதிய பிரதமராகப் பொறுப்பேற்றுக் கொண்டார். பிரிட்டன் மட்டுமல்ல இந்தியாவும் இந்த மாற்றத்தை வரவேற்றது.

•

ஒவ்வொரு பிரிவினருக்கும் ஒவ்வொரு விதமான பயிற்சிமுறை. பயிற்சிக் காலமும் மாறுபடும். காலாட்படை வீரர் ஒருவர் பயிற்சி பெறுவதற்கு மூன்று முதல் நான்கு மாதங்கள் பிடிக்கும். ஒரு விமானப் படை வீரரை உருவாக்க பதினெட்டு மாதங்கள் தேவைப்படும். நாட்டுக்கு நாடு இது மாறுபடும். அவசரம் உடனே தயாராகவேண்டும் என்னும் பட்சத்தில் அவசரமாகப் பயிற்சிகளை முடித்துக்கொண்டு விடுவார்கள்.

ராணுவப் பயிற்சி முறைகளில் ஜெர்மனி பிற தேசங்களைவிட முன்னணியில் இருந்தது. பலத்திலும்கூட. காரணம், ஹிட்லர். எதிரிகளைவிட பலமடங்கு பலம் பெற்றாகவேண்டும் என்பதில் ஹிட்லர் தெளிவாக இருந்தார். போர் தன் இறுதிக்கட்டத்தை நெருங்கும்வரை, ஹிட்லர் உச்சத்தில்தான் இருந்தார். ஆகவே, ஜெர்மனியும். போரின் போக்கு திசைமாறத் தொடங்கியதும் ஹிட்லர் ஆவேசத்துடன் தன் திட்டத்தை கலைத்துப்போட்டார்.

Wehrmacht தன் பிரிவில் இணையும் வீரர்களுக்கு எட்டு வார பயிற்சி திட்டம் ஒன்றை உருவாக்கி வைத்திருந்தது. புதிதாக இணைபவர்கள் இந்தப் பயிற்சியை முழுவதுமாக முடிக்க வேண்டும். ஆயுதங்களின் வகைகள், பயன்படுத்தும் முறை, பழுதடைந்தால் சரிசெய்யும் தொழில்நுட்பம் (அடிப்படைகள் மட்டும்), போர் தந்திரங்கள், அடிப்படை ராணுவ ஒழுக்கம், உடற்பயிற்சி ஆகியவை கற்றுத்தரப்பட்டன. இது முதல் கட்டப் பயிற்சிமுறை. அனைவருக்கும் பொதுவானது. பிறகு, குறிப்பிட்ட வீரர் எந்தப் பிரிவில் இணைக்கப்படுகிறாரோ அந்தப் பிரிவுக்கான தனிப் பயிற்சி அளிக்கப்பட்டது.

●

ஆயிரக்கணக்கில், லட்சக்கணக்கில் ஆள்களைக் குவிப்பதைவிட சிரமமானது அவர்களுக்கான ஆயுதங்களைத் தயாரிப்பது. தகுந்த ஆயுதங்கள் வேண்டும். அழிவு சக்தி பிரதானம். கட்டுப்படியாகக் கூடிய விலையில் இருக்கவேண்டும். பயன்படுத்துவதற்கு இலகுவாக இருக்கவேண்டும். துப்பாக்கியாக இருந்தாலும் சரி, போர் விமானமாக இருந்தாலும் சரி. சிறப்பாகச் செயல்பட வேண்டும் என்பது எவ்வளவு முக்கியமோ அவ்வளவு முக்கியம் கேட்கும்போது உடனே, உடனே உற்பத்தி செய்துகொடுக்கக் கூடிய வகையில் அதன் தொழில்நுட்பம் அமைந்திருக்க வேண்டும் என்பதும். நின்று நிதானமாக ப்ளூப்ரிண்ட் போட்டு கழற்றி, மாட்டி உற்பத்தி செய்வதற்கு அவகாசம் இருக்காது. அதற்கான ஆள்களும் கிடைக்கமாட்டார்கள்.

அரும்பாடுபட்டு அற்புதமான டாங்கி ஒன்றை ஜெர்மானியர்கள் உருவாக்கினார்கள். ஜெர்மன் கிங் டைகர் என்று பெயர். டெக்னிக்கல் பெயர், PZKpfw VI Ausf B. இதுவரை ஜெர்மானியர்கள் பயன்படுத்திய டாங்கிகளில் அதிநவீனமானது

பிரிட்டனின் 15 inch Howitzer

Battleship Tirpitz

இதுவே. எந்தவொரு படையாலும் இதை எதிர்த்து நிற்கமுடிய வில்லை. ஆயிரக்கணக்கில் இந்த டாங்கிகளை ஜெர்மானியர்கள் உருவாக்கியிருக்கலாம். ராணுவப் பலத்தைக் கூட்டிக் கொண்டிருக்கலாம். ஆனால், செய்யவில்லை. நூறு டாங்கிகள் மட்டுமே உருவாக்கப்பட்டன. அதற்குமேல் முடியவில்லை. காரணம், மிக அதிக உழைப்பையும் மிக அதிக முதலீட்டையும் அந்த டாங்கி கோரியது. உற்பத்தி நேரமும் அதிகம் பிடித்தது. கட்டுப்படியாகவில்லை. விட்டுவிட்டார்கள்.

துரிதமாக உற்பத்தி செய்யப்பட்டு அதிகம் பயன்படுத்தப்பட்ட ஆயுதம், MP 38/40 இயந்திரத் துப்பாக்கி, (Schmeisser என்று அழைப்பார்கள்). அடுத்து, MP 43/44 இயந்திர வகை (Sturmgewehr). இதையே மாதிரியாக வைத்து, பின்னர் உருவாக்கப்பட்ட சோவியத் கலாஷ்னிகோவ் ஏகே 47 அதிக அளவில் பயன்படுத்தப்பட்டது. பிரிட்டிஷ் ஸ்டென் துப்பாக்கி கள் (Sten guns) அடிக்கடி ஜாம் ஆகிவிடும் என்றாலும் வீரர்கள் மத்தியில் அதிகப் பிரபலம். ஒரு பிரதியை முன்மாதிரியாக வைத்து, தமக்கான ஸ்டென் துப்பாக்கியை ஜெர்மனி தனியே உருவாக்கிக்கெண்டது. சோவியத் தயாரிப்புகளில் முன்னணி யில் இருந்த துப்பாக்கி மாடல் burp gun. சோவியத் வகைகளில், pepesha (PPSh-41) மிகவும் பிரபலம். அமெரிக்கத் தயாரிப்பு களில், குறிப்பிடத்தக்கது US-M-1 carbine.

வாகன வகைகளில், அதிகம் புழக்கத்தில் இருந்தது வில்லீஸ் ஜீப் (Willys Jeep). காடு, மலை, மேடு எதையும் சமாளிக்கக்கூடியது. வலிமையானது. தடைகளைத் தாக்குபிடிக்கக்கூடியது. சிறியது. இலக்கைத் துல்லியமாகத் தாக்கும் தானியங்கி பீரங்கி வகைள் உருவாக்கப்பட்டன. ஜெர்மானிய 8 எம்.எம். ஆன்ட்டி ஏர்கிராஃப்ட் துப்பாக்கி புகழ்பெற்றது. அதே போல், சோவியத் கத்யூஷா மல்டிபிள் ராக்கெட் லாஞ்சர். பிறகு, டாங்கிகள். ஜெர்மானிய panzers டாங்கிககளைவிட பிரிட்டிஷ் சர்ச்சிலும், அமெரிக்க ஷெர்மன்களும் அதிகம் சிலாகிக்கப்பட்டவை. ஆனால் எதுவும் சோவியத் டி35 டாங்கி வகையோடு போட்டி போட முடியவில்லை. சோவியத் போரில் அடைந்த வெற்றிக்கு முக்கியக் காரணமாக டி35 முன்னிறுத்தப்படுகிறது.

முதல் உலகப்போரில் தத்தி தவழ்ந்துகொண்டிருந்த போர் விமானங்கள், இரண்டாம் உலகப் போரில் முழுவீச்சில் சீறிப்

Das Reich Tiger tank

Spitfire

பாய்ந்தன. RAF's Hurricane, Spitfires, Halifax, Lancaster, Wellington bombers, Luftwaffe, The Focke-Wulf FW190, Messerschmitt Bf-109, Heinkel He-111 என்று அடுக்கிக் கொண்டே போகலாம். சோவியத் தயாரிப்புகளில் முக்கிய மானவை MIG-3, Ilyushin Il-2, Shturmovik, Yak-3. குறிப்பிடத் தக்க அமெரிக்கத் தயாரிப்புகள், P-38 Lightning, P-47 Thunderbolt, P-51 Mustang, B-17 Flying Fortress, B-24 Liberator. போர்க் கப்பல்களுக்கு அதிக முக்கியத்துவம் அளிக்கப்பட வில்லை.

இரண்டாம் உலகப் போரை ஆர்டிலரியின் யுத்தம் என்று அழைப்பதுண்டு. அந்த அளவுக்கு பீரங்கிகள் அதிகம் பயன் படுத்தப்பட்டன. களத்தில் கொல்லப்பட்டவர்களில் பெரும் பாலானவர்கள் பீரங்கிகளுக்குப் பலியானவர்களே. பிரிட்டன் மற்றும் அமெரிக்க பீரங்கிகளின் தரம் பிறவற்றைவிட உயர்ந்த தாகக் கருதப்பட்டது. ஜெர்மானிய பீரங்கிகள், வான் தாக்குதல் களுக்காகப் பிரசித்தி பெற்றவை. அமெரிக்க வகைகளில் குறிப்பிடத்தக்கது 105 எம்எம் howitzer துப்பாக்கி.

ஹிட்லர் ஆட்சிக் காலத்தில் ஜெர்மனி அணுகுண்டு தயாரிப்பில் மும்முரமாக இருந்ததை பிரிட்டன் அறிந்துகொண்டது. ஜெர்மன் மட்டும் வெற்றிகரமாக இதைச் சாதித்து முடித்துவிட்டால் ஐரோப்பாவின் அழிவு தவிர்க்கமுடியாததாகிவிடும் என்று பிரிட்டனுக்குத் தெரியும். ஜெர்மனியின் அறிவியல் வல்லுனர்கள் மீதும் விஞ்ஞானிகள் மீதும் பிரிட்டனுக்கு ஒருவித பொறாமை இருந்தது. யுரேனிய அணுப்பிளவைக் கண்டு பிடித்தவர் என்று அழைக்கப்படும் ஆட்டோ ஹான், ஸ்டிராஸ்மன் போன்ற ஜெர்மானியர்கள் அணுகுண்டு தயாரிப்பில் ஈடுபட்டுவருவதாக செய்திகள் வெளிவந்தன. ஆனால், ஹிட்லரால் இறுதிவரை அணுகுண்டைத் தயாரிக்க முடியவில்லை. மிகத் தீவிரமான முயற்சிகள் மேற்கொள்ளப் பட்டன என்றாலும், அணுகுண்டைத் தயாரிப்பதற்கான தொழில்நுட்பத்தை ஜெர்மனி முழுமையாகக் கைக்கொள்ளாத தால் ஹிட்லரின் எண்ணம் ஈடேறவில்லை.

●

ராணுவம் தடையின்றி இயங்கவேண்டுமானால் கட்டுக்கோப்பு அவசியம். ஒழுக்கம் இருந்தால்தான் கட்டுப்பாடு இருக்கும்.

Destroyer Z1 Leberecht Maas போர்க் கப்பல்கள்

Raubtier class torpedo போர்க் கப்பல்கள்

அச்சம் முக்கியம். தவறு செய்தால், தலைமைக்குக் கட்டுப்பட மறுத்தால், பணியில் சுணக்கம் காட்டினால் தண்டனை உண்டு என்னும் விதி இருந்தாகவேண்டும். ஒழுங்கீனங்கள் உடனுக்குடன் தண்டிக்கப்படவேண்டும். அதற்கேற்றாற்போல் ராணுவ விதிகள் உருவாக்கப்பட்டிருந்தன.

ஒவ்வொரு படைக்கும் ராணுவ காவலர்கள் இருப்பார்கள். இவர்களை Military Policemen என்று அழைப்பார்கள். சுருக்கமாக, எம்.பி. பிரிவுகளில் ஒழுக்கத்தை வலியுறுத்துவது இவர்கள் பணி. நீ உசத்தியா நான் உசத்தியா என்று வீரர்கள் தங்களுக்குள் சண்டையிட்டுக்கொள்ளும்போது விரைந்து வந்து தடுத்து நிறுத்தவேண்டும். மொடாக் குடிகாரர்களைக் கண்டிக்கவேண்டும். பாலியல் விடுதிகளில் அதிக நேரம் செலவிடுபவர்களின் காதைத் திருகி அழைத்துவரவேண்டும். குற்றங்களுக்கு ஏற்ப தண்டனைகள். சரி, இன்னொரு முறை செய்யாதே என்பது தொடங்கி சிறையில் தள்ளுவது, சுட்டுக் கொல்வது வரை தண்டனைகள் வேறுபடும். ராணுவச் சிறைகள் பிரத்யேகமாக உருவாக்கப்பட்டிருந்தன.

பிரிட்டிஷ் எம்.பி.க்கள் சிவப்பு தொப்பி அணிந்திருப்பார்கள். ஸ்டேஷன் மாஸ்டர் அணியும் தொப்பி போன்றது இது. அமெரிக்க எம்.பி.க்கள் வெள்ளை ஹெல்மெட் அணிந்திருப்பர். ஸ்நோடிராப்ஸ் என்று இது அழைக்கப்படுகிறது. ஜெர்மானியர்கள் தங்கள் கழுத்தைச் சுற்றி இரும்பு அட்டிகை அணிந்திருந்தனர். பார்த்தவுடன் மிரட்சியூட்டும்படியான கவசம் இது. நோக்கமும் அதுவேதான். எந்த ஜெர்மானிய வீரனையும் எந்நேரமும் சுட்டுக்கொல்வதற்கான அதிகாரம் இவர்களுக்கு உண்டு.

காலத்துக்கு ஏற்றாற்போல் ராணுவ விதிகளில் மாற்றங்கள் கொண்டுவரப்பட்டன. சில விதிகள் முற்றிலுமாக நீக்கப் பட்டன. புதியவை இணைத்துக்கொள்ளப்பட்டன. முதல் உலகப் போரின் போது, ஒழுங்காக பணிபுரியாத வீரர்களை நிற்க வைத்துச் சுட்டுத்தள்ளியது பிரிட்டிஷ் ராணுவம். இரண்டாம் உலகப் போரின்போது இந்த வழக்கம் கைவிடப்பட்டது. ஒரு வீரன் போர்முனையில் துரிதமாக இயங்காததற்கு, ஒழுங்கீனம் மட்டும் காரணமல்ல, வேறு சில காரணிகளும் இருக்கக்கூடும் என்பதை ஏற்றுக்கொண்டார்கள். ஷெல் தாக்குதலால்

நிலைதடுமாறியிருக்கலாம். புத்தி பேதலித்திருக்கலாம். மனச்சோர்வு, மனஅழுத்தம் ஏற்பட்டிருக்கலாம். அவர்களைச் சுட்டுக்கொல்வது பயனளிக்காது. அவ்வாறு செய்வது சக வீரர்கள் மத்தியில் தேவையற்ற பீதியை உண்டுசெய்யும்.

அனுமதிக்கப்பட்ட தினங்களுக்கு மேலாக விடுமுறை எடுத்துக் கொள்வது, அதிகாரிகளைத் திட்டுவது போன்ற தவறுகளுக்கான தண்டனைகள் வெகுவாகக் குறைக்கப்பட்டன. அபராதம் கட்டினால் போதும். கண்டதற்கெல்லாம் சுட்டுக்கொல்லும் வழக்கம் நிறுத்திக்கொள்ளப்பட்டது. ஆள்களுக்குப் பெரும் பஞ்சம் இருக்கும்போது, சப்பையான காரணங்களுக்காகச் சுட்டுக்கொல்வதில் பயனில்லை என்பதை உணர்ந்து கொண்டார்கள். பிரிட்டன் ராணுவ சட்டத்தில் *1930*ல் சில முக்கிய மாற்றங்கள் கொண்டுவரப்பட்டன. பதவியிறக்கம் செய்யுங்கள். அளிக்கப்பட்ட கௌரவங்களைத் திரும்பப் பெறுங்கள். சிறையில் அடையுங்கள். தகுந்த காரணங்கள் இருந்தால் மட்டுமே மரண தண்டனை.

அமெரிக்க ராணுவ விதிகளிலும் சில மாற்றங்கள் கொண்டு வரப்பட்டன. காங்கிரஸுக்கும் ராணுவத்துக்கும் அவ்வப்போது முட்டிக்கொள்ளும். காங்கிரஸ் கொண்டுவரும் சில மாற்றங் களை ராணுவம் நிராகரிக்கும். மரண தண்டனைகள் கைவிடப் படவில்லை. *1939* தொடங்கி *1945* வரை நூறு அமெரிக்க வீரர்களுக்கு மரண தண்டனை அளிக்கப்பட்டது.

ஜெர்மனி தன் தண்டனை முறைகளை அதிகம் மாற்றிக்கொள்ள வில்லை. குறிப்பிட்ட படைப்பிரிவில் உள்ள ஒரு வீரர் தவறு செய்தால் ஒட்டுமொத்த பிரிவுக்கும் தண்டனை அளிக்கப் பட்டது. Sippenhaft என்று இதற்கு பெயர். குடும்பக் கடன் என்று அர்த்தம். தவறு செய்யாதே நண்பா, செய்தால் தண்டிக்கப்படப் போது நீ மட்டுமல்ல உன் குழுவினரும்தான். தவறுகள் நேர்வதை இந்த விதி தடுக்கும் என்று ஜெர்மன் நம்பியது. தோல்வியடைந்தவர்களைக் கடுமையாகத் தண்டிக்கும் வழக்கமும் இருந்தது. மரணம் சாதாரணம்.

•

ஆறாம் ஜார்ஜ் மன்னருக்கும், அவர் வாரிசுகளுக்கும் அவர் களுடைய சந்ததியினருக்கும் கட்டுப்பட்டு நடப்பேன் என்று

உறுதியளிக்கிறேன். பிரிட்டிஷ் வீரனின் உறுதிமொழி இது. அமெரிக்காவின் அரசியலமைப்புச் சட்டத்துக்குக் கட்டுப்படுவேன். இது அமெரிக்க வீரரின் உறுதிமொழி. அமெரிக்க அதிபர்தான் கமாண்டர் இன் சீஃப். ஜெர்மானிய வீரனின் உறுதிமொழி இப்படி இருக்கும். ஃப்யூரர், உங்களுக்கும் உங்களால் நியமனம் செய்யப்படும் என் மேலதிகாரிகள் அனைவருக்கும் நான் கட்டுப்படுவேன். சாகும்வரை.

உறுதிமொழி எடுத்துக்கொள்வதோடு ஒரு ஜெர்மானிய வீரனின் வேலை முடிந்துவிடுவதில்லை. எஸ்எஸ் அதிகாரிகளால் அவன் கண்காணிக்கப்படுகிறான். அதிகாரத்தை எதிர்த்து பேசவேண்டியதில்லை, பேசுவதற்கு முன்னர் தொண்டையைச் செருமினாலே தண்டனை. பள்ளிகளில், கடைகளில், ராணுவ கேம்புகளில், சலூனில் என்று சகல இடங்களிலும் ஹிட்லரின் உருவம் மாட்டப்பட்டிருந்தது. இது கட்டாயம். ஹிட்லரே கட்சித் தலைவர், கமாண்டர் இன் சீஃப், தேசத் தலைவர், கடவுள் - எல்லாம்.

வீரர்கள் அனுப்பும், அவர்களுக்கு வந்து சேரும் கடிதங்கள் தணிக்கை செய்யப்பட்டன. காதல் கடிதமாக இருந்தாலும் சரி, தனிப்பட்ட குடும்பப் பிரச்னை சம்பந்தமான கடிதமாக இருந்தாலும் சரி, சம்பந்தப்பட்ட அதிகாரிகள் வரி விடாமல் படித்து ஓகே சீல் அடித்த பிறகுதான் கடிதங்கள் நகரும்.

•

ராணுவப் பிரிவுகளில் பல்வேறு அடுக்குகள் உள்ளன. மேலதிகாரிகளுக்கு வீரர்கள் நிர்தாட்சண்யமாகக் கட்டுப்பட வேண்டும். ஒவ்வொரு தேசத்துக்கும் ஒவ்வொரு விதமான நிர்வாக அடுக்கு. பிரிட்டனில் ஃபீல்ட் மார்ஷல். அமெரிக்காவில் அதற்குச் சமமான பதவி, ஜெனரல் ஆஃப் தி ஆர்மி. Wehrmacht பிரிவில் General-Fieldmarschal. செம்படையில் சோவியத் மார்ஷல். பிரிட்டன் லெஃப்டினென்ட் ஜெனரல் பதவிக்குச் சமமானது செம்படையின் கர்னர் ஜெனரல் பதவி. பிரிட்டனில் மேஜர் ஜெனரல் என்றால் செம்படையில் லெஃப்டினென்ட் ஜெனரல்.

இரண்டாம் உலகப் போரில் பணியாற்றிய ஜெனரல்களில் சிலர் குறிப்பிடத்தக்கவர்கள். போர்க்கள கதாநாயகர்களாக இவர்கள்

அந்தந்த தேசங்களால் முன்னிறுத்தப்பட்டு கொண்டாடப்படு கிறார்கள். சோவியத்தில் ஜியார்ஜி ஷுகோவ் (Georgiy Zhukov) செம்படையின் ஜொலிக்கும் நட்சத்திரம். முன்வரிசையில் நின்று போராடிய கமாண்டர். போர்த்திட்டங்கள் தீட்டுவதில் வல்லவர். ஸ்டாலினின் நிழலாகவே இருந்திருக்கிறார். நாஜிகளுக்கு எதிராக சோவியத்தின் ராணுவ வெற்றியில் இவரது பங்கு முக்கியமானது. இறுதிக் கட்டத்தில், பெர்லினுக்குள் இவர் தலைமையில் சென்ற சோவியத் படை, இரண்டாம் உலகப்போரை முடித்துவைத்தது.

ஷுகோவுடன் இணைந்து பணியாற்றியவர் அலெக்ஸாண்டர் வாஸிலெவ்ஸ்கி (Alexander Vasilevsky). பாதிரியார் ஆவதற்கான பயிற்சிகளை எடுத்துக்கொண்டவர் இவர். 1938ல் கம்யூனிஸ்ட் கட்சியில் இணைந்தார். மே 1942ல் சுப்ரீம் ப்ளானிங் கமாண்டின் தலைவராக உயர்த்தப்பட்டார். ஷுகோவின் மற்றொரு நண்பரான மார்ஷல் Konstanty Rokossovsky குறிப்பிடத்தக்க வகையில் பணியாற்றி கவனத்தைக் கவர்ந்தவர்.

அமெரிக்காவில் ஜெனரல் ஜார்ஜ் பேட்டன் (1895 -1969). பதவிக்காலத்தில் இருமுறை இவர் சஸ்பெண்ட் செய்யப் பட்டிருக்கிறார். அதிர்ச்சியில் சிக்கி பிரமை பிடித்து நின்ற அமெரிக்க வீரர் ஒருவரை ஓங்கி அறைந்ததற்காக முதல் முறை. போருக்குப் பிறகு, சில நிர்வாகப் பணிகளுக்காக நாஜி அதிகாரிகள் சிலரைப் பயன்படுத்திக்கொண்டதற்காக இரண்டா வது முறை. முதல் உலகப் போரின்போது முன்வரிசையில் நின்று போரிட்டிருக்கிறார். டாங்கி பிரிகேடுக்கு அப்போது இவர் தலைவர். இரண்டாம் உலகப் போரில் இவர் பணியாற்றியது 13 மாதங்கள் மட்டுமே. அமெரிக்காவின் சிறந்த ஜெனரல் என்னும் பெயரை அதற்குள் சம்பாதித்திருந்தார்.

ஜெர்மனி பல ஃபீல்ட் மார்ஷல்களை களம் இறக்கியிருந்தது. புத்திக் கூர்மை கொண்டவர்கள் என்று அவர்கள் சிலாகிக்கப் பட்டனர். ஆனால் இவர்கள் பின்னர் பல்வேறு காரணங்களுக் காக ஹிட்லரின் அதிருப்தியை சம்பாதித்துக்கொண்டனர். பதவியில் இருந்து கீழிறக்கப்பட்டார்கள். ஜெனரல் ஹெய்ன்ஸ் குடேரியன் (Heinz Guderian) அவர்களில் ஒருவர். Blitzkrieg போர்முறையை உருவாக்கியவர் இவர். போலந்து,

நெதர்லாந்து, பிரான்ஸ் என்று பல பிராந்தியங்களில் புயல்வேகத் தாக்குதல்கள் தொடுத்தவர். ஆபரேஷன் பார்பரோஸாவில் பங்கேற்றிருக்கிறார். ஹிட்லரின் சில தவறுகளைச் சுட்டிக் காட்டியதற்காகத் தூக்கியெறியப்பட்டார். பதினெட்டு மாதங்கள் கழித்து மீண்டும் இணைத்துக் கொண்டார்கள். மார்ச் 1945ல் மீண்டும் தகராறு. நீண்ட விடுமுறை எடுத்துக்கொண்டு கிளம்பிவிட்டார்.

அடுத்து, Erich von Manstein. 1941-43ல் நடைபெற்ற க்ரீமிய யுத்தத்தை முன்னின்று நடத்தியவர். அதிரடித் தாக்குதல் முறைக்குப் பெயர் போனவர். மார்ச் 1944ல் பதவியில் இருந்து நீக்கப்பட்டார். ஹிட்லரால் ஏற்றுக்கொள்ளப்பட்ட, அங்கீகரிக்கப்பட்ட முக்கிய ஃபீல்ட் மார்ஷல் வால்த்தர் மாடல் (Walther Model). ஃப்யூரரின் நெருப்பு மனிதன் என்று அழைக்கப்பட்டவர். ஹிட்லரையும் ஆயுதங்களையும் மட்டுமே நம்பியவர். தற்கொலை செய்துகொண்டு இறந்து போனார். ஹிட்லரின் நெருங்கிய ராணுவ ஆலோசகர், Wilhelm Keitel குறிப்பிடத்தகுந்தவர். நியூரம்பர்கில் இவர் தூக்கிலிடப்பட்டார்.

•

உளவாளிகளின் உதவி அதிகம் கோரப்படுவது போர் காலங்களில்தான். எதிரிகளை நுணுக்கமாகத் தெரிந்துகொள்வது எப்போதும் நலன் பயக்கும். எதிரிகளின் ராணுவ பலம், பலவீனம், திட்டங்கள், தந்திரங்கள், ரகசியங்கள் என்று அனைத்தையும் உளவாளிகள் துப்பறிந்து தகவல்கள் சமர்ப் பித்தனர். உளவாளிகள் பற்றி பல்வேறு விஷயங்கள் இரண்டாம் உலகப் போர் முடிந்ததும் வெளிவந்தன. முக்கியமான பல ரகசியங்களை உளவாளிகள் கடத்திவந்திருக்கிறார்கள். உளவாளிகள் தேர்ந்தெடுக்கப்பட்டு எதிரி நாடுகளுக்கு அனுப்பப் படுவதும், அவ்வாறு அனுப்பப்படுபவர் டபுள் ஏஜெண்டாக மாறி, அதாவது எதிரியின் உளவாளியாக மாறி, யார் அனுப்பினார் களோ அவர்கள் ரகசியத்தை எதிரிகளிடம் ஒப்பித்துவிடுவதும் உண்டு.

பிரிட்டனின் புலனாய்வு நிறுவனங்களில் பிரதானமானது MI6. சி.ஐ.ஏ.வின் முன்னோடி நிறுவனமான Office of the Strategic Services (OSS) 1942ல் தொடங்கப்பட்டது. வில்லியம் ஜே

என்பவர் தலைமை வகித்தார். பல நாடுகளில் பரவியிருந்தது இந்த அமைப்பு. ஜெர்மனியில் SS பாதுகாப்பு பிரிவு தவிர்த்து, Abwehr, Reichssicherheitshauptamt (RSHA) போன்ற நிறுவனங்கள் இருந்தன. ஆஸ்திரியா, செக்கோஸ்லாவாக்கியா இணைப்புகள் ஏற்படுவதற்கான களத்தை Abwehr அமைத்துக் கொடுத்தது.

ரஷ்ய நிறுவனங்களில் முக்கியமானது செம்படையின் ராணுவ புலனாய்வு மையம் (GRU). ஜெனரல் கோலிகோவ் தலைமையில் இப்பிரிவு செயல்பட்டுவந்தது. எதிரி தேசமான ஜெர்மனியால் மட்டுமல்ல ஐரோப்பிய நாடுகளாலும் அதிகம் கண்காணிக்கப்பட்ட தேசம் சோவியத் ரஷ்யா. போர்க் காலத்தில் எதிரிகளை வீழ்த்த சோவியத் யூனியனிடம் ஓர் உபாயம் இருந்தது. Maskirovka என்று பெயர். இதன் பொருள் ஏமாற்றுவது. துருப்புகள் நடமாட்டம் இரவு நேரங்களில் மட்டுமே நடைபெற்றன. போலியான ராணுவ முகாம்கள் ஏற்படுத்தப்பட்டன. தவறான அல்லது குழப்படியான ரேடியோ சிக்னல்கள் வேண்டுமென்றே காற்றில் பறக்க விடப்பட்டன. போலியான செயல்திட்டங்கள், தாக்குதல் வரைபடங்கள் உருவாக்கப்பட்டன.

•

செய்திகளைத் தட்டச்சு செய்து மோட்டார் சைக்கிள் தூதுவர் ஒருவரிடம் ஒப்படைத்து, இன்னாரிடம் கொண்டுபோய் சேர் என்று உத்தரவிடும் புராதன வழக்கமும் இருந்தது என்றாலும் இரண்டாம் உலகப் போர் சமயத்தில் தகவல் தொடர்பு தொழில்நுட்பம் குறிப்பிடத்தக்க வளர்ச்சி பெற்றிருந்தது. கையோடு கொண்டுசெல்லும் வகையில் உருவாக்கப்பட்ட வயர்லெஸ் டெலிஃபோன் (ரேடியோ என்று அழைத்தார்கள்) நிலத்தில் இருந்தும் வானுக்கும் வானில் இருந்து கடலுக்கும் செய்திகளை உடனுக்குடன் பரிமாறிக்கொள்ள பயன்பட்டது. ரேடியோ மூலம் போர்க்கட்டளைகள் துரிதமாகவும் சரியாகவும் போய் சேர்ந்தது.

இங்கும் ஒரு சிக்கல். ரேடியோ சிக்னல்கள் ஒட்டுக்கேட்கப் பட்டன. விழித்தார்கள். தவித்தார்கள். ரேடியோவால் உபயோகமே இல்லை, தூக்கி எறிந்துவிடலாம் என்று எரிச்சலடைந்தார்கள். அற்புதமான தொழில்நுட்பத்தை ஏன்

வீணாக்கவேண்டும் என்று யோசித்த சிலர் கோடிங் முறையை கண்டுபிடித்து உபயோகித்துக்கொள்ள ஆரம்பித்தனர். 'பச்சை நிற பறவை 23ம் நிற நீல மரத்தில் உட்கார்ந்தது' போன்ற க்ரிப்டிக் குறிப்புகள் உலா வர ஆரம்பித்தன. ஒருவேளை இடைமறித்து கேட்டாலும் ஒன்றும் புரியப்போவதில்லை. எப்படி டிகோட் செய்வது என்பது சம்பந்தப்பட்ட நபர்களுக்கு மாத்திரமே தெரியும். சொல்லிக்கொடுத்திருப்பார்கள். ஆனால், சில வல்லவர்கள் இதையும் கூட உடைத்தார்கள். குறிப்பை எடுத்து வைத்துக்கொண்டு அக்கு அக்காகக் கழற்றி ஒரு மாதிரியாகப் பொருத்திப் பார்த்து விடை கண்டுபிடித்தார்கள். எதிரிகளால் உடைக்கமுடியாத கோட் குறிப்புகளை உருவாக்குவது சவாலான காரியமாக இருந்தது.

1943ல் அமெரிக்கா வாக்கி டாக்கியை (ஹேண்டி டாக்கி என்றும் அழைத்தார்கள்) உருவாக்கியது. பெட்டியில் வைத்து எடுத்துச் செல்லக்கூடிய வகையில் சிறிய பிப்ஸ்டாக் ட்ரான்ஸ்மிட்டர் உருவாக்கப்பட்டது. டெலிபிரிண்டர், ஃபேக்ஸ், ஐபிஎம் பஞ்ச் கார்ட் இண்டெக்ஸர் போன்ற கருவிகள் ராணுவ நிர்வாகவியல் தொடர்பான செய்தி பரிமாற்றங்களுக்குப் பயன்படுத்தப் பட்டன. பிபிசி தொலைக்காட்சி சேவையை 1937ல் தொடங் கியது. ஆனால் இரண்டாம் உலகப் போர் காலகட்டத்தில் இச்சேவை இயங்கவில்லை. பிபிசி அளித்த ரேடியோ செய்திகள் முக்கியமானவை. பீத்தோவனின் ஐந்தாவது சிம்ஃபொனி இசைக்கும். சில நிமிடங்களில் போர் செய்திகள் ஒளிபரப்பாகும். இதற்காகவே மக்களும் வீரர்களும் காத்திருப்பார்கள்.

●

1863ல் ஆண்டு செஞ்சிலுவைச் சங்கம் உருவாக்கப்பட்ட காலம் முதலே போர்க்கள மருத்துவ சேவை இருந்து வருகிறது. மருத்துவ சேவை ஒரு பக்கம் வளர, நோய்கள் மற்றொரு பக்கம் வளர்ந்து வந்தன. காசநோய், டிஃபஸ் (உடலில் வளரும் ஒரு வகை பேன்களால் ஏற்படும் தோல் நோய், எரிச்சல், தீவிர காய்ச்சல்), காசநோய், டிப்தீரியா, வயிற்றுப்போக்கு, மலேரியா, ஹெபடைடிஸ் உள்ளிட்ட நோய்கள் போர்க் காலத்தில் அதிகம் பரவியிருந்தன. ஜெர்மனி மற்றும் ஜப்பானில் இருந்த வதை முகாம்களில் சிக்கிய கைதிகள் பலரும் இதுபோன்ற நோய்த் தாக்குதல்களால் லட்சக்கணக்கில் உயிரிழந்தனர். டிஃபஸ்

தாக்குதலால் மட்டும் 1941, 42 இரு ஆண்டுகளில் பத்தாயிரத்துக்கும் அதிகமான ஜெர்மானியர்கள் உயிரிழந்தனர்.

பாலியல் நோய் தடுக்கமுடியாதபடி பெருகியிருந்தது. போர்க் காலங்களில் பாலியல் வேட்கை கூடாது என்று சட்டம் இயற்ற முடியாது. பாலியல் விடுதிகளையும் ஒழிக்கமுடியாது. முடிந்தவுடன் சுத்தமாகவும் எச்சரிக்கையுடனும் இரு என்று அறிவுறுத்தத்தான் முடியும். அதைத்தான் செய்தார்கள். முறைப்படி பதிவு செய்யப்பட்ட பாலியல் விடுதிகளை மட்டுமே வீரர்கள் பயன்படுத்திக்கொள்ளலாம் என்று ஜெர்மனி வலியுறுத்தியது.

தகாத முறையில் உடலுறவு கொண்டதன் காரணமாக பிரிட்டிஷ் ராணுவத்தினர் பலர் நோயால் பீடிக்கப்பட்டு இறந்து போனார்கள். மருந்து, மாத்திரைகளைக் காட்டிலும் அதிக பயன்தருவது ஒழுக்கம் மட்டுமே என்று 1942ல் பிரிட்டிஷ் அரசாங்கம் தீவிரமாகப் பிரசாரம் செய்தது. 1943ல் விநியோகிக்கப்பட்ட ஒரு பிரசுரத்தில் ஒரே ஒரு வரிதான் இருந்தது. பெண் சவகாசம் மட்டும் இல்லாவிட்டால் நீங்கள் ஆரோக்கியமாக இருக்கலாம்!

உயிரிழப்புகளைக் கட்டுப்படுத்தவேண்டிய அவசியம் மருத்துவத் துறைக்கு ஏற்பட்டது. நோய்களுக்கான மருந்துகளை கண்டறிவதற்கான ஆராய்ச்சி முடுக்கிவிடப்பட்டது. இதன் காரணமாக சில முக்கிய வளர்ச்சிகள் ஏற்பட்டன. 1930 வரை ரத்தத்தை ஒரு சில மணி நேரங்கள் மட்டுமே சேமித்து வைக்கமுடியும். 1939ல் ஏற்பட்ட கண்டுபிடிப்புகளின் (Sterile, vacuum-type blood storage unit) விளைவாக 28 தினங்கள் வரை ரத்தம் பாதுகாக்கப்பட்டது. ரத்த வங்கிகள் உருவாக ஆரம்பித்தன. ரத்த சேதத்தால் உயிருக்குப் போராடும் ராணுவ வீரர்களையும் சிவிலியன்களையும் மீட்க ரத்தம் ஏற்றும் முறை பரவலாகப் பயன்படுத்தப்பட்டது.

நோய் தடுப்பு மருந்துகளும் அதிக அளவில் பயன்படுத்தப்பட்டன. முறைகேடான உறவுமுறையால் பாலுறுப்புகளில் ஏற்படும் நோய்களைக் களைவதற்கான மருந்துகள் கண்டுபிடிக்கப்பட்டன. அலெக்ஸாண்டர் ஃப்ளெமிங் பென்சிலினை 1928ம் ஆண்டிலேயே கண்டுபிடித்துவிட்டாலும், அது பொதுவான உபயோகத்துக்கு ஏற்றவாறு மாற்றப்பட்டது போர்

சமயத்தில்தான். 1942ல் அமெரிக்காவில் மிகப்பெரிய அளவில் பென்சிலின் தயாரிக்கப்பட்டது. பிரிட்டனுக்கும் அனுப்பி வைத்தது. பாக்டீரியல் தொற்று ஏற்படாமல் இருக்க பென்சிலின் உதவியது.

அதேபோல், ஆம்புலன்ஸ்கள், விமான அவசர சிசிக்சைப் பிரிவு ஆகியவை பெருமளவில் உபயோகப்படுத்தப்பட்டன. விமான ஆம்புலன்ஸ், மருத்துவ சேவைகள் அளிக்கும் கப்பல்கள் ஆகியவற்றை அமெரிக்கா அறிமுகம் செய்தது. அமெரிக்க நகரங்களில் மட்டுமல்ல, ராணுவத்திலும் இனவெறி வேரூன்றியிருந்தது. வெள்ளை வீரர்களுக்குத் தனி மருத்துவ சேவை. கறுப்பர்களுக்குத் தனி.

குண்டு காயங்கள், தீக்காயங்கள் ஆகியவற்றை நிவர்த்தி செய்யும் வழிமுறைகள் வளர்த்தெடுக்கப்பட்டன. ஆர்தோபெடிக்ஸ் துறையில் ஏற்பட்ட நவீன கண்டுபிடிப்புகள் உடைந்த உடல் பாகங்களை சேர்த்து வைத்தன. அனஸ்தீஷியா பயன்படுத்தி முகாம்களில் அறுவை சிகிச்சைகள் செய்யப்பட்டன. உடல் நலம் மட்டுமல்ல, மன நலம் பாதிக்கப்பட்டவர்களுக்கு மனோதத்துவ சிகிச்சைகளும் அளிக்கப்பட்டன. பிரிட்டனில் ராயல் ஆர்மி மெடிக்கல் கார்ப்ஸ் வீரர்களோடு இணைந்து முன்வரிசையில் நின்று மருத்துவ சேவை வழங்கியது.

உயிர்களைக் காப்பாற்றும் கலையை உயிர்களை அழிக்கும் போரின் மூலமாக உலகம் கற்றுக்கொண்டது விந்தைதான். தேவைதான் கண்டுபிடிப்பை நிகழ்த்துகிறது என்பதற்கு இது ஓர் அரிய எடுத்துக்காட்டு.

போருக்கு வீரர்களைத் தேர்ந்தெடுப்பதைப் போலவே அமெரிக்கா பாலியல் தொழிலுக்கான (சேவை என்று அழைத்தார்கள்) பணியாளர்களையும் தேர்ந்தெடுத்தது. பெண்கள் மருத்துவப் பரிசோதனைக்குப் பிறகே பணியில் அமர்த்திக்கொள்ளப்பட்டனர். அரசாங்கம் பாலியல் தொழிலை பட்டவர்த்தனமாக ஆதரிக்க லாமா என்று 1941, 42 ஆண்டுகளில் அமெரிக்காவில் பெரும் விவாதம் எழுந்தது. அமெரிக்க ராணுவம் சட்டை செய்யவில்லை. தொடர்ந்து பெண்கள் பதிவுசெய்யப்பட்டனர்.

செம்படை விசேஷமான ராணுவ மருத்துவ துறை ஒன்றை உருவாக்கியிருந்தது. தகுந்த அனுபவமும் பயிற்சியும் பெற்ற

மருத்துவர்களும் செவிலியர்களும் கொண்ட குழுக்கள் உருவாக்கப்பட்டன.

ஒவ்வொரு Wehrmacht பிரிவுக்கும் இரண்டு மருத்துவ குழுக்கள் ஒதுக்கப்பட்டன. ஒவ்வொன்றுக்கும் ஒரு ஃபீல்ட் மருத்துவ மனை. கிழக்கு பிராந்தியத்தில் பனிக்காலத்தில் குளிர்காய்ச்சல் கடுமையான விளைவுகளை ஏற்படுத்தியது. கடும் ரஷ்ய குளிரை ஜெர்மானியர்களால் எதிர்கொள்ளமுடியவில்லை. இங்கே பணியாற்றிய வீரர்கள், பிற வீரர்களைவிட அதிக அளவில் பாதிக்கப்பட்டனர். மருத்துவ சேவைகள் வழங்குவதிலும், வாகனங்கள் அனுப்புவதிலும் இடைஞ்சல்கள் ஏற்பட்டன. உறைந்து செத்து விழுந்த ஜெர்மன் வீரர்களை அள்ளிக்கொண்டு போகவும் முடியாத சூழல். ஜெர்மனி சரிந்து விழுந்த கால கட்டத்தில், பத்தாயிரத்துக்கும் அதிகமான வீரர்கள் தற்கொலை செய்துகொண்டு மாண்டுபோனார்கள்.

•

Patrick Dalzel-Job என்று ஒரு லெஃப்ட்டிணென்ட் இருந்தார். அமெரிக்கர். ஐயன் ஃப்ளெமிங்கின் கீழ் புலனாய்வுத் துறையில் பணிபுரிந்தவர். இவரை மையமாக வைத்துதான் ஃப்ளெமிங் பின்னாள்களில் ஜேம்ஸ் பாண்டை உருவாக்கினார் என்று சொல்லப்படுகிறது. அது நிஜமோ கற்பனையோ, இரண்டாம் உலகப் போரில் பங்குபெற்ற வீரர்கள் பலர் அந்தந்த தேசங்களால் கதாநாயகர்களாகக் கொண்டாடப்பட்டு இருக்கிறார்கள். அவர்களது சாகஸங்கள் குறித்து பல்வேறு கதைகள் (நிஜமும் கற்பனையும் கலந்து) சொல்லப்பட்டு வருகின்றன. அது ஒரு மனநிலை. போரில் கொல்லப்பட்ட உன் தந்தை என்னென்ன காரியங்கள் செய்தார் தெரியுமா என்று தன் மகனை உட்கார வைத்து மிகை கலந்து உணர்ச்சிபொங்க பல கதைகள் சொல்லப்பட்டிருக்கின்றன. இவை தவிர, நேரில் கண்ட காட்சிகளை பலரும் புத்தகங்களில் பதிவு செய்திருக் கிறார்கள்.

எதிரிகளை அதிக எண்ணிக்கையில் வீழ்த்தியவர்களுக்கும், ஆயுதங்களைக் கைப்பற்றியவர்களுக்கும், எதிரிகளின் கப்பல், விமானங்கள், பீரங்கிகளைத் தாக்கி சேதப்படுத்தியவர்களுக்கும் சக படை வீரர்களைக் காப்பாற்றியவர்களுக்கும் விருதுகள் வழங்கப்பட்டன.

ஆடி மர்ஃபி என்னும் அமெரிக்க லெஃப்டினென்ட் தன் சாகஸங்களுக்காகவும் வீரச் செயல்களுக்காகவும் முப்பத்தி இரண்டு மெடல்கள் பெற்றார். இவர் எழுதிய To Hell and Back (1949) என்னும் தன்வரலாறு பின்னர் திரைப்படமாக உருவாகி புகழ்பெற்றது. Red Badge of Courage உள்ளிட்ட நாற்பது திரைப்படங்களில் மர்ஃபி நடித்திருக்கிறார். பிற்காலத்தில், ஒரு வித மனஅழுத்தம் இவரைப் பீடித்துக்கொண்டது. அதிக அளவில் உறக்க மாத்திரைகள் உட்கொள்ள ஆரம்பித்தார். எனக்கு மனநோய், அதற்காக நான் சிகிச்சை எடுத்துக்கொள் கிறேன் என்று வெளிப்படையாக அறிவித்ததன் மூலம், உளவியல் சிகிச்சை முறை சாதாரணமான ஒன்றுதான் என்னும் கருத்தை வலியுறுத்தினார். ஒரு விமான விபத்தில் இறந்து போனார்.

Alexander Matrosov சோவியத்தால் கொண்டாடப்படும் கதாநாயகர். தன் நண்பர்களைக் காப்பாற்றுவதற்காக ஜெர்மானியர்களின் இயந்திரத் துப்பாக்கிக்கு முன்னால் விழுந்து குண்டுகளை தன் உடலில் ஏந்திக்கொண்டு இறந்தவர்.

ஹீரோக்கள் அதிகம் உருவானது விமானப்படையில்தான். குண்டுபொழியும் விமானங்களை இயக்கிய இந்தப் போர்விமானிகள், துரித வேகத்தில் செயல்பட்டு அதிக சேதத்தை விளைவித்தவர்கள் என்னும் வகையில் நினைவுகூறப்பட்டனர். Douglas Bader பிரிட்டனின் புகழ்பெற்ற போர்விமானி. இருபத்து மூன்று பேரை கொன்றவர் என்பதல்ல இவர் சாதனை. இரு கால்களையும் இழந்தபின்பும், போராடி, பணி உரிமம் பெற்று பறந்து காட்டியவர். எதிரிகளை அழித்துக்காட்டியவர். ஆகஸ்ட் 1941ல் ஒரு விபத்தில் சிக்கி, பாராசூட் மூலம் பத்திரமாகத் தரைதொட்டார். இவரது புத்தகம் திரைப்படமாக வெளிவந்தது. Reach for the Sky (1956).

ஜெர்மனி உருவாக்கிய ஹீரோக்களில் முதன்மையானவர் Hans-Ulrich Rudel. மொத்தம் 2530 முறை போர்விமானங்களை இயக்கியிருக்கிறார். பல ஆபத்துகளில் இருந்து மீண்டிருக் கிறார். இவர் தலைக்கு ஒரு லட்சம் ரூபிள் விலை நிர்ணயிக்கப் பட்டது. இவரது ஹிட் லிஸ்ட் பிரபலமானது. 518 சோவியத் டாங்குகளை அழித்திருக்கிறார். 700 டிரக்குகள். 150 பீரங்கி பாட்டரிகள். 9 போர் விமானங்கள். ஒரு சோவியத் க்ரூஸர். ஒரு

போர்க்கப்பல் (அக்டோபர் ரிவெல்யூஷன்). பல்வேறு பாலங்கள். ரயில்வே பாதைகள். பங்கர்கள். இவருக்குப் பதக்கங்கள் கொடுத்து கொடுத்து ஓய்ந்துவிட்டது ஜெர்மனி. 1944ல் ஜெர்மனியின் மிக உயர்ந்த கௌரவம் இவருக்கு வழங்கப்பட்டது. Ritterkreuz with Oakleaves, Swords and Diamonds.

•

விருதுகள் வழங்குவதன் மூலம் வீரர்களை ஊக்கப்படுத்தும் வழக்கம் அனைத்து நாடுகளிலும் வழக்கத்தில் இருந்தது. பண்டைய காலத்தில் இருந்து தொடரும் வழக்கம் இது. பிரிட்டனின் உயரிய விருது, விக்டோரியா க்ராஸ். எதிரி களுக்கு அதிக அளவில் சேதத்தை விளைவித்தவருக்கு இது வழங்கப்படும். இரண்டாம் உலகப் போர் சமயத்தில் 181 பேருக்கு இந்த விருது வழங்கப்பட்டது. ஒரே ஒருவர் மட்டும் (கேப்டன் சார்லஸ் உப்ஹாம்) இருமுறை இந்த விருதைப் பெற்றார். சிறு விருதுகளும் உள்ளன. உதாரணத்துக்கு, Distinguished Service Order (DCO), the Military Cross (MC), Distinguished Conduct Medal (DCM). வீரச்செயல் புரிந்த சிவிலியன்களுக்கு அளிக்கப்படும் விருது, ஜார்ஜ் மெடல் மற்றும் ஜார்ஜ் க்ராஸ்.

அமெரிக்காவின் மிக உயர்ந்த விருது, Congressional Medal of Honour. இதைத் தொடர்ந்து Distinguished Service Cross, the Navy Cross, Distinguished Flying Cross. இவை போக, தங்கம் மற்றும் வெண்கல நட்சத்திர பதக்கங்கள். போரில் கொல்லப் பட்ட அல்லது காயம்பட்ட வீரர்களுக்கு Purple Hearts.

ஹிட்லர் the Iron Cross பதக்கத்தை செப்டெம்பர் 1939ல் மறுஅறிமுகப்படுத்தினார். இருபது ஆண்டுகளுக்கு முன்னால் அளித்து வந்திருந்த பட்டம் இது. மொத்தம் நான்கு படிநிலைகள் உள்ளன. கிராண்ட் க்ராஸ், நைட்ஸ் க்ராஸ் (Knight's Cross), ஃபர்ஸ்ட் க்ளாஸ் மற்றும் செகண்ட் க்ளாஸ். நைட்ஸ் க்ராஸ் Ritterkreuz என்று அழைக்கப்பட்டது. இதில் மூன்று படிநிலைகள். ஓக் இலைகள் (Oak leaves), ஓக் இலைகளும் வாள்களும் (Oak leaves and Swords), ஓக் இலைகள், வாள்கள் மற்றும் வைரங்கள் (Oak leaves Swords and Diamonds). இவை போக, War Merit Cross (KVK), the

Distinghuised Service Order   Hero of the Soviet

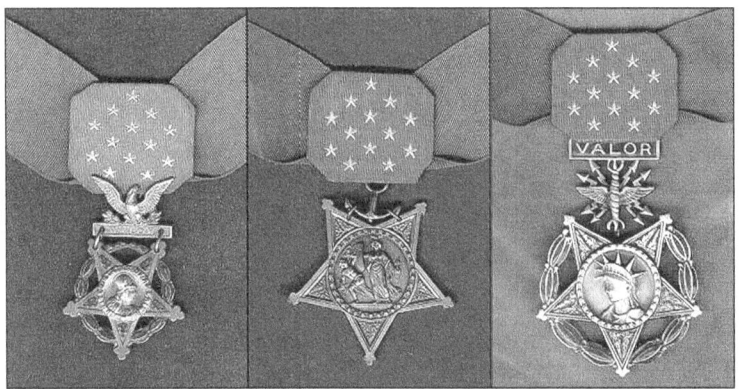

Medals of Honor

German Cross (DK) ஆகிய இரண்டும் ராணுவத் தலைமைக்கு வழங்கப்படுவதுண்டு.

போருக்கான பதக்கங்கள் தருவதை நிறுத்திவைத்திருந்த சோவியத், யுத்தத்துக்குப் பின்னால் வழக்கத்தை மாற்றிக் கொண்டது. சோவியத் வழங்கும் மிக உயர்ந்த விருது ஆர்டர் ஆஃப் லெனின். போருக்காக மட்டுமல்லாமல் வேறு துறை களில் சாதனை படைத்தவர்களுக்கும் இந்த விருது வழங்கப் படும். Hero of the Soviet Union, Golden Star Medal இரண்டும் சேர்த்து ஒருவருக்கு வழங்கப்படும். 1941 முதல் 45 வரை மொத்தம் 11,365 பேர் இந்த இரு விருதுகளையும் பெற்றார்கள். துணிச்சலான பணிக்கு தி ஆர்டர் ஆஃப் தி ரெட் பேனர். வெற்றிகரமான ஜெனரல்களுக்கு தி ஆர்டர் ஆஃப் தி ரெட் ஸ்டார், தி ஆர்டர் ஆஃப் தி விக்டரி. ஜூனியர் லெவலுக்கு தி ஆர்டர் ஆஃப் தி க்ளோரி. கமாண்டர்களுக்கு தி ஆர்டர் ஆஃப் தி சுவோரோவ் (the Order of the Suvorov).

•

போர்க்கைதிகள் எப்படி நடத்தப்படவேண்டும் என்பது குறித்து தி ஹேக் (The Hague) மாநாடு சில சட்டத்திட்டங்களை உருவாக்கி வைத்திருந்தது. பிடிபடும் அனைத்துக் கைதிகளுக் கும் அளிக்கப்படவேண்டிய உரிமைகள் இவை. நல்ல இருப்பிடம். நல்ல உணவு. அவரவருக்கான மத வழிபாட்டு உரிமை. மருத்துவ வசதி. உறவினர்களுக்கு கடிதங்கள் எழுதி, பெறும் உரிமை. எக்காரணத்தைக் கொண்டும் கைதிகளை அடித்துத் துன்புறுத்தக்கூடாது. சித்திரவதைகள் கூடாது. கீழ்த்தர மாக நடத்தப்படக்கூடாது.

ஒருவேளை கைதி தப்பிச்செல்லும் முயற்சியில் ஈடுபட்டால் கூட, அவரை அடித்துத் தண்டிக்கக்கூடாது. பதவிக்குரிய மரியாதை அளிக்கப்படவேண்டும். ஆபிஸர்களுக்குத் தனி இருப்பிடம், பிரத்யேக வசதிகள் தேவை. இவை நடைமுறைப் படுத்தப்படுகின்றனவா என்பதை சர்வதேச செஞ்சிலுவைச் சங்கத்தினர் அடிக்கடி வந்து பரிசோதித்து உறுதிசெய்து கொள்வர்.

அறுபதாயிரம் பிரிட்டிஷ் வீரர்களை ஜெர்மனி கைது செய்து வைத்திருந்தது. ஒரு லட்சம் இத்தாலியர்கள் பிரிட்டிஷாரிடம்

சிக்கியிருந்தனர். இவர்கள் பண்ணை வேலைகளுக்குப் பயன் படுத்தப்பட்டனர். பிரான்ஸில் இருந்து இரண்டு லட்சம் பேர் சுரங்கங்கள், தொழிற்சாலைகள் மற்றும் தோட்டங்களில் நியமிக்கப்பட்டனர்.

அதிகம் துன்பப்பட்டவர்கள் ஜெர்மனிடம் சிக்கிக்கொண்ட சோவியத் கைதிகள். இவர்கள் எண்ணிக்கை தோராயமாக 5.2 மில்லியன். இவர்களில் பெரும்பாலானோர் முதல் சில மாதங் களிலேயே கொல்லப்பட்டுவிட்டனர். ஹிட்லர் தெளிவாக உத்தரவிட்டிருந்தார். விசாரணை நடத்தி நாள்களை வீணாக்க வேண்டாம். சுட்டுவிடலாம். எல்லோரையும் சுட்டுக்கொல்வது சாத்தியமில்லை என்பதால் கைதிகள் பிரிக்கப்பட்டு கேம்பு களுக்கு அனுப்பிவைக்கப்பட்டனர். 5 லட்சம் சோவியத் வீரர்கள் ஆஸ்விட்ச் கேம்புக்கு அனுப்பப்பட்டனர்.

எஞ்சியவர்கள் திறந்தவெளி சிறையில் அடைக்கப்பட்டனர். பெரிய மைதானம். சுற்றிலும் கம்பி வேலி. ஆஸ்விட்ச்சைவிட கொடுமையான சூழல். அப்படியே நின்றுகொண்டிக்க வேண்டும். அருகருகில். உணவு கிடையாது. போர்வை கிடை யாது. வாரக்கணக்கில், மாதக்கணக்கில் ஆடாமல் அசையாமல் நிற்கவேண்டும். பனியிலும், மழையிலும். எத்தனை நாள் முடியுமோ அத்தனை நாள் நின்றுவிட்டு சோர்ந்து, செத்தால்கூட சுதந்தரமாக தரையில் விழமுடியாது. ஜெர்மனைப் பொறுத்த வரை சோவியத் வீரர்கள், விலங்குகளுக்குச் சமமானவர்கள். அல்லது விலங்குக்கும் கீழே. அவர்களுக்கு இரக்கம் காட்டுவது ஆபத்தானது மட்டுமல்ல, அருவருப்பானதும்கூட. எத்தனை பேரைக் கொன்றோம் என்று கணக்குகூட வைத்துக்கொள்ள வேண்டாம். எதற்கு வீண் நேர விரயம்?

1942க்குப் பிறகு யோசித்தார்கள். சும்மா கொல்வதற்குப் பதிலாக, ஏதாவது வேலை செய்து வாங்கிக்கொள்ளலாமே? சிலர் ஆலோசனை சொன்னபோது, உயர் அதிகாரிகள் சீறினார்கள். போயும் போயும் ஒரு சோவியத் வீரனிடமா வேலை வாங்குவது? பிறகுதான் தவறு புரிந்தது. கொத்துக்கொத்தாக வீரர்கள் இறந்ததும்தான் அடடா தவறு செய்துவிட்டோமே என்று ஜெர்மன் ராணுவம் விழித்துக்கொண்டது. வெட்டி கௌரவம் பார்த்து லட்சக்கணக்கானவர்களை வீணடித்து விட்டோமே? உருப்படியாகப் பயன்படுத்திக்கொண்டிருக்க லாம். சரி, போனது போகட்டும். இனியாவது விழிப்புடன்

இருப்போம். இரண்டு வழிகளில் கைதி வீரர்களைப் பயன்படுத்திக் கொண்டது ஜெர்மனி. சோவியத்துக்கு எதிராக மாறக்கூடிய வீரர்களைத் தனியே பிரித்தெடுத்தார்கள். அவர்களிடம் இருந்து ஏதாவது பெறமுடிகிறதா என்று ஆராயப்பட்டது. மற்றவர்களுக்கு வெவ்வேறு பணிகள் ஒதுக்கப்பட்டன.

பத்து மில்லியனுக்கும் அதிகமான போர்க்கைதிகள். பத்து மில்லியன் உயிர்கள். சிலரால் தப்பிச்செல்ல முடிந்திருக்கிறது. சிலரால் தற்கொலை செய்துகொள்ளமுடிந்தது. சிலர் மன நோயாளியாக மாறினர். சிலர் சிறையில் இருபத்தைந்து ஆண்டுகள், நாற்பது ஆண்டுகள் கடுமையாக உழைத்து அங்கேயே செத்துப்போனார்கள். சிலர் தூக்கிலிடப்பட்டனர். சிலர் சுட்டுக்கொல்லப்பட்டனர். சிலர் விஷவாயு சுவாசித்து இறந்தனர். சிலர் தப்பிச்செல்லும்போது இறந்தனர். சிலர் பிடிபட்டு, சித்திரவதைகள் அனுபவித்த பின்னர் இறந்தனர். சிலர் அதிர்ச்சியில் உறைந்து இறந்தனர். வெகு சிலரே மீண்டு வந்தனர்.

Airey Neave (1916-79) என்பவர் பிரான்ஸ் வடக்குப் பகுதியில் குண்டடிப்பட்டு போலந்தில் உள்ள ஜெர்மன் கேம்புக்கு அனுப்பிவைக்கப்பட்டார். நியூரம்பர்க் ட்ரிப்யூனலில் வழக்கறிஞராகப் பணியாற்றியவர். பிரிட்டனின் உளவு நிறுவனமான MI9-ல் இருந்திருக்கிறார். தப்பிப்பது என்று முடிவுசெய்தார் நீவ். தப்பினார். ஓடினார். நடந்தார். பறந்தார். ஆசுவாசப்படுத்திக்கொள்ளகூட அவகாசம் இல்லை. கிடைத்த இடத்தில் படுத்து, அகப்பட்டதை உண்டார். தொடர்ந்து ஓடினார். போலந்தில் இருந்து சுவிட்ஸர்லாந்து. அங்கிருந்து மீண்டும் பிரான்ஸ். தலை தப்பியது. அரசியலில் சில காலம் இருந்தார். பின்னர் ஒரு குண்டுவெடிப்பில் இறந்துபோனார்.

Domenico "Dommechino' Chiochetti என்னும் இத்தாலியர் வடக்கு ஆப்பிரிக்காவில் சிறைபிடிக்கப்பட்டார். ஸ்காட்லாந் துக்கு அருகே உள்ள ஒரு தீவில் (ஓர்க்னே தீவு) கட்டாயப்பணி செய்யுமாறு விதிக்கப்பட்டார். சக கைதிகளுடன் இணைந்து லம்போம் (Lambholm) என்னும் இடத்தில் ஓர் இத்தாலிய தேவாலயத்தை வடிவமைத்தார். கையில் கிடைத்ததை வைத்து கட்டப்பட்ட தேவாலயம் அது. இன்று இது ஒரு முக்கிய சுற்றுலா இடம்.

சோவியத் விமான வீரர் யாகோவ் துகாஷ்வில்லி (Yakov Dzugashvili) என்பவரைக் கைது செய்ததில் ஜெர்மனுக்கு துள்ளலான மகிழ்ச்சி. வராது வந்த அரிய வாய்ப்பு. இவரை வைத்து நிறைய சாதித்துக்கொள்ளலாம். Sachsenhausen வதை முகாமில் அடைத்து வைத்தார்கள். ஸ்டாலினுடன் தொடர்பு கொண்டது ஜெர்மனி. உங்கள் மூத்த மகன் யாகோவ் இப்போது எங்கள் கட்டுப்பாட்டில் இருக்கிறார். ஒன்று செய்யுங்கள். உங்கள் சிறைச்சாலையில் இருக்கும் ஜெனரல் பாலஸை விடுவித்து எங்களிடம் அனுப்பிவிடுங்கள். பதிலுக்கு நாங்கள் யாகோவை விடுவிக்கிறோம். இருவருமே பயனடையலாம்.

முடியாது என்றார் ஸ்டாலின். யாகோவ் ஒரு சாதார வீரன். அவனுக்காக ஒரு ஜெனரலை மாற்றிக்கொள்ள விருப்பமில்லை. அவனைவிட ஜெனரல் பாலஸ் முக்கியமானவர். இதற்கிடையில், யாகோவ் தன் உயிரைத் தானே மாய்த்துக் கொண்டார். கேம்பில் உள்ள மின்சார வேலியில் விழுந்து விட்டதாகச் சொல்லப்படுகிறது.

ஜெனரல் S.A. Tikachenko என்பவரும் இதே கேம்பில்தான் அடைத்துவைக்கப்பட்டார். ஆபரேஷன் பார்பரோஸாவில் பங்குபெற்றவர். பிப்ரவரி 1945ல் இவரும் இவருடன் இருந்த சிலரும் ஒன்று சேர்ந்து ஆயுதக் கலகத்தில் ஈடுபட்டனர். காவலில் இருந்த ஜெர்மானிய வீரர்களின் ஆயுதங்களைக் கவர்ந்து மோதலில் ஈடுபட்டனர். நீண்ட நேர துப்பாக்கி மோதலுக்குப் பிறகு அவர் கொல்லப்பட்டார்.

Kurt Vonnegut அமெரிக்காவின் 106வது காலாட் பிரிவில் ஸ்கவுட்டாக இருந்தவர். இரண்டாம் உலகப் போர் முடிவில் ஜெர்மனி பெல்ஜியத்தில் உள்ள ஆர்டினிஸ் மலைப் பிரதேசத்தில் தாக்குதல் தொடுத்தது. இந்தப் போரில் வானிகட் ஜெர்மனியால் கைது செய்யப்பட்டார். இவர் எழுதிய ஸ்லாடர்ஹவுஸ் ஃபைவ் (1969) என்னும் சுயசரிதை புகழ்பெற்றது.

அமெரிக்கர்களிடம் சிக்கிக்கொண்ட ஜெர்மானிய வீரர்கள் மிகக் கடுமையான சித்திரவதைக்கு ஆளாக வேண்டியிருந்தது. 1945 இறுதி யுத்தத்தின்போது சரணடைந்த வீரர்களை, அமெரிக்க ராணுவம் பல்வேறு வழிகளில் துன்புறுத்தியது. டஸல்டார்ஃபில்

ஒரு பகுதியில் ஜெர்மானிய வீரர்கள் அடைக்கப்பட்டார்கள். இரண்டு மாதங்கள் திறந்தவெளியில் சுற்றிலும் வீரர்கள் சூழ நிறுத்திவைக்கப்பட்டார்கள். தொற்றுவியாதி கண்டு இங்கே இறந்துபோனவர்களின் எண்ணிக்கை வெளிவரவில்லை. மிச்ச மிருந்தவர்கள் சுட்டுக்கொல்லப்பட்டனர். பல ஆயிரக்கணக்கானவர்கள் விசாரணை எதுவுமின்றி ஆகாரமோ உடைகளோ அளிக்கப்படாமல் துன்புறுத்தப்பட்டனர்.

போர்க்கைதிகள் என்று ஆவணத்தில் கொண்டுவந்துவிட்டால் செஞ்சிலுவை போன்ற அமைப்புகளுக்குப் பதில் சொல்ல வேண்டிவரும் என்பதற்காக புதியதொரு பிரிவின் கீழ் இவர்கள் வகைப்படுத்தப்பட்டனர். நிராயுதபாணியாக்கப் பட்ட எதிரிகள்.

•

இரண்டாம் உலகப் போர் காலகட்டத்தில் அதிக உயிர் இழப்புகள் ஏற்பட்டது சோவியத்துக்கும் ஜெர்மனிக்கும் இடையில் நடைபெற்ற இறுதிகட்ட போரில்தான். இரு தரப்பிலும் எத்தனை பேர் இறந்துபோனார்கள் என்பது பற்றி கிடைத்த புள்ளிவிவரங்கள் ஒன்றுக்கொன்று முரண்படுகின்றன.

Oxford Companion to the Second World War (1995) கணிப்பின் படி, சோவியத் சந்தித்த உயிரிழப்பு 1.232 மில்லியன். துல்லியமாக இழப்புகளை குறித்துவைக்கும் மனநிலை அப்போது ஒருவருக்கும் இல்லை. அரசாங்கத்தின் தலையீடும் இதற்கு ஒரு காரணம். எண்ணிக்கையை உயர்த்தி சொல்வது நல்லதல்ல என்பதால் சில நாடுகள் புள்ளிவிவரத்தைத் திருத்தி வெளியிட்டன.

போருக்கு முந்தைய கணக்கெடுப்பு. போருக்குப் பிறகு எஞ்சியிருப்பவர்களின் எண்ணிக்கை. இரண்டையும் ஒப்பிட்டுப் பார்த்து இழப்பை கணக்கீடு செய்வது ஒரு முறை. அந்த வகையில் ஆஸ்திரியாவில் 2,30,000 ராணுவத்தினர் கொல்லப் பட்டனர். 1,44,000 பொதுமக்கள் இறந்துபோனார்கள். ஆனால் எல்லா நாடுகளிலும் இந்த கணக்கீட்டு முறை சாத்தியமாக இல்லை. எனவே, ஆய்வு செய்யும் வரலாற்றாசிரியர்கள் ஒவ்வொருவரும் ஒவ்வொரு விதமான புள்ளிவிவரங்களை அளிக்கிறார்கள்.

அட்டவணை 1

இரண்டாம் உலகப் போரில் (*1939-1945*) இறந்துபோன ஐரோப்பிய வீரர்கள் (உத்தேசமானது)

1.	சோவியத் ரஷ்யா	88,68,000
2.	ஜெர்மனி	42,12,000
3.	இத்தாலி	4,00,000
4.	ருமேனியா	3,00,000
5.	போலந்து	3,00,000
6.	யுகோஸ்லோவியா	3,00,000
7.	பிரான்ஸ்	2,50,000
8.	செக்கோஸ்லாவாக்கியா	2,50,000
9.	பிரிட்டன்	2,00,000
10.	ஹங்கேரி	1,60,000
11.	அமெரிக்கா	1,50,000
12.	ஃபின்லாந்து	84,000
13.	பிற	1,03,000
	மொத்தம்	1,55,77,000

ஆதாரம் : Oxford Companion to the Second World War (1995)

பிரிட்டன், அமெரிக்கா. போரின் பாதிப்புகள் மிகக் குறைவாக உணரப்பட்டது இந்த இரு நாடுகளிலும்தான். அமெரிக்கர்கள் இரண்டாம் உலகப் போரில் இருந்து உளவியல் ரீதியாகவும் புவியியல் ரீதியாகவும் விலகியே இருந்தனர். எங்கோ யாரோ போர் தொடுத்துக்கொண்டிருக்கிறார்கள் என்பதாக அவர்கள் ஒதுங்கியிருந்தனர். ஆகஸ்ட் 25, 1940 அன்று பிரிட்டன் நகரங்கள் மீது தொடர்ச்சியாக விமானத் தாக்குதல்கள் நடத்தப்பட்டன. ஆனாலும், எந்த நிலையிலும் பிரிட்டன் ஆக்கிரமிக்கப்பட்டது கிடையாது. மே 1940ல் ஜெர்மனி, பிரிட்டனை ஆக்கிரமிக்கும்

திட்டம் ஒன்றை தீட்டியது. ஆனால், அது கைகூடவில்லை. காலனியாதிக்கத்துக்குப் புகழ்பெற்ற அந்த தேசம் ஒருவராலும் அடிமையாக்கப்படாமல் தப்பித்தது.

•

இறப்பு கிட்டத்தட்ட உறுதி என்று தெரிந்தேதான் வீரர்கள் ராணுவத்தில் இணைகிறார்கள். ஒரு வீரன் சரிந்து விழுந்து இறக்கும்போது, ஐயோ என்று பதறக்கூட உடன் இருப்பவர்களுக்கு அவகாசம் இருக்காது. உணர்ச்சிகளை முழுவதுமாகத் துடைத்து அழித்துவிடவேண்டும் என்று அவர்களுக்கு அறிவுறுத்தப்பட்டிருக்கும். ஐயோ என்று ஒரு நிமிடம் பரிதாபப்படுவதன் மூலம் உன்னைக் கொல்வதற்கு எதிரிக்கு நீ ஓர் அரிய வாய்ப்பை வழங்குகிறாய்.

எங்கே செத்து விழுகிறார்களோ அங்கேயே வீரர்கள் புதைக்கப்படுவதுண்டு. சில சமயங்களில், போர்க்களத்துக்கு அருகில் இருக்கும் கிராம மக்களின் உதவியுடன் உடல்கள் எடுத்துச்செல்லப்பட்டு அருகில் இருக்கும் கல்லறையிலோ ஒதுக்குப்புறத்திலோ புதைக்கப்படும். நூற்றுக்கணக்கில், ஆயிரக்கணக்கில் வீரர்கள் இறக்கும்போது, கல்லறைகளைத் தேடிக்கொண்டிருக்கமுடியாது. கல்லறைகளை உருவாக்க வேண்டியிருக்கும். உடல்கள் வரிசையாக அடுக்கிவைக்கப்பட்டு சிறு இடைவெளி விட்டு புதைக்கப்படும்.

பல தேசங்களில் கல்லறைகளைச் சுற்றி தோட்டங்கள் அமைக்கப்பட்டன. கல்லறைக்கும் மேலே அடையாளங்கள் பொறிக்கப்பட்டன. வீரனின் பெயர், ரேங்க், பேட்ஜ், வாசகம் (சோவியத்துக்காக உயிர் நீத்த மெய்யான வீரன் இங்கே உறங்கிக்கொண்டிருக்கிறான், பத்து குண்டுகளை ஏந்தி உயிர் விட்ட வீரன், இத்யாதி), மத அடையாளம் (சிலுவை, நட்சத்திரம் இன்னபிற), பிறந்த தேதி, இறந்த தேதி. இறந்துபோன வீரர்களின் உறவினர்கள் கல்லறைகளுக்கு விஜயம் செய்து மலர்கள் வைத்து அஞ்சலி செலுத்தினர். பெயர் தெரியாதபோது எண்கள் பொறிக்கப்பட்டன. Fere-en-Tardoise என்னும் பகுதியில் ஒன்று முதல் தொண்ணூற்று நான்கு வரை எண்கள் பொறிக்கப் பட்ட கல்லறைகள் காணப்படுகின்றன. போலந்தில் உள்ள மலைப்பகுதிகளுக்கு அருகே, தனித்தனி பகுதிகளில்

கல்லறைகள் அமைக்கப்பட்டன. கத்தோலிக்கர்களுக்கு. ஆர்தடாக்ஸ் மதத்தினருக்கு. யூதர்களுக்கு.

சோவியத் வீரர்களின் கல்லறைகள் பிரமாண்டமானவை. செயிண்ட் பீட்டர்ஸ்பெர்கில் உள்ள ஒரு கல்லறையில் (Piskarskoe Park) காணப்படும் வாசகம் இது. லெனின்கிராடை பாதுகாத்த கதாநாயகர்கள். எண்பத்து ஆறு பொதுக் கல்லறைகள் இங்கே அமைக்கப்பட்டிருக்கின்றன. நான்கு லட்சத்து இருபதாயிரம் பேர் இங்கே புதைக்கப்பட்டிருப்பதாகச் சொல்கிறார்கள்.

போர்ச்சுகல், ஸ்பெயின், எய்ர், ஸ்வீடன், ஸ்விட்ஸர்லாந்து, துருக்கி, வாடிகன் சிட்டி. இந்த ஏழு தேசங்களும் போரில் நடுநிலை மேற்கொண்டன.

போர்ச்சுகல் Antonio de Oliveira Salazar (1889-1970) என்பவரின் ஆட்சிக்கு உட்பட்டிருந்தது. அமைதியை விரும்புபவர் அல்லர் இவர். ஃபாஸிச சித்தாந்தத்தால் கவரப்பட்டவர். ஆனால், நாஜிகளைப் பிடிக்காது. நேரடியாக தன் நாடு போரில் பங்கேற்பதை இவர் விரும்பவில்லை என்றாலும் மறைமுக மாகப் போர் பணிகளில் தன் தேசத்தை ஈடுபடுத்தினார். எஃகு தயாரிப்பதற்குத் தேவைப்படும் முக்கிய கருப்பொருளான டங்ஸ்டனை போர்ச்சுகல் ஜெர்மனிக்கும் பிரிட்டனுக்கும் வழங்கியது. ஆம், எதிரெதிர் முகாம்களில் உள்ள இரு தேசங்களுக்கும் தங்குதடையின்றி டங்ஸ்டனை ஏற்றுமதி செய்தது போர்ச்சுகல். தவிரவும், தங்கள் ஆட்சிக்கு உட்பட்டிருந்த பிராந்தியத்தில் ராணுவ தளம் அமைப்பதற்கும் மேற்கு நாடுகளுக்கு போர்ச்சுகல் இடம் கொடுத்தது. போர்ச்சுகலின் தலைநகரம் லிஸ்பன், செஞ்சிலுவை சங்கத் தினருக்கும், உளவாளிகளுக்கும், தபால் போக்குவரத்து நிர்வாகத்தினருக்கும் மிகவும் உபயோகப்பட்டது.

ஸ்பெயின் ஃபிராங்கோவின் கட்டுப்பாட்டில் இருந்தது. சாலஸாரைப் போலவே இவரும்கூட ஒரு ஃபாஸிஸ்ட்தான். ஹிட்லர் ஆகாது. அதே சமயம், நேச நாடுகளுடன் கைகோர்த்துக் கொள்வதிலும் இவருக்கு சில தடைகள் இருந்தன. உதாரணத்துக்கு கிப்ரால்டர் (ஸ்பெயின்) மீது பிரிட்டன் ஆதிக்கம் செலுத்தி வந்ததை ஃபிராங்கோ விரும்பவில்லை. நேச

நாடுகளும் வேண்டாம் மைய நாடுகளும் வேண்டாம் என்று முடிவு செய்தார் ஃபிராங்கோ. இத்தாலிய கப்பல்படைக்குச் சிறு உதவிகள் செய்தார். கம்யூனிஸ எதிர்ப்புக்கு உதவினார். அவ்வளவே.

டி வெலெராவின் (Eamon de Valera) தலைமையில் இருந்தது எய்ர். பிரிட்டனின் ஆட்சிக்கு உட்பட்டிருந்த பிரதேசங்கள் அனைத்தும் ஆதரவளித்தபோது, என்னால் முடியாது என்று அறிவித்த ஒரே தலைவர் இவரே. அயர்லாந்து விடுதலைப் போராட்டத்தை முன்னின்று நடத்தியவர். ஐரிஷ் மக்கள் பிரிட்டன் ஆட்சியை எதிர்க்கவேண்டும் என்று இவரது IRA (Irish Republican Army) தீவிரமாகப் பிரசாரம் செய்து வந்தது. போர் சமயத்தில், டி வெலாராவின் மறுப்பை பெரிதாக எடுத்துக் கொள்ளவில்லை சர்ச்சில். பிரிட்டன் இரண்டாம் உலகப் போரில் மும்முரமாக இருந்ததை தனக்குச் சாதகமாகப் பயன்படுத்திக்கொண்டார் டி வெலெரா. சுதந்தர அயர்லாந்து உருவாக ஆரம்பித்தது.

நாஸிஸமும் வேண்டாம், கம்யூனிஸமும் வேண்டாம், ஆளை விட்டால் போதும் என்றது ஸ்வீடன். ஆனால் ஜெர்மனிடம் இருந்து ஸ்வீடனால் தப்ப முடியவில்லை. ஜுன் 1940 முதல் ஜெர்மனும், ஜெர்மன் ஆதரவு நாடுகளும் ஸ்வீடனின் தலைநகரான ஸ்டாக்ஹோமை சூழ்ந்துகொண்டன. வேறு வழியின்றி, தன்னிடம் உள்ள கனிமங்களை (போர்ச்சுகலைப் போலவே கனிமவளம் கொண்ட நாடு) ஜெர்மனிக்கு ஏற்றுமதி செய்ய ஒப்புக்கொண்டது ஸ்வீடன். போரில் ஸ்வீடனின் பங்களிப்பு இதுமட்டுமே.

ஸ்வீடன் அனுபவித்த அதே இன்னல்தான் ஸ்விட்ஸர்லாந்துக்கும். பிரான்ஸ் வீழ்ந்த பிறகு, ஜெர்மன் படைகள் ஸ்விட்ஸர்லாந்தை சுற்றி முற்றுகையிட்டுவிட்டன. ஜெர்மனி சொல்வதைக் கேட்பதை தவிர வேறு வழி இல்லை. ஜெர்மனி, ஸ்விட்ஸர்லாந்தை தனது தளமாகப் பயன்படுத்திக்கெண்டது. லீக் ஆஃப் நேஷன்ஸ், செஞ்சிலுவை உள்ளிட்ட சர்வதேச அமைப்புகள் இங்கே அமைந்திருந்தன.

முதல் உலகப் போரில் நேச நாடுகளுடன் தன்னை இணைத்து கொண்ட துருக்கி, இந்தமுறை ஒதுங்கிக்கொண்டது.

ஜெர்மனியுடன் உடன்படிக்கை ஒன்றை செய்துகொண்டு கழன்று கொண்டது.

இருப்பதிலேயே சிறிய நாடு வாடிகன் நகரம். அப்போதைய போப், பன்னிரண்டாம் பியூஸ் இரு முகாம்களிலும் சேராமல் தனித்திருந்தார். அவருக்கு நாஜிகளையும் பிடிக்கவில்லை, கம்யூனிஸ்ட்டுகளையும் பிடிக்கவில்லை. ஒன்று, உயிருக்கு உலை வைக்கக்கூடியது. இன்னொன்று மதத்துக்கு. ஆகவே, ஒதுங்கி நில். இதுதான் அவருடைய எண்ணம். 1943-44ல் ஜெர்மனி ரோமை ஆக்கிரமித்தபோது, வாடிகன், யூத அகதி களுக்குத் தன் தேசத்தில் இடமளித்தது. 1944-45ல் பாதிரிமார்கள் சிலர் கம்யூனிஸத்துக்கு எதிராகக் கோஷமிட்டபடி வாடிகனை விட்டு தப்பிச்சென்றார்கள். வெற்றி சோவியத்துக்குத்தான் என்பதால் வந்த பயம்.

செப்டெம்பர் 1939ல் நெதர்லாந்தை ஆண்டு வந்த ராணி வில்ஹெல்மியா, நாங்கள் போரில் கலந்துகொள்ள விரும்ப வில்லை என்று எழுதி பிரிட்டன், ஜெர்மனி, பிரான்ஸ் ஆகிய தேசங்களுக்கு விண்ணப்பித்துக்கொண்டார். பெல்ஜியமும் உடன் விண்ணப்பத்தை அனுப்பிவைத்தது. உங்கள் நடுநிலைமையை நாங்கள் மதிக்கிறோம் என்று பவ்யமாக பதில் கடிதம் எழுதினார் ஹிட்லர். மே மாதம், நெதர்லாந்து கடுமை யான தாக்குதலுக்கு உள்ளானது.

●

இரண்டாம் உலகப் போரில் பிரசாரத்தின் பங்கு முக்கியமானது. ஒரு வகையில் இதை ஓர் உளவியல் போர்முறை என்று சொல்லலாம். ரேடியோ, திரைப்படம், செய்தித்தாள், துண்டுப் பிரசுரம் என்று வெவ்வேறு கருவிகள் பிரசாரத்துக்காகப் பயன்படுத்தப்பட்டன. பிரிட்டிஷ் விமானங்கள் போர் சமயத்தில் கிட்டத்தட்ட ஆறு பில்லியன் நாஜி எதிர்ப்பு பிரசுரங்களை ஐரோப்பா முழுவதும் தூவிச் சென்றன. இதற்கான மாதா மாதம் ஆயிரம் டன் காகிதம் ஒதுக்கப்பட்டது.

நேச அணிகளின் பிரசாரம் வேறு விதம். ஹிட்லர் ஒரு ரத்த வெறி கொண்ட மிருகம். மனிதர்களை வதம் செய்யும் கொடுங் கோலன். ஐரோப்பாவை ஆக்கிரமிக்க வந்த தீய சக்தி. அவரை

ஒழிக்கவேண்டிய நம் கடமை. ஹிட்லரின் அச்சுறுத்தலை எதிர்கொள்ள வேண்டுமானால், ஜெர்மனியுடன் நாம் யுத்தம் செய்தாகவேண்டும். மக்களே, அலைகடலெனத் திரண்டு வாரீர். இது நம் தேசத்தின் போர். நம் தாய்நாட்டை (அல்லது தந்தையர் நாட்டை) காப்பாற்றுவதற்கான போர். ராணுவம் உங்களை அழைக்கிறது. தேசம் உங்களை அழைக்கிறது.

ஜெர்மனியின் அழைப்பு இப்படி இருந்தது. ஐரோப்பாவை மேலாதிக்கம் செய்துவரும் பிரிட்டன், பிரான்ஸ், அமெரிக்கா வுக்கு எதிராகப் போராடவேண்டிய கட்டாயத்துக்கு ஜெர்மனி தள்ளப்பட்டிருக்கிறது. முந்தைய யுத்தத்தில் ஜெர்மனியை சீரழித்த சக்திகள் இவை. நம்மை மண்ணோடு மண்ணாக அழித்து ஒழித்துவிட இந்த சக்திகள் முயன்று கொண்டிருக் கின்றன. தீமைக்கு எதிரான நமது யுத்தம் தொடங்கிவிட்டது. ஃப்யூரர் நம்மை ரட்சிக்க வந்திருக்கிறார். ஜெர்மனியின் பாரம்பரியத்தையும் புனிதத்தையும் வரலாறையும் கலா சாரத்தையும் மீட்டெடுக்க உதயமாகியிருக்கிறார்.

சோவியத் எதிர்ப்பு பிரசாரத்தில் இரண்டு அணிகளுமே ஈடு பட்டன. ஐரோப்பாவை இதோ ஆட்டி படைத்துக்கொண்டிருக் கிறது ஒரு பூதம். கம்யூனிஸம் என்னும் பெரும் பூதம். நயவஞ்சமாக ஏமாற்றி உங்களை படுகுழியில் தள்ளப்போகும் சித்தாந்தம் இது. கம்யூனிஸ்டுகள் கடவுளையே மறுப்பவர்கள். எப்போதும் ரத்த வெறியுடன் அலைபவர்கள். போராட்டம் நடத்தி மக்களை அழிப்பதே அவர்களது பிரதான பணி. ஐரோப்பாவின் அமைதிக்கு அவர்கள் ஒரு அச்சுறுத்தல். சோவியத்தில் கொடுங்கோலன் ஸ்டாலினின் ஆட்சியில் நித்தம் நித்தம் நடத்தப்படும் மனித உரிமை மீறல்கள் பற்றி உங்களுக்குத் தெரியுமா? எத்தனை லட்சக்கணக்கான மக்கள் பஞ்சத்தால் செத்தொழிந்திருக்கிறார்கள் தெரியுமா? மாற்று கருத்து உள்ளவர்களை அரசாங்கம் எப்படியெல்லாம் சித்திரவதை செய்கிறது தெரியுமா? சொல்லுங்கள். இப்போது சொல்லுங்கள். கம்யூனிஸம் நமக்குத் தேவையா?

கெப்பல்ஸின் பிரசார முறை அலாதியானது. திரும்பத் திரும்ப ஒரு பொய்யைச் சொல்லிக்கொண்டிருந்தால் அது உண்மை யாகிவிடும் என்னும் பிரபலமான வாக்கியத்தை சொன்ன தோடு நிற்காமல் பலமுறை நடைமுறைப்படுத்தியிருக்கிறார். ஜனவரி 1943ல் ஜெர்மனில் பிரசாரம் செய்யப்பட்ட வாசகம்,

நாம் வென்றுவிட்டோம். இரண்டாம் ஆண்டில், நாம் வெற்றி பெறுவோம். மூன்றாவது ஆண்டில், நாம் வெற்றி பெற்றே தீரவேண்டும். தேவைக்கேற்றாற்போல் தன் வாதத்தை மாற்றிக் கொண்டார். கற்பனையில் மட்டுமே உதிக்கும் விஷயங்களை உண்மையில் நடந்தது என்று அழுத்தமாக அறிவித்தார். ஆதாரங்களைத் தேடிப்போகவில்லை இவர். தேவைக்கேற்ப உருவாக்கினார். புள்ளிவிவரங்களை திருத்தினார். உண்மையைப் பொய்யாக்கினார். பொய்யை உண்மையாக்கினார்.

தலைவர்கள் தம் மக்களிடம் உரையாட பிரதானமாக ரேடியோவை பயன்படுத்தினர். சர்ச்சிலின் ரேடியோ உரைகள் புகழ்பெற்றவை. அடுக்கு மொழிகள் இருக்கும். Rhetoric வகை முழக்கங்கள் இருக்கும். சக்தி வாய்ந்த வார்த்தைகளைத் தேர்ந்தெடுத்து பயன்படுத்துவார். போருக்காகப் பிரிட்டனை அணிதிரட்டுவதற்கு அவர் முக்கியமாகப் பயன்படுத்தியது தனது வாதத்திறமையைதான். டலாடியர் மிக நன்றாகப் பேசக் கூடியவர் என்றாலும் போர் தொடங்கிய முதல் ஆண்டில் அவர் அதிகம் பேசவில்லை என்னும் குற்றச்சாட்டு உண்டு.

ஹிட்லர் ஓரிடத்தில் நின்று பேசமாட்டார். அசைவார். கை, கால்கள் நடுங்கும். கத்துவார். மிரட்டுவார். கையை அசைத்து உறுமுவார். குதிப்பார். கண்களை மூடி திடீரென்று அமைதி காப்பார். சரசரவென்று வெடித்துக் கொட்டுவார். என்ன பேசுகிறார் என்பது மட்டுமல்ல எப்படிப் பேசுகிறார் என்பதும் முக்கியம். கேட்பவரை வசீகரிக்கும் ஆற்றல் அவரிடம் இருந்தது. வீடியோ காட்சிளைப் பார்க்கும்போது மிகை நடிப்பு போல் நமக்கு இன்று தோன்றினாலும் அன்றைய ஜெர்மனி அவரை உன்னிப்பாகக் கவனித்து, உளப்பூர்வமாக நம்பி ஏற்றுக்கொண்டது.

போர்ச் செய்திகளை பிபிசி தொடர்ந்து அளித்து வந்தது. உலகம் முழுவதிலும் உள்ள கோடிக்கணக்கான மக்கள் பிபிசி வாயிலாக போரின் போக்குகளைத் தெரிந்துகொண்டனர். அதிகாரபூர்வ மான செய்தி நிறுவனமாக பிபிசியை பலர் ஏற்றுக்கொண்டனர். டிசம்பர் 1943ல் ஜெர்மனில் வாரத்துக்கு 43 மணி நேரம் செய்தி ஒளிபரப்பியது பிபிசி. பிரான்ஸில் 38 மணி நேரம். இத்தாலியில் 24 மணி நேரம். பதினெட்டு பிற ஐரோப்பிய நாடுகளில் குறுஞ்சேவை அளித்துவந்தது.

பிபிசி செய்தி கேட்பது பல நாடுகளில் தடை செய்யப் பட்டிருந்தது. குறிப்பிட்ட நாடு பிராசரம் செய்து வரும் அரசாங்க செய்திகளோடு பிபிசி முரண்பட்டதுதான் காரணம். எனவே, ரகசியமாகச் செய்திகள் கேட்டறிந்தனர். 1942-43 ஆண்டுகளில் இடையில் சிறிது காலம் மட்டும் சோவியத்தில் பிபிசி சேவை உயிருடன் இருந்தது. பிற சமயங்களில் ஒலிபரப்பு இல்லை.

போலந்து, நெதர்லாந்து உள்ளிட்ட நாஜி ஆக்கிரமிப்பு பிரதேசங்களில் ரேடியோ தடை செய்யப்பட்டிருந்தது. மீறி வைத்திருப்பவர்களுக்குக் கடும் தண்டனை அளிக்கப்பட்டது. ரேடியோ சிக்னலை இடைமறித்து செயலிழக்கச் செய்யும் வழக்கம் பல நாடுகளில் இருந்தன. எதிரி நாடுகளின் ரேடியோ செய்திகளை நம்ப வேண்டாம் என்றும் பல நாடுகள் பிரசாரம் செய்தன. செய்தித்தாள்களில் வெளிவந்த கார்ட்டூன்கள் ஹிட்லர், முஸோலினி, சர்ச்சில், ரூஸ்வெல்ட், ஸ்டாலின் என்று தேவைக்கேற்ப கிண்டலும் கேலியும் செய்து கொண்டன. தொடக்ககாலத்தில் ஒரு தலைவராக அறியப் பட்ட ஹிட்லர் பின்னாட்களில் ரத்த வெறி பிடித்த ஓநாயாக சித்தரிக்கப்பட்டார்.

ஜெர்மனியில் கெப்பல்ஸ் அனைத்து ஊடகங்களையும் தன் பொறுப்பில் வைத்துக்கொண்டார். பிபிசி விமரிசிக்கப்பட்டது. பிரிட்டனின் நோக்கங்கள் கேள்வி கேட்கப்படுவதில்லை. பிரிட்டனும் அமெரிக்காவும் எது செய்தாலும் அதுவே சிறந்தது என்று செய்தி வெளிவருகிறது. இவர்கள் தோற்றால் விஷயம் வெளிவருவதில்லை. எதிரிகளின் செயல்களுக்கு மூக்கு, வாய், உடல் வைத்து செய்திகள் பல நாடுகளில் வெளியிடப்பட்டன. நாம் எது செய்தாலும் அது சரி. நம் எதிரி எது செய்தாலும் அது தவறு. நாம் நல்லவர்கள். நம் எதிரி கெட்டவர்கள்.

V for victory என்னும் ஸ்லோகனை 1941ல் அறிமுகப்படுத்தி பிரபலமாக்கியது பிபிசி. இது நல்ல வரவேற்பை பெற்றது. ரேடியோவில் சொல்லப்படும்போது, கூடவே பீத்தோவனின் ஐந்தாவது சிம்ஃபொனியின் தொடக்கம் இசைக்கப்படும். ஜெர்மனிக்கு இது பிடித்துவிடவே அவர்களும் வி ஃபார் விக்டரியை பயன்படுத்த ஆரம்பித்தனர். சோவியத்துக்கு எதிரான நீண்ட பிரசாரத்தின் ஒரு பாகமாக, ரஷ்யர்களை ஸ்டாலினுக்கு எதிராகத் திரும்பும்படி கேட்டுக்கொண்டது ஜெர்மனி. ரஷ்ய மக்களே, ஸ்டாலினை நம்பாதீர்கள். அவர் சோவியத்தையும்

உங்களையும் சீரழிக்கிறார். எதிர்ப் புரட்சி செய்யுங்கள். ஸ்டாலி னின் ஆட்சியை வீழ்ச்சியடையச் செய்யுங்கள். அதிகாரத்தைக் கைப்பற்றுங்கள்.

அகதி ஒருவர் ஹிட்லரின் குரலை மிமிக்ரி செய்வதில் வல்லவராக இருந்தார். இவரை வைத்து ஏதாவது ரகளை செய்யலாம் என்று 1944ல் அமெரிக்காவில் உள்ள ஒரு ப்ளேக் ஸ்டேஷன் (கற்பனைச் செய்திகளை அளிக்கும் நகைச்சுவை ரேடியோ சேவை) முடிவு செய்தது. ஃப்யூரர் இப்போது பேசப்போகிறார், ஒரு முக்கிய மான விஷயம் என்று அறிவித்துவிட்டு இவரைப் பேசவிட வேண்டும். கற்பனை உரை தயார் செய்யப்பட்டது. ஐரோப்பா வில் பரவியிருக்கும் நாஜிகள் அனைவரும் உடனே காலி செய்யுங்கள். திட்டம் மாறிவிட்டது. கம்யூனிஸ்ட்டுகள்தான் நம் எதிரிகள். உடனே அனைவரும் சோவியத்துக்குப் படை எடுத்துச் செல்லுங்கள். இப்படி ஓர் அறிவிப்பை ஒலிபரப்பலாம் என்று திட்டமிட்டிருந்தனர். கடைசி நேரத்தில் இத்திட்டம் கைவிடப்பட்டது. அமெரிக்க மேலிடம் நிராகரித்துவிட்டதுதான் காரணம். ஸ்டாலினை அநாவசியமாகச் சீண்டவேண்டாம், அவர் கோபித்துக்கொள்ளப்போகிறார் என்று அந்த செய்தி நிறுவனத்துக்கு சொல்லப்பட்டது.

இசை ஒரு முக்கிய வடிவமாகப் பயன்படுத்தப்பட்டது. ஜெர்மானியர்களைத் தூண்டக்கூடிய இதமான இசைக்கோவை ஒன்று அடிக்கடி ரேடியோவில் ஒலிபரப்பப்பட்டது. வியன்னாவைச் சேர்ந்த Norbert Schultze என்பவர் உருவாக்கிய பாடல் அது. வரிகள் எழுதியவர் Hans Leip. முதல் உலகப் போரில் பங்குபெற்ற ஒரு ஜெர்மானிய வீரர். பாடலின் பெயர் Lili Marlene. கெப்பல்ஸ் இதை சிறிது காலம் தடைசெய்து வைத்திருந்தார். ஒரு போர் வீரன் தன் காதலியை நினைத்து ஏக்கமாகப் பாடும் பாடல் இது. இந்தப் பாடல் ஜெர்மனியில் இருந்து பிரிட்டனுக்குப் பரவியது. ராணுவ வீரர்களுக்கு இது உடனே பிடித்துப்போனது. ஒவ்வொரு ஐரோப்பிய மொழியிலும் இந்தப் பாடல் பின்னர் மொழிபெயர்க்கப்பட்டது. ரேடியோ, டிஸ்க் என்று பிரபலம் அடைந்தது. பல்வேறு இசைக்குழுவினர் மக்களையும் ராணுவ வீரர்களையும் மகிழ்விக்க இந்தப் பாடலை பாடிக்கொண்டிருந்தனர்.

ரேடியோ செய்திகள் மட்டுமல்ல செய்தித்தாள்களும் புத்தகங் களும்கூட ஐரோப்பா முழுவதும் தணிக்கை செய்யப்பட்டன.

தடை செய்யப்பட்டன. கம்யூனிஸம், சோஷிலிஸம் தொடர்பான புத்தகங்கள், பிரசுரங்கள் தடை செய்யப்பட்டன. இவை ரகசியமாக கையெழுத்துப் பிரதி எடுக்கப்பட்டு தெரிந்தவர்கள் மூலம் மட்டும் விநியோகிக்கப்பட்டது. பிரிட்டன் கம்யூனிஸ்ட் டெய்லி வொர்க்கர் என்னும் இதழை தடை செய்திருந்தது. பிரபல இதழான டெய்லி மிரர்ரை சர்ச்சில் 1941ல் தடை செய்தார். இது தேவையில்லாமல் நம்மை ஆட்டம் காணச் செய்கிறது என்று சப்பைக்கட்டு கட்டினார். பிரிட்டனுக்கு எதிரான செய்திகள் இடம் பெற்றிருந்ததே அசல் காரணம்.

வெளிநாடுகளுக்கு அனுப்பப்படும், வெளிநாடுகளில் இருந்து பெறப்படும் கடிதங்கள் தணிக்கை செய்யப்பட்டன. குறிப்பாக எதிரி தேசத்து முகவரியில் இருந்து வரும் உறைகள். தொலைபேசி அழைப்புகள் அதிகாரபூர்வமாக ஒட்டுக் கேட்கப்பட்டன. வானிலை அறிக்கை சொல்லவேண்டாம் என்று ரேடியோ சேவை வழங்குபவர்களுக்கு அறிவுரை வழங்கப்பட்டது. எப்போது குளிர் காலம், எப்போது மழைக்காலம், எப்போது வெயில் அடிக்கும் போன்ற முக்கியமான குறிப்புகளை நாம் ஏன் எதிரிகளுக்கு அளிக்கவேண்டும்? வா, இப்போது உகந்த நேரம் வந்து தாக்கு என்று ஏன் துப்பு கொடுக்கவேண்டும்?

திரைப்படங்கள் ஒளிபரப்பப்படும்போது இடையில் நியூஸ் ரீல்கள் அரசாங்கப் பிரசாரத்துக்காகப் பயன்படுத்தப்பட்டன. ஜெர்மனி இதை அதிகம் பயன்படுத்திக்கொண்டது. ஜெர்மனியின் வெற்றிகள் மிகுந்த ஆரவாரத்துடன் பதிவு செய்யப்பட்டு ஒளிபரப்பப்பட்டன. பெரும் கூட்டம் ஒன்றில் ஹிட்லர் உரையாற்றுவது. பிரமண்டமான ஸ்வஸ்திகா பேனருக்கு முன்னால் ஹிட்லர் தன் பரிவாரங்களுடன் நடந்து வருவது. குழந்தைகள் ஹிட்லருக்கு தேசியக்கொடி தருவது. ஆண்களும் பெண்களும் குழந்தைகளும் லட்சக்கணக்கில் திரண்டு ஃப்யூரரைக் கொண்டாடிப் போற்றுவது. இன்னபிற காட்சிகள்.

உலகின் அதி உன்னதமான, அதிகம் பிரபலமடைந்த ஒரே தலைவர் யாரென்றால் ஜெர்மானியர்கள் உடனே சொல்லிவிடுவார்கள். இந்த நியூஸ் ரீல்களைப் பார்த்த பல ஐரோப்பிய தேசங்கள் ஹிட்லர் நிஜமாகவே பெரிய மனிதர்தான் போலும், பாருங்கள் எவ்வளவு ஆதரவு அவருக்கு என்று

நம்பிகொண்டன. கெப்பல்ஸின் தந்திர பிரசார முறை மிக நன்றாக வேலை செய்தது.

அரசியல் புத்தகங்கள் ஜெர்மனியில் தடை செய்யப்பட்டிருந்தன. குறிப்பாக, யூதர்கள் எழுதிய, யூதர்கள் பற்றிய அரசியல் புத்தகங்கள். பிறகு, கம்யூனிஸ்ட் புத்தகங்கள். காதல் ருசி சொட்டச் சொட்ட எழுதப்படும் கற்பனை கதைகள் அதிக அளவில் அச்சிடப்பட்டு விற்பனை செய்யப்பட்டன. யதார்த்தத்தைப் பார்க்கவேண்டும், யோசிக்கவேண்டாம் கற்பனையில் இன்பம் காணுங்கள். கெப்பல்ஸ் நினைத்திருக்கக் கூடும். இது போன்ற நாவல்களுக்கு அரசாங்க விருதுகள் வழங்கப்பட்டன. Gone with the Wind, Karl May's Stories of the Wild West ஆகிய புத்தகங்கள் அதிக வரவேற்பை பெற்றன. இரண்டாவது புத்தகம், ஹிட்லருக்கு மிகவும் பிடித்திருந்தது.

சோவியத்தில் தேசபக்தியூட்டும் எழுச்சிக் கதைகள் அச்சிடப் பட்டன. அரசியல் புத்தகங்களும் வெளிவந்தன. ஸ்டாலின் கிராட் போரை மையப்படுத்தி கவிதைகளும் கதைகளும் போர் வரலாறுகளும் வெளியிடப்பட்டன. Konstantin Simonov எழுதிய Days and Nights குறிப்பிடத்தக்கது.

நெதர்லாந்தை ஜெர்மனி ஆக்கிரமித்தபோது, அங்கிருந்த யூதர்கள் அனுபவித்த இன்னல்களை, ஆனி ஃபிராங்கின் டைரி பதிவு செய்தது. 1933ல் ஆனியின் குடும்பத்தினர் ஆம்ஸ்டெர்டா முக்குக் குடிபெயர்ந்தனர். ஹிட்லர் ஆட்சியில் அமர்ந்த சமயம் அது. 1940ல் நெதர்லாந்தை ஆக்கிரமிக்க ஆரம்பித்தது ஜெர்மனி. ஆனியின் தந்தை ஓட்டோ ஃபிராங்கின் அலுவலகத்தில் உள்ள மறைவிடங்களில் 1942 ஜூலை ஆனியின் குடும்பத்தினர் பதுங்கிகொண்டனர். இரண்டு ஆண்டுகளுக்கு மேல் ஒளிந்திருக்க முடியவில்லை. காட்டிகொடுத்துவிட்டார்கள்.

நாஜிகள் அவர்களை அள்ளிக்கொண்டு போய் Bergen-Belsen வதை முகாமில் தள்ளினார்கள். ஏழு மாதங்களில் ஆனி டிஃபஸ் நோய் வந்து இறந்துபோனார். சில தினங்களுக்கு முன்புதான் அவர் சகோதரி மார்கோட் ஃபிராங் இறந்துபோயிருந்தார். பிழைத்திருந்த ஓட்டோ போரின் முடிவில் ஆம்ஸ்டெர்டாம் வந்து ஆனியின் டைரியை பதிப்பித்தார். 1947ல் முதல் பிரதி வெளிவந்தது. ஜூன் 1942 முதல் ஆகஸ்ட் 1944 வரையிலான காலகட்டத்தை தனது டைரியில் பதிவு செய்திருந்தார் ஆனி.

தங்கள் எதிரிகளுக்கு ஒவ்வொரு நாடும் ஒரு சிறப்புப் பெயரை வைத்திருந்தது. படைப்பிரிவுகளில் சர்வ சாதாரணமாக இந்தப் பெயர்கள் பயன்படுத்தப்பட்டன. ஜெர்மனி, பிரிட்டிஷ் வீரனை die Englander என்று அழைத்தது. அல்லது Tommies என்று. ரஷ்யர்கள் die Russen அல்லது Ivans என்று அழைக்கப்பட்டனர். பிரிட்டன் ஜெர்மானியர்களை the Krauts என்று அழைத்தது. இதன் பொருள், முட்டைகோஸ் சாப்பிடுபவர்கள். ரஷ்யர்கள் ஜெர்மானியர்களை Germantsy என்று அழைத்தனர். அல்லது, Fritzes என்று.

14. போரும் மக்களும்

இரண்டாம் உலகப் போரில் கொல்லப்பட்டவர்களின் எண்ணிக்கையை 50 மில்லியனில் தொடங்கி 70 மில்லியனுக்குள் அடக்குகிறார்கள். பாதிக்கப்பட்டவர்களின் எண்ணிக்கை (உடல், மன பாதிப்புகள்) ஐநூறு மில்லியனுக்கும் அதிகம். வெவ்வேறு இனங்கள். வெவ்வேறு பின்னணி. வெவ்வேறு தேசங்கள். வெவ்வேறு மொழிகள். வெவ்வேறு வர்க்கத்தினர். குழந்தைகள், ஆண்கள், பெண்கள், முதியோர், நோய் நொடியால் பீடிக்கப்பட்டவர்கள். கணவரை, சகோதரரை, மகனை, நண்பனை போர் முனைக்கு அனுப்பிவிட்டு காத்திருப்பவர்கள். ஒவ்வொருவருக்கும் ஒவ்வொரு விதமான பாதிப்பு.

சிலருக்கு ரொட்டியில் தடவிக்கொள்ள கிரீம் கிடைக்கவில்லை. சிலருக்கு ரொட்டியே இல்லை. சிலருக்குப் பால் கிடைக்கவில்லை. சில இடங்களில் அனைத்தும் கிடைத்தன. குதிரை விலையில். சில இடங்களில் அள்ளி கொடுக்க பணம் இருந்தாலும் பொருள்கள் கிடைக்கவில்லை. பலருக்கு வேலை இல்லை. பலருக்கு வேலை கூடுதல்.

பலர் இருப்பிடங்களைத் தொலைத்தார்கள். பலர் ஓடிப் போனார்கள். பலருடைய வீடுகள் இடிந்து விழுந்தன. எண்ணிக்கையில் அடங்காதவர்கள் காணாமல் போனார்கள். கொல்லப்பட்டவர்கள், பாலியல் பலாத்காரத்துக்கு உள்ளாக்கப் பட்டவர்கள், கடத்தப்பட்டவர்களின் எண்ணிக்கை இன்றுவரை தெரியவில்லை.

கடுமையான உணவுத் தட்டுப்பாடு காரணமாக ரேஷனிங் (Rationing) கொண்டுவரப்பட்டது. விரும்பும் உணவை அல்ல, அனுமதிக்கப்பட்ட அளவை மட்டுமே ஒருவர் உட்கொள்ள முடியும். ஜெர்மனியின் கட்டுப்பாட்டு முறை பாரபட்சமானது. ஆக்கிரமிக்கப்பட்ட பகுதிகளில், ஜெர்மானியர்களுக்கு அதிக உணவு அளிக்கப்பட்டது. நார்வே மக்களுக்கு குறைவு. பிரெஞ்சு மக்களுக்கு அதைவிட குறைவு. ஸ்லாவியர்களுக்கு சொற்பம். யூதர்களுக்கு எதுவும் கிடையாது. அல்லது, சிறு துரும்பு. அக்டோபர் 1941ல் போலந்தில், யூதர்களுக்கு ஒரு வாரத்துக்கு 580 கிராம் உணவு மட்டுமே வழங்கப்பட்டது. ரொட்டி, மாவு. போலிஷ் மக்களுக்கு 1490 கிராம். ஜெர்மானியர்களுக்கு 1942 ஏப்ரலில் 2000 கிராம் அனுமதிக்கப்பட்டது. தொழிற்சாலைகளில் கடினமான பணிகளில் ஈடுபடும் ஜெர்மானியத் தொழிலாளர் களுக்கு 3400 முதல் 4400 கிராம்.

ஒப்பீட்டளவில், ஐரோப்பாவில் ஜெர்மானியர்களுக்கான ரேஷன் பிற மக்களைவிட கூடுதலாக இருந்தது. பிரிட்டனில் வெண்ணெய், சர்க்கரை, இறைச்சி ஆகியவை கட்டுப்படுத்தப் பட்டன. ரொட்டிக்கும் உருளைக்கிழங்குக்கும் கட்டுப்பாடு விதிக்கப்படவில்லை. பழுப்பு ரொட்டியும் பாலும் காய்கறி களும் வேண்டிய அளவு கிடைக்கும் பயப்படவேண்டாம் என்றது பிரிட்டன் அரசாங்கம்.

இத்தாலிய கஃபேக்களில் காபி தடை செய்யப்பட்டிருந்தது. கிடைக்கும்போது மட்டுமே காபி அருந்தினார்கள். வேறெங்கும் இல்லாத அளவுக்கு பிரெஞ்சு மக்களுக்கு குறைந்த கலோரி உணவு மட்டுமே கிடைத்தது. நகரங்களுக்கும் கிராமங்களுக்கும் உணவு ரேஷனில் அதிக வித்தியாசம் இருந்தது. போரில் ஈடுபடாத ஸ்வீடன் போன்ற நாடுகளுக்கும் இதே நிலைமை தான். 1942 வாக்கில் கிட்டத்தட்ட 7 0 சதவீத உணவுப் பொருள் களுக்குக் கட்டுப்பாடு விதிக்கப்பட்டது. பால்கன் பகுதிகளிலும்

சோவியத் யூனியனிலும் கடுமையான உணவுத் தட்டுப்பாடு நிலவியது. லெனின்கிராட் முற்றுகையின்போது கிட்டத்தட்ட லட்சக்கணக்கான ரஷ்யர்கள் பாதிக்கப்பட்டனர். அவர்களது வழித்தடம் அழிக்கப்பட்டதால் பல வாரங்களுக்குத் தொடர்ச்சியாக ரொட்டி கிடைக்கவில்லை.

உணவு பொருள்களுக்கு மாத்திரம் கட்டுப்பாடு விதிக்கப்படவில்லை. ஆடைகள், எரிபொருள், சோப் அனைத்தும் ரேஷன் செய்யப்பட்டது. புகையிலை பல இடங்களில் கிடைக்கவில்லை. பிரிட்டனில், தொழிற்சாலைகள் போர் தயாரிப்புகளில் மும்முரமாக இருந்ததால், மரச் சாமான்கள், பொம்மைகள், ஆபரணங்கள், காஸ்மெடிக் சாதனங்கள், சமையலறை பாத்திரங்கள், குடைகள், ஏன் பென்சில்கள்கூட ரேஷன் செய்யப்பட்டன. இவை சார்ந்த உற்பத்தி முடக்கப்பட்டது.

ஐரோப்பா முழுவதிலும் எரிபொருள் தட்டுப்பாடு உச்சத்தில் இருந்தது. ராணுவத் தேவைகளுக்கு பெட்ரோல் திருப்பிவிடப்பட்டது. அடிக்கடி மின்சாரம் தடைபட்டது. குளிர் பிரதேசங்களில் வாழ்பவர்கள் கடுமையாகப் பாதிக்கப்பட்டனர். உஷ்ணமூட்டும் சாதனங்களை இயக்கமுடியவில்லை. கணப்பு அடுப்புகள் பற்ற வைக்க கரி இல்லை. 1942ல் ஸ்வீடனில் நிறைவேற்றப்பட்ட ஒரு சிறப்பு உத்தரவின்படி வீடுகளில் சுடு தண்ணீர் தயாரிப்பது சட்டப்படி குற்றமாகும்.

தனிப்பட்ட வாகனங்களை உருட்டிக்கொண்டு பெட்ரோல் வங்கிக்குப் போனால் எரிபொருள் கிடைக்காது. நவநாகரிக பாரீஸில் சைக்கிளும் குதிரை வண்டிகளும் அதிக அளவில் ஓட ஆரம்பித்தன. 1942ல் ஸ்வீடனில் 3 மில்லியன் சைக்கிள்கள் புதிதாக பயன்பாட்டுக்கு வந்தன. உணவுக்காக கடைகளில் மணிக்கணக்கில் வரிசை வரிசையாக காத்திருப்பது பழகிப் போனது. குறிப்பாக, பெண்களுக்கு.

கருப்பு மார்க்கெட் (பிரான்ஸில் பழுப்பு மார்க்கெட்) தெரு முனைகளில் ரகசியமாக முளைத்தது. பத்து மடங்கு, இருபது மடங்கு அதிக விலை கொடுத்து சிகரெட், பியர், முட்டைகோஸ், பால் போன்ற அபூர்வமான பொருள்களை வாங்கிக் கொள்ளலாம். அதுவும்கூட எப்போதும் கிடைக்காது. உங்கள் பிரதிக்கு முன்கூட்டியே கடைக்காரரிடம் சொல்லிவைக்க வேண்டும். அவருக்குப் பொருள்கள் கிடைத்தால், கடை

பரப்பும்போது காவலர்களிடம் அவர் மாட்டிக்கொள்ளாமல் இருந்தால், கொள்ளைக்கூட்டங்களால் அவர் கொல்லப்படாமல் இருந்தால், உங்களுக்கு முன்பே யாரும் வாங்கிக் கொள்ளாமல் இருந்தால், நீங்கள் நாடிச்சென்ற பொருள் உங்களுக்குக் கிடைத்தாலும் கிடைக்கலாம்.

அயர்லாந்தில் இருந்து முட்டையும் கோழி இறைச்சியும் கடத்தி வரப்பட்டன. இத்தாலிய மலைப்பகுதியில் இருந்தவர்களுக்கு சர்க்கரை அதிகம் தேவைப்படாத காரணத்தால் மிக மகிழ்ச்சியுடன் அதிக பணம் பெற்றுக்கொண்டு சர்க்கரையை மூட்டை கட்டி கொடுத்தார்கள். கிரீஸில் ரொட்டியின் விலை அதிகார பூர்வமாக உயர்த்தப்பட்டது. போருக்கு முன்னால் 70 drachmas. ஜூன் 1941க்குப் பிறகு 2350.

நாணயங்களின் மதிப்பு குறைந்துகொண்டே போனது. ஒரு கட்டத்தில், பணம் கொடுக்கல் வாங்கல் நிறுத்திக்கொள்ளப்பட்டது. ஒரு குவளை பால் வேண்டுமானால் இத்தனை சிகரெட் கொடு. ஒரு துண்டு சோப்புக்கு எவ்வளவு புகையிலை தருவாய்? தங்கமும் சிகரெட்டும் கிட்டத்தட்ட சம மதிப்பில் வலம் வந்தன. உயிரைக் கொடுத்து வேலை செய்ய பலரும் தயாராக இருந்தனர். ஆனால் அவர்களை வேலையில் அமர்த்திக்கொள்ள யாரும் இல்லை.

போருக்காக மட்டுமே தொழிற்சாலைகள் இயங்கின. இரவு, பகல் பேதமில்லாமல். மனிதர்கள், இயந்திரமாக மாற நிர்ப்பந்திக்கப்பட்டனர். துப்பாக்கிகள், டாங்கிகள், ராணுவச் சீருடைகள், ராணுவத்தினருக்கான உணவு, மருத்துவ உதவி. ஒரு நாளைக்கு இருபத்து நான்கு மணி நேரம் போதவில்லை. பணியில் சுணக்கம் காட்டுபவர்கள் உடனடியாக நீக்கப்பட்டனர். வேலை நிறுத்தம் தடை செய்யப்பட்டது.

●

முதல் உலகப் போரின் போதே பெண்கள் போர் பணிகளில் ஈடுபட ஆரம்பித்திருந்தனர். பெரும்பாலும் மருத்துவ சேவை களிலும் உடைகள், ஆயுதங்கள் தயாரிக்கும் பணிகளிலும் வேறு சில உதவிப் பணிகளிலும் பெண்கள் ஈடுபடுத்தப்பட்டனர். இரண்டாம் உலகப் போரின்போது பெண்கள் ராணுவப் பிரிவுகளில் சேர்த்துக்கொள்ளப்பட்டனர். சோவியத் படைகளில் நேரடி தாக்குதல்களுக்கும் பெண்கள் பயன்படுத்தப்பட்டனர்.

1941ல் பிரிட்டனில், இருபது முதல் முப்பது வயதாகும் பெண்கள் (திருமணமாகாத அல்லது கணவனை இழந்தவர்கள்) கட்டாய ராணுவச் சேவைக்கு உட்படுத்தப்பட்டனர். சீருடை அணிந்து ராணுவப் பணிகளில் ஈடுபடும் பெண்கள் சகஜமாக வீதிகளில் நடமாடினர். ராணுவச் செவிலியராக அரை மில்லியனுக்கும் அதிகமானோர் பதிவு செய்யப்பட்டனர். பெண்கள் துப்பாக்கி தூக்கக்கூடாது என்றொரு விதி உருவாக்கப்பட்டிருந்தது. அவசரம் என்றதும் இந்த விதி தளர்த்தப்பட்டது. லண்டனில் மட்டும் 56000 பெண்கள் ஆயுதம் தரித்தார்கள். 389 பேர் இறந்துபோனார்கள். விமானங்களை இயக்குவதற்குப் பெண் களுக்குப் பயிற்சி அளிக்கப்பட்டது.

அமெரிக்கா, பெண்களைப் போர்க்களத்தில் இருந்து நீண்ட காலத்துக்கு விலக்கியே வைத்திருந்தது. 1943ல் Womens Auxiliary Corps (WAC) தொடங்கப்பட்டது. பெண்கள் அதிக அளவில் ராணுவத்தில் இணைத்துக்கொள்ளப்பட்டனர். பிரான்ஸில் பெண்கள் பணிகளில் ஈடுபடுவதற்கு வரவேற்கப் பட்டனர்.

பெண்களை ராணுவத்தில் இணைத்துக்கொள்வதில் சோவியத் துக்குத் தயக்கம் எதுவும் இருந்ததில்லை. எங்களையும் சேர்த்துக் கொள்ளுங்கள் என்னும் முழக்கத்துடன தன்னார்வலர்கள் பலர் தங்கள் பெயரைப் பதிவு செய்துகொண்டனர். டிரக் வண்டி ஓட்டுவது தொடங்கி இயந்திரத் துப்பாக்கிகளை இயக்குவது முதல் சகல விதமான பயிற்சிகளும் அவர்களுக்கு வழங்கப் பட்டன. ஆண்கள், பெண்கள், கடினமான பணி, இலகுவான பணி போன்ற பேதங்கள் எதுவும் இல்லை. எல்லோருக்கும் எல்லா பணிகளும் சமமாகப் பிரித்துக்கொடுக்கப்பட்டன. போரில் பங்குபெற்ற ரஷ்யப் பெண்களின் எண்ணிக்கை தோராயமாக எட்டு மில்லியன். 585வது ஃபைட்டர் பிரிவிலும் 587வது டைவ் பாம்பர் பிரிவிலும் 588வது நைட் பாம்பர் பிரிவிலும் முழுக்க முழுக்கப் பெண் வீரர்களே நிரம்பி யிருந்தனர். 1940ல் 38 சதவீதமாக இருந்த பெண்களின் பங்களிப்பு 1943ல் 57 சதவீதமாக உயர்ந்தது. கூட்டுப் பண்ணைகளில் 80 சதவீதம் பெண்களே நிறைந்திருந்தனர்.

இருப்பதிலேயே, ஜெர்மனியில்தான் பெண்களின் பங்களிப்பு குறைவு. எனவே, போருக்கு முன்பும் போர் சமயத்திலும் பெண்களின் பங்களிப்பில் எந்த மாற்றமும் நிகழவில்லை.

ஆறு மில்லியனுக்கும் அதிகமானவர்கள் கொல்லப்பட்டதற்குக் காரணமாக இருந்தது ஹாலோகாஸ்ட். யூதர்களைப் போலவே ஐரோப்பியர்களும் மாபெரும் இழப்புகளை இப்போரில் சந்தித்தனர்.

விமான குண்டு வீச்சுகள் முதல் உலகப் போரில் தொடங்கி விட்டன. கொத்துக் கொத்தாக மனிதர்களை, அவர்களது இருப்பிடங்களை அழிப்பதற்கு வான் தாக்குதல் உபயோகமாக இருந்தது. சில டன்களை வீசினால் பெரும் சேதம் கிடைத்து விடும். இரண்டாம் உலகப் போரில் வான் தாக்குதல் புதிய பரிணாமம் பெற்றது. செப்டெம்பர் 1, 1939 அன்று கிராகோவ் (Krakov) நகரின் மீது முதல் வான் தாக்குதல் தொடுக்கப்பட்டது. இந்த தாக்குதலில் டைம் பாம்பர் பயன்படுத்தப்பட்டது. ஜங்கர்ஸ் JU-87B-2 என்று அது அழைக்கப்பட்டது. அல்லது, ஸ்டூகா என்று. டார்கெட்டை அழிப்பதற்கு முன்னால் அச்சமூட்டும் வகையில் பலத்த சப்தத்துடன் இந்த குண்டுகள் வந்து விழுந்தன.

புதிய கண்டுபிடிப்புகளை பயன்படுத்தி பார்க்கும் களமாக இந்தப் போர் பயன்படுத்தப்பட்டது. செப்டெம்பர் 13, 1939 அன்று போலந்தில் உள்ள லுப்லின் என்னும் பகுதி ஜெர்மனியால் தாக்கப்பட்டது. குறிப்பாக, ஃப்ராம்போல் (Frampol). தாக்குவதற்கு முன்பே முடிவு செய்துவிட்டார்கள். வெறுமனே அழிவு மட்டும் நோக்கமல்ல. அழிவின் வீச்சைத் தெரிந்துகொள்ளவேண்டும். உடனுக்குடன் புகைப்படம் எடுத்துக்கொள்ளுங்கள். தொடர்ந்து பல மணி நேரம் தாக்குதல் நடக்கட்டும். தெருவை அல்ல ஒரு நகரத்தை முற்றிலுமாக அழிக்க எவ்வளவு டன் குண்டுகள் தேவைப்படுகின்றன, எத்தனை விமானங்கள், எத்தனை விமானிகள் அனைத்தையும் தெரிந்துகொள்ளவேண்டும். இந்தப் புள்ளிவிவரங்கள் நம் ஆய்வுக்குத் தேவை. விவரங்கள் வந்து சேர்ந்தன. மொத்தம் 125 விமானங்கள். 700 டன் குண்டுகள். மூவாயிரம் பேர் கொண்ட பகுதியில், பாதி பேர் கொல்லப்பட்டுவிட்டார்கள். 90 சதவீத கட்டடங்கள் அழிக்கப்பட்டுவிட்டன. அகமகிழ்ந்துபோனார் கெப்பல்ஸ். இந்த ஆபரேஷனை வைத்து ஜெர்மன் மொழியில் ஒரு பதத்தை அவர் உருவாக்கினார். Koventrieren. வான் வழியாக ஏற்படும் பேரழிவு என்று அர்த்தம்.

1940ல் தாக்குதல் முறை இன்னமும் வளர்ச்சி பெற்றது. துல்லியமான இலக்குகள். அதிக சேதம். தனியாக அல்ல,

கொத்தாகக் குண்டுகளை வீசும் முறை அறிமுகப்படுத்தப் பட்டது. Dornier DO-17s, ஜங்கர்ஸ் JU-88s வகை ஜெர்மானிய குண்டுபொழியும் விமானம் புது வேகத்துடன் பிரிட்டன் நகரங்களில் பாய்ந்து இதுவரை காணாத பேரிழப்புகளை ஏற்படுத்தின.

விமான குண்டுவீச்சுகளால் மட்டும் கிட்டத்தட்ட ஒரு மில்லியன் பேர் கொல்லப்பட்டிருக்கலாம் என்று கணக்கிடுகிறார்கள். மிகத் தோராயமாக இந்த மில்லியனை இப்படிப் பிரிக்கலாம். ஜெர்மனியில் ஆறரை லட்சம். சோவியத்தில் இரண்டரை லட்சம். போலந்தில் ஒரு லட்சம். பிரிட்டனில் அறுபதாயிரம். பிரான்ஸில் ஐம்பதாயிரம். இத்தாலியில் இருபதாயிரம். பெல்ஜியத்திலும் ஹாலந்திலும் பதினைந்தாயிரம்.

குண்டு வீசப்படும்போது தூக்கியெறியப்பட்டு உடனே இறப்பவர்கள் அதிர்ஷ்டசாலிகள். சட்டென்று இறந்துவிடுவதால் வலி அதிகம் இருப்பதில்லை. அதிர்ச்சியை உணர்வதற்குள் அவர்கள் செத்துபோயிருப்பார்கள். குண்டுகள் வெடிக்கும் இடத்துக்கு அருகே இருந்தவர்கள் உடலில் தீ பற்றிக்கொண்டது. உயிருடன் அவர்கள் எரிய ஆரம்பித்தார்கள். அலறியபடி அங்கும் இங்கும் ஓடும்போது நெருப்பு மேலும் சிலரைப் பற்றிக் கொண்டது. கொழுந்துவிட்டு எரிந்தது. நொறுங்கி விழும் கட்டடங்களில் சிக்கிக்கொண்டவர்கள் கற்களுடன் சேர்ந்து புதைந்து போனார்கள். எழும் அடர்த்தியான புகையால் சுவாசிக்கமுடியாமல் தடுமாறி சுருண்டு விழுந்தார்கள். சிதறி விழும் கண்ணாடி போன்ற பொருள்களால் தாக்கப்பட்டு இறந்தவர்களின் கதி விவரணைக்கு அப்பாற்பட்டது. பலர் உடனடியாகப் பார்வையை இழந்தனர். குண்டு வெடித்த சத்தத்தில் கேட்கும் திறன் பறிபோனது. பலர், ஒன்றுக்கும் மேற்பட்ட தாக்குதல்களை எதிர்கொண்டனர். உடலில் தீ பற்றி எரியும்போதே, கண்ணாடி துண்டுகள் உடலைத் துளைத்தெடுக்கும். அலறி கீழே விழும்போது, கட்டடங்களின் சிதறிய பகுதி மேலே வந்து விழும். துடிதுடித்தபடி மரணம் சம்பவிக்கும்.

எதிரியின் தாக்குதல் திட்டம் முன்கூட்டியே தெரியவரும்போது, குறிப்பிட்ட பகுதியில் உள்ள மக்களுக்கு அபாய எச்சரிக்கை அளிக்கப்பட்டது. உடனே வீட்டை விட்டு ஓடி ஒளிந்தார்கள். கட்டடங்களில் இருந்து விலகி நின்றார்கள். உயிரைக் கையில் பிடித்தபடி அண்ணாந்து பார்த்தபடி அலைந்து திரிந்தார்கள்.

அல்லது, வீடுகளுக்கு அடியே அமைக்கப்பட்டிருந்த பாதாள அறைகளில் ஒளிந்துகொண்டார்கள். ஒரு சில நாள்கள் தொடர்ந்து பங்கருக்குள் ஒளிந்துகொள்ளவேண்டிய நிலை ஏற்படும் என்பதால் உணவுப் பொருள்களை அங்கேயும் பதுக்கி வைத்தார்கள். விமான தாக்குதல்களோடு சேர்ந்து காலாட்படைகளும் தாக்குதலைத் தொடங்கும்போது இழப்பு அதிகரித்தது. குழப்பத்துடன் ஓடி ஒளியும் மக்கள் இரு தரப்பு துப்பாக்கிச் சூடுகளுக்கு இடையில் எலிகளைப் போல் சிக்கிக் கொண்டார்கள். தவறான இடத்தில் மாட்டிக்கொண்டவர்கள் என்று அவர்கள் அழைக்கப்பட்டனர்.

ராணுவத் தேவைகளுக்காக அரசாங்கம் குறிப்பிட்ட பிரதேசங்களில் உள்ள குடியிருப்புகளை கட்டாய வழிகளில் அப்புறப் படுத்துவதுண்டு. இன்னும் நாற்பத்தெட்டு மணி நேரங்களில் இங்கிருந்து கிளம்பிவிடுங்கள் போன்ற பொதுவான அறிவிப்பு அவர்களுக்கு இடப்படும். மறுப்பவர்கள், நிர்ப்பந்திக்கப் படுவார்கள், பலவந்தப்படுத்தப்படுவார்கள். டிபோர்டேஷன் என்று இது அழைக்கப்படுகிறது. குடியிருப்பு காலியானதும், அங்கே ராணுவத்தினர் குவிக்கப்பட்டனர். பெரும்பாலும், எல்லைப் பகுதிகளில் டிபோர்டேஷன் அதிக அளவில் நடைபெறும்.

ராணுவத் தேவைகளுக்காக மட்டுமல்லாமல், இன ரீதியிலும் டிபோர்டேஷனை நடத்தியது ஜெர்மனி. அக்டோபர் 1939ல், Gydnia துறைமுகப் பகுதியைக் கைப்பற்றி, அங்கிருந்த ஒரு லட்சம் போலந்து மக்களை வெளியேற்றி, Gotenhafen என்று பெயர் மாற்றியது. 1939-40 களில் போலந்தின் மேற்கு மாகாணங்கள் கைப்பற்றப்பட்டு ஜெர்மனியுடன் இணைத்துக் கொள்ளப்பட்டன. யூதர்கள் கெட்டோக்களுக்கு அனுப்பி வைக்கப்பட்டனர்.

போலந்து மீது தொடுக்கப்பட்ட தாக்குதலின்போது கொல்லப் பட்ட ஒவ்வொரு ஜெர்மன் வீரருக்கும் நூறு போலந்து மக்கள் கொன்றொழிக்கப்பட்டனர். கொல்லப்படுபவர்களின் பெயர்களை முன்கூட்டியே எழுதி, அதை ஓர் அறிவிப்பாக வெளியிட்டு மக்களைத் திரட்டுவார்கள். திறந்தவெளியில் நூறு கைதிகளையும் நிற்கவைத்து, மக்கள் முன்னிலையில் சுட்டுக்கொல்வார்கள்.

சில விசித்திர உத்தரவுகளும் பிறப்பிக்கப்படும். நாஜி தலைவர்கள் கிடைத்தால் அவர்களை விசாரித்துக் கொண்டிருக்க வேண்டாம், கொள்ளைக்காரர்களாகப் பாவித்து அவர்களை சுட்டுக் கொல்லலாம் என்று உத்தரவிட்டார் சர்ச்சில்.

வார்சாவில் அமலில் இருந்த ஒரு ஜெர்மானிய ராணுவ உத்தரவு இது. குறிப்பிட்ட தெருவை எடுத்துக்கொள்ளுங்கள். அந்த தெருவில் உள்ள அத்தனை பேரையும் சுட்டுக்கொல்லுங்கள். புதிதாக யார் உள்ளே நுழைந்தாலும் சுட்டார்கள். அல்லது, ஒரு ரயில் வண்டியை, டிராமை எடுத்துக்கொண்டார்கள். அத்தனைப் பயணிகளையும் சுட்டுக்கொன்றார்கள். ஜெர்மனி மட்டும்தான் இதுபோன்ற கொடூரமான தண்டனை முறைகளை பிறப்பித்தது என்று கொள்ளமுடியாது. நிராயுதபாணியாக இருந்த பல ஜெர்மன் குடிமக்களை பிரிட்டிஷ் ராணுவம் சுட்டுக் கொன்றிருக்கிறது.

●

1939 முதல் 1945 வரை நான்கு பெரும் கலகங்கள் வெடித்தன. நான்கும் ஜெர்மன் அரசாங்கத்துக்கு எதிரானவை. ஏப்ரல் 1943ல் வார்சா கெட்டோவில் முதல் கலகம் எழுந்தது. விரைவில் கொல்லப்படப்போகிறோம் என்னும் உந்துதல் கொடுத்த ஆத்திரத்தில் யூதர்கள் தன்னிச்சையாக போர்க்கொடி உயர்த்தினர். தப்பிச்செல்வதற்கான போராட்டமாக அல்லாமல், அடக்குமுறையைக் கட்டவிழ்த்துவிடுபவர்களை எதிர்க்க வேண்டும் என்னும் வெறியுடன் நடத்தப்பட்ட போராட்டம் அது. இந்தக் கலகம் உடனடியாக அடக்கப்பட்டுவிட்டது என்றாலும் ஒரு முக்கியமான உண்மையைப் பதிவு செய்தது. சிறு சப்தமும் போடாமல் யூதர்கள் கொல்லப்படவில்லை. அதிகாரத்துக்கு எதிரான ராணுவப் போராட்டத்தை அவர்கள் நடத்திகாட்டியிருக்கிறார்கள். கெட்டோ எழுச்சி என்று இந்த சம்பவம் சரித்திரத்தில் குறிக்கப்பட்டிருக்கிறது.

இரண்டாவது எழுச்சி ஆகஸ்ட் 1, 1944ல் நடைபெற்றது. இது வார்சா எழுச்சி என்று அழைக்கப்படுகிறது. இதுவும் அதிகாரத் துக்கு எதிரான எழுச்சியே. ஆகஸ்ட் 1944 மத்தியில் பாரீஸில் மூன்றாவது கலகம் வெடித்தது. அதே ஆண்டு ஆகஸ்ட், செப்டெம்பர் மாதங்களில் ஸ்லாவாக்கியாவில் நான்காவது கிளர்ச்சி நடந்தது. ஜெர்மன் அதிகாரத்துக்குக் கட்டுப்பட

மாட்டோம் என்று சில ஸ்லோவாக்கிய அதிகாரிகள் போராட ஆரம்பித்தனர். விரைவில் இந்தப் போராட்டம் பரவ ஆரம்பித்தது. ஆதரவும் பெருகியது. இந்தப் போராட்டமும் தோல்வியையே தழுவியது.

மேலே குறிப்பிட்ட இந்த நான்கு எழுச்சிகளும் கடுமையான முறையில் ஒடுக்கப்பட்டன. இந்தப் போராட்டங்களில் மக்கள் கலந்துகொள்ளவில்லை. கைதிகள் அல்லது அதிகாரிகள் பங்குபெற்று இந்த கலகத்தை அரங்கேற்றினர். என்றாலும், பாதிப்பின் தீவிரத்தை முழுவதுமாக உணர்ந்தவர்கள் எழுச்சி களில் பங்குபெறாத பொதுமக்கள்தாம். எதிரிகளைப் பழிதீர்த்துக் கொள்ள மக்களைக் கொல்லும் முறை பரவலாக இருந்தது.

கெட்டோ எழுச்சியின்போது 40,000 பொதுமக்கள் கொல்லப் பட்டனர் அல்லது கேம்புகளுக்கு அனுப்பப்பட்டனர். வார்சா எழுச்சியில், இரண்டு லட்சம் பேர் கொல்லப்பட்டனர். ஐந்து லட்சம் பேர் நாடுகடத்தப்பட்டனர். பாரீஸ் எழுச்சியின்போது ஆயிரத்து ஐநூறு பேர் கொல்லப்பட்டனர். ஸ்லாவாக்கியாவில், ஐந்தாயிரம் பேர்.

•

இறப்பைவிட இடமாற்றம் அதிக வேதனையை அளித்தது. கோடிகணக்கில் மக்கள் போர் காரணமாக இடம் பெயர்ந்தனர். பலரும் இறுதி வரை வீடு திரும்பவில்லை. கிழக்கு ஜெர்மனியில் Wiedereindeutschung என்னும் புதிய கொள்ளை அறிமுகப் படுத்தப்பட்டது. இதன் பொருள், ஜெர்மனியாக்குவது. அதாவது, ஜெர்மானியர்கள் அல்லாதவர்களை (யூதர்கள் அல்ல) புனித ஜெர்மானியர்களாக மாற்றும் முறை. இதன்படி, கிழக்கு ஜெர்மனியில் இருந்து லட்சக்கணக்கானவர்களை வேறு இடத்துக்கு மாற்றியது நாஜிப்படை. போலிஷ் மொழி கொண்ட ஒவ்வொரு நகரத்தின் பெயரும் ஒவ்வொரு தெருவின் பெயரும் மாற்றியமைக்கப்பட்டன. முக்கிய நெடுஞ்சாலைகள் அனைத்துக்கும் ஒரே பெயர். Adolf-Hitler-Strasse. கிட்டத்தட்ட 1.5 மில்லியன் போலந்து வாசிகள் வலுக்கட்டாயமாக வேறு பகுதிகளுக்கு மாற்றப்பட்டனர். 1,60,000 குழந்தைகள் தங்கள் பெற்றோர்களிடம் இருந்து பிரிக்கப்பட்டனர். பிரான்ஸின் வீழ்ச்சிக்குப் பிறகு, Alsace என்னும் பகுதியில் இருந்து இரண்டு லட்சம் குடிமக்கள் ஜெர்மானியர்களால் வெளியேற்றப்பட்டனர்.

கைதிகளாகப் பிடிபட்டவர்கள் அடிமைகளைப் போல் நடத்தப் பட்டனர். கடினமான பணிகளைச் செய்யும்படி நிர்ப்பந்திக்கப் பட்டனர். ஜெர்மனி, போருக்கு முன்பே Todt Organization (TO) என்னும் அமைப்பை உருவாக்கியிருந்தது. ஹிட்லர் 1938ல் இதை தொடங்கிவைத்தார். இந்த அமைப்பைச் சேர்ந்தவர்கள் நாஜி பணி சீருடை அணிந்துகொண்டனர். ஸ்வஸ்திக் சின்னத்தை தோள்பட்டையில் அணிந்துகொண்டனர். தலைமை தாங்கியவர் Fritz Todt. இந்தப் பெயரின் பொருள் திருவாளர் மரணம். இந்த அமைப்பின் பணிகள், பாதுகாப்பு அரண்கள் அமைப்பது, சாலைகளைச் செப்பனிடுவது, பாலங்களை பழுதுபார்ப்பது, போர் அழிவுகளை சரிசெய்வது ஆகியவை. மில்லியன் கணக்கில் தொழிலாளர்கள் இந்த அமைப்பில் இணைத்துக்கொள்ளப் பட்டனர். மிகக் கடினமான உழைப்பை அவர்களிடம் இருந்து உறிஞ்சிக்கொண்டது இந்த அமைப்பு.

இரண்டாவது பெரும் அடிமை அமைப்பு, Poleneinsatz. *1939-40* ஆண்டுகளில் வளர்ச்சி பெற்றது இந்த அமைப்பு. போலந்தில் பிடிபட்ட லட்சக்கணக்கான மக்களை அடிமைகளாக்கி இங்கே இழுத்து வந்தார்கள். ஆரம்பத்தில் மூன்று மில்லியன் பேர் ஜெர்மனிக்கு அனுப்பிவைக்கப்பட்டனர். இவர்கள் பெரும் பாலும் விவசாயப் பணிகளில் ஈடுபடுத்தப்பட்டனர். ஒவ்வொரு ஆண்டும் குறைந்தது ஒரு மில்லியன் பேர் இந்த அமைப்பில் இணைத்துக்கொள்ளப்பட்டனர். வேலைக்கு எப்போதெல்லாம் ஆள்கள் தேவைப்படுகிறார்களோ அப்போதெல்லாம் நாஜிகள் வேட்டை நடத்தினார்கள். திரையரங்குகள், தேவாலயங்கள் என்று மக்கள் கூடும் இடங்களைத் தேர்ந்தெடுத்து கும்பலமாகக் கைது செய்தனர். பெரும்பாலும் போலந்து நாட்டு மக்களே பலியானார்கள்.

போலந்து மக்கள் ஜெர்மானியர்களிடம் இருந்து பிரித்து தனியே அடைத்துவைக்கப்பட்டனர். கெட்டோவில் அடைக்கப்பட்ட யூதர்களைப் போலவே இவர்களும் சீருடை அணியவேண்டும். P என்னும் ஆங்கில எழுத்து கொண்ட பட்டையைத் தோள் பட்டையில் அணிந்துகொள்ளவேண்டும். தாற்காலிகக் குடிசை களில் ஜாகை. நெருக்கியடித்துக்கொண்டு வசிக்கவேண்டும். எத்தனை மணிநேரம் சொல்கிறார்களோ அத்தனை மணி நேரம் வேலைசெய்தாகவேண்டும். ஓய்வு கிடையாது. ஆண்கள், பெண்கள், குழந்தைகள் அனைவரும் மறுக்காமல் பணியாற்ற

வேண்டும். கூலி கொஞ்சம் கொடுப்பார்கள். ஜெர்மானிய யூதர்களுக்கு விதிக்கப்பட்டிருக்கும் அத்தனைச் சட்டத்திட்டங்களும் இவர்களுக்கும் பொருந்தும். தெருக்களில் நடமாடக்கூடாது. ஜெர்மானியர்களின் பேருந்துகளில் பயணம் செய்யக்கூடாது. பூங்காக்களில் அனுமதியில்லை. ஜெர்மானியர்களோடு உடலுறவு வைத்துக் கொள்பவர்களுக்கு மரண தண்டனை விதிக்கப்பட்டது.

பிரெஞ்சு மக்களும்கூட கட்டாயப்பணிக்காகப் பிடித்துச்செல்லப்பட்டனர். அப்படியும் போதவில்லை. Fritz Sauckel என்பவரை ஆள்களைப் பிடிப்பதற்காகவே பதவியில் அமர்த்தினார் ஹிட்லர். மூன்றே ஆண்டுகளில் பணியாளர்களின் எண்ணிக்கையை இருபது சதவீதம் உயர்த்தினார் இந்த ஃப்ரிட்ஸ். ஆக்கிரமிக்கப்பட்ட நாடுகளில் இருந்து 5.3 மில்லியன் பேரை வேலைக்கு இழுத்துவந்து சாதனை படைத்தார்.

இந்த திட்டம் மாபெரும் வெற்றியை ஜெர்மனிக்கு ஈட்டித் தந்தது. கடினமான பணிகள் அனைத்தையும் இவர்கள் தலையில் கட்டியது ராணுவம். வேலைக்கு வேலை. உற்பத்திக்கு உற்பத்தி. லாபமோ கொள்ளை, கொள்ளை. SS இதே வகையில் சிந்திக்க முற்பட்டது. நம்மிடம் உள்ள வதை முகாம்களில் தண்டத்துக்கு யூதர்கள் அடைந்துகிடக்கிறார்கள். இவர்களை கட்டாயப் பணிகளில் ஈடுபடுத்தலாமே. தனியார் நிறுவனங்களுக்கு ஒப்பந்த அடிப்படையில் இவர்களை அனுப்பி பணம் பெற்றுக்கொள்ளலாமே. தயாராகத்தான் இருந்தது எஸ்எஸ். ஆனால், பரிசோதித்த பார்த்த ஜெர்மானியர்கள் மறுத்து விட்டார்கள். முகாம்களில் அடைப்பட்டிருக்கு யூதர்கள் துவண்டுபோயிருக்கிறார்கள். சரியான உணவும் உறக்கமும் அனுமதிக்கப்படாததால் பலவீனமாக இருக்கிறார்கள். உயிர் ஒட்டிக்கொண்டிருக்கிறதே தவிர அவர்கள் சடலங்கள்தாம். எந்த பணியையும் இவர்களிடம் ஒப்படைக்கமுடியாது.

1939ல் ஹிம்லர் வடக்கு மாநிலங்கள் வழியாகப் பயணம் செய்துகொண்டிருந்தார். கிராமப்புறங்களில் விளையாடிக் கொண்டிருந்த குழந்தைகள் அவர் கவனத்தை ஈர்த்தது. ஆச்சரியமடைந்தார் ஹிம்லர். அட, இந்தப் போலந்து குழந்தைகள் அசப்பில் ஜெர்மானியர்கள் போலவே இருக்கிறார்களே. இது எப்படி? தொடர்ந்து உன்னிப்பாகக் கவனிக்க

ஆரம்பித்தார். பெர்லின் திரும்பியதும் தனது ஆய்வை மற்றவர்களிடம் பகிர்ந்துகொண்டார். போலந்தில் உள்ள குழந்தைகளில் பலர் ஜெர்மானியர்களின் சாயல் உடையவர் களாக இருக்கிறார்கள். உயரமாக, ப்ளாண்ட் தலைமுடியுடன், நீல கண்களுடன் ஆரியர்களைப் போலவே தோற்றமளிக் கிறார்கள். அவர்களை நாம் போலந்து குழந்தைகளாகப் பார்க்கவேண்டியதில்லை. அவர்களுக்குள் ஆரிய ரத்தம் இருக்கிறது என்று நான் நம்புகிறேன். அவர்களை நாம் பயன்படுத்திக்கொள்வது நல்லது.

1940ல் விரிவான ஒரு திட்டம் தீட்டப்பட்டது. முதலில், குழந்தை களைக் கடத்தவேண்டும். பள்ளிகளிலும், பூங்காக்களிலும் விளையாடிக்கொண்டிருக்கும் குழந்தைகளைக் கடத்திக் கொண்டுவரவேண்டும். இந்தப் பொறுப்பு நாஜிப்படையில் உள்ள பெண்கள் பிரிவிடம் ஒப்படைக்கப்பட்டது. ஆரியர் களைப் போலவே தோற்றமளித்த குழந்தைகளை இவர்கள் கடத்தி வந்தனர். கடத்தி வந்த குழந்தைகள், நாஜி மருத்துவர் களிடம் ஒப்படைக்கப்பட்டனர். பிடிபட்டிருக்கும் ஒவ்வொரு குழந்தையும் தீவிர பரிசோதனைக்கு உட்படுத்தப்பட்டது. ஆரியன்தான் என்று சான்றிதழ் அளித்தபிறகு அவர்கள் SS Lebensborn பிரிவினரிடம் ஒப்படைக்கப்பட்டார்கள். ஆரியன் அல்ல என்பது முடிவு செய்யப்பட்டுவிட்டால் துரத்தியடிக்கப் பட்டார்கள். ஒன்று அவர்கள் கொல்லப்படுவார்கள் அல்லது பணியிடங்களுக்கு அனுப்பப்படுவார்கள்.

ஆஸ்விட்ச்சில் உள்ளவர்களிடம் மிகக் கடுமையான முறையில் வேலை வாங்கிக்கொண்டது ராணுவம். வேலைப்பளு தாங்காமல் தொழிற்சாலை கட்டுமானப் பணியில் ஈடுபட்ட இருபத்தைந்தாயிரம் பேர் பணியின்போதே இறந்து போனார்கள். பாதாளத்தில் ராக்கெட் தளங்கள் அமைப்பது போன்ற ஆபத்தான பணிகளில் இவர்கள் ஈடுபடுத்தப்பட்டனர். இறந்தாலும் பரவாயில்லை, வேறு ஆள்களைப் பிடித்துக் கொண்டு வந்து நிரப்பிடவிடலாம் என்று முடிவுசெய்து விட்டதால், உயிரிழப்புகளை ஒருவரும் பெரிதாக எடுத்துக் கொள்ளவில்லை.

விவசாயம், ரசாயனத் தொழிற்சாலை பணிகள், போக்குவரத்து, கட்டுமானம் போன்ற பல்வேறு பணிகள் ஒதுக்கப்பட்டன.

நபர்களுக்கு ஏற்றாற்போல் வேலைகள் பிரித்துக்கொடுக்கப் பட்டன. குறிப்பாக, ஏழு தேசங்களில் இருந்து வேலையாள்கள் ஜெர்மனிக்குக் கொண்டுவரப்பட்டனர். சோவியத் யூனியன் $(24,06,895)$, போலந்து $(14,40,254)$, பிரான்ஸ் $(9,54,966)$, செக். $(1,77,679)$, பெல்ஜியம் $(1,77,451)$, டச்சு $(1,74,358)$. மொத்தப் பணியாளர்களின் எண்ணிக்கை, $58,17,929$. இவர்களில் எழுபத்தைந்து சதவீதம் பேர் சிவிலியன்கள்.

15. மாறும் வரைபடம்

ஐயோ போதும் இனியொரு யுத்தம் வேண்டாம். போர் முடிவுக்கு வந்தபோது உலகம் முழுவதும் மேலோங்கியிருந்த எண்ணம் இதுதான். இனியொரு சீரழிவு வேண்டாம். இறந்துபோனவர்கள் இத்தனை மில்லியன் என்று கணக்கு காட்டுகிறார்கள். வீடிழந்தவர்கள் இத்தனை மில்லியன். பெற்றோரை இழந்தவர்கள் இத்தனை. துல்லியமான புள்ளிவிவரம் கிடைக்க வில்லை. கிடைக்காது. காணாமல் போனவர்கள் எத்தனை பேர் என்பதை யாராலும் சொல்ல முடியாது. உளவியல் ரீதியாக இந்தப் போர் ஏற்படுத்திய பாதிப்புகளை மெலிதாகக் கூட கோடிட்டுக்காட்ட முடியாது. போரின் மையம் ஐரோப்பா என்றாலும் உலகம் முழுவதையும் குலுக்கிப்போட்டது இந்த யுத்தம். ஹிட்லர், ஹாலோகாஸ்ட், ஹிரோஷிமா, நாகஸாகி, போர்க்கைதிகள், இழப்புகள், சடலங்கள், புதைகுழிகள், ரத்தம், சத்தம், புகை, கண்ணீர்... போதும்.

பல லட்சக்கணக்கான மக்கள் அடுத்து என்ன என்று தெரியாமல் நடுவீதியில் நின்றார்கள். சிதறிய உலோகங்களை, தோட்டாக்களை

PAPAYA DRINKS
FRESH FRUIT DRINKS
FRANKFURTERS
DIXIE PHOTO SHOPS
PHOTOS
MAKE A RECORD
PHOTO.
HECTOR
CAFETE

'இனி போர் வேண்டாம்!'

பொறுக்கி எடுத்து விளையாடிக்கொண்டிருந்தார்கள் குழந்தைகள். சிதிலமடைந்த வீடுகளில் இருந்து ஏதாவது அகப்படுகிறதா என்று ஒரு கூட்டம் கிளறிக்கொண்டிருந்தது. எத்தனை பெரிய இழப்பு நேர்ந்தாலும் பசிக்கத்தான் செய்கிறது. எரிந்துகிடக்கும் குப்பைகளில் இருந்து புகை கிளம்பிக்கொண்டிருந்தது. நாய்கள் மனித உடல் பாகங்களை இழுத்துச் சென்றன.

இங்கே, அங்கே என்றில்லை. ஐரோப்பா முழுவதும் இதுதான் நிலைமை. பொருளாதாரம் நொறுங்கிகிடந்தது. தொழில் உற்பத்தி இல்லை. ஏற்றுமதி இல்லை. இறக்குமதி இல்லை. எங்கும் சர்வ நாசம். பத்திரிகைகளைத் திறந்தால் பாதிக்கப்பட்டவர்களின் கண்ணீர் பேட்டிகள். மற்றொரு பக்கம், வெற்றிக் கொண்டாட்டங்கள். எதிரி ஒழிந்தான் அல்லவா, அதை நினைத்துச் சந்தோஷப்படு!

ஜெர்மனியில் அலைய்ட் கண்ட்ரோல் கவுன்சில் உருவாக்கப்பட்டது. ஆகஸ்ட் 30, 1945 தொடங்கி அதிகாரபூர்வமாகச் செயல்பட ஆரம்பித்தது இந்த அமைப்பு.

ஹிட்லர் நியமித்த பொம்மை தூக்கியெறியப்பட்டது. சோவியத், பிரிட்டன், அமெரிக்கா, பிரான்ஸ் நான்கும் ஜெர்மனியைச் சீரமைக்கும் பொறுப்பை ஏற்றுக்கொண்டன. இறுதி கட்டத்தில் பெர்லினுக்குள் நுழைந்து போரிட்டு நாஜிகளை வீழ்த்தியதில் பெரும்பங்கு சோவியத்துக்குத்தான் என்றாலும் கடைசி நேரத்தில், நாஜிகள் விழத்தொடங்கிய சமயம், பிரிட்டன் தன் பீரங்கிகளை உருட்டிக்கொண்டு உள்ளே நுழைந்த காரணத்தால் அதற்கு நிர்வாகத்தில் ஓர் இடம் கொடுக்கப்பட்டது. பிரிட்டனின் நண்பர்கள் என்பதாலும் நேச நாடுகளின் கூட்டணியில் இருந்த தேசங்கள் என்பதாலும் அமெரிக்காவும் பிரான்ஸும் சேர்த்துக் கொள்ளப்பட்டன. நாஜிகள் ஏற்படுத்தியிருந்த சீரழிவுகளைச் சரிசெய்யும் வகையில் Denazification பணிகள் தொடங்கப்பட்டன. இதைச் செய்துமுடிக்க பல ஆண்டுகள் பிடித்தன.

ஜெர்மனி இரண்டாகப் பிளக்கப்பட்டது. ஒரு பாகம் பிரிட்டனுக்கு. மேற்கு மாகாணங்கள் நிறைந்த இப்பகுதி Federal Republic of Germany என்று அழைக்கப்பட்டது. கிழக்கு ஜெர்மனி சோவியத்தின் கட்டுப்பாட்டின் கீழ் வந்தது. German Democratic Republic என்று இது அழைக்கப்பட்டது. 1948ல்

மேற்கு ஜெர்மனி தன்னை தனி தேசமாக அறிவித்துக்கொண்டது. தனி நாணயத்தை (Deutsche Mark) உருவாக்கி வெளியிடவும் செய்தது. சோவியத்துக்கு இதில் விருப்பமில்லை.

ஆனால், பிரிட்டன் அதுபற்றி கவலைப்படவில்லை. போரிடு வதற்கு மட்டுமே சோவியத்தின் உதவி தேவை. அறிவுரைகள் வழங்குவதற்கு அல்ல. தன் அதிகாரத்துக்கு உட்பட்டிருந்த மேற்கு ஜெர்மனியை மாற்றியமைக்க ஆரம்பித்தது பிரிட்டன். நாணயத்தின் மதிப்பு செயற்கையாகக் கூட்டப்பட்டது. அந்நிய முதலீடுகள் வரவேற்கப்பட்டன. என்றென்றும் லாபம் தரக்கூடிய ஒரு காலனியாக மேற்கு ஜெர்மனி மாறவேண்டும் என்பதுதான் பிரிட்டனின் விருப்பம்.

ஆஸ்திரியா ஜெர்மனியிடம் இருந்து பிரித்தெடுக்கப்பட்டு நான்கு துண்டுகளாக வெட்டப்பட்டது. 1955ல் இவை ஒன்றிணைந்து ஆஸ்திரிய குடியரசு உருவானது. ஐம்பதுகளின் இறுதியில் அமெரிக்காவுக்கும் சோவியத்துக்கும் இடையே பனிப்போர் மூண்டபோது, ஜெர்மனி அதிகம் பாதிக்கப்பட்டது. ஒரு நாட்டுக்குள் இன்னொரு நாடு என்னும் குழப்பம் ஜெர்மானியர் களைத் தொல்லைக்கு உள்ளாக்கியது. மேற்கு ஜெர்மனியில் இருந்தவர்களுக்கு கிழக்கில் இருந்தவர்கள் எதிரிகளாகிப் போனார்கள். அடிதடிகளும் உயிரிழப்புகளும் இரு பக்கமும் நிகழ்ந்தன. சோவியத்தின் அதிபர் நிகிதா குருஷேவ் கிழக்கு ஜெர்மனியின் தலைவர் வால்டர் உல்ப்ரிட்ச் (Walter Ulbricht) என்பவருடன் இணைந்து ஒரு திட்டம் தீட்டினார். மேற்கு ஜெர்மனி, கிழக்கு ஜெர்மனி இரண்டையும் பிரிக்கும்படியாக பெர்லினில் ஒரு பிரமாண்டமான சுவர் எழுப்பவேண்டும்.

இரண்டு ஜெர்மனியையும் பிரிக்கும் பெர்லின் சுவர் உருவானது. 1949 தொடங்கி 1962 வரை இருபத்தைந்து லட்சம் பேர் இங்கிருந்து அங்கும் அங்கிருந்து இங்கும் குடியேறினார்கள். பனிப்போர் உச்சத்தை நெருங்க நெருங்க இரு தரப்பினருக்கும் இடையிலான மோதல்களும் உச்சத்தை நெருங்க ஆரம்பித்தது. அதிகம் பாதிக்கப்பட்டது கிழக்கு ஜெர்மனிதான். கிழக்கில் இருந்து வெளியேறி மேற்கே மக்கள் தப்பிச்செல்ல ஆரம்பித்தார்கள். இனி தாங்காது என்னும் நிலையில் டிசம்பர் 25, 1989 கிறிஸ்துமஸ் தினத்தன்று பெர்லின் சுவர் உடைக்கப்பட்டது. கிழக்கும் மேற்கும் ஒன்றிணைந்தது.

ஜப்பான் முறியடிக்கப்பட்டுவிட்ட நிலையில், சீனாவை ஒன்றிணைக்கவேண்டிய பணி பாக்கி இருந்தது. புதிய ஜனநாயக அரசை நிர்மாணிக்கவேண்டும். சுயேட்சையான, சுதந்தரமான, செழுமையான சீனாவை உருவாக்கவேண்டும். அதற்குத் தடையாக இருக்கும் ஒரே நபர் சியாங் கை ஷேக். அவனைப் பின்பற்றும் கோமிண்டாங்கின் ஒரு பிரிவு. ஆகஸ்ட் 1945ல் சூ என் லாய், மாவோ இருவரும் சியாங்கைச் சந்தித்து பேசினார்கள். எங்களுடன் இணைந்துகொள்ளுங்கள். கோமிண்டாங்குக்கும் கம்யூனிஸ்ட் கட்சிக்கும் இடையே ஒற்றுமை வேண்டும். இது முக்கியமான காலகட்டம். அந்நியர்களை முற்றிலுமாக வெளியேற்றிவிட்டோம். அரசாங்கத்தை உருவாக்கவேண்டும். இப்போது தொடங்கினால்தான் முடியும். உனக்காகச் சமரசம் செய்துகொள்ளவும் தயாராக இருக்கிறோம். உன் கோரிக்கைகள் என்ன என்று சொல். பேசுவோம்.

சியாங் ஒத்துழைக்கவில்லை. கைவசம் உள்ள 40 லட்சம் வீரர்களை வைத்து ஒட்டுமொத்த சீனாவையும் கைப்பற்றி விடலாம் என்று நம்பினான். சியாங்கை எதிர்கொள்ளத் தயாரானது சீனச் செம்படை. கோமிண்டாங் வசம் இருந்த பகுதிகளை ஒவ்வொன்றாக தாக்கி கைப்பற்ற ஆரம்பித் தார்கள். மாவோ அப்போது யேனானில் உள்ள குகைப் பகுதியில் தங்கியிருந்தார். சியாங்கின் படைகள் இங்கும் குண்டு வீசினார்கள். மிகக் கடுமையான யுத்தமாக அது அமைந் தது. கோமிண்டாங் படைகள் முழுவதுமாக நொறுக்கப்படும் வரை யுத்தத்தை நிறுத்திக்கொள்ளவில்லை செம்படை. சியாங் கை ஷேக், பார்மோசா என்னும் தைவான் தீவுக்குத் தப்பிச் சென்றான்.

அக்டோபர் 1, 1949 அன்று தியனான்மென் சதுக்கத்தில் லட்சக்கணக்கான மக்கள் கூடினார்கள். அமைதி அமைதி என்று முணுமுணுத்தபடி கூட்டத்தை ஒழுங்குப்படுத்திக்கொண்டிருந்த செம்படை வீரர்களை யாரும் கண்டுகொண்டதாகத் தெரிய வில்லை. செம்படை வீரர்களால் மக்களைக் கட்டுப்படுத்த முடியவில்லை. மேடையை நோக்கி கைகளை உயர்த்தியபடி கோஷமிட்டுக்கொண்டிருந்த விவசாயிகளை அவர்களால் வேடிக்கை பார்க்க மட்டுமே முடிந்தது. மேடையின் நடுவே மாவோ அமர்ந்திருந்தார். அப்போதுதான் பேசி முடித்து அமர்ந்திருந்தார் அவர். மிகச் சுருக்கமான உரை அது. உரை என்று

கூட சொல்லமுடியாது. ஓர் அறிவிப்பு. 'புதிய சீன மக்கள் குடியரசு உருவாகிவிட்டது!'

சீனா முழுவதும் இந்த அறிவிப்பு சென்று சேரும் வகையில் வானொலியில் அன்றைய நிகழ்ச்சி நேரடியாக ஒலிபரப்பட்டுக் கொண்டிருந்தது. புதிய சீன மக்கள் குடியரசு. முன்னரே ஸன் யாட் ஸென்னின் தலைமையில் சீனக் குடியரசு உருவாக்கப் பட்டிருந்தது. பல்வேறு தடைகளைத் தகர்த்து, நீண்ட பெரும் பயணத்தின் முடிவில், அந்நியர்களை, உள்நாட்டு விரோதிகளை அகற்றிவிட்டு, புதிய மக்கள் சீன குடியரசு (People's Republic of China) மலர்ந்திருந்தது.

•

ஜப்பானை அமெரிக்கா ஆக்கிரமித்தது. ராணுவத் தொழிற் சாலைகள் அழிக்கப்பட்டன. ஆயுத பலம் குறைக்கப்பட்டது. 1952 வரை அமெரிக்க ஆக்கிரமிப்பு நீடித்தது. அதற்குப் பிறகு, மேற்கத்திய பாணியைப் பின்பற்றி தன் தேசத்தை மறுகட்டு மானம் செய்ய ஆரம்பித்தது ஜப்பான். தொழில்நுட்ப வளர்ச்சிக்கு முன்னுரிமை அளிக்கப்பட்டது. நவீனமயமாக்கல் கொள்கை அமல்படுத்தப்பட்டது. வலுவான தொழில் கட்டமைப்பு மேற்கொள்ளப்பட்டது. ஆசியாவின் முக்கிய சக்தியாகவும் மாறியது. ஆனால், போர் உண்டாக்கிய பாதிப்புகளில் இருந்து ஜப்பானால் முழுவதுமாக விடுபடமுடியவில்லை. போர் முடிவுக்கு வந்து பல ஆண்டுகள் கழிந்த பிறகு பிறந்த குழந்தைகள்கூட கதிர்வீச்சால் தாக்கப்பட்டிருந்தன.

கொரியாவின் தென்பகுதியை 1948ல் அமெரிக்கா எடுத்துக் கொண்டது. வட பகுதியை சோவியத் விடுவித்தது. இப்பகுதி கொரியா ஜனநாயக மக்கள் குடியரசாக மாறியது. தென்பகுதியை அமெரிக்கா கம்யூனிச எதிர்ப்பு தேசமாக வளர்த்தெடுத்தது. சோவியத் ஆதரவு வடகொரியா, அமெரிக்க ஆதரவு தென் கொரியா இரண்டும் எதிரெதிர் துருவங்களாக வலம் வந்தன. பனிப்போரின் போது 1950 முதல் 1953 வரை இந்த இரு நாடுகளும் மோதிக்கொண்டன. இன்றுவரை இவை பிரிந்தே இருக் கின்றன.

1946ல் பிலிப்பைன்ஸ் விடுதலை பெற்றது. 1947ல் இந்தியாவும் பாகிஸ்தானும் சுதந்தரம் பெற்றன. மீண்டும் ஆக்கிரமிக்க

முயன்ற பிரான்ஸை எதிர்த்து கடுமையாகப் போராடி வீழ்த்திய வியட்நாம் தனது சுதந்தரத்தைப் பிரகடனம் செய்தது. மொத்தத்தில், அமெரிக்காவுக்கு எதிராகவும் பிரான்ஸுக்கு எதிராகவும் ஐரோப்பாவிலும் ஆசியாவிலும் மிகப்பரந்த அளவில் கிளர்ச்சிகள் அரங்கேற்றப்பட்டன. ஐரோப்பிய காலனியாதிக்கம் முடிவுக்கு வந்தது.

அதாவது, ஒரு வகையில். படையெடுத்து காலனிகளைப் கைப்பற்றி பட்டவர்த்தனமாக ஆதிக்கம் செலுத்துவது இனி முடியாது என்பதைப் புரிந்துகொண்டார்கள். அதே சமயம், மேலாதிக்கத்தையும் கைவிடமுடியாது. தேசம் வளரவேண்டு மானால் காலனிகள் அத்தியாவசியம். ஆகவே, ஒரு மாற்று வழியைக் கண்டறிந்தார்கள். உலகமயமாக்கல், தாராளமய மாக்கல் போன்ற கொள்கைகள் மூலம் மூன்றாம் உலக நாடுகளின் வளங்கள் சட்டப்பூர்வமாகவே உறிஞ்சிக்கொள்ளப் பட்டன.

போலந்தின் எல்லை மாற்றியமைக்கப்பட்டது. கிழக்கு ஜெர்மனி யின் சில பகுதிகள் போலந்தோடு இணைக்கப்பட்டன. சார்லாண்ட் சில காலம் பிரான்ஸிடம் இருந்தது. பின்னர் ஜெர்மனியிடம் அளிக்கப்பட்டது. போருக்குப் பிறகான இது போன்ற மாற்றங்களால் கிட்டத்தட்ட 15 மில்லியன் ஜெர்மானி யர்கள் இடம் பெயர்ந்தனர். சூடடன்லாந்தில் இருந்து மட்டும் 3.5 மில்லியன் பேர் வெளியேறினர்.

சோவியத், பிரிட்டன், அமெரிக்கா, பிரான்ஸ் போன்ற நாடு களுக்கு ஜெர்மனி இழப்பீடு அளித்தது. பணமாக அல்லாமல், போர் தளவாடங்கள், ஆயுதங்கள், கரி உள்ளிட்ட சரக்குகள் அளிக்கப்பட்டன. இவற்றையும் தாண்டி ஜெர்மனியிடம் இருந்து முடிந்தவரை அபகரித்துக்கொண்டது அமெரிக்கா. இரு ஆண்டுகளுக்கு தொடர்ந்த மேலாதிக்கம் அது. தொழில்நுட்பம், அறிவியல் உள்ளிட்ட துறைகளில் ஜெர்மனி மேற்கொண்ட ஆராய்ச்சிகள், கண்டுபிடிப்புகள், வளர்த் தெடுத்த அறிவியல் செயல்முறைகள், உருவாக்கிய கருவிகள் அனைத்தையும் அமெரிக்கா சுரண்டிக்கொண்டது. பிரிட்டனும் இதற்கு விதிவிலக்கல்ல. எதிர்க்க ஜெர்மனியிடம் திராணி யில்லை என்பதால் கண்ணில்பட்டதை எல்லாம் அபகரித்துக் கொண்டார்கள். குறிப்பாக, மருந்து, மாத்திரை, ஆயுதம்,

தொழில்நுட்ப கருவிகள் உள்ளிட்டவற்றை உருவாக்குவதற் கான எண்ணற்ற பேடண்ட் உரிமங்கள், ப்ளூபிரிண்ட், மாதிரி வரைபடங்கள். பிரிட்டனும் அமெரிக்காவும் கூட்டாக நடத்திய இந்த அறிவுத்திருட்டின் மதிப்பு 100 பில்லியன் டாலர். இதுவும் போதாதென்று ஜெர்மானிய விஞ்ஞானிகளையும் தொழில்நுட்ப ஆராய்ச்சியாளர்களையும் நிர்ப்பந்தத்தின் பேரால் அழைத்துச்சென்றார்கள். இனி அவர்கள் நடத்தும் ஆராய்ச்சிகளின் பலனை அமெரிக்காவும் பிரிட்டனும்தான் அனுபவிக்கவேண்டும். வெளிப்படையாகவே இப்படி அங்கலாய்த்துக்கொண்டது அமெரிக்கா. ஒருவேளை இவர்கள் சோவியத்திடன் சேர்ந்துகொண்டால் நம் நிலை என்ன ஆகும், யோசித்துப்பாருங்கள்.

ஜெர்மனில் இருந்து கைதிகள் லட்சக்கணக்கில் வெற்றி பெற்ற தேசங்களுக்கு அனுப்பிவைக்கப்பட்டனர். அங்கே சென்று அவர்கள் கட்டாய வேலை செய்யவேண்டும். பிரிட்டன் ஒரு லட்சம் கைதிகளைப் பயன்படுத்திக்கொண்டது. பிரான்ஸ் ஏழு லட்சம். கைதிகளைப் பெற்றுக்கொள்வதற்குப் பதிலாக அமெரிக்கா, ஜெர்மானிய நிறுவனங்களின் நிதி ஆதாரங்களை அபகரித்துக்கொண்டது. இனி ஜெர்மனிக்கு எதற்கு நிறுவனங் கள், தொழிற்சாலைகள்? எல்லாவற்றையும் கலைத்து விடலாம் என்று யோசனையும் தந்தது அமெரிக்கா.

ஒரு துண்டு சதையும் இல்லை. எலும்புகள் மட்டுமே மிச்சமிருக் கின்றன. சரி போகலாம் என்று அமெரிக்காவும் பிரிட்டனும் பிரான்ஸும் கையசைத்து விடைபெற்றன. அப்போது அவர் களிடம் இருந்த கவலை ஒன்றுதான். ஏழைகளாக மாறியிருக்கும் ஜெர்மானியர்கள் அடுத்து என்ன செய்வார்கள்? ஒருவேளை அவர்கள் கம்யூனிஸ்ட்டுகளாக மாறிவிட்டால்?

போரின் முடிவில், அமெரிக்கா வல்லரசாக வளர்ச்சிபெற்றது. இந்தப் போரினால் அதிகம் பாதிப்படையாத தேசம் அமெரிக்கா. போரின் மூலமாக பெருமளவு சம்பாதிக்க முடியும், பெரும் வளங்களை அபகரித்துக்கொள்ளமுடியும் என்பதை உலகுக்கு உணர்த்திய நாடும் அமெரிக்காதான். ஆயுத உற்பத்தியில் இன்றுவரை அமெரிக்கா கொடிகட்டிப் பறப்பதற்கு இந்தப் படிப்பினைதான் உந்துசக்தி. இரண்டாம் உலகப் போர் தொடங்கியபோது, அமெரிக்காவின் வேலையில்லாத்

திண்டாட்டம் முடிவுக்கு வந்தது. போர்த் தேவைகளை ஒட்டி லட்சக்கணக்கான வேலைவாய்ப்புகள் புதிதாக உருவாக்கப் பட்டன. ராணுவ இயந்திரம் வேகமாக சுழல ஆரம்பித்தது. ஆயுத உற்பத்தி முடக்கிவிடப்பட்டது. இது ஒரு லாபகரமான தொழில் என்பதை அமெரிக்கா விரைவிலேயே உணர்ந்துகொண்டது. கிடைத்த லாபத்தை அறிவியல், தொழில்நுட்பம், விவசாயம் என்று அனைத்து துறைகளிலும் பெருமளவு முதலீடு செய்து தன் வளங்களை மேலும் பெருக்கிக்கொண்டது அமெரிக்கா.

போரில் அதிக அளவு சேதம் சோவியத்துக்கே. 1941 முதல் 1945 வரை செம்படை சந்தித்த இழப்பு 10 மில்லியன் வீரர்கள். பதினான்கு முதல் பதினேழு மில்லியன் சோவியத் மக்கள் இறந்துபோயினர். என்றாலும், அமெரிக்காவுக்குச் சவால்விடும் படியாக வளர்ச்சி பெற்றிருந்தது சோவியத். ஒரே வித்தியாசம், சோவியத்தின் வளர்ச்சி அபகரிப்பின் மூலம் சாத்தியமாக வில்லை என்பதுதான். அமெரிக்கா தீரா வன்மத்துடனும் பொறாமையுடனும் சோவியத்தை அதற்குப் பிறகு எதிர்கொள்ள ஆரம்பித்தது. சோவியத் பற்றிய பல கட்டுக்கதைகள் பரப்பப் பட்டன. ஸ்டாலின் ஹிட்லரை ஒத்தவர். பல லட்சக்கணக்கான மக்கள் ஸ்டாலினின் ஆட்சியில் உயிரிழந்தனர். பலவிதமான சித்திரவதை முகாம்களை உருவாக்கி மக்களைக் கொடுமைப் படுத்தினார் ஸ்டாலின். இந்தப் பட்டியல் நீண்டுகொண்டே செல்கிறது.

இந்தக் கதைகளின் பிறப்பிடம் ஜெர்மனி. சோவியத்தை தனது முதன்மை எதிரியாக கருதியவர் ஹிட்லர். உக்ரைனையும் சோவியத்தின் இதர பகுதிகளையும் வளைத்துப் பிடிக்க வேண்டும் என்பது ஹிட்லரின் கனவு. முதல் கட்டமாக, சோவியத்தை எதிர்ப்பதற்கென்றே தனியொரு பிரசாரக் குழு உருவாக்கப்பட்டது. கெப்பல்ஸ் இதற்கு தலைமை தாங்கினார். சோவியத் பற்றி கட்டுக்கதைகள் இங்கேதான் பிறப்பெடுத்தன. சோஷலிச கொள்கைகளை ஏற்றுக்கொள்ளும்படி விவசாயி களையும் அப்பாவி மக்களையும் ஸ்டாலின் நிர்ப்பந்திக்கிறார். அரசாங்கக் கருத்தோடு ஒத்துப்போக மறுப்பவர்கள் சிறை பிடிக்கப்படுகிறார்கள். உக்ரேனில் உள்ள தனிமைச் சிறைகளில் இவர்கள் அடைக்கப்படுகிறார்கள். சித்திரவதை செய்யப்படு கிறார்கள். மக்களை ஒழித்துக்கட்டுவதற்காக ஸ்டாலின் திட்டமிட்டே ஒரு பஞ்சத்தை செயற்கையாக உருவாக்கினார்.

இந்தப் பஞ்சத்தில் பல லட்சக்கணக்கான சோவியத் மக்கள் உயிரிழந்தனர். ஸ்டாலினிடம் இருந்து சோவியத்தின் பகுதிகளை விடுவிக்க ஜெர்மனி சித்தமாக இருக்கிறது.

சோவியத் எதிர்ப்பு இலக்கியம் உருவானது. சிறு பிரசுரங்கள் தொடங்கி கனமான புத்தகங்களை வரை வெளியிடப்பட்டன. ஆதாரபூர்வமான தகவல்களை, புள்ளிவிவரங்களை அளிப்பதாக அவை சத்தியம் செய்தன. ஸ்டாலினிய படுகொலைகளை நேரில் கண்ட பொய் சாட்சிகளின் பேட்டிகள் முன்னுரிமை அளிக்கப்பட்டு பிரசுரிக்கப்பட்டன. நாஜிகளின் சோவியத் எதிர்ப்புப் பிரசாரத்தை அமெரிக்கா வரவேற்றது என்று தனியாகச் சொல்லத்தேவையில்லை. அமெரிக்காவின் புகழ் பெற்ற பத்திரிகை அதிபரான வில்லியம் ரடால்ஃப் ஹெர்ஸ்ட் இந்த செய்திகளை கூடுதல் கற்பனை சேர்த்து அமெரிக்காவில் வெளியிட்டார். ஹெர்ஸ்ட் ஒரு நாஜி ஆதரவாளர் என்பது குறிப்பிடத்தக்கது. குரூரமான கற்பனைச் சம்பவங்களை கற்பனையில் உருவாக்கி அதை சுவாரஸ்யமான மொழியில் எழுதி வெளியிட்டார் ஹெர்ஸ்ட். நியூ யார்க் டைம்ஸில் தொடர்ச்சியாக இந்தச் செய்திகள் வெளிவர ஆரம்பித்தன.

பெரும் கோடீஸ்வரனான ஹெர்ஸ்ட், பின்னர் 24 வார ஏடுகளையும், 12 வானொலி நிலையங்களையும் 2 உலக செய்தி சேவைகளையும் விலைக்கு வாங்கினார். ஹெர்ஸ்டின் செய்தி ஏடுகள் மொத்தமாக ஒரு நாளைக்கு 1.3 கோடி பிரதிகள் விற்பனையாயின. அமெரிக்க மக்கள் தொகையில் மூன்றில் ஒரு பங்கு மக்கள் இந்தச் செய்திகளை தினமும் உள்வாங்கிக் கொண்டனர். வலுவான சோவியத் எதிர்ப்பு தளம் அமெரிக்காவில் உருவாவதற்கு இவர் காரணமாக இருந்தார்.

நாஜிகள் தொடங்கி வைத்த உக்ரேன் பஞ்சத்தை ஹெர்ஸ்ட் செழுமைப்படுத்தி உலகத்துக்கு வழங்கினார். பல பத்து லட்சம் பேர் இறந்துபோனதாக ஆதாரபூர்வமான கட்டுரைகளும் ஆய்வறிக்கைகளும் வெளிவந்தன. இந்தச் செய்திகளை அடிப்படையாக வைத்து பின்னர் பல கட்டுரையாசிரியர்கள், வரலாற்றாசிரியர்கள், எழுத்தாளர்கள், கவிஞர்கள் சோவியத் எதிர்ப்பை முன்னெடுத்துச்சென்றார்கள். ராபர்ட் கான்க்வஸ்ட், அலெக்ஸாண்டர் சோல்ஜெனித்சின், ஸ்டீபன் கிரேன், ஜார்ஜ் ஆர்வெல் என்று அடுக்கிக்கொண்டே போகலாம். பலமுறை

ஆதாரபூர்வமாக இந்த செய்திகள் மறுதலிக்கப்பட்டபிறகும் இன்று வரை இந்தக் கட்டுக்கதைகள் உயிருடன் உலவிக் கொண்டிருக்கின்றன.

உலக வல்லரசு என்னும் பதவி போருக்குப் பிறகு பிரிட்டனிடம் இருந்து பறிக்கப்பட்டது. அந்த இடத்தை அமெரிக்கா எடுத்துக்கொண்டது. அமெரிக்காவை போர் சமயத்தில் நாட ஆரம்பித்தது பிரிட்டன். இன்றுவரை இந்த உறவு நீடிக்கிறது. அமெரிக்காவின் மேலாதிக்கத்தை வேறு வழியின்றி ஏற்றுக்கொள்ளவேண்டிய நிலைக்கு பிரிட்டன் தள்ளப்பட்டது.

•

ஐரோப்பிய ஒன்றியம் (European Union - EU) உருவாக்கப் பட்டது. முன்னர், European Coal and Steel Community (ECSC) என்னும் பெயரில் இயங்கிவந்த அமைப்பு இது. தொடங்கப் பட்டது 1951ம் ஆண்டு. பெல்ஜியம், நெதர்லாந்து, லக்ஸம்பர்க், கிழக்கு ஜெர்மனி, பிரான்ஸ், இத்தாலி ஆகிய ஆறு நாடுகள் ஒன்றிணைந்து இந்த அமைப்பை உருவாக்கியிருந்தன. பெயர் சுட்டிக்காட்டுவது போல் ஸ்டீல் மற்றும் கரி வளங்களை ஒன்றுபடுத்தி கூட்டாக பொருளாதார வளம் பெறுவதுதான் இந்த அமைப்பின் நோக்கம். போர் ஆரம்பிக்கப்பட்ட சூழலில் தமக்குள் ஏற்படும் மோதல்களைத் தீர்த்துக்கொள்ளவும் இந்த அமைப்பை இந்த ஆறு நாடுகள் பயன்படுத்திக்கொண்டன. நாளடைவில், அமைப்பு வளர ஆரம்பித்தது. பிற ஐரோப்பிய நாடுகளும் ஒன்றன் பின் ஒன்றாக இதில் இணைந்துகொண்டன. ஐரோப்பிய ஒன்றியம் உருவானது.

முதல் உலகப் போரின் முடிவில் உருவாக்கப்பட்டிருந்த லீக் ஆஃப் நேஷன்ஸை தோல்வியடைந்த ஓர் அமைப்பாகவே அனைவரும் கருதினர். இன்னொரு போர் மூள்வதைத் தடுப்பதுதான் இந்த அமைப்பின் பணி. அதை அவர்கள் செய்யவில்லை. இரண்டாவது உலகப் போரை அவர்களால் தவிர்க்கமுடியவில்லை. இனி எதற்கு லீக்? ஒரு மாற்றுச் சக்தியாக, ஐக்கிய நாடுகள் சபையை 1945ல் (United Nations - UN) உருவாக்கினார்கள். 1948ல் யூதர்களுக்கான தனி தேசமாக, இஸ்ரேல் உருவானதற்குக் காரணம் ஐ.நா. சபை. நாஜி இனவொழிப்புக் கொள்கையால் பாதிக்கப்பட்ட யூதர்களுக்கு இது ஒரு மாற்றாக அமையும் என்று ஐ.நா. கருதியது.

வெற்றி பெற்ற தேசங்களுக்கு இடையில் பிராந்தியப் பங்கீடு குறித்து பல்வேறு மனக்கசப்புகள் ஏற்பட்டன. இதன் விளைவாக பனிப்போர் மூண்டது. இரண்டு அமைப்புகள் உருவாக்கப் பட்டன. NATO (North Atlantic Treaty Organisation), வார்சா ஒப்பந்தம் (Warsaw Pact). ஏப்ரல் 4, 1949ல் நாடோ ஒப்பந்தம் கையெழுத்தானது. சோவியத்துக்கு எதிராக ராணுவ ரீதியில் நமக்குள் உதவி செய்துகொள்வோம் என்று ஐரோப்பிய நாடுகள் கூடிப்பேசி இந்த ஒப்பந்தத்தை தயாரித்தன. நாடோவின் முதல் செகரட்டரி ஜெனரல் லார்ட் இஸ்மே, நாடோவின் கொள்கையைப் பிரகடனம் செய்தார். ரஷ்யர்களை வெளியில் வைத்திருக்கவேண்டும். அமெரிக்கர்களை உள்ளே. ஜெர்மானி யர்களைக் கீழே. நாடோவுக்கு நேர் எதிராக சோவியத், வார்சா ஒப்பந்தத்தை உருவாக்கியது. மத்திய மற்றும் கிழக்கு ஐரோப்பிய நாடுகள் இந்த ஒப்பந்தத்தில் மே 14, 1955 அன்று கையெழுத்திட்டன. இந்த இரு ஒப்பந்தங்கள் இரு வேறு குழுக்களின் உருவாக்கத்தை தெளிவுபடுத்துகிறது. சோவியத் ஆதரவு குழு. சோவியத் எதிர்ப்பு குழு.

ஜெர்மனியில் உள்ள நியூரம்பர்க் என்னும் நகரத்தில் 1945 முதல் 1946 வரை தொடர்ச்சியாக விசாரணைகள் மேற்கொள்ளப் பட்டன. நாஜி தலைவர்களை தண்டிப்பதுதான் விசாரணையின் நோக்கம். முதல் கட்ட விசாரணையில் 22 நாஜி தலைவர்களுக்கு மரண தண்டனை விதிக்கப்பட்டது. ஹிட்லர் இறந்து பல ஆண்டுகள் கழிந்த பின்பும் அவர் குறித்த விசாரணைகள் தொடர்ந்துகொண்டிருந்தன. ஹிட்லருடன் பணியாற்றியவர்கள், அவரை அறிந்தவர்கள், அவரைப் பார்த்து கையசைத்தவர்கள், அவருடன் உணவு சாப்பிட்டவர்கள், அவரைச் சந்தித்த தலைவர்கள் என்று இந்தப் பட்டியல் நீண்டுகொண்டே சென்றது. பல லட்சக்கணக்கான யூதர்களைக் கொன்றொழித் தவர், உலகப் போருக்குக் காரணமானவர் என்னும் காரணங் களையும் தாண்டி ஹிட்லரைச் சிலரால் நேசிக்க முடிந்தது. ஹிட்லரின் மெயின் காம்ஃப் இன்றுவரை பல லட்சக்கணக்கில் தொடர்ந்து விற்பனையாகிக் கொண்டிருக்கிறது.

ஹிட்லரின் நண்பரான, August Kubizek என்பவரை அமெரிக்க உளவு நிறுவனமான சி.ஐ.ஏ விசாரணை செய்தது. ஹிட்லருடன் பழகிய அனுபவங்களை வைத்து இவர் ஒரு புத்தகம் (The Young Hitler I Knew) எழுதியிருக்கிறார்.

'நீங்கள் ஹிட்லரின் நண்பர் அல்லவா?'

'ஆம்.'

'எப்போது முதல்?'

'1904 தொடங்கி.'

'அப்போது ஹிட்லர் சாதாரணமானவர் இல்லையா?'

'ஆம்.'

'அவர் உங்களுக்கு ஏதாவது பணம் கொடுத்தாரா?'

'இல்லை.'

'கார், வீடு?'

'இல்லை.'

'அழகிய பெண்கள்?'

'இல்லை.'

'அவரை நீங்கள் அடிக்கடி பார்த்ததுண்டா?'

'பார்த்திருக்கிறேன்.'

'தனியாக உரையாடியிருக்கிறீர்களா?'

'ஓ!'

'நீங்கள் நினைத்திருந்தால் அப்போது அவரைக் கொன்றிருக்கலாம் இல்லையா?'

'நிச்சயமாக.'

'ஏன் கொல்லவில்லை?'

'அவர் என் நண்பர் என்பதால்.'

பின்னிணைப்பு 1

காலவரிசை

1939

மார்ச் 15

செக்கோஸ்லாவாக்கியாவை ஆக்கிரமிக்கிறது ஜெர்மனி

மார்ச் 17

ராணுவத்துக்கான நிதி அதிகரிக்கப்படவேண்டும் என்று பிரான்ஸ் அதிபர் டலாடியர் அறிவிக்கிறார்

மார்ச் 21

போலந்திலுள்ள டான்சிக் ஜெர்மனிக்கு உரியது என்கிறார் ஹிட்லர்

மார்ச் 29

பிரிட்டனும் பிரான்ஸும் போலந்துக்கு ஆதரவு அளிப்பதாக உறுதியளிக்கின்றன

ஏப்ரல் 7

இத்தாலி அல்பேனியா மீது தாக்குதல் தொடுத்து கைப்பற்றிக்கொள்கிறது

ஏப்ரல் 13

பிரிட்டனும் பிரான்ஸும் ருமேனியாவுக்கும் கிரீஸுக்கும் ஆதரவு அளிப்பதாக உறுதிமொழி அளிக்கின்றன

ஏப்ரல் 18

மூவர் அணி அமைப்பதற்கான திட்டத்துடன் சோவியத் பிரிட்டனையும் பிரான்ஸையும் அணுகுகிறது

மே 17

வலிந்து தாக்குதல் தொடுக்கமாட்டேன் என்னும் ஒப்பந்தத் துடன் அணுகிய ஜெர்மனியை ஸ்வீடன், நார்வே, ஃபின்லாந்து மூன்றும் நிராகரிக்கின்றன

ஜூலை 9

சோவியத்துடன் பிரிட்டன் ராணுவக் கூட்டுறவு கொள்ள வேண்டும் என்றார் சர்ச்சில்

ஆகஸ்ட் 23

சோவியத் ஜெர்மனி ஒப்பந்தம் கையெழுத்தாகிறது

ஆகஸ்ட் 25

பிரிட்டனும் போலந்தும் பரஸ்பர உதவி குறித்த ஒப்பந்தத்தில் கையெழுத்திடுகின்றன

செப்டெம்பர் 1

ஜெர்மனி போலந்தை ஆக்கிரமிக்கிறது. எஸ்டோனியா, ஃபின்லாந்து, லாட்வியா, லித்துவேனியா, நார்வே, ஸ்விட்சர்லாந்து ஆகிய நாடுகள் தங்கள் நடுநிலைமையை அறிவிக்கின்றன.

செப்டெம்பர் 2

முஸோலினி நடுநிலைமையை அறிவிக்கிறார். டான்சிக் ஜெர்மனியால் இணைத்துக்கொள்ளப்படுகிறது

செப்டெம்பர் 3

ஜெர்மனி மீதான போர் அறிவிப்பை பிரிட்டனும் பிரான்ஸும் வெளியிடுகின்றன. பிரிட்டன் பிரதமர் நெவில் சாம்பர்லைன் சர்ச்சிலை First Lord of the Admiralty என்னும் பதவியில் அமர்த்துகிறார்

செப்டெம்பர் 17

போலந்து எல்லையில் உள்ள Brest-Litovsk என்னும் நகரத்தை வந்தடைகிறது ஜெர்மனி. செப்டெம்பர் 21

போலந்திலுள்ள யூதர்களை கெட்டோக்களில் அடைத்து விடலாம் என்று ஜெர்மனி உத்தரவு பிறப்பிக்கிறது

செப்டெம்பர் 27

வார்சாவில் போலந்து ராணுவம் சரணடைகிறது

அக்டோபர் 3

அமெரிக்கா நடுநிலைமை வகிக்கும் என்று ரூஸ்வெல்ட் அறிவிக்கிறார்

அக்டோபர் 14

பிரிட்டன் போர்க்கப்பல் ராயல் ஓக், ஜெர்மனியால் மூழ்கடிக்கப்படுகிறது

அக்டோபர் 28

யூதர்களுக்கான முதல் கெட்டோ போலந்திலுள்ள Piotrkow என்னும் பகுதியில் உருவாக்கப்படுகிறது

நவம்பர் 1

மேற்கு போலந்தை ஜெர்மனி அதிகாரபூர்வமாக இணைத்துக் கொள்கிறது

நவம்பர் 2

கிழக்கு போலந்து சோவியத்துடன் இணைக்கப்படுகிறது

நவம்பர் 30

ஃபின்லாந்தை சோவியத் தாக்குகிறது

டிசம்பர் 14

லீக் ஆஃப் நேஷன்ஸ் அமைப்பில் இருந்து சோவியத் வெளியேற்றப்படுகிறது

1940

பிப்ரவரி 11

ஃபின்லாந்தில் உள்ள மேனர்ஹைம் லைன் சோவியத்தால் தாக்கப்படுகிறது

மார்ச் 12

ஃபின்லாந்து சோவியத் ஒப்பந்தம் கையெழுத்தாகிறது

மார்ச் 20

டலாடியர் வெளியேற, பால் ரெனாய்ட் பிரான்ஸின் முதல்வராகிறார்

மார்ச் 28

ஜெர்மனியுடன் அமைதி ஒப்பந்தம் போடுவதில்லை என்று பிரிட்டனும் பிரான்ஸும் முடிவெடுக்கின்றன

ஏப்ரல் 8

பிரிட்டிஷ் வீரர்கள் நார்வேயில் (Namsos) கால் பதிக்கிறார்கள்

ஏப்ரல் 9

டென்மார்க், நார்வே இரண்டையும் ஜெர்மனி தாக்குகிறது

மே 10

பிரான்ஸை தாக்குகிறது ஜெர்மனி. சாம்பர்லைன் ராஜிநாமா. சர்ச்சில் பொறுப்பேற்கிறார்

மே 14

நெதர்லாந்து சரணடைகிறது

மே 22

அவசரகால நடவடிக்கைகள் மேற்கொள்ள சர்ச்சில் அரசாங் கத்துக்கு பாராளுமன்றம் அனுமதி

மே 25

பெல்ஜியம், பிரான்ஸ் இரு தேசங்களிலும் தொடர்ந்து ஊடுருவி ஆக்கிரமிக்கலாம் என்று ஹிட்லர் உத்தரவு பிறப் பிக்கிறார்

மே 28

பெர்ஜியம் சரணடைகிறது. லெபோல்ட் (Leopold III) மன்னர் கைது

மே 30

சோவியத்துக்கான வெளியுறவுத் துறை அதிகாரியாக ஸ்டாஃபோர்ட் க்ரிப்ஸ் நியமனம்

ஜூன் 4

எஞ்சியிருந்த பிரிட்டன், பிரான்ஸ் மற்றும் பெல்ஜிய படை கள் டுன்கிர்க்கில் (Dunkirk) இருந்து வெளியேற்றம்

ஜுன் 10

நேச நாடுகள் மீது முஸோலினி போர் அறிவிப்பு

ஜுன் 14

பாரீஸுக்குள் நுழைகிறது ஜெர்மனி

ஜுன் 22

ஜெர்மனுடன் பிரான்ஸ் உடன்படிக்கை. இரு பிரிவுகளாக பிரான்ஸ் பிரிக்கப்படுகிறது

ஜுன் 28

Charles De Gaulle பிரான்ஸின் தலைவராவதை சர்ச்சில் அங்கீகரிக்கிறார்

ஜுலை 5

ஜப்பானுக்கு சில குறிப்பிட்ட பொருள்களை ஏற்றுமதி செய்யக்கூடாது என்று ரூஸ்வெல்ட் தடை விதிக்கிறார்

ஜுலை 10

பிரிட்டன் தாக்குதலைத் தொடங்கிவைக்கிறது ஜெர்மனியின் Luftwaffe

ஜுலை 11

மத்திய பிரான்ஸில் அமைந்துள்ள விச்சியின் அதிபராக Henri-Philippe Petain பொறுப்பேற்கிறார்

ஆகஸ்ட் 3

பிரிட்டிஷ் சோமாலிலாண்டை நெருங்குகிறது இத்தாலி

ஆகஸ்ட் 13

பிரிட்டன் விமான தளங்கள், நிலையங்கள் மீது ஜெர்மன் தாக்குதல்

ஆகஸ்ட் 23

லண்டனில் இரவு முழுவதும் விமானத் தாக்குதல்

ஆகஸ்ட் 25

பிரிட்டனின் ராயல் ஏர் ஃபோர்ஸ் பெர்லின் மீது குண்டு வீசுகிறது

செப்டெம்பர் 13

எகிப்தை குறிவைத்து இத்தாலி முன்னேறுகிறது

செப்டெம்பர் 25

Vidkun Quisling என்பவரை நார்வேயின் பிரதமராக ஜெர்மனி நியமிக்கிறது

செப்டெம்பர் 27

ஜெர்மனி, இத்தாலியுடன் ஜெர்மனி ஒப்பந்தமிட்டுக் கொள்கிறது (Tripartite Pact)

அக்டோபர் 23

ஸ்பெயினை யுத்தத்தில் பங்கேற்குமாறு அழைப்பு விடுக்க பிரான்ஸிஸ்கோ பிராங்கோவை சந்திக்கிறார் ஹிட்லர்

அக்டோபர் 28

இத்தாலி எகிப்தை ஆக்கிரமிக்கிறது

நவம்பர் 16

பிரிட்டன் ஹாம்பர்கை (ஜெர்மனி) தாக்குகிறது

நவம்பர் 18

ராடார் சாதனங்களை முதல் முறையாக பிரிட்டன் பயன் படுத்திக்கொள்கிறது

1941

மார்ச் 1

ஜெர்மனி, இத்தாலி, ஜப்பானுடன் பல்கேரியா இணைகிறது

மார்ச் 7

இத்தாலியின் பிடியில் இருந்த எதியோப்பியாவை பிரிட்டன் ஆக்கிரமிக்கிறது

ஏப்ரல் 6

எதியோப்பியாவில் உள்ள இத்தாலிய ராணுவம் நேச நாடுகளிடம் சரணடைகிறது

ஏப்ரல் 10

ஜெர்மனி, இத்தாலி, பல்கேரியா கூட்டாக யூகோஸ்லாவி யாவை ஆக்கிரமிக்கின்றன

ஏப்ரல் 14

வலிந்து தாக்குதல் தொடுக்கமாட்டோம் என்று சோவியத்தும் ஜப்பானும் ஒப்பந்தம் போட்டுக்கொள்கின்றன

ஏப்ரல் 17

யுகோஸ்லோவியா ஜெர்மனியிடம் சரணடைகிறது

ஏப்ரல் 21

கிரீஸ் ஜெர்மனியிடம் சரணடைகிறது

மே 10

வெஸ்ட்மினிஸ்டரில் உள்ள காமன்ஸ் சபை மீது ஜெர்மனி தாக்குதல்

ருடால்ஃப் ஹெஸ் ஸ்காட்லாந்து தப்பிச்செல்கிறார். கைது செய்யப்படுகிறார்

மே 26

பிரிட்டனின் போர்க்கப்பல்களை மூழ்கடித்த பிஸ்மார்க் போர்க்கப்பல் பிரிட்டனால் தாக்கியழிக்கப்படுகிறது

ஜூன் 1

உணவு, மரச்சாமான்கள் மீது கட்டுப்பாடு விதிக்கிறது பிரிட்டன்

ஜூன் 8

பிரிட்டனும் பிரான்ஸூம் சிரியாவை ஆக்கிரமிக்கின்றன

ஜூன் 22

ஜெர்மனி ஆபரேஷன் பார்பரோஸாவை ஆரம்பித்து வைக்கிறது

ஜூன் 25

சோவியத் மீது ஃபின்லாந்து போர் அறிவிப்பு

ஜூன் 27

சோவியத் மீது ஹங்கேரி போர் அறிவிப்பு

ஜூலை 12

சிரியாவில் அமைதி ஒப்பந்தம் கையெழுத்தாகிறது

சோவியத் யூனியனும் பிரிட்டனும் பரஸ்பர உதவிக்கான ஒப்பந்தத்தில் கையெழுத்திடுகின்றன

ஆகஸ்ட் 12

    லெனின்கிராடை நோக்கி ஜெர்மனி முன்னேறுகிறது

ஆகஸ்ட் 25

    இரானுக்குள் பிரிட்டன், சோவியத் படைகள் நுழைகின்றன

செப்டெம்பர் 20

    உக்ரேனின் தலைநகரம் கீவ் ஜெர்மனியால் ஆக்கிரமிக்கப் படுகிறது

அக்டோபர் 6

    மாஸ்கோவை நோக்கி ஜெர்மனி முன்னேறுகிறது

அக்டோபர் 13

    ஜெர்மானிய நகரமான நூரம்பர்க் மீது ஜெர்மனி தாக்குதல்

அக்டோபர் 16

    ஜப்பானின் பிரதம மந்திரியாகப் பொறுப்பேற்கிறார் ஜெனரல் Hideki Tojo

டிசம்பர் 1

    அமெரிக்கா மீது தாக்குதல் தொடுக்கலாம் என்று அதிகாரபூர்வமாக ஜப்பான் முடிவெடுக்கிறது

டிசம்பர் 5

    ஃபின்லாந்து, ஹங்கேரி, ருமேனியா மீது பிரிட்டன் போர்ப் பிரகடனம்

டிசம்பர் 7

    பேர்ல் துறைமுகம் ஜப்பானால் தாக்கப்படுகிறது

டிசம்பர் 8

    மலேயா, தாய்லாந்து, பிலிப்பைன்ஸ் மீது ஜப்பான் தாக்குதல்

டிசம்பர் 11

    பர்மாவை ஜப்பான் ஆக்கிரமிக்கிறது

டிசம்பர் 22

    பிலிப்பைன்ஸின் தலைநகரம் மணிலாவை ஜப்பான் ஆக்கிரமிக்கிறது

டிசம்பர் 25

ஹாங்காங் சரணடைகிறது

1942

ஜனவரி 11

மலேஷியாவின் தலைநகரம் கோலாலம்பூர் ஜப்பானால் கைப்பற்றப்படுகிறது

பிப்ரவரி 8

சிங்கப்பூரின் வடமேற்கு பகுதி மீது கால்பதிக்கிறது ஜப்பான்

பிப்ரவரி 15

சிங்கப்பூர் ஜப்பானிடம் சரணடைகிறது

பிப்ரவரி 19

டார்வின் (ஆஸ்திரேலியா) மீது ஜப்பான் தாக்குதல்

மார்ச் 23

லுபெக் (ஜெர்மனி) மீது பிரிட்டன் தாக்குதல்

ஏப்ரல் 18

டோக்கியோ மீது அமெரிக்க விமானப் படை தாக்குதல்

ஏப்ரல் 23

எக்ஸ்டெர், பாத் உள்ளிட்ட பிரிட்டிஷ் வரலாற்று நகரங்கள் மீது ஜெர்மனி விமானத் தாக்குதல்

மே 1

மாண்டலே (பர்மா) ஜப்பானால் ஆக்கிரமிக்கப்படுகிறது

ஜூலை 26

ஹாம்பர்க் பிரிட்டனால் தாக்கப்படுகிறது

ஆகஸ்ட் 19

பிரிட்டிஷ் மற்றும் கனடிய ராணுவம் Dieppe (பிரான்ஸ்) மீது தாக்குதல் தொடுக்கிறது

ஆகஸ்ட் 24

ஜெர்மனி ஸ்டாலின்கிராடுக்குள் ஊடுருவுகிறது

நவம்பர் 8

துனீஷியாவை அமெரிக்கா ஆக்கிரமிக்கிறது

நவம்பர் 11

பிரெஞ்சு வடக்கு ஆப்பிரிக்கா அமெரிக்காவிடம் சரணடைகிறது. விச்சி பிரான்ஸ் மீது போர் தொடுக்க ஹிட்லர் உத்தரவிடுகிறார்.

1943

ஜனவரி 18

பிரிட்டன் மீதான விமானத் தாக்குதலை மீண்டும் ஆரம்பித்து வைக்கிறது ஜெர்மனி

ஜனவரி 23

நேச நாடுகள் படை டிரைபோலியை (லிபியா) ஆக்கிரமிக்கிறது

பிப்ரவரி 25

ஜெர்மனி மீது பிரிட்டனும் அமெரிக்காவும் நீடித்த தாக்குதல் தொடுக்கின்றன.

மே 7

துனீஷியாவின் தலைநகரம் துனீஸ் நேச நாடுகள் படையால் கைப்பற்றப்படுகிறது

மே 13

ஒரு லட்சத்து முப்பதாயிரம் ஜெர்மானிய வீரர்கள் துனீஸில் சரணடைகின்றனர்

ஜூலை 10

ஜெர்மனி ஆக்கிரமித்திருந்த சிசிலியில் நேச நாடுகள் படை கால் பதிக்கிறது

ஜூலை 25

முஸோலினி பதவியிறக்கம் செய்யப்படுகிறார்

ஆகஸ்ட் 23

கார்கோவ் (உக்ரேன்) பகுதியை சோவியத் மீட்டெடுக்கிறது

செப்டெம்பர் 12

சிறையில் இருந்த முஸோலினி ஜெர்மனியால் மீட்கப் படுகிறார்

செப்டெம்பர் 15

இத்தாலியிலுள்ள சாலோ என்னும் பகுதியில் முஸோலினி தனது ஃபாஸிச ஆட்சியை மீண்டும் நிறுவுகிறார்

செப்டெம்பர் 23

இத்தாலியின் புதிய பிரதமர் Pietro Badoglio நேச நாடுகளுடன் அமைதி ஒப்பந்தம் போட்டுக்கொள்கிறார்

செப்டெம்பர் 25

ஸ்மோலென்ஸ்க் (மேற்குப் பகுதி) சோவியத்தால் மீட்டெடுக்கப்படுகிறது

அக்டோபர் 13

இத்தாலி ஜெர்மனி மீது போர் தொடுக்கிறது

நவம்பர் 6

கீவ் சோவியத்தால் மீட்டெடுக்கப்படுகிறது

நவம்பர் 20

கில்பர்ட் தீவுகள் நேச நாடுகளால் ஆக்கிரமிக்கப்படுகிறது

டிசம்பர் 12

சோவியத்தும் செக்கொஸ்லாவாக்கியாவும் மாஸ்கோவில் அமைதி ஒப்பந்தம் போட்டுக்கொள்கின்றன

டிசம்பர் 28

சர்ச்சில், ரூஸ்வெல்ட், ஸ்டாலின் மூவரும் தெஹ்ரானில் (இரான்) சந்திக்கிறார்கள்

1944

ஜனவரி 31

மார்ஷல் தீவுகளை நேச நாடுகள் படை கைப்பற்றுகிறது

பிப்ரவரி 19

மே 1941க்குப் பிறகு வலிமையான விமானத் தாக்குதலை லண்டன் மீது நடத்துகிறது ஜெர்மனி

மார்ச் 6

    பெர்லின் மீது பிரிட்டன் தாக்குதல்

மே 9

    செவாஸ்டோபோல் (தெற்கு உக்ரேன்) பகுதியில் இருந்து ஜெர்மனி பின்வாங்குகிறது

ஜூன் 4

    ரோம் நேச நாடுகள் படையால் கைப்பற்றப்படுகிறது

ஜூன் 9

    படோக்லியோ ராஜிநாமா செய்ய Invanoe Bonomi இத்தாலியின் பிரதமராகப் பதவியேற்கிறார்

ஜூலை 3

    மின்ஸ்க் (பெலாரஸ்) சோவியத்தால் மீட்டெடுக்கப்படுகிறது

ஆகஸ்ட் 1

    ஜெர்மனிக்கு எதிரான வார்சா எழுச்சி

ஆகஸ்ட் 24

    அமெரிக்க ராணுவம் பாரீஸில் நுழைகிறது

ஆகஸ்ட் 25

    ருமேனியா ஜெர்மனி மீது போர் பிரகடனம் செய்கிறது

செப்டெம்பர் 4

    பிரிட்டன் ராணுவம் ப்ரஸல்ஸில் (பெல்ஜியம்) நுழைகிறது

செப்டெம்பர் 11

    நேச நாடுகள் படை ஜெர்மனிக்குள் நுழைகிறது. சர்ச்சிலும் ரூஸ்வெல்ட்டும் ஜெர்மனி குறித்து விவாதிக்க க்யூபெக்கில் கூடுகிறார்கள்.

செப்டெம்பர் 12

    அமெரிக்கா, பிரிட்டன் மற்றும் சோவியத்துடன் ருமேனியா அமைதி உடன்படிக்கை போட்டுக்கொள்கிறது

செப்டெம்பர் 19

    ஃபின்லாந்து சோவியத் அமைதி ஒப்பந்தம்

அக்டோபர் 2

வார்சா எழுச்சியை நசுக்குகிறது ஜெர்மனி

அக்டோபர் 4

ஜெர்மனி ஆக்கிரமித்திருந்த கிரீஸில் பிரிட்டன் ராணுவம் கால் பதிக்கிறது

அக்டோபர் 6

செக்கோஸ்லாவாக்கியாவில் நுழைகிறது சோவியத்

அக்டோபர் 9

சர்ச்சில், ஸ்டாலின், ரூஸ்வெல்ட் மாஸ்கோ சந்திப்பு

அக்டோபர் 28

பல்கேரியா நேச நாடுகளுடன் உடன்படிக்கை செய்து கொள்கிறது

டிசம்பர் 21

ஹங்கேரியில் புதிய அரசாங்கத்தை நிர்மாணிக்கிறது சோவியத்

1945

ஜனவரி 17

வார்சா சோவியத்தால் விடுவிக்கப்படுகிறது

பிப்ரவரி 4

சர்ச்சில், ஸ்டாலின், ரூஸ்வெல்ட் யால்டாவில் சந்திப்பு

பிப்ரவரி 28

மணிலாவை அமெரிக்கா கைப்பற்றுகிறது

மார்ச் 20

மாண்டலே (பர்மா) பிரிட்டனால் கைப்பற்றப்படுகிறது

மார்ச் 29

ஆஸ்திரியாவுக்குள் நுழைகிறது சோவியத்

ஏப்ரல் 12

ரூஸ்வெல்ட் மரணம். ஹாரி ட்ரூமேன் பதவியேற்கிறார்

ஏப்ரல் 25

நாஜி வதை முகாமான Dachau விடுவிக்கப்படுகிறது

ஏப்ரல் 28

முஸோலினி கொல்லப்படுகிறார்

ஏப்ரல் 29

இத்தாலியில் உள்ள ஜெர்மன் படைகள் சரணடைகின்றன

ஏப்ரல் 30

ஹிட்லர், ஈவா பிரவுன் தற்கொலை

மே 1

கெப்பல்ஸ் தற்கொலை

மே 2

பெர்லின் சோவியத்திடம் சரணடைகிறது

மே 5

டென்மார்க் விடுவிக்கப்படுகிறது

மே 8

ஜெர்மனி சோவியத்திடம் அதிகாரபூர்வமாகச் சரணடைகிறது

மே 9

செக்கொஸ்லாவாக்கியாவில் உள்ள ஜெர்மன் படைகள் சேவியத்திடம் சரணடைகின்றன

மே 22

ஹென்ரிச் ஹிம்லர் தற்கொலை

ஆகஸ்ட் 6

ஹிரோஷிமா மீது அமெரிக்கா அணுகுண்டு தாக்குதல்

ஆகஸ்ட் 9

நாகசாகி மீது அமெரிக்கா அணுகுண்டு தாக்குதல்

செப்டெம்பர் 2

பிலிப்பைன்ஸில் ஜப்பான் ராணுவம் சரணடைகிறது

பின்னிணைப்பு 2

ஆதாரம்

1. Hitler and the Nazis, A History in Documents, David F. Crew, Oxford University Press, 2005
2. The Complete Hitler, A Digital Desktop Reference to His Speeches and Proclamations 1932-1945, Max Domarus, Bolchazy-Carducci Publishers, 1990
3. Hitler's Army, Omer Bartov, Oxford University Press, 1992
4. The Holocaust Encyclopedia, Edited by Walter Laqueur, Yale University Press, 2001
5. Rise and Fall of the Third Reich, William L. Shirer,
6. The Nazi Germany Sourcebook, Roderick Stackelberg and Sally A. Winkle, Routledge, 2002
7. The Origins of the Final Solution, Christopher R. Browning, University of Nebraska Press, 2004
8. The Second World War : A People's History, Joanna Bourke, Oxford University Press, 2001
9. The Second World War : Europe 1939-1943, Robin Havers, Routledge, 2003
10. The Second World War : The War at Sea, Philip D Grove, Mark J Grove & Alastair Finlan, Osprey Publishing, 2002
11. The Stalin Era, Anna Louise Strong, Mainstream Publishers, 1957
12. Illustrated Story of World War II, Reader's Digest, 1970

13. Winston Churchill, Henry Pelling, Wordsworth Military Library, 1974
14. Adolf Hitler, Documentary, Gipsy VCD.
15. The Collins History of the World in the Twentieth Century, J.A.S Grenville, HarperCollins Publishers, 1998
16. Europe at War 1939-1945, Norman Davies, Macmillan, 2006
17. Once There Was a War, John Steinbeck, Penguin Books, 2000
18. Facts About Germany, Published by the Press and Information Office of the Federal German Government, 1962
19. Marshal of the Soviet Union, G. Zhukov, Reminiscences and Reflections, Volume 1 & 2, Progress Publishers, 1985
20. Mein Kampf, Adolf Hitler, Jaico Books, 1995
21. Secrets and Stories of the War, Reader's Digest, 1963
22. Schindler's List, Thomas Keneally, BCA, 1994
23. Ernie's War, The Best of Ernie Pyle's World War II Dispatches, Random House, 1986
24. Memoirs, Harry S. Truman, Signet Books, 1965
25. Franklin D. Roosevelt and the Age of Action, Edited by Alfred B. Rollins Jr., Dell Publishing, 1960
26. A History of the Jews, Paul Johnson, Perfectbound, 1988
27. A New Illustrated History of the Nazis, David & Charles, 2005
28. Barbarism & Civilization, Bernard Wasserstein, Oxford University Press, 2007
29. Eyewitness History World War II, Carl J. Schneider and Dorothy Schneider, Facts on File, Inc. 2003
30. Russia - A History of the Soviet Period, Woodford McClellan, Patience-Hall, 1990
31. The Communist Party of the Soviet Union, Leonard Schapiro, Methuen & Co Ltd., 1970
32. Ten Days That Shook the World, John Reed, Progress Publishers
33. The USSR A Short History, K.Gusev, V.Naumov, Progress Publishers, 2002

34. The Long March, An Account of Modern China by Simone de Beauvoir, Phoenix Press

35. இரண்டாவது உலக யுத்தம், வி.அ. மத்சுலேன்கோ, முன்னேற்றப் பதிப்பகம், 1989

36. வரலாற்று நோக்கில் ஜோசப் ஸ்டாலின் வாழ்வும் காலமும், எம்.ஆர். அப்பன், அலைகள், 2003

37. ஹிட்லர், பா. ராகவன், கிழக்கு பதிப்பகம்

38. யூதர்கள், முகில், கிழக்கு பதிப்பகம்

39. மாபெரும் தேசபக்தப் போரின் கதைகள், ராதுகா பதிப்பகம், 1990

40. லெனின்கிராடுக்கான பாதுகாப்பு, ராதுகா பதிப்பகம், 1989

41. சீனாவின் வரலாறு, வெ. சாமிநாத சர்மா, விடியல் பதிப்பகம்

42. சோசலிசத்தில் வர்க்கப் போராட்டம்: மாவோவின் பாத்திரம், வில்லியம் ஹிண்ட்டன், புதிய ஜனநாயகத் தொழிலாளர் முன்னணி

43. சீன வானில் சிவப்பு நட்சத்திரம், எட்கர் ஸ்னோ, தமிழில்: வீ.பா. கணேசன், அலைகள் வெளியீட்டகம்